GIÁO HỘI PHẬT GIÁO VIỆT NAM THỐNG NHẤT
HỘI ĐỒNG PHIÊN DỊCH TAM TẠNG LÂM THỜI

ĐẠI TẠNG KINH VIỆT NAM

THANH VĂN TẠNG

Tập 14

LUẬT BỘ II

Dharmaguptaka-Caturvargika-Vinaya
曇無德部四分律
姚秦罽賓三藏佛陀耶舍共竺佛念等譯

LUẬT TỨ PHẦN

Quyển 2

Hán dịch:

TAM TẠNG PHẬT-ĐÀ DA-XÁ & TRÚC-PHẬT-NIỆM

Việt dịch:

Tỳ-kheo THÍCH ĐỒNG MINH

Hiệu chính & Chú thích:

Tỳ-kheo THÍCH TUỆ SỸ

HỘI ĐỒNG HOẰNG PHÁP

PL 2565 – DL 2022

ĐẠI TẠNG KINH VIỆT NAM

THANH VĂN TẠNG - Tập 14 - LUẬT BỘ II

Dharmaguptaka Caturvargika Vinaya

曇無德部四分律

姚秦罽賓三藏佛陀耶舍共竺佛念等譯

LUẬT TỨ PHẦN - Quyển 2

Hán dịch: TAM TẠNG PHẬT-ĐÀ DA-XÁ & TRÚC-PHẬT-NIỆM

Việt dịch: Tỳ-kheo THÍCH ĐỖNG MINH

Hiệu chính & Chú thích: Tỳ-kheo THÍCH TUỆ SỸ

Ban Báo Chí & Xuất Bản Hội Đồng Hoằng Pháp

Ấn hành lần thứ nhất, quý II/2022

Trách nhiệm xuất bản: Thích Hạnh Viên

Sửa bản in: Thích Hạnh Viên, Thích Nữ Thông Tánh

Trình bày: Nhuận Pháp, Quảng Hạnh Tuệ

Thiết kế bìa: Quảng Pháp, Nhuận Pháp

https://hoangphap.org

MỤC LỤC PHÂN TÍCH

GIỚI THIỆU CÔNG TRÌNH PHIÊN DỊCH
ĐẠI TẠNG KINH VIỆT NAM

Yo vo, ānanda,

mayā dhammo ca vinayo ca desito paññatto,

so vo mamaccayena satthā.[1]

I. SƠ LƯỢC QUÁ TRÌNH PHIÊN DỊCH

Trước khi nhập Niết-bàn, đức Phật có di giáo tối hậu cho các chúng đệ tử: "Pháp và Luật mà Ta đã thuyết và quy định, là Đạo Sư của các ngươi sau khi Ta diệt độ." Phụng hành di giáo của đức Thế Tôn, các vị Trưởng lão A-la-hán đã thực hiện cuộc kiết tập lần thứ nhất tại thành Vương Xá, cùng hòa hiệp phúng tụng tất cả những điều đã được Phật giảng dạy trong suốt bốn mươi lăm năm giáo hóa; nền tảng của văn hiến Phật giáo mà về sau được gọi là Tam tạng được thành lập từ đó.

Kể từ đó, giáo pháp của đức Thích Tôn theo bước chân du hóa của các Thánh đệ tử lan tỏa khắp bốn phương. Nơi nào Giáo pháp được truyền đến, nơi đó bốn chúng đệ tử học tập và hành trì theo phương ngôn của bản địa, như điều đã được đức Phật chỉ giáo: *anujānāmi, bhikkhave, sakāya niruttiyā buddhavacanaṃpariyāpuṇitun"ti.* "Này các tỳ-kheo, Ta cho phép các ngươi học Phật ngôn bằng chính phương ngữ của mình." Y cứ theo lời dạy này, ngay từ khởi thủy Phật ngôn đã được chuyển thể qua nhiều phương ngữ khác nhau. Khi các bộ phái Phật giáo phát triển, mỗi bộ phái cố gắng thành lập Tam tạng Thánh điển theo phương ngữ của địa phương được xem là căn cứ địa. Khi mà hệ thống văn tự tại cổ

---

[1] Này *Ānanda!* Pháp và Luật mà Ta đã thuyết và qui định, là Đạo Sư của các ngươi sau khi Ta diệt độ.

Ấn Độ chưa phổ biến, sự lưu truyền Thánh điển bằng khẩu truyền là phương tiện chính. Do khẩu truyền, những biến âm do khẩu âm của từng địa phương khác nhau thỉnh thoảng cũng ảnh hưởng đến một vài thay đổi nhỏ trong các văn bản. Những biến thiên âm vận ấy trong nhiều trường hợp dẫn đến những giải thích khác nhau về một điểm giáo nghĩa giữa các bộ phái. Tuy nhiên, nhìn từ đại thể, các giáo nghĩa trọng yếu vẫn được hiểu và hành trì như nhau giữa tất các các truyền thống, nam phương cũng như bắc phương. Điều có thể được khẳng định qua các công trình nghiên cứu tỉ giảo về văn bản trong hai nguồn văn hệ Phật giáo hiện tại: Pali và Hán tạng. Các bản Hán dịch xuất xứ từ A-hàm, và các bản văn Pali hiện đọc được, đại bộ phận đều tương ưng với nhau. Do đó, những điều được cho là dị biệt giữa hai truyền thống nam và bắc phương, mà thường hiểu lệch lạc là Tiểu thừa và Đại thừa, chỉ là sự khác biệt bởi môi trường lịch sử văn minh theo các địa phương và dân tộc. Đó là sự khác biệt giữa nguyên thủy và phát triển. Phật pháp truyền sang phương nam, đến các nước Nam Á, nơi đó sự phát triển văn minh và các định chế xã hội chưa đến mức phức tạp, nên giáo pháp của Phật được hiểu và hành gần với nguyên thủy. Về phương bắc, tại các vùng đông bắc Ấn, và tây bắc Trung Quốc, nhiều chủng tộc dị biệt, nhiều nền văn hóa khác nhau, và do đó cũng xuất hiện nhiều định chế xã hội khác nhau. Phật pháp được truyền vào đó, một thời đã trở thành quốc giáo của nhiều nước. Thích ứng theo sự phát triển của đất nước ấy, từ ngôn ngữ, phong tục, định chế xã hội, giáo pháp của đức Phật cũng dần dần được bản địa hóa.

Thánh điển Tam tạng là nguồn suối cho tất cả nhận thức về Phật pháp, để học tập và hành trì, cũng như để nghiên cứu. Kinh tạng và Luật tạng là tập đại thành Pháp và Luật do chính đức Phật giảng dạy và quy định, là sở y cho tri thức và hành trì của Thánh đệ tử để tiến tới thành tựu cứu cánh Minh và Hành. Kinh và Luật cũng bao gồm những diễn giải của các Thánh đệ tử được thân truyền từ kim khẩu của đức Phật. Luận tạng, theo truyền thống Thượng tọa bộ nam phương, và cũng theo truyền thống Hữu bộ, do chính đức Phật thuyết. Nhưng các đại luận sư như Thế Thân (*Vasubandhu*), cũng như hầu hết các nhà nghiên cứu Phật học trên thế giới hiện đại, đều không công nhận truyền thuyết này, mà cho rằng đó là tập đại thành các công trình phân tích, quảng diễn, và hệ thống hóa những điều đã được Phật thuyết trong Pháp và Luật. Kinh và Luật tạng được thành lập trong một khoảng thời gian nhất định, trực tiếp hoặc gián tiếp từ kim khẩu của Phật, và là sở y chung cho tất cả các bộ phái Phật giáo, bao gồm cả Phật giáo Đại thừa, mặc dù có những sai biệt do vấn đề truyền khẩu với các khẩu âm và phương ngữ khác nhau, theo thời gian và địa vực.

Luận tạng là bộ phận Thánh điển phản ánh lịch sử phát triển của Phật giáo, bao gồm các phương diện tín ngưỡng tôn giáo, tư duy triết học, nghiên cứu khoa học, định chế và tổ chức xã hội chính trị. Tổng quát mà nói, đó không chỉ là phản ánh lịch sử phát triển của nội bộ Phật giáo, mà trong đó cũng phản ánh toàn bộ văn minh tại những nơi mà giáo lý của đức Phật được truyền đến. Điều này cũng được chứng minh cụ thể bởi lịch sử Việt Nam.

Mỗi bộ phái Phật giáo tự xây dựng cho mình một nền văn hiến Luận tạng riêng biệt, tập hợp các luận giải giáo nghĩa, bảo vệ kiến giải Phật pháp của mình, bài trừ các quan điểm dị học. Đây là nền văn hiến đồ sộ, liên tục phát triển trên nhiều khu vực địa lý khác nhau. Cho đến khi Hồi giáo bành trướng tại Ấn Độ, Phật giáo bị đào thải. Một bộ phận văn hiến Phật giáo được chuyển sang Tây Tạng, qua các bản dịch Phạn Tạng, và một số lớn nguyên bản Phạn văn được bảo trì. Một bộ phận khác, lớn nhất, gần như hoàn chỉnh nhất, văn hiến Phật giáo được chuyển dịch sang Hán tạng, bao gồm hầu hết mọi xu hướng tư tưởng dị biệt của Phật giáo phát triển trong lịch sử Ấn Độ, từ Nguyên thủy, Bộ phái, Đại thừa, cho đến Mật giáo.

Truyền thuyết ghi rằng Phật giáo được truyền vào Trung Hoa dưới đời Hán Minh Đế, niên hiệu Vĩnh bình thứ 10 (Tl. 65), và bản kinh Phật đầu tiên được dịch sang Hán văn là Kinh Tứ thập nhị chương, do Ca-diếp Ma-đằng và Trúc Pháp Lan. Nhưng truyền thuyết này không được nhất trí hoàn toàn giữa các nhà nghiên cứu lịch sử Phật giáo Trung Quốc. Điều chắc chắn là Khương Tăng Hội, quê quán Việt Nam, xuất phát từ Giao Chỉ (Việt Nam), đã đưa Phật giáo vào Giang Tả, miền Nam Trung Hoa. Các công trình phiên dịch và chú giải của Khương Tăng Hội đã chứng tỏ rằng trước đó, tức từ năm thứ 247 kỷ nguyên Tây lịch, thời gian được nói là Tăng Hội vào đất Kiến nghiệp, quy y cho Tôn Quyền,

Phật giáo đã phát triển đến một hình thái nhất định tại Việt Nam, cùng một số kinh Phật được phiên dịch. Điều này cũng được củng cố thêm bởi những điều được ghi chép trong Mâu Tử Lý Hoặc Luận. Có lẽ do hậu quả của thời kỳ Bắc thuộc, hầu hết những điều được tìm thấy trong hành trạng của Khương Tăng Hội và trong ghi chép của Mâu Tử đều bị xóa sạch. Chỉ tồn tại những gì được ghi nhận là truyền từ Trung Quốc.

Dịch giả Phạn Hán đầu tiên tại Trung Quốc được khẳng định là An Thế Cao (đến Trung Quốc trong khoảng Tl. 147 – 167). Tất nhiên trước đó hẳn cũng có các dịch giả khác mà tên tuổi không được ghi nhận. Lương Tăng Hựu căn cứ trên bản Kinh lục xưa nhất của Đạo An (Tl. 312 – 385) ghi nhận có chừng 134 kinh không rõ dịch giả; và do đó cũng không xác định trước hay sau An Thế Cao.

Sự nghiệp phiên dịch Phật kinh Phạn Hán liên tục từ An Thế Cao, cho đến các đời Minh, Thanh được tập thành trong 32 tập của Đại Chánh, bao gồm Thánh điển Nguyên thủy, Bộ phái, Đại thừa, Mật giáo, 1692 bộ. Những trước tác của Trung Hoa, từ sớ giải, luận giải, cho đến sử truyện, du ký, v.v., tập thành từ tập 33 đến 55 trong Đại Chánh, gồm 1492 tác phẩm. Số tác phẩm được ấn hành trong Tục tạng chữ Vạn còn nhiều hơn thế nữa. Đây là hai bản Hán tạng tương đối đầy đủ nhất, trong đó tạng Đại Chánh được sử dụng rộng rãi trên quy mô thế giới.

Sự nghiệp phiên dịch Kinh điển ở nước ta được bắt đầu rất sớm, có thể trước cả thời Khương Tăng Hội, mà dấu vết có thể tìm thấy trong *Lục độ tập kinh*. Ngôn ngữ phiên dịch của Khương Tăng Hội là Hán văn. Hiện chưa có phát hiện nào về các bản dịch Kinh Phật bằng tiếng quốc âm. Suốt trong thời kỳ Bắc thuộc, do nhu cầu tinh thông Hán văn như là sách lược cấp thời để đối phó sự đồng hóa của phương bắc, Hán văn trở thành ngôn ngữ thống trị. Vì vậy công trình phiên dịch Kinh điển thành quốc âm không thể thực hiện. Bởi vì, công trình phiên dịch Tam tạng tại Trung Hoa thành tựu đồ sộ được thấy ngay, chủ yếu do sự bảo trợ của triều đình. Quốc âm chỉ được dùng như là phương tiện hoằng pháp trong nhân gian.

Cho đến thời Pháp thuộc, trước tình trạng vong quốc và sự đe dọa bởi văn hóa xâm lược, văn hóa dân tộc có nguy cơ mất gốc, cho nên sơn môn phát động phong trào chấn hưng Phật giáo, phổ biến kinh điển bằng tiếng quốc ngữ qua ký tự La-tinh. Từ đó, lần lượt các Kinh điển quan trọng từ Hán tạng được phiên dịch theo nhu cầu học và tu của Tăng già và Phật tử tại gia. Phần lớn các Kinh điển này đều thuộc Đại thừa, chỉ một số rất ít được trích dịch từ các A-hàm. Dù Đại thừa hay A-hàm, các Kinh Luận được phiên dịch đều không theo một hệ thống nào cả. Do đó sự nghiên cứu Phật học Việt Nam vẫn chưa có cơ sở chắc chắn. Mặt khác, do ảnh hưởng ngữ pháp Phạn, các bản dịch Hán hàm chứa một số vấn đề ngữ pháp Phạn Hán khiến cho ngay cả các nhà chú giải Kinh điển lớn như Cát Tạng, Trí Khải cũng phạm phải rất nhiều sai lầm. Chính Ngạn Tông, người tổ chức dịch trường theo lệnh của Tùy Dạng đế đã nêu lên một số sai lầm này. Cho đến Huyền Trang, vì phát hiện nhiều sai lầm trong các bản Hán dịch nên quyết tâm nhập Trúc cầu pháp, bất chấp lệnh cấm triều đình và các nguy hiểm trên lộ trình.

Ngày nay, do sự phát hiện nhiều bản Kinh Luận quan trọng bằng tiếng Sanskrit, cũng như sự phổ biến ngôn ngữ Tây Tạng, mà phần lớn Kinh điển Sanskrit được phiên dịch, nên nhiều công trình chỉnh lý được thực hiện cho các bản dịch Phạn Hán. Thêm vào đó, do sự phổ biến ngôn ngữ Pali, vốn được xem là ngôn ngữ Thánh điển gần với nguyên thuyết nhất, một số sai lầm trong các bản dịch A-hàm cũng được chỉnh lý, và tỉ giảo, khiến cho lời dạy của Đức Thích Tôn được thọ trì một cách trong sáng hơn.

Trên đây là những nhận thức cơ bản để Ban phiên dịch Đại Tạng Kinh Việt Nam y theo đó mà thực hiện các bản dịch. Trước hết, là bản dịch các kinh A-hàm đang được giới thiệu ở đây. Các kinh thuộc bộ A-hàm được dịch sang Hán rất sớm, kể từ thời Hậu Hán với An Thế Cao. Nhưng phần lớn các truyền bản này đều phát xuất từ Tây vực, từ các nước Phật giáo thịnh hành thời đó như Quy-tư, Vu-điền. Do khẩu âm và phương ngữ nên trong các truyền bản được nói là Phạn văn đã hàm chứa khá nhiều sai lạc. Điều này có thể thấy rõ qua sự so sánh các đoạn tương đương Pali, hay các dẫn chứng trong Đại Tì-bà-sa, Du-già sư địa. Thêm vào đó, các dịch giả hầu hết đều học Phật và học tiếng Sanskrit tại các nước Tây Vực chứ không trực tiếp tại Ấn Độ như La-thập và Huyền Trang, nên trình độ ngôn ngữ Phạn có hạn chế. Các vị ấy khi vừa đặt chân lên Trung Hoa, do khát vọng thâm thiết của các Phật tử Trung Hoa, muốn có thêm kinh Phật để học và tu, cho nên trong khi chưa tinh thông tiếng Hán, mà công trình phiên dịch lại được thôi thúc cần thực hiện. Vì không tinh thông Hán ngữ nên công tác phiên dịch luôn luôn qua trung gian một người chuyển ngữ. Quá trình phiên dịch đi qua nhiều giai đoạn mà chính người chủ dịch không thể quán triệt, cho nên trong các bản dịch hàm chứa những đoạn văn rất tối nghĩa, và nhiều khi nhầm lẫn. Trong tình hình như vậy, một bản dịch Việt từ Hán đòi hỏi rất nhiều tham khảo để hy vọng tiếp cận với nguyên bản Sanskrit đã thất lạc, và cũng từ đó mà hy vọng có thể tiếp cận với lời Phật dạy hơn, điều mà các bản Hán dịch do trở ngại ngôn ngữ đã không thể thực hiện được.

Đại Tạng Kinh Việt Nam chủ yếu căn cứ trên Đại Chánh Đại Tạng Kinh, Nhật Bản, gồm 100 tập, được biên tập khởi đầu từ niên hiệu Đại Chánh (Taisho) thứ 11, Tl. 1922, cho đến niên hiệu Chiêu Hòa (Showa) thứ 9, Tl. 1934, tập hợp trên 100 nhà nghiên cứu Phật học hàng đầu của Nhật Bản, dưới sự chủ trì của Cao Nam Thuận Thứ Lang (Takakusu Junjiro) và Độ Biên Hải Húc (Watanabe Kaigyoku). Để bản sử dụng là bản in của chùa Hải Ấn, Triều Tiên, được gọi là bản Cao-lệ. Công trình chỉnh lý văn bản căn cứ các khắc bản Tống, Nguyên, Minh, cùng một số khắc bản và thủ bản tại Hoa và Nhật khác như tả bản Thiên Bình, bản Liêu của Cung nội sảnh, bản chùa Đại Đức, bản chùa Vạn Đức, v.v. Một số bản văn được phát hiện tại các vùng trong Tây Vực như Vu Điền, Đôn Hoàng, Quy Tư, Cao Xương, cũng được dùng làm tham khảo. Nhiều đoạn văn từ Pali và Sanskrit cũng được dẫn dưới cước chú để đối chiếu đoạn Hán dịch mà người biên tập nghi ngờ là không chính xác hoặc thuộc về dị bản nào đó.

Nội dung Đại tạng Đại Chánh được phân làm ba phần chính: phần thứ nhất, gồm 32 tập, là các bản dịch Phạn Hán bao gồm Kinh, Luật, Luận, được thuyết bởi chính kim khẩu của Phật, hay được kiết tập bởi các Thánh đệ tử, hoặc được trước tác bởi các Luận sư. Phần thứ hai, từ Đại Chánh tập 33 đến tập 55, trước tác của Trung Hoa, bao gồm các sớ giải Kinh, Luật, Luận, và luận thuyết riêng biệt của các tông phái Phật giáo Trung Hoa, các sử truyện, truyện ký, du ký, truyền kỳ; các bản Hán dịch thuộc ngoại giáo như Thắng luận, Số luận, Ba tư giáo, Thiên chúa giáo, các tập ngữ vựng Phạn Hán, giáo khoa Phạn Hán, các Kinh lục. Phần thứ ba, từ tập 56 đến 85, tập hợp các trước tác của Nhật Bản, gồm các sớ giải Kinh, Luật, Luận, phần lớn căn cứ trên các bản sớ giải Trung

Hoa mà giải nghĩa rộng thêm, và các luận thuyết của các tông phái tại Nhật Bản. Còn lại 12 tập sưu tập các đồ tượng, tranh ảnh, phần lớn là các đồ hình mạn-đà-la của Mật tông. 3 tập cuối, tổng mục lục, liệt kê nội dung các bản Đại tạng lưu hành.

Ban phiên dịch Đại Tạng Kinh Việt Nam chọn Đại Chánh tạng làm để bản, phiên dịch tất cả tác phẩm được ấn hành trong đó. Phàm lệ để thực hiện bản dịch tạm thời được quy định như sau:

1. Đại Tạng Kinh Việt Nam bao gồm tất cả các bản dịch tiếng Việt của Tam Tạng Kinh Điển Phật giáo đã xuất hiện ở nước ta từ trước đến nay, qua các thời kỳ với nhiều dịch giả khác nhau, để cho thấy quá trình hình thành Đại Tạng Kinh Việt Nam qua lịch sử.

2. Về bản đáy, bản dịch Việt căn cứ trên ấn bản Đại Chánh Tân Tu Đại Tạng Kinh 100 tập, mỗi tập trên dưới 1000 trang chữ Hán cỡ 10pt và sẽ được đánh số theo thứ tự của số ghi trong bản in Đại Chánh. Mỗi trang của bản in Đại chính được chia làm ba cột: a, b, c. Số trang và cột này đều được ghi trong bản dịch để tiện tham khảo.

3. Vì thế, một bản kinh chữ Hán có thể có nhiều bản dịch tiếng Việt, nên sau số thứ tự của Đại Chánh, sẽ đánh thêm các mẫu tự A, B, C... để phân biệt các bản dịch tiếng Việt khác nhau của cùng một bản kinh chữ Hán đó.

4. Về xử lý văn bản trong khi phiên dịch, phần lớn căn cứ công trình hiệu đính và đối chiếu của bản Đại Chánh. Ngoài ra, tham khảo thêm các công trình hiệu đính và đối chiếu khác.

5. Giữa các ấn bản có những điểm khác nhau, bản Việt sẽ lựa chọn hoặc hiệu đính theo nhận thức của người dịch.

6. Trong bản Hán, nếu chỗ nào xét thấy văn dịch hay từ ngữ không phù hợp với giáo nghĩa truyền thống phổ biến, người dịch sẽ tham khảo các Kinh, Luật, Luận cần thiết để hiệu chính. Những hiệu chính này được giải thích ở phần cước chú.

7. Bản Hán dịch thực hiện căn cứ phần lớn trên sự truyền khẩu. Do đó những từ phát âm tương tự dễ đưa đến ngộ nhận, như *sam* Pāli hay *sama* và *samyak*; *cala* và *jala*; *muti* và *muṭṭhi*, v.v... Trong những trường

hợp này, người dịch sẽ tham chiếu các kinh tương đương, các bản Hán biệt dịch, suy đoán tự dạng nguyên thủy có thể có trong Phạn bản để hiệu chính. Những hiệu chính này đều được ghi ở phần cước chú.

8. Do các truyền bản khác nhau giữa các bộ phái, để có nhận thức về giáo nghĩa nguyên thủy, chung cho tất cả, cần có những nghiên cứu đối chiếu sâu rộng. Công việc này ngoài khả năng hiện tại của các dịch giả. Tuy nhiên, trong trường hợp có thể, những điểm dị biệt giữa các truyền bản sẽ được ghi nhận và đối chiếu. Những ghi nhận này được nêu ở phần cước chú.

9. Bản Hán dịch được phân thành số quyển. Bản dịch Việt không chia số quyển như vậy, nhưng sẽ ghi ở phần cước chú mỗi khi bắt đầu một quyển khác.

10. Các từ Phật học trong một số bản Hán dịch nếu không phổ biến, do đó có thể gây khó khăn cho việc đọc và nghiên cứu, trong các trường hợp như vậy, tuy vẫn giữ nguyên dịch ngữ của bản Hán, nhưng dịch ngữ tương đương thông dụng hơn sẽ được ghi trong phần cước chú. Trong trường hợp có thể, sẽ ghi luôn dịch giả của những dịch ngữ này và xuất xứ của chúng từ bản dịch nào để tiện việc tham khảo.

11. Các kinh sách tham khảo trong cước chú đều được viết tắt theo quy định phổ thông của giới nghiên cứu quốc tế; xem quy định về viết tắt ở cuối mỗi tập của Đại tạng kinh Việt Nam.

II. PHƯƠNG ÁN THỰC HIỆN

Dự án thực hiện bao gồm các công trình phiên dịch, biên tập, và ấn hành, một Hội Đồng phiên dịch Đại Tạng Kinh Việt Nam được thành lập, được điều phối bởi Tổng biên tập, với các nhiệm vụ được phân phối như sau:

1. Ủy ban Phiên dịch. Để hoàn tất một bản dịch, các công tác sau đây cần được thực hiện:

a. Phiên dịch trực tiếp: Các văn bản lần lượt được phân phối đến các vị có trình độ Hán văn tương đối, kiến thức Phật học cơ bản, và khả năng ngôn ngữ cần thiết, phiên dịch trực tiếp từ Hán sang Việt.

b. Hiệu đính và chú thích: nhiệm vụ chủ yếu của phần hiệu chính là đọc lại bản dịch thô và bổ túc những sai lầm có thể có trong bản dịch. Trong thực tế, người hiệu đính còn phải làm nhiều hơn thế nữa.

Trước hết là phần chỉnh lý văn bản. Phần này đáng lý phải thực hiện trước khi phiên dịch. Việc chỉnh lý văn bản thoạt tiên có vẻ đơn giản, vì người dịch chỉ lưu ý một số nhầm lẫn trong việc khắc bản của để bản. Những điểm khác nhau giữa các bản khắc hầu hết được ghi ở cước chú trong ấn bản Đại Chánh, người dịch chỉ cần hiểu rõ nội dung đoạn dịch thì có thể lựa chọn những từ thích hợp trong cước chú. Tuy nhiên, do hạn chế về trình độ Phật pháp và khả năng tham khảo nên đa số người dịch không chọn được từ chính xác. Mặt khác, ngay cả các từ trong cước chú không phải hoàn toàn chính xác. Ngay cả Đại sư Ấn Thuận cũng phạm phải một số sai lầm khi chọn từ, vì không tìm ra các đoạn Pali hoặc Sanskrit tương đương nên phải dựa trên ức đoán. Những ức đoán phần nhiều là sai. Mặt khác, nhiều sai lầm không phải do tả bản hay khắc bản, mà do chính từ truyền bản. Bởi vì, kinh điển từ Ấn Độ truyền sang hầu hết đều do khẩu truyền. Những biến đổi trong khẩu âm, phát âm, khiến nhầm lẫn từ này với từ khác, làm cho ý nghĩa nguyên thủy của giáo lý sai lạc. Người dịch từ Hán văn mà không có trình độ Phạn văn nhất định thì không thể phát hiện những sai lầm này. Điều đáng lưu ý những sai lầm này xuất hiện rất nhiều và rất thường xuyên trong nhiều bản dịch Phạn Hán.

Phần hiệu đính tập trung trên cú pháp Phạn mà ảnh hưởng của nó trong các bản dịch khiến cho nhiều khi ngay cả những vị tinh thông Hán, ngay cả các nhà chú giải kinh điển nổi tiếng cũng phải nhầm lẫn. Để hiểu rõ nội dung bản dịch Hán, cần thiết phải tìm lại nguyên bản Phạn để đối chiếu. Đại sư Cát Tạng đã vấp phải sai lầm khi không có cơ sở để phân tích mệnh đề Hán dịch là năng động hay thụ động, do đó đã nhầm lẫn người giết với kẻ bị giết. Đó là một đoạn văn trong *Thắng man* mà nguyên bản Phạn của kinh này đã thất lạc, nhưng đoạn văn tương đương lại được tìm thấy trong trích dẫn của *Sikṣasamuccaya* của *Sāntideva*. Nếu không tìm thấy đoạn Sanskrit được trích dẫn này thì không ai có thể biết rằng Cát Tạng đã nhầm lẫn.

Rất nhiều kinh điển trong nguyên bản Phạn đã bị thất lạc. Ngay cả những tác phẩm quan trọng như Đại Tì-bà-sa chỉ tồn tại trong bản dịch của Huyền Trang. Nhiều đoạn được trích dẫn trong bản dịch *Câu-xá*, mà Phạn văn đã được phát hiện, cũng giúp người đọc Đại Tì-bà-sa có manh mối để đi sâu vào nội dung. Đọc một bản văn mà không nắm vững nội dung của nó, nghĩa là chính dịch giả cũng không hiểu, hoặc hiểu sai, sao có thể hy vọng người đọc hiểu được đoạn văn phiên dịch? Do đó, công tác hiệu đính không đơn giản chỉ bổ túc những khuyết điểm trong bản dịch về lối hành văn, mà đòi hỏi công phu tham khảo rất nhiều để nắm vững nội dung nguyên tác trong một giới hạn khả dĩ.

Đại Tạng Kinh Việt Nam là bản dịch Việt từ Hán tạng, do đó không thể tự tiện thay đổi nội dung dù phát hiện những sai lầm trong bản Hán. Những sai lầm mang tính lịch sử, do đó không được phép loại bỏ tùy tiện. Tuy vậy, bản dịch Việt cũng không thể bỏ qua những nhầm lẫn được phát hiện. Những phát hiện sai lầm cần được nêu lên, và những hiệu đính cũng cần được đề nghị. Những điểm này được ghi ở phần cước chú để cho bản Việt vẫn còn gần với bản Hán dịch.

Trên đây là một số điều kiện tất yếu để thực hiện một bản dịch tương đối khả dĩ chấp nhận. Trong tình hình hiện tại, chúng ta chỉ có rất ít vị có thể hội đủ điều kiện yêu cầu như trên. Do đó, dự án thực hiện hướng đến chương trình đào tạo, không đơn giản chỉ là đào tạo chuyên gia dịch thuật, mà là bồi dưỡng những vị có trình độ Phật học cao với khả năng đọc và hiểu các ngôn ngữ chuyển tải Thánh điển, chủ yếu các thứ tiếng Pali, Sanskrit, Tây Tạng và Hán. Trong tình hình nghiên cứu Phật học hiện tại trên thế giới, người muốn nghiên cứu Phật học mà không biết đến các ngôn ngữ này thì khó có thể nắm vững giáo nghĩa căn bản. Và đây cũng là điều mà Ngạn Tông đã nêu rõ trong các điều kiện tham gia dịch thuật trong viện phiên dịch bảo trợ bởi Tùy Dạng Đế, mặc dù Ngạn Tông chỉ yêu cầu hiểu biết Phạn văn nhưng đồng thời cũng yêu cầu kiến thức uyên bác, không chỉ tinh thông Phật điển mà còn cả thư tịch ngoại giáo.

Chi tiết chương trình đào tạo cần được trình bày trong một dịp khác.

2. Ủy ban Ấn hành. Công tác ấn hành gồm các phần:

a. Sửa lỗi chính tả của các bản dịch. Hiện tại lỗi chính tả trong các bản dịch do các Thầy, Cô, và Phật tử tự nguyện chỉnh sửa. Nhưng chỉ là công tác nghiệp dư, do không chuyên trách, và do đó cũng thiếu kinh nghiệm trong việc phát hiện lỗi, nên các bản in phổ biến tồn tại khá nhiều lỗi chính tả.

b. Trình bày bản in. Công tác này tùy thuộc điều kiện kỹ thuật vi tính. Sơ khởi, ban ấn hành chưa đủ điều kiện để có những vị thành thạo sử dụng kỹ thuật vi tính trong việc trình bày văn bản. Công việc này hiện tại do các Thầy, Cô phụ trách, với trình độ kỹ thuật do tự học, và tự phát. Vì vậy, trong nhiều trường hợp không khắc phục được lỗi kỹ thuật nên hình thức trình bày của bản văn chưa được hoàn hảo như mong đợi.

Sự nghiệp phiên dịch được định khoảng 15 năm, hoặc có thể lâu hơn nữa. Hình thức Đại Tạng Kinh do đó không thể được thiết kế một lần hoàn hảo. Trong diễn tiến như vậy, tất nhiên trình độ kỹ thuật được cải tiến theo thời gian, khiến cho hình thức trình bày cũng cần thay đổi cho phù hợp với thời đại. Hậu quả sẽ khó tránh khỏi là sự không đồng bộ giữa các tập Đại Tạng Kinh ấn hành trước và sau.

c. Ấn loát. Sau khi hình thức trình bày được chấp nhận, bản dịch được đưa đi nhà in. Trách nhiệm ấn loát được giao cho nhà in với các khoản được ghi thành hợp đồng. Vấn đề ấn loát như vậy tương đối ổn định. Tuy nhiên, cũng cần có người chuyên trách để theo dõi quá trình ấn loát, hầu tránh những sai sót kỹ thuật có thể có do nhà in.

d. Phát hành, phổ biến và vận động. Một nhiệm vụ không kém quan trọng là phát hành và phổ biến Đại Tạng Kinh. Công việc này đáng lý do một ban phát hành chuyên trách. Nhưng trong điều kiện nhân sự hiện tại, một Ban như vậy chưa thể thành lập, do đó ban ấn hành kiêm nhiệm. Thêm nữa, công trình phiên dịch là sự nghiệp chung của toàn thể Phật tử Việt Nam, không phân biệt Giáo hội, hệ phái, do đó cần có sự tham gia và cống hiến của chư Tăng Ni, Phật tử, bằng hằng sản và hằng tâm, bằng tâm nguyện cá nhân hay tập thể dưới các hình thức hỗ trợ và bảo trợ bằng vật chất hoặc tinh thần, cống hiến bằng tất cả khả năng vật chất và trí tuệ. Công việc vận động này để cho được hữu hiệu với sự tham gia tích cực của nhiều chúng đệ tử cũng cần được chuyên trách bởi một ban vận động. Trong điều kiện nhân sự hiện tại, ban ấn hành kiêm nhiệm.

HẬU TỪ

Trải qua trên dưới 2 nghìn năm du nhập, những giáo nghĩa căn bản mà đức Phật đã giảng được học và hành tại Việt Nam, đã đem lại nhiều an lạc cho nhiều cá nhân và xã hội, đã góp phần xây dựng tình cảm và tư duy của các cộng đồng cư dân trên đất nước Việt. Thế nhưng, sự nghiệp phiên dịch cũng như ấn hành để phổ biến Thánh điển, làm nền tảng sở y cho sự học và hành, chưa được thực hiện trên quy mô rộng lớn toàn quốc.

Sự nghiệp phiên dịch tại Trung Quốc trải qua gần hai nghìn năm, với thành tựu vĩ đại, tập đại thành và bảo tồn kho tàng Thánh điển thoát qua nhiều trận hủy diệt do những đức tin mù quáng, quảng tín. Sự nghiệp ấy đại bộ phận do các quốc vương Phật tử tích cực bảo trợ, đã là sự nghiệp chung của toàn thể nhân dân theo từng giai đoạn đặc biệt của lịch sử. Việt Nam tuy cũng có các minh quân Phật tử, nhưng do tác động bởi các yếu tố chính trị xã hội nên chưa từng được tổ chức quy mô dưới sự bảo trợ của triều đình. Chỉ do yêu cầu thực tế học và hành mà một số kinh điển được phiên dịch, nhưng chưa đủ để lập thành nền tảng tương đối hoàn bị cho sự nghiên cứu sâu giáo nghĩa.

Gần đây, vào năm 1973, một Hội đồng phiên dịch Tam tạng lần đầu tiên trong lịch sử được thành lập. Chủ tịch: Thượng tọa Thích Trí Tịnh, Tổng thư ký: Thượng tọa Thích Quảng Độ, với các thành viên quy tụ tất cả các Thượng tọa và Đại đức đã có công trình phiên dịch và có uy tín trên phương diện nghiên cứu Phật học, dưới sự chỉ đạo của Viện Tăng Thống, Giáo hội Phật giáo Việt Nam Thống nhất. Chương trình phiên dịch được soạn thảo trên quy mô rộng lớn, nhưng do bởi hoàn cảnh chiến tranh cho nên chỉ mới thực hiện được một phần nhỏ. Một phần của thành quả này về sau được ấn hành năm 1993 bởi Viện Nghiên cứu Phật học Việt Nam, trực thuộc Giáo hội Phật giáo Việt Nam, dưới danh hiệu "Đại Tạng Kinh Việt Nam." Thành quả này là các Kinh thuộc bộ A-hàm được phân công bởi Hội đồng Phiên dịch Tam tạng, trong đó, *Trường A-hàm* và *Tạp A-hàm* do TT Thiện Siêu, TT Trí Thành và

ĐĐ Tuệ Sỹ thuộc Viện Cao đẳng Phật học Hải đức Nha Trang; *Trung A-hàm* và *Tăng nhất A-hàm* do TT Thanh Từ, TT Bửu Huệ, TT Thiền Tâm thuộc Viện Cao đẳng Phật học Huệ Nghiêm Saigon.

Ngoài ra, một phần phân công khác cũng đã được hoàn thành như:

TT Trí Nghiêm: Đại Bát Nhã (Huyền Trang dịch, 600 cuốn) thuộc bộ Bát-nhã. TT Trí Tịnh: Kinh *Ma-ha Bát-nhã-ba-la-mật* (Đại phẩm) thuộc bộ Bát-nhã; Kinh *Diệu pháp Liên hoa* (La-thập dịch), thuộc bộ Pháp hoa; Kinh Đại phương Quảng Phật Hoa nghiêm (bản Bát thập) thuộc bộ Hoa nghiêm, và toàn bộ Đại bảo tích.

Các bản dịch này cũng đã được ấn hành nhưng do bởi đệ tử của các Ngài chứ chưa đưa vào Đại Tạng Kinh Việt Nam.

Những vị được phân công khác chưa thấy có thành quả được công bố.

Mặc dù với nỗ lực to lớn, nhưng do hoàn cảnh nhiễu nhương của đất nước nên thành tựu rất khiêm nhượng. Thêm nữa, các thành tựu này cũng chưa hội đủ điều kiện và thời gian thuận tiện được hiệu đính và biên tập theo tiêu chuẩn nghiên cứu và phiên dịch Phật điển trong trình độ nghiên cứu Phật giáo hiện đại của thế giới, do đó cũng chưa thể được dự phần trong sự nghiệp phiên dịch và nghiên cứu Phật học trên quy mô quốc tế, như cống hiến của Phật giáo Việt Nam cho cộng đồng nhân loại trong sự nghiệp hoằng dương Chánh pháp chung của toàn thể Phật tử thế giới vì lợi ích và an lạc của hết thảy mọi loài chúng sanh.

Sự nghiệp như vậy không thể là cống hiến cá biệt của một cá nhân hay tập thể, của một Giáo hội hay hệ phái, mà là sự nghiệp chung của toàn thể Tăng tín đồ Phật giáo Việt Nam, không chỉ một thế hệ, mà liên tục trong nhiều thế hệ, cùng tồn tại và tiến bộ theo đà thăng tiến của xã hội và nhân loại. Trên hết là báo đáp ân đức của Phật Tổ, đã vì an lạc của chúng sanh mà trải qua vô vàn khổ hành, qua vô số a-tăng-kỳ kiếp. Thứ đến, kế thừa sự nghiệp hoằng pháp lợi sanh của Thầy Tổ để cho ngọn đèn Chánh pháp luôn luôn được thắp sáng trong thế gian.

Vì vậy, chúng tôi khẩn thiết, trên nương nhờ uy thần nhiếp thọ của Chư Phật và Thánh Tăng, cùng với sự tán trợ của chư vị Trưởng lão hiện tiền trong hàng Tăng bảo, kêu gọi sự hỗ trợ cống hiến bằng tất cả tâm nguyện và trí lực, bằng tất cả hằng sản và hằng tâm, của bốn chúng đệ tử Phật, cho sự nghiệp hoằng pháp đệ nhất tối thắng này được tiến hành vững chắc và liên tục từ thế hệ này cho đến nhiều thế hệ tiếp theo, duy trì ngọn đèn Chánh pháp tồn tại lâu dài trong thế gian vì lợi ích và an lạc của hết thảy chúng sanh.

Mùa Phật đản Pl. 2552 – Mậu Tý 2008
Trí Siêu – Tuệ Sỹ
cẩn bạch

GIÁO HỘI PHẬT GIÁO VIỆT NAM THỐNG NHẤT
HỘI ĐỒNG PHIÊN DỊCH TAM TẠNG LÂM THỜI

DUYÊN KHỞI

Kể từ phong trào chấn hưng Phật giáo vào thập niên 1930, chư vị dịch giả đã cố gắng phiên âm và phiên dịch Kinh điển từ Hán văn hay chữ Nôm sang chữ quốc ngữ để sử dụng trong sinh hoạt thiền môn Việt Nam cũng như để đem giáo lý Phật đi vào quần chúng. Những nỗ lực như vậy rất đáng trân trọng, nhưng vẫn còn là những đóng góp từ cá nhân, mang tính cấp thời, chưa có sự phối hợp đồng bộ, và chưa đủ tầm mức học thuật để giới thiệu Thánh điển Phật giáo tiếng Việt đến với cộng đồng dân tộc.

Vài thập niên sau đó thì chữ quốc ngữ qua ký tự La-tinh mới được phổ cập trong thiền môn, và kinh sách Phật giáo bằng tiếng Việt, phiên dịch cũng như trước tác, mới được bừng khai, không những tạo nên các phong trào tu học của quần chúng khắp nước, mà còn là sự dẫn đạo tư tưởng của Phật giáo Việt Nam đối với các thế hệ trưởng thành trong chiến tranh qua sự thành lập Giáo Hội Phật Giáo Việt Nam Thống Nhất (GHPGVNTN), đồng thời kiến lập Đại Học Vạn Hạnh, một viện đại học tư thục Phật giáo đầu tiên tại Nam Việt Nam vào năm 1964.

Từ nguồn nhân lực dồi dào với nhiều vị pháp sư, học giả được đào tạo trong và ngoài nước, cũng như các cơ sở giáo dục Phật giáo được trải rộng khắp miền Trung và Nam Việt, Viện Tăng Thống GHPGVNTN đã có nền tảng vững chắc về học thuật để quyết định thành lập Hội Đồng Phiên Dịch Tam Tạng; và qua Hội nghị Toàn thể Hội đồng Phiên dịch Tam Tạng tổ chức tại Viện Đại Học Vạn Hạnh vào các ngày 20, 21, 22 tháng 10 năm 1973, hội nghị đã đưa ra dự án phiên dịch với mục lục tổng quát các Kinh điển truyền bản Hán tạng cần phiên dịch, phân chia công việc, cũng như giới thiệu thành viên của Hội đồng Phiên dịch Tam Tạng gồm 18 vị Pháp sư như sau:

HỘI ĐỒNG PHIÊN DỊCH TAM TẠNG 1973

A. *Ủy Ban Phiên Dịch:*

1. Hòa thượng Trưởng lão Thích Trí Tịnh   (1917 – 2014)
   Trưởng Ban

2. Hòa thượng Trưởng lão Thích Minh Châu   (1918 – 2012)
   Phó Trưởng Ban

3. Hòa thượng Trưởng lão Thích Quảng Độ   (1928 – 2020)
   Tổng Thư Ký

4. Hòa thượng Trưởng lão Thích Trí Quang   (1923 – 2019)

5. Hòa thượng Trưởng lão Thích Đức Nhuận   (1924 – 2002)

6. Hòa thượng Trưởng lão Thích Bửu Huệ   (1914 – 1991)

7. Hòa thượng Trưởng lão Thích Trí Thành   (1921 – 1999)

8. Hòa thượng Trưởng lão Thích Nhật Liên   (1923 – 2010)

9. Hòa thượng Trưởng lão Thích Thiện Siêu   (1921 – 2001)

10. Hòa thượng Trưởng lão Thích Huyền Vi   (1926 – 2005)

B. *Thành Viên Bổ Sung:*

1. Hòa thượng Trưởng lão Thích Đức Tâm   (1928 – 1988)

2. Hòa thượng Trưởng lão Thích Huệ Hưng   (1917 – 1990)

3. Hòa thượng Trưởng lão Thích Thuyền Ấn   (1927 – 2010)

4. Hòa thượng Trưởng lão Thích Trí Nghiêm   (1911 – 2003)

5. Hòa thượng Trưởng lão Thích Trung Quán   (1918 – 2003)

6. Hòa thượng Trưởng lão Thích Thiền Tâm   (1925 – 1992)

7. Hòa thượng Trưởng lão Thích Thanh Từ   (1924 –)

8. Hòa thượng Thích Tuệ Sỹ   (1943 –)

Sau gần 50 năm kể từ khi Hội đồng Phiên dịch Tam Tạng được thành lập, nhiều Kinh điển đã được phiên dịch, góp phần đáng kể vào kho tàng

Thánh điển Phật giáo Việt Nam, nhưng có thể nói rằng dự án phiên dịch đưa ra thời ấy, vẫn chưa hoàn tất. Lý do thứ nhất, do hoàn cảnh chiến tranh và bất toàn xã hội, các Kinh điển được dịch rồi vẫn không có đủ thời gian thuận tiện để được hiệu đính và nhuận sắc lại theo đúng tiêu chuẩn Phật điển hàn lâm. Thứ nữa, với nguồn tài liệu cổ ngữ, sinh ngữ dồi dào hiện nay cùng với phương tiện kỹ thuật vi tính, thông tin liên mạng, chư vị dịch giả có rất nhiều cơ hội để truy cập, tham khảo, đối chiếu các truyền bản khác nhau để có được định bản tiếng Việt đáng tin cậy, theo chuẩn mực quốc tế. Ngoài ra, chư vị thành viên Hội đồng Phiên dịch đã theo thời gian, tuần tự viên tịch khi công trình phiên dịch còn dang dở. Nay chỉ còn 2 trong số 18 vị dịch giả còn đương tiền, nhưng một vị đang trong tình trạng bất hoạt; vị duy nhất còn lại có thể tiếp tục đảm đương trọng nhiệm là Hòa thượng Thích Tuệ Sỹ. Xét thấy, đây cũng là phước duyên hy hữu cho Phật giáo Việt Nam cũng như cho công trình phiên dịch Tam Tạng do Viện Tăng Thống đề ra nửa thế kỷ trước:

a) Về phương diện học thuật, Hòa thượng Tuệ Sỹ là một trong số ít học giả uy tín trong việc nghiên tầm, phiên dịch, chú giải và giảng thuật về Tam Tạng Kinh điển từ nhiều thập niên qua; đã và đang đào tạo, nâng đỡ nhiều thế hệ Tăng Ni và Cư sĩ có trình độ Phật học và cổ ngữ có thể phụ trợ công trình phiên dịch;

b) Về phương diện điều hành, Hòa thượng Tuệ Sỹ chính thức tiếp nhận ấn tín Viện Tăng Thống từ Đức Đệ ngũ Tăng Thống, hàm nghĩa kế thừa sự nghiệp hoằng pháp của GHPGVNTN, đồng thời kế thừa công trình phiên dịch của Hội đồng Phiên dịch Tam Tạng được Hội đồng Giáo phẩm Trung ương Viện Tăng Thống thành lập năm 1973.

Từ những nhân duyên và điều kiện kể trên, công trình phiên dịch dang dở của chư vị tiền hiền tất yếu phải được Hòa thượng Tuệ Sỹ đưa vai gánh vác, không thể để cho gián đoạn. Đó là lý do, từ danh nghĩa Viện Tăng Thống GHPGVNTN, Hội Đồng Phiên Dịch Tam Tạng Lâm Thời (HĐPDTTLT) đã được thành lập vào ngày 03 tháng 12 năm 2021, theo Thông Bạch Số 11/VTT/VP, nhằm kế thừa sự nghiệp phiên dịch Tam Tạng của chư vị Trưởng lão Hội Đồng Phiên Dịch Tam Tạng Viện Tăng Thống, với thành phần nhân sự như sau:

HỘI ĐỒNG PHIÊN DỊCH TAM TẠNG LÂM THỜI 2021[1]

Cố Vấn:	Giáo sư Trí Siêu Lê Mạnh Thát (Việt Nam)
Chủ Tịch:	Hòa thượng Thích Tuệ Sỹ (Việt Nam)
Chánh Thư Ký:	Hòa thượng Thích Như Điển (Đức quốc)
Phó Thư Ký Quốc Nội:	Hòa thượng Thích Thái Hòa (Việt Nam)
Phó Thư Ký Hải Ngoại:	Hòa thượng Thích Nguyên Siêu (Hoa Kỳ)

Ủy Ban Duyệt Sách:

Hòa thượng Thích Tuệ Sỹ; Giáo sư Trí Siêu Lê Mạnh Thát.

Ủy Ban Phiên Dịch:

Hòa thượng Thích Đức Thắng (Việt Nam); Hòa thượng Thích Thái Hòa (Việt Nam); Thượng tọa Thích Nguyên Hiền (Việt Nam); Thượng tọa Thích Nhuận Châu (Việt Nam); Đại đức Thích Nhuận Thịnh (Việt Nam); Cư sĩ Đạo Sinh Phan Minh Trị (Việt Nam); Cư sĩ Trí Việt Đỗ Quốc Bảo (Đức quốc).

Ủy Ban Chứng Nghĩa Chuyết Văn:

Hòa thượng Thích Thiện Quang (Canada); Thượng tọa Thích Nguyên Tạng (Úc); Đại đức Thích Nhuận Thịnh (Việt Nam); Cư sĩ Tâm Huy Huỳnh Kim Quang (Hoa Kỳ); Cư sĩ Tâm Quang Vĩnh Hảo (Hoa Kỳ).

Những thành viên khác tùy theo nhu cầu sẽ được thỉnh cử sau.

Xét thấy công hạnh tu trì cũng như kiến văn của thành viên chưa thể sánh ngang với chư Tôn túc Trưởng lão Hội đồng Phiên dịch Tam Tạng 1973, do đó chỉ có thể thành lập Hội đồng Lâm thời để kế thừa việc phiên dịch Kinh-Luật-Luận theo khả năng. Trong điều kiện như thế, HĐPDTTLT sẽ không phiên dịch theo thứ tự lịch sử hình thành Thánh điển như Đại Chánh, mà theo phương pháp các Kinh Lục cổ điển, phân Thánh giáo thành Ba thừa: Thanh Văn Tạng, Bồ-tát Tạng và Mật Tạng. Cho đến khi nào sở học và đạo hạnh được nâng cao, đủ để xác định tín tâm trong hàng bốn chúng đệ tử, bấy giờ Hội đồng Phiên dịch Tam Tạng Lâm thời sẽ chuyển thành chính thức, và sẽ tuần tự thực hiện chương trình phiên dịch đúng theo đề xuất của Hội đồng Phiên dịch Tam Tạng 1973.

---

[1] Cập nhật ngày 08.05.2022

Sự nghiệp phiên dịch Đại Tạng Kinh là sự nghiệp chung, hệ trọng và trường kỳ, của Tăng tín đồ Phật giáo Việt Nam trong và ngoài nước. Hình thành Đại Tạng Kinh tiếng Việt không những tạo điều kiện thuận lợi cho việc nghiên cứu và thực hành Phật Pháp đúng đắn cho tứ chúng đệ tử, khẳng định vị thế của Phật giáo Việt Nam đối với nhân loại và cộng đồng Phật giáo quốc tế, mà còn là sự phục hưng những giá trị văn hóa dân tộc nhằm góp phần vào việc xây dựng và phát triển đất nước. Nhận thức được tầm quan trọng này, chư vị lãnh đạo các Giáo hội Phật giáo Việt Nam Thống Nhất tại hải ngoại đã vận động thành lập Hội Đồng Hoằng Pháp vào ngày 08 tháng 5 năm 2021, với sự tán trợ của Viện Tăng Thống, nhằm mở rộng con đường hoằng pháp ngoài nước theo tiêu hướng của GHPGVNTN, cũng như để vận động yểm trợ và thúc đẩy công trình phiên dịch và ấn hành Đại Tạng Kinh Việt Nam tiến đến thành tựu viên mãn.

Để tri niệm ân sâu của chư lịch đại Tổ sư và chư vị Tôn túc trong Hội Đồng Phiên Dịch Tam Tạng 1973 trong sự nghiệp hoằng truyền chánh đạo, Hội Đồng Hoằng Pháp nguyện góp phần công đức, toàn tâm ủng hộ, cúng dường tâm lực, trí lực và tài lực để Đại Tạng Kinh Việt Nam chuẩn mực được lần lượt ấn hành, khởi đầu từ Thanh Văn Tạng, tháng 01 năm 2022, cho đến khi hoàn tất Bồ-tát Tạng và Mật Tạng trong thập niên tới.

Nguyện đem công đức Pháp thí này hồi hướng chánh pháp cửu trụ, tứ chúng an hòa, phát Bồ-đề tâm tiến tu đạo nghiệp; lại nguyện nhân loại được an vui, phúc lạc; sớm chấm dứt thiên tai dịch bệnh, khắp loài chúng sinh đều được lạc nghiệp an cư.

Ngưỡng vọng chư tôn Trưởng lão, chư Hòa thượng, Thượng tọa, Đại đức Tăng Ni cùng bốn chúng đệ tử trong và ngoài nước chứng minh và liễu tri.

Nam mô Công Đức Lâm Bồ-tát.

Phật lịch 2565, năm Tân Sửu
Ngày 01 tháng 01 năm 2022

Hội Đồng Phiên Dịch Tam Tạng Lâm Thời
Cẩn bạch

PHÀM LỆ

1. Đại Tạng Kinh Việt Nam bao gồm tất cả các bản dịch tiếng Việt của Tam Tạng Kinh Điển Phật giáo đã xuất hiện ở nước ta từ trước đến nay, qua các thời kỳ với nhiều dịch giả khác nhau, để cho thấy quá trình hình thành Đại Tạng Kinh Việt Nam qua lịch sử.

2. Về bản đáy, bản dịch Việt căn cứ trên ấn bản Đại Chánh Tân Tu Đại Tạng Kinh 100 tập, mỗi tập trên dưới 1000 trang chữ Hán cỡ 10pt và sẽ được đánh số theo thứ tự của số ghi trong bản in Đại Chánh. Mỗi trang của bản in Đại chính được chia làm ba cột: a, b, c. Số trang và cột này đều được ghi trong bản dịch để tiện tham khảo.

3. Vì thế, một bản Kinh chữ Hán có thể có nhiều bản dịch tiếng Việt, nên sau số thứ tự của Đại Chánh, sẽ đánh thêm các mẫu tự A, B, C... để phân biệt các bản dịch tiếng Việt khác nhau của cùng một bản Kinh chữ Hán đó.

4. Về xử lý văn bản trong khi phiên dịch, phần lớn căn cứ công trình hiệu đính và đối chiếu của bản Đại Chánh. Ngoài ra, tham khảo thêm các công trình hiệu đính và đối chiếu khác.

5. Giữa các ấn bản có những điểm khác nhau, bản Việt sẽ lựa chọn hoặc hiệu đính theo nhận thức của người dịch.

6. Trong bản Hán, nếu chỗ nào xét thấy văn dịch hay từ ngữ không phù hợp với giáo nghĩa truyền thống phổ biến, người dịch sẽ tham khảo các Kinh, Luật, Luận cần thiết để

hiệu chính. Những hiệu chính này được giải thích ở phần cước chú.

7. Bản Hán dịch thực hiện căn cứ phần lớn trên sự truyền khẩu. Do đó những từ phát âm tương tự dễ đưa đến ngộ nhận, như *sam* Pāli hay *sama* và *samyak*; *cala* và *jala*; *muti* và *muṭṭhi*, v.v... Trong những trường hợp này, người dịch sẽ tham chiếu các Kinh tương đương, các bản Hán biệt dịch, suy đoán tự dạng nguyên thủy có thể có trong Phạn bản để hiệu chính. Những hiệu chính này đều được ghi ở phần cước chú.

8. Do các truyền bản khác nhau giữa các bộ phái, để có nhận thức về giáo nghĩa nguyên thủy, chung cho tất cả, cần có những nghiên cứu đối chiếu sâu rộng. Công việc này ngoài khả năng hiện tại của các dịch giả. Tuy nhiên, trong trường hợp có thể, những điểm dị biệt giữa các truyền bản sẽ được ghi nhận và đối chiếu. Những ghi nhận này được nêu ở phần cước chú.

9. Bản Hán dịch được phân thành số quyển. Bản dịch Việt không chia số quyển như vậy, nhưng sẽ ghi ở phần cước chú mỗi khi bắt đầu một quyển khác.

10. Các từ Phật học trong một số bản Hán dịch nếu không phổ biến, do đó có thể gây khó khăn cho việc đọc và nghiên cứu, trong các trường hợp như vậy, tuy vẫn giữ nguyên dịch ngữ của bản Hán, nhưng dịch ngữ tương đương thông dụng hơn sẽ được ghi trong phần cước chú. Trong trường hợp có thể, sẽ ghi luôn dịch giả của những dịch ngữ này và xuất xứ của chúng từ bản dịch nào để tiện việc tham khảo.

11. Các Kinh sách tham khảo trong cước chú đều được viết tắt theo quy định phổ thông của giới nghiên cứu quốc tế; xem quy định về viết tắt ở cuối mỗi tập của Đại Tạng Kinh Việt nam.

12. Quy ước các danh từ viết hoa

* *Các từ gốc Sanskrit/Pāli:*

a. Từ thường phiên âm: tất cả viết thường với gạch nối. Như *śūnyatā* = thuấn-nhã-đa tính, *kṣatriya* = sát-đế-lợi. Trừ các từ tôn kính, theo ngữ cảnh; như: *Nirvāṇa* = Niết-bàn; *Ācārya* = A-xà-lê; *Bhikṣu* = Tỳ-kheo v.v...

b. Từ đặc hữu (nhân danh, địa danh): Chữ đầu hoa, còn lại thường, với gạch nối. Như *Śariputra* = Xá-lợi-phất, *Śrāvastī* = Xá-vệ, *Kapilavastu* = Ca-tì-la-vệ.

c. Trường hợp vừa âm vừa nghĩa, phần phiên âm chữ đầu hoa, còn lại thường với gạch nối; phần nghĩa viết Hoa, như *Śariputra* = Xá-lợi Tử.

* *Các từ thuần Việt,* chưa có quy tắc chính thức, nhưng theo cách viết phổ thông hiện nay:

a. Từ phổ thông: tất cả không hoa, trừ trường hợp tôn kính hay đặc biệt.

b. Từ đặc hữu, nhân danh, địa danh: tất cả viết hoa.

Vạn Hạnh, Pl. 2550 - Dl. 2006
Trí Siêu và **Tuệ Sỹ** cẩn chí

BẢNG VIẾT TẮT

A	*Aṅguttara-Nikāya* – Tăng chi bộ kinh
Câu-xá	A-tỳ-đạt-ma-câu-xá luận, T 29 No 1558
Cf.	*confer*, Tham chiếu, so sánh
Chân Đế	bản dịch của Chân Đế
cht.	chú thích
...cho đến	Lặp lại nguyên văn đoạn trên
D	*Dīgha-nikāya*, Trường bộ kinh
Đại.	Đại Chánh Tân Tu Đại Tạng Kinh, Taisho
đd	đã dẫn
Dh, Dhp	*Dhammapada*, kinh Pháp cú
Du-già	Du-già sư địa luận, T 30 No 1579
Huyền Tráng	bản dịch của Huyền Trang
ibid.	*ibidem*, cùng chỗ đã dẫn, đã dẫn, dẫn thượng
M	*Majjhima-Nikāya* – Trung bộ kinh
NM	bản in đời Nguyên Minh
nt	như trên
Pl.	Pāli
S	*Samyutta-Nikāya* – Tương ưng bộ kinh
Sdt.	sách dẫn trên
Sđd.	Sách đã dẫn
Skt.	Sanskrit
Sn	*Sutta-nipāta* – Kinh tập
TN	Taisho, bản Đại Chánh, theo số quyển
Tập dị	Tập dị môn túc luận

Th 1	*Theragātha* – Trưởng lão kệ
Th 2	*Therīgāthā* – Trưởng lão ni kệ
thc.	tham chiếu
thk.	tham khảo
Tì-bà-sa	A-tì-đạt-ma Đại tì-bà-sa luận
Tl.	Tây lịch
TNM	bản in các đời Tống Nguyên Minh
tr.	Trang
vd.	ví dụ
Vin.	*Vinaya*, Luật tạng Pāli
Vsm.	*Visuddhimagga* – Thanh tịnh đạo luận
x.	xem
Wogihara	Phạn Hòa từ điển, Địch Nguyên Vân Lai (Wogihara Unrai)

第二分明尼戒法
PHẦN THỨ HAI

THUYẾT MINH GIỚI PHÁP TỲ-KHEO-NI

(Hán dịch quyển 22- 30)

CHƯƠNG I: BA-LA-DI   波羅夷

CHƯƠNG II: TĂNG TÀN   僧殘

CHƯƠNG III: XẢ ĐỌA   捨墮

CHƯƠNG IV: ĐƠN ĐỀ   單提

CHƯƠNG V: HỐI QUÁ   悔過

PHỤ CHÚ

Phần thứ hai trong bản Hán gồm 8 chương. Bốn chương đầu, giới pháp tỳ-kheo-ni. Bốn chương sau gồm: 5. Kiền-độ thọ giới, 6. Kiền-độ thuyết giới, 7. Kiền-độ an cư, 8. Kiền-độ tự tứ (phần đầu)[1]*. Sự chia phần như vậy chỉ căn cứ theo hình thức. Bản dịch Việt tách giới pháp tỳ-kheo-ni thành một phần riêng biệt. Các chương còn lại đưa xuống phần thứ ba. Sự chia phần này, về hình thức, không cân đối; nhưng vì để tiện lợi cho việc nghiên cứu.

---

[1] * Bản Hán chia Kiền-độ tự tứ ra hai phần, phần đầu xếp trong Phần II, và phần sau xếp trong Phần III.

CHƯƠNG I
BA-LA-DI[1]

A - THÔNG GIỚI*[2]

I. Bất tịnh hạnh

a. Duyên khởi

[714a7] Một thời, đức Phật ở tại giảng đường Lâu các,[3] bên sông Di hầu, Tỳ-xá-ly. Bấy giờ, đức Thế Tôn vì nhân duyên này[4] tập hợp các Tăng tỳ-kheo, nói:

---

[1] Bản Hán, quyển 22 (tr.714a1). *Ngũ phần 11* (tr.77b27): Phần II. Ni luật. *Tăng-kỳ 36* (tr.514a25). *Thập tụng 42* (tr.302c15): Ni luật. *Căn bản Thuyết nhất thiết hữu bộ Bí-sô-ni tỳ-nại-da* (vt. *Căn bản ni*) 1 (tr.907a1). Pāli: *Bhikkhunīvibhaṅga*, Vin. iv. 206. Các bộ đều có 8 điều. Trong đó, 4 điều thuộc thông giới. Những học xứ, tuy duyên khởi từ tỳ-kheo, chung cho cả hai bộ. Duyên khởi, giới văn, giải thích từ ngữ, của những học xứ này đại thể giống nhau. Xem Phần I, các điều liên hệ. Các thông giới sẽ được đánh dấu hoa thị (*).

[2] Thông giới. Các bộ trong Hán tạng đều có nguyên nhân kết, và giới văn của 4 thông giới. *Thập tụng* và Luật Pāli không có giới văn của 4 thông giới này.

[3] Lâu các giảng đường 樓閣講堂. Ngôi nhà sàn dùng làm nhà hội. Trên kia, có chỗ (tr.577b13) dịch là Cao các giảng đường 高閣講堂.

[4] Xem Phần I, Ch. i, ba-la-di 1, do nguyên nhân Tu-đề-na, Phật kết giới cho tỳ-kheo. Nhân đó, kết giới luôn cho tỳ-kheo-ni. Có 4 ba-la-di là thông giới, chung cho cả hai bộ. Bốn điều riêng biệt cho tỳ-kheo-ni gọi là "bất cộng giới."

"Từ nay trở đi, Ta vì các tỳ-kheo-ni kết giới, tập hợp mười cú nghĩa: 1. nhiếp thủ đối với Tăng; 2. khiến cho Tăng hoan hỷ; 3. khiến cho Tăng an lạc; 4. khiến cho người chưa tín thì có tín; 5. người đã có tín khiến tăng trưởng; 6. để điều phục người chưa được điều phục; 7. người có tàm quý được an lạc; 8. đoạn hữu lậu hiện tại; 9. đoạn hữu lậu đời vị lai; 10. chánh pháp được tồn tại lâu dài.[5]

Muốn nói giới nên nói như vầy:[6]

b. Giới văn

Tỳ-kheo-ni nào hành pháp dâm dục, phạm bất tịnh hạnh, cho đến cùng với loài súc sanh, tỳ-kheo-ni ấy là kẻ ba-la-di, không được sống chung."

c. Thích nghĩa

Tỳ-kheo-ni: có tỳ-kheo-ni danh tự, tỳ-kheo-ni tương tự, tỳ-kheo-ni tự xưng, tỳ-kheo-ni thiện lai,[7] tỳ-kheo-ni khất cầu, tỳ-kheo-ni mặc áo cắt rọc, tỳ-kheo-ni phá kết sử, tỳ-kheo-ni thọ đại giới bạch tứ yết-ma như pháp thành tựu đúng cách. Tỳ-kheo-ni nói ở đây là tỳ-kheo-ni thọ đại giới, bạch tứ yết-ma như pháp, thành tựu như pháp, trụ trong pháp tỳ-kheo-ni. Đó là nghĩa tỳ-kheo-ni.

Hành pháp dâm dục, phạm bất tịnh hạnh, cho đến cùng với loài súc sanh: là chỉ chỗ có thể hành dâm.

Ba-la-di: ví như người bị chặt đầu, không thể sống trở lại được. Tỳ-kheo-ni cũng như vậy, phạm ba-la-di rồi không thành tỳ-kheo-ni được nữa, nên gọi là ba-la-di.

---

[5] Xem cht. Phần I, Ch. i, ba-la-di 1.

[6] *Ngũ phần*, Ưu-ba-li hỏi Phật: "Thế Tôn đã kết giới cho tỳ-kheo… Được áp dụng cho một, hay cả hai bộ Tăng?" Phật đáp: Cho cả hai bộ… *tỳ-kheo-ni, cùng với các tỳ-kheo-ni đồng giới, phạm bất tịnh hạnh…* (xem Phần I, Ch. i, ba-la-di 1).

[7] Thiện lai tỳ-kheo-ni 善來比丘尼. Pāli (Vin. iv. 214): *ehi bhikkhunī*. Pāli (Bhikkhunīvibhaṅga) [3]: Tỳ-kheo-ni,…: '*Này tỳ-kheo-ni, hãy đến đây*' (*ehi bhikkhunī*)… Xem Phần III, Ch. i. Thọ giới.

Thế nào gọi là *không được sống chung*? Không được sống chung với hai việc: cùng một yết-ma, cùng một thuyết giới. Tỳ-kheo-ni kia không được cùng sinh hoạt trong hai việc này. Cho nên gọi là không được sống chung.

d. Tướng phạm

Có ba đối tượng hành dâm thành ba-la-di. Loài người, phi nhân và súc sanh. Cùng hành dâm với ba đối tượng này thì phạm ba-la-di.

Lại nữa, hành dâm với ba đối tượng nam phạm ba-la-di: nam loài người, nam phi nhân, súc sanh đực. **[714b]** Hành dâm với ba đối tượng này thì phạm ba-la-di.

Hành dâm với ba đối tượng có hai hình,[8] phạm ba-la-di: Loài người có hai hình, loài phi nhân có hai hình, súc sanh hai hình. Đối với ba đối tượng hai hình này cùng hành dâm, phạm ba-la-di.

Hành dâm với ba đối tượng huỳnh môn,[9] phạm ba-la-di: Nhân huỳnh môn, phi nhân huỳnh môn, súc sanh huỳnh môn. Đối với ba đối tượng này hành dâm phạm ba-la-di.

Tỳ-kheo-ni với tâm dâm dục, nắm nam căn của người nam để vào ba chỗ đại, tiểu tiện, và miệng; vào thì phạm, không vào thì không phạm. Có ngăn cách với có ngăn cách; có ngăn cách với không ngăn cách; không ngăn cách với có ngăn cách; không ngăn cách với không ngăn cách; thảy đều phạm ba-la-di. Đối với phi nhân nam, súc sanh đực, nhị hình nam, huỳnh môn cũng như vậy.

Tỳ-kheo-ni với tâm dâm dục, nắm nam căn của người nam đang ngủ, của người chết mà thân chưa hư hoại, hay hư hoại một ít, để vào ba chỗ, vào thì phạm, không vào thì không phạm. Có ngăn cách với có ngăn cách; có ngăn cách với không ngăn cách; không ngăn cách với có ngăn cách; không ngăn cách với không ngăn cách, đều ba-la-di. Phi nhân nam, súc sanh đực, nhị hình nam, huỳnh môn cũng như vậy.

---

8 Xem Phần I, Ch. i, ba-la-di 1.
9 Xem Phần I, Ch. i, ba-la-di 1.

Tỳ-kheo-ni nào bị giặc bắt đem đến chỗ người nam, giặc cầm nam căn để vào ba chỗ. Khi mới vào, (tỳ-kheo-ni) cảm thấy thọ lạc, vào rồi thấy thọ lạc, khi lấy ra thấy thọ lạc, phạm ba-la-di. Khi mới vào, (tỳ-kheo-ni) thấy thọ lạc, đã vào rồi thấy thọ lạc, khi lấy ra không thấy thọ lạc, phạm ba-la-di. Khi mới vào thấy thọ lạc, vào rồi không thấy thọ lạc, khi lấy ra thấy thọ lạc, phạm ba-la-di. Khi mới vào thấy thọ lạc, vào rồi không thấy thọ lạc, lấy ra không thấy thọ lạc, phạm ba-la-di. Khi mới vào không thấy thọ lạc, vào rồi không thấy thọ lạc, lấy ra thấy thọ lạc, phạm ba-la-di. Khi vào, không thấy thọ lạc, vào rồi thấy thọ lạc, lấy ra không thấy thọ lạc, phạm ba-la-di. Khi mới vào không thấy thọ lạc, vào rồi thấy thọ lạc, lấy ra thấy thọ lạc, phạm ba-la-di. Trường hợp thứ sáu này,[10] có ngăn cách, *cho đến* không ngăn cách với không ngăn cách, cũng như trên. Phi nhân nam, súc sanh đực, nhị hình nam, huỳnh môn, có ngăn cách cho đến không ngăn cách với không ngăn cách, cũng như trên.

Tỳ-kheo-ni bị giặc bắt đem đến chỗ người nam đang ngủ, người chết thân chưa hư hoại, hay hư hoại một ít, lấy nam căn của họ để vào ba chỗ (của tỳ-kheo-ni). Khi mới để vào, (tỳ-kheo-ni) cảm thấy thọ lạc, vào rồi thọ lạc... *cho đến*, mới để vào không thọ lạc, vào rồi không thọ lạc, lấy ra thọ lạc, *cũng như trên.*

Có ngăn cách với có ngăn cách, *cho đến* không ngăn cách với không ngăn cách, cũng như trên. *Cho đến* huỳnh môn *cũng như trên*, có ngăn cách với có ngăn cách, cho đến không ngăn cách với không ngăn cách, *cũng như trên.*

Tỳ-kheo-ni nào bị giặc bắt, hành dâm nơi ba chỗ. Khi mới để vào, (tỳ-kheo-ni) cảm thấy thọ lạc; vào rồi thọ lạc, lấy ra thọ lạc, *cho đến* khi mới để vào không thọ lạc, vào rồi không thọ lạc, lấy ra thọ lạc, *cũng như trên*. Có ngăn cách **[714c]** với có ngăn cách, *cho đến* không ngăn cách với không ngăn cách, *cũng như trên.*

Tỳ-kheo-ni nào, phương tiện muốn hành bất tịnh, làm thì phạm ba-la-di, không làm phạm thâu-lan-giá.

---

[10] Đệ lục cú. Tổ hợp 3 giai đoạn hành dâm cùng với cảm thọ hay không cảm thọ lạc, thành 6 trường hợp phân biệt.

Tỳ-kheo phương tiện chỉ bảo tỳ-kheo-ni phạm dâm, (tỳ-kheo-ni) làm theo, (tỳ-kheo dạy kia) phạm thâu-lan-giá. (Tỳ-kheo-ni) không làm, (tỳ-kheo) phạm đột-kiết-la. Tỳ-kheo-ni[11] chỉ bảo tỳ-kheo-ni phạm dâm, (tỳ-kheo-ni) làm theo, (tỳ-kheo-ni dạy kia) phạm thâu-lan-giá. (Tỳ-kheo-ni) không làm, (tỳ-kheo-ni dạy kia) phạm đột-kiết-la. Trừ tỳ-kheo, tỳ-kheo-ni; nếu dạy người khác, người ấy làm hay không làm, thảy đều phạm đột-kiết-la.

Tỳ-kheo, ba-la-di. Thức-xoa-ma-na, sa-di, sa-di-ni, đột-kiết-la diệt tẫn. Đó gọi là phạm.

Sự không phạm: ngủ không hay biết, không thọ lạc, tất cả không có dục tâm, thảy đều không phạm.

Người không phạm: phạm lần đầu tiên khi chưa kết giới; si cuồng, loạn tâm, thống não bức bách.

II. Bất dữ thủ*

a. Duyên khởi

Một thời, đức Phật ở trong núi Kỳ-xà-quật, thành La-duyệt. Bấy giờ, đức Thế Tôn vì nhân duyên này[12] tập hợp Tăng tỳ-kheo, bảo rằng:

"Từ nay trở đi, Ta vì các tỳ-kheo-ni kết giới, gồm mười cú nghĩa, *cho đến câu* chánh pháp tồn tại lâu dài. Muốn nói giới nên nói như vầy:

b. Giới văn

*Tỳ-kheo-ni nào nơi thôn xóm hay chỗ rừng vắng, với tâm trộm cắp, lấy vật không được cho. Tùy theo vật không được cho mà lấy, hoặc bị vua hay đại thần của vua bắt, hoặc giết, hoặc trói, hoặc đuổi ra khỏi nước, rằng 'Ngươi là giặc, ngươi ngu si, ngươi không biết gì;' tỳ-kheo-ni ấy là kẻ ba-la-di, không được sống chung."[13]

---

[11] Các bản Tống, Nguyên, Minh không có từ ni.

[12] Nguyên nhân bởi Tỳ-kheo Đàn-ni-ca; xem Phần I, Ch.i, ba-la-di 2.

[13] Thông giới cho cả hai bộ, xem Phần I, Ch.i, ba-la-di 2.

III. Đoạn nhân mạng*

a. Duyên khởi

Một thời, đức Phật ở tại Tỳ-xá-ly, vì nhân duyên này[14] tập hợp các Tăng tỳ-kheo, bảo các tỳ-kheo rằng:

"Từ nay trở đi, Ta vì các tỳ-kheo-ni kết giới, gồm mười cú nghĩa, *cho đến câu* chánh pháp tồn tại lâu dài. Muốn nói giới nên nói như vầy:

b. Giới văn

Tỳ-kheo-ni nào cố ý tự tay dứt sinh mạng người, cầm dao đưa người, khen ngợi sự chết, khuyến khích cho chết, nói: 'Này bạn, sống cuộc sống xấu ác này làm gì, thà chết còn hơn!' Với tâm tư duy như vậy, bằng mọi phương tiện khen ngợi sự chết, khuyến khích cho chết; tỳ-kheo-ni ấy là kẻ ba-la-di, không được sống chung."

IV. Đại vọng ngữ*

a. Duyên khởi

Một thời, đức Phật ở trên nhà lầu các, bên sông Di hầu, Tỳ-xá-ly, vì nhân duyên này tập hợp các Tăng tỳ-kheo, bảo các tỳ-kheo rằng:

"Từ nay trở đi, Ta vì các tỳ-kheo-ni kết giới, gồm mười cú nghĩa, *cho đến câu* chánh pháp tồn tại lâu dài. Muốn nói giới nên nói như vầy:[15]

b. Giới văn

Tỳ-kheo-ni nào thật không [715a] *sở tri mà tự xưng rằng: 'Tôi chứng đắc pháp thượng nhân, tôi biết như vậy, tôi thấy như vậy.' Vào lúc khác, tỳ-kheo-ni ấy hoặc bị người cật vấn, hoặc không bị người cật vấn, muốn tự thanh tịnh nên nói như vầy: 'Tôi thật không biết, không thấy, mà nói có biết có thấy, nói lời hư dối vọng ngữ.' Trừ tăng thượng mạn, tỳ-kheo-ni ấy là kẻ ba-la-di, không được sống chung."*

---

[14] Thông giới cho cả hai bộ, xem Phần I, Ch.i, ba-la-di 3.

[15] Thông giới, xem Phần I, Ch.i, ba-la-di 4.

B - BẤT CỘNG GIỚI

V. Ma xúc[16]

a. Duyên khởi

Một thời, đức Phật ở trong vườn Cấp cô độc, rừng cây Kỳ-đà, nước Xá-vệ. Bấy giờ, có trưởng giả đại hào quý tên là Đại Thiện Lộc Lạc,[17] tướng mạo đoan chánh. Tỳ-kheo-ni Thâu-la-nan-đà[18] nhan sắc cũng xinh đẹp. Ông trưởng giả Lộc Lạc để ý Thâu-la-nan-đà, Thâu-la-nan-đà cũng để ý trưởng giả Lộc Lạc.

Sau đó một thời gian, ông trưởng giả vì Thâu-la-nan-đà nên thỉnh các tỳ-kheo-ni và Thâu-la-nan-đà đến nhà dùng cơm. Đêm ấy, ông chuẩn bị đầy đủ các thức ăn, sáng sớm, đi báo giờ. Thâu-la-nan-đà biết trưởng giả vì mình nên thỉnh Tăng, bèn ở lại chùa không đi.

Đến giờ, các tỳ-kheo-ni khoác y, ôm bát, đến nhà ông trưởng giả. Đến nơi, các vị ngồi vào chỗ ngồi. Khi ấy, ông trưởng giả nhìn khắp ni chúng, không thấy Thâu-la-nan-đà, liền hỏi:

"Thâu-la-nan-đà ở đâu không thấy đến?"

Các tỳ-kheo-ni đáp:

"Cô ấy ở lại chùa, không đến."

---

[16] *Ngũ phần* 11 (tr.78a3). *Tăng-kỳ* 36 (tr.515a17). *Thập tụng* 42 (tr.302c16). *Căn bản ni* 5 (tr.929a29). Pāli, Vin. iv. 211.

[17] Đại Thiện Lộc Lạc 大善鹿樂. *Ngũ phần*: Thi-lị-bạt 尸利跋, cháu ngoại của bà Tỳ-xá-khư. *Thập tụng*: Lộc Tử cư sĩ nhi 鹿子居士兒, con trai ông Lộc Tử. Pāli: *Sāḷho Migāranattā*, cháu của bà *Migāra*. *Tứ phần* đọc là *Sādhu Migāraratta*. *Tăng-kỳ*: Phật tại Ca-duy-la-vệ; nhân duyên bởi Tỳ-kheo-ni Lại-tra.

[18] Thâu-la-nan-đà 偷羅難陀. *Tăng-kỳ*: Lại-tra tỳ-kheo-ni 賴吒比丘尼 dạy kinh cho một thiếu niên họ Thích. *Thập tụng*: Châu-na-nan-đà 周那難陀. Pāli: *Thullanandā*. Cf. Vin. iv. 212, bốn chị em xuất gia: *Nandā, Nandavatī, Sundarīnandā, Thullanandā*. Trong đó, chuyện xảy ra giữa *Thullanandā* và *Sāḷha*.

Ông trưởng giả vội vàng sớt thức ăn xong, liền đến chùa, tới chỗ ở của Thâu-la-nan-đà. Thâu-la-nan-đà trông thấy ông trưởng giả đến, liền lên giường nằm.

Ông trưởng giả hỏi:

"A-di[19] bệnh khổ thế nào?"

Thâu-la-nan-đà trả lời:

"Không có bệnh khổ chi cả. Chỉ có những điều tôi muốn mà ông không muốn thôi."

Ông trưởng giả nói:

"Tôi muốn chứ chẳng phải không muốn."

Ông trưởng giả liền ôm choàng phía trước, nằm xuống, sờ, mó, hôn hít. Sau đó, trưởng giả ngồi trở lại, hỏi:

"A-di cần thứ gì?"

Thâu-la-nan-đà nói:

"Tôi muốn được táo chua."

Ông trưởng giả nói:

"Muốn có thứ ấy, sáng mai tôi sẽ đem đến."

Lúc này, có cô sa-di-ni nhỏ giữ phòng, thấy sự việc như vậy, chờ các ni thọ thực về, cô kể lại đầy đủ.

Chúng tỳ-kheo-ni nghe, trong đó có vị thiểu dục tri túc, sống hạnh đầu-đà, ưa học giới, biết hổ thẹn, hiềm trách Tỳ-kheo-ni Thâu-la-nan-đà:

"Sao cô lại làm việc như vậy với ông trưởng giả?"

Các tỳ-kheo-ni bạch với các tỳ-kheo. Các tỳ-kheo bạch lên Phật. Đức Phật vì nhân duyên này tập hợp Tăng tỳ-kheo,[20] bằng vô số phương tiện

---

[19] A-di 阿姨. Từ phiên âm, không phải nghĩa. Pāli: *ayye*, từ xưng hô đối với người trên.

[20] *Ngũ phần, Thập tụng*: tập hợp hai bộ Tăng. *Tăng-kỳ*: tập hợp tất cả tỳ-kheo-ni tại Ca-duy-la-vệ.

quở trách Tỳ-kheo-ni Thâu-la-nan-đà:

"Việc cô làm là sai quấy, chẳng phải oai nghi, chẳng phải pháp sa-môn, **[715b]** chẳng phải hạnh thanh tịnh, chẳng phải hạnh tùy thuận, làm điều không nên làm. Thâu-la-nan-đà! Sao lại cùng với ông trưởng giả làm việc như vậy?"

Đức Thế Tôn bằng vô số phương tiện quở trách rồi bảo các tỳ-kheo:

"Kẻ ngu si Tỳ-kheo-ni Thâu-la-nan-đàn này là nơi trồng nhiều giống hữu lậu, là người đầu tiên phạm giới này. Từ nay trở đi, Ta vì các tỳ-kheo-ni kết giới, gồm mười cú nghĩa, *cho đến câu* chánh pháp tồn tại lâu dài. Muốn nói giới nên nói như vầy:

b. Giới văn

Tỳ-kheo-ni nào, với tâm nhiễm ô, cùng người nam có tâm nhiễm ô, thân xúc chạm nhau từ nách trở xuống, từ đầu gối trở lên;[21] *hoặc sờ mó, hoặc kéo, hoặc đẩy, hoặc vuốt lên, hoặc vuốt xuống, hoặc nâng lên, hoặc để xuống, hoặc nắn, hoặc bóp;*[22] *tỳ-kheo-ni ấy là kẻ ba-la-di, không được sống chung. Vì thân xúc chạm nhau vậy."*[23]

c. Thích nghĩa

Tỳ-kheo-ni: nghĩa như trước.

Tâm nhiễm ô:[24] tâm nhiễm đắm nhau.

---

[21] *Ngũ phần, Thập tụng:* từ chân tóc trở xuống, từ đầu gối trở lên. *Tăng-kỳ:* từ bờ vai (giải thích: từ vú) trở xuống, từ đầu gối trở lên (giải thích: đến rốn). *Căn bản:* từ con mắt trở xuống, từ đầu gối trở lên. Pāli: *adhakkhakaṃ ubbhajāṇumaṇḍalaṃ*, từ xương cổ (xương đòn gánh) trở xuống, từ đầu gối trở lên.

[22] *Ngũ phần, Tăng-kỳ,* không có chi tiết này.

[23] Pāli: *ubbhajāṇumaṇḍalikā ti*, "vì xúc chạm từ đầu gối trở lên." Các bộ khác, trừ *Tứ phần* và Pāli, không có yếu tố này.

[24] *Ngũ phần:* dục thạnh biến tâm 欲盛變心. Xem cht. Phần I, Ch. ii, tăng-già-bà-thi-sa 2. *Thập tụng:* lậu tâm 漏心. Pāli: *avassutā*, bị rò rĩ (lậu tiết bởi dục); giải thích: ham muốn dục lạc (*sārattā*), mơ tưởng dục lạc (*apekkhavatī*), tâm bị hệ lụy (*paṭibaddhacittā*).

Người nam có tâm nhiễm ô: cũng như vậy.

Từ nách trở xuống: phần thân bên dưới nách.

Từ đầu gối trở lên: phần thân bên trên đầu gối.

Thân: là từ ngón chân cho đến tóc trên đầu.

Thân xúc chạm nhau: hai thân hoặc sờ mó, hoặc kéo, hoặc xô, hoặc vuốt ngược, hoặc vuốt xuôi, hoặc nâng lên, hoặc để xuống, hoặc bóp, hoặc nắn.[25]

- *Sờ mó:*[26] dùng tay vuốt ve phía trước hay phía sau thân.

- *Kéo:* là kéo ra phía trước.

- *Đẩy:* là xô ra.

- *Vuốt ngược:* từ dưới sờ lên.

- *Vuốt xuôi:* từ trên sờ xuống.

- *Nâng:* ẳm lên.

- *Để xuống:* ẳm để xuống, ngồi hay đứng.

- *Nắn:* nắn phía trước, phía sau, nơi bắp vế, nơi vú.

- *Nắn bóp:*[27] nắn phía trước, phía sau, nơi bắp vế, nơi vú.

d. Tướng phạm

Người nam, tưởng là người nam; người nam dùng tay sờ thân cô ni, hai thân xúc chạm nhau, với dục tâm nhiễm đắm, thọ lạc bởi xúc chạm, (tỳ-kheo-ni) phạm ba-la-di. Người nam, tưởng là người nam, người nam dùng tay xoa thân cô ni, động thân với dục tâm nhiễm đắm, thọ lạc bởi

---

[25] Hán: tróc ma 捉摩, khiên 牽, thôi 推, nghịch ma 逆摩, thuận ma 順 摩, cử 舉, hạ 下, tróc 捉, nại 捺. Pāli, 5 động tác: *adhakkhakaṃ ubhajānumaṇḍalaṃ āmasanaṃ vā parāmasanaṃ vā gahanaṃ chupanaṃ vā paṭipīḷanaṃ vā sādiyeyyāti*, "... thuận tình cho vuốt ngược, vuốt xuôi, ôm ghì, sờ mó hay ép sát, từ xương cổ trở xuống và từ đầu gối trở lên..." Xem thêm cht. & Phần I, Ch. ii, tăng-già-bà-thi-sa 2.

[26] Tróc ma 捉摩.

[27] Nại 捺, lấy ngón tay đè, ấn xuống.

xúc chạm, phạm ba-la-di. Cho đến nắn, bóp cũng như vậy.

Là người nam mà nghi, phạm thâu-lan-giá. Hoặc là nam, khởi tưởng nam, ni dùng thân xúc chạm y phục, anh lạc, đồ trang sức của người nam kia, với dục tâm nhiễm đắm, thọ lạc bởi xúc chạm, phạm thâu-lan-giá.

Hoặc nam, khởi tưởng nam, ni dùng thân xúc chạm y phục, anh lạc, đồ trang sức của người nam kia, với tâm dục nhiễm đắm, không thọ lạc, khi xúc chạm, phạm thâu-lan-giá.

Hoặc là nam, khởi tưởng nam, người nam dùng thân, trang sức, anh lạc, y phục xúc chạm thân của cô ni, ni với dục tâm nhiễm đắm, thọ lạc bởi sự xúc chạm, phạm thâu-lan-giá.

Hoặc là nam, khởi tưởng nam, người nam dùng thân, trang sức, anh lạc, y phục xúc chạm thân cô ni, ni có dục tâm nhiễm trước, nhưng không thọ lạc khi xúc chạm, phạm thâu-lan-giá.

Hoặc là nam, khởi tưởng nam, ni dùng thân xúc chạm trang sức, anh lạc, y phục, thân người nam, với dục tâm nhiễm trước, động [715c] thân, không thọ lạc khi xúc chạm, phạm thâu-lan-giá.

Hoặc là nam, khởi tưởng nam, ni dùng thân xúc chạm trang sức, anh lạc, y phục, thân người nam, với dục tâm nhiễm trước, không động thân, thọ lạc khi xúc chạm, phạm thâu-lan-giá.

Hoặc là nam, khởi tưởng nam, người nam dùng thân, trang sức, anh lạc, y phục xúc chạm thân cô ni, ni có dục tâm nhiễm trước, động thân, không thọ lạc khi xúc chạm, phạm thâu-lan-giá.

Nam, khởi tưởng nam, người nam dùng thân, trang sức, anh lạc, y phục xúc chạm thân cô ni, ni có dục tâm nhiễm trước, thọ lạc khi xúc chạm, không động thân, phạm thâu-lan-giá.

Hoặc là nam, khởi tưởng nam, thân xúc chạm nhau, ni có dục tâm nhiễm trước, không thọ lạc khi xúc chạm, động thân, phạm thâu-lan-giá.

Nam, khởi tưởng nam, thân xúc chạm nhau, ni có dục tâm nhiễm trước, thọ lạc khi xúc chạm, không động thân, phạm thâu-lan-giá.

Cũng vậy, từ vuốt ve cho đến sờ nắn, tất cả đều phạm thâu-lan-giá. Nghi là nam, phạm đột-kiết-la.

Nam, khởi tưởng nam, ni dùng y phục nơi thân của mình xúc chạm y phục, trang sức, anh lạc nơi thân của người nam, với dục tâm nhiễm trước, khi xúc chạm thọ lạc, đột-kiết-la.

Nam, khởi tưởng nam, ni dùng y phục nơi thân của mình xúc chạm y phục, trang sức, anh lạc của người nam, với dục tâm nhiễm trước, không thọ lạc khi xúc chạm, đột-kiết-la.

Nam, khởi tưởng nam, ni dùng y phục nơi thân của mình xúc chạm y phục, trang sức, anh lạc nơi thân của người nam, với dục tâm nhiễm trước, không thọ lạc khi xúc chạm, động thân, đột-kiết-la.

Nam, khởi tưởng nam, ni dùng y phục nơi thân của mình xúc chạm y phục, trang sức, anh lạc nơi thân của người nam, với dục tâm nhiễm trước thọ lạc khi xúc chạm, không động thân, đột-kiết-la.

Nam, khởi tưởng nam, ni dùng y phục nơi thân của mình xúc chạm y phục, trang sức, anh lạc nơi thân của người nam, với dục tâm nhiễm trước, không thọ lạc khi xúc chạm, không động thân, đột-kiết-la.

Nam, khởi tưởng nam, ni dùng y phục nơi thân của mình xúc chạm y phục, trang sức, anh lạc nơi thân của người nam, với dục tâm nhiễm trước, thọ lạc khi xúc chạm, động thân, đột-kiết-la.

Cũng vậy, cho đến nắm, đẩy, tất cả đều đột-kiết-la. Nam mà nghi, đột-kiết-la.

Tỳ-kheo-ni cùng với người nam, hai thân xúc chạm nhau, mỗi xúc chạm là phạm một ba-la-di. Tùy theo sự xúc chạm nhiều hay ít, tất cả đều phạm ba-la-di.

Nếu là nam loài trời, nam a-tu-la, cho đến súc sanh giống đực có thể biến hình, hai thân xúc chạm nhau, phạm thâu-lan-giá. Với súc sanh không thể biến hình, hai thân xúc chạm nhau, đột-kiết-la. Nếu cùng với người nữ, hai thân xúc chạm nhau, đột-kiết-la. Nếu cùng với hạng hai hình, hai thân xúc chạm nhau, thâu-lan-giá.

Nếu người nam đảnh lễ, mà nắm bàn chân (ni), nếu ni có cảm giác thọ lạc khi xúc chạm, không động thân, đột-kiết-la.

Nếu tỳ-kheo-ni với dục tâm mà xúc chạm y, bát, ni-sư-đàn, ống đựng kim, dép, cho đến tự xúc chạm thân của chính mình, tất cả đều phạm đột-kiết-la.

Nam loài người, tưởng là nam loài người, ba-la-di. Nghi là nam loài người, thâu-lan-giá. Nam loài người, tưởng nam loài phi nhân, thâu-lan-giá. Nam loài phi nhân, khởi tưởng là nam loài người, thâu-lan-giá. Nam loài phi nhân **[716a]** mà sinh nghi, thâu-lan-giá.

Tỳ-kheo, tăng-già-bà-thi-sa.[28] Thức-xoa-ma-na, sa-di, sa-di-ni, đột-kiết-la. Đó gọi là phạm.

Sự không phạm: nếu khi đưa hay nhận vật gì, xúc chạm thân; hoặc khi giỡn chơi mà xúc chạm; hoặc khi cứu giải mà xúc chạm, tất cả nếu không có tâm dục thì không phạm.

Người không phạm: phạm lần đầu tiên khi chưa chế giới; si cuồng, loạn tâm, thống não bức bách.

VI. Bát sự[29]

a. Duyên khởi

Một thời, đức Thế Tôn ở trong vườn Cấp cô độc, rừng cây Kỳ-đà tại nước Xá-vệ. Bấy giờ, trong thành Xá-vệ, có ông trưởng giả tên Sa-lâu Lộc Lạc,[30] tướng mạo đẹp đẽ. Tỳ-kheo-ni Thâu-la-nan-đà cũng có nhan sắc xinh đẹp. Trưởng giả Lộc Lạc để tâm nơi Thâu-la-nan-đà, Thâu-la-nan-đà cũng để tâm nơi Lộc Lạc.

Tỳ-kheo-ni Thâu-la-nan-đà với dục tâm, bằng lòng để cho trưởng giả nắm tay, nắm áo, cùng vào chỗ vắng, cùng đứng, cùng nói, cùng đi, hai thân dựa nhau, cùng hẹn hò.

Các tỳ-kheo-ni nghe, trong số đó có vị thiểu dục tri túc, sống hạnh đầu-đà, ưa học giới, biết tàm quý, hiềm trách Tỳ-kheo-ni Thâu-la-nan-đà:

---

[28] Xem Phần I, Ch. ii, tăng-già-bà-thi-sa 2, "Ma xúc giới."

[29] Pāli, bất cộng giới thứ tư.

[30] Sa-lâu Lộc Lạc 沙樓鹿樂. Cùng nhân vật như trên, Đại Thiện Lộc Lạc 大善鹿樂, nhưng âm nghĩa có khác. Pāli: *Sāḷha Migāranatta*; Hán đọc là Sa-lâu Lộc Lạc.

"Sao cô với dục tâm bằng lòng để cho trưởng giả nắm tay, nắm áo, cùng vào chỗ vắng, cùng đứng, cùng nói, cùng đi, hai thân dựa nhau, cùng hẹn hò?"

Các tỳ-kheo-ni bạch với các tỳ-kheo. Các tỳ-kheo đến bạch đức Thế Tôn. Đức Thế Tôn vì nhân duyên này tập hợp các Tăng tỳ-kheo,[31] quở trách Thâu-la-nan-đà:

"Việc cô làm là sai quấy, chẳng phải oai nghi, chẳng phải pháp sa-môn, chẳng phải hạnh thanh tịnh, chẳng phải hạnh tùy thuận, làm điều không nên làm. Tỳ-kheo-ni Thâu-la-nan-đà! Sao cô với dục tâm bằng lòng để cho trưởng giả nắm tay, nắm áo, cùng vào chỗ vắng, cùng đứng, cùng nói, cùng đi, hai thân dựa nhau, cùng hẹn hò?"

Đức Thế Tôn bằng vô số phương tiện quở trách Thâu-la-nan-đà rồi bảo các tỳ-kheo:

"Thâu-la-nan-đà này là nơi trồng nhiều giống hữu lậu, là người đầu tiên phạm giới này. Từ nay trở đi, Ta vì các tỳ-kheo-ni kết giới, gồm mười cú nghĩa, *cho đến câu* chánh pháp tồn tại lâu dài. Muốn nói giới nên nói như vầy:

b. Giới văn

Tỳ-kheo-ni nào, với tâm nhiễm ô, biết người nam có tâm nhiễm ô, bằng lòng để cho nắm tay, nắm áo, vào chỗ vắng, cùng đứng, cùng nói,[32] cùng đi, thân dựa nhau, hẹn nhau. Tỳ-kheo-ni ấy là kẻ ba-la-di, không được sống chung. Vì phạm tám sự vậy.[33]

c. Thích nghĩa

Tỳ-kheo-ni: nghĩa như trước.

Tâm nhiễm ô: tâm có nhiễm trước.

Người nam có tâm nhiễm ô: cũng có nhiễm trước.

---

[31] Như ba-la-di 5.

[32] *Tăng-kỳ:* "cùng đứng nói chuyện trong tầm tay với."

[33] Pāli: *aṭṭhavatthukā*, "vì phạm tám sự." *Tăng-kỳ*, không có câu này. *Thập tụng:* "Biểu lộ tướng tham trước bằng tám việc này." *Căn bản ni:* "Cùng nhau lãnh thọ tám việc như vậy."

Nắm tay: nắm bàn tay cho đến cổ tay.[34]

Nắm áo: nắm lấy áo trên thân.

Vào chỗ vắng: **[716b]** xa chỗ không thấy, không nghe.

Cùng đứng chỗ vắng: đứng chỗ người không thấy, không nghe.

Cùng nói: cùng ở chỗ người không thấy, không nghe.

Cùng đi: cùng ở chỗ không thấy nghe.

Thân dựa nhau: thân này nương vào thân kia.

Hẹn nhau: hẹn đến chỗ có thể hành dâm.[35]

d. Tướng phạm

Tỳ-kheo-ni với tâm nhiễm ô bằng lòng cho người nam có tâm nhiễm ô nắm tay, phạm thâu-lan-giá. Nắm áo, thâu-lan-giá. Vào chỗ vắng cùng đứng, chỗ vắng cùng nói, chỗ vắng cùng đi, lấy đó làm sự vui thích, để thân dựa nhau, mỗi mỗi đều phạm thâu-lan-giá.

Phạm trong bảy sự này, nếu không phát lồ sám hối, tội chưa trừ, mà phạm đến việc thứ tám thì phạm ba-la-di.[36]

---

[34] *Ngũ phần:* nắm tay, nắm từ cùi chỏ về trước.

[35] Tám sự, theo *Ngũ phần* (tr.716a28): nắm tay, nắm áo, cùng hẹn, cùng đi, cùng đứng, cùng nói, cùng ngồi một chỗ, thân thể cọ sát nhau. *Thập tụng* (tr.303c20): cho nắm tay; cho nắm áo; cùng đứng; cúng nói; cùng hẹn; vào chỗ khuất; chờ đàn ông đến; trao thân như nữ bạch y. *Căn bản ni* (tr.930c13): 1. trạo cử; 2. đùa giỡn; 3. cười cợt; 4. chỉ định chỗ; 5. hẹn giờ; 6. ước tín hiệu; 7. đi đến chỗ đàn ông; 8. cùng ở chỗ có thể hành sự. Pāli, *aṭṭhavatthukā: hatthaggahaṇaṃ,* cho nắm tay, *saṅghāṭikaṇṇaggahaṇaṃ,* cho nắm vạt áo tăng-già-lê, *santiṭṭheyya* (...*purissa hatthapāse*), đứng (trong tầm tay với của đàn ông), *sallapeyya* (...*purissa hatthapāse*), nói chuyện (trong tầm tay với...), *saṅketaṃ vā gaccheyya,* đi đến chỗ hẹn, *purissa vā abbhāgamanaṃ,* cho đàn ông đến gần, *channaṃ vā anupaviseyya,* đi theo vào chỗ khuất, *kāyaṃ vā tadatthāya upasaṃhareyya,* trao thân cho mục đích ấy.

[36] *Ngũ phần* (tr.78b20): mỗi việc riêng biệt, phạm thâu-lan-giá. Phạm bảy việc, dù đã sám hối tùy mỗi việc; khi phạm đến việc thứ tám, đủ cả tám

Với con của trời, con của rồng, con của a-tu-la, con của dạ-xoa, ngạ quỷ, súc sanh có thể biến hình, phạm bảy sự, mỗi mỗi đều đột-kiết-la; phạm đến sự thứ tám thì thâu-lan-giá. Với súc sanh không thể biến hình, phạm đến việc thứ tám, đột-kiết-la.

Cùng người nữ có tâm nhiễm ô, phạm việc thứ tám, đột-kiết-la.

Tỳ-kheo, tuỳ theo chỗ giới.[37] Thức-xoa-ma-na, sa-di, sa-di-ni, đột-kiết-la. Đó gọi là phạm.

Sự không phạm: nếu khi có cái cần trao hay nhận, khi ấy tay chạm nhau; hoặc vui giỡn; hoặc để giải cứu nên phải nắm áo. Hoặc có sự dâng cúng, hoặc lễ bái, hoặc sám hối, hoặc thọ pháp vào chỗ vắng cùng chung một chỗ. Hoặc có sự dâng cúng, hoặc lễ bái, hoặc sám hối, hoặc thọ pháp vào chỗ vắng cùng đứng. Hoặc có sự dâng cúng, hoặc lễ bái, hoặc sám hối, hoặc thọ pháp, vào chỗ vắng cùng nói. Hoặc có sự dâng cúng, hoặc lễ bái, hoặc sám hối, hoặc thọ pháp, vào chỗ vắng cùng đi.[38] Hoặc bị người đánh; hoặc có giặc đến; hoặc có voi đến, ác thú đến; hay gặp phải gai nhọn, nên xoay mình để tránh; hoặc đến cầu giáo thọ, hoặc nghe pháp, hoặc thọ thỉnh, hoặc đến trong chùa; hoặc cùng hẹn nơi không thể làm việc ác. Tất cả đều không phạm.

Người không phạm: phạm lần đầu tiên khi chưa chế giới; si cuồng, loạn tâm, thống não bức bách.

<hr>

việc, ba-la-di. Pāli, Sớ giải: Phạm đủ tám sự, mất giới tỳ-kheo-ni. Phạm từ một sự, cho đến bảy sự, dù cho đến trăm lần, vẫn chưa mất giới tỳ-kheo-ni (*yā pana ekaṃ vā vatthuṃ satta vā vatthūni satakkhattumpi pūreti, neva assamaṇī hoti*).

[37] Tùy trường hợp: hoặc tăng-già-bà-thi-sa, hoặc ba-dật-đề.

[38] Giống nhau câu trên; chỉ khác: cùng chung chỗ, cùng đứng, cùng nói, cùng đi.

VII. Phú tàng trọng tội[39]

a. Duyên khởi

Một thời, đức Phật ở tại vườn Cấp cô độc, rừng cây Kỳ-đà nước Xá-vệ. Bấy giờ, có em gái của Tỳ-kheo-ni Thâu-la-nan-đà,[40] tên là Để-xá-nan-đà[41] cũng xuất gia, mà phạm pháp ba-la-di. Tỳ-kheo-ni Thâu-la-nan-đà, biết mà nghĩ rằng: "Để-xá-nan-đà là em của ta, nay phạm pháp ba-la-di, chính ta muốn nói với người, nhưng sợ em ta mang tiếng xấu. Nếu em ta mang tiếng xấu thì đối với ta đâu tốt lành gì." Bèn im lặng không nói. Sau đó một thời gian, Tỳ-kheo-ni Để-xá-nan-đà [716c] bỏ đạo. Các tỳ-kheo-ni biết, hỏi Thâu-la-nan-đà:

"Cô có biết em của cô thôi tu hay không?"

Thâu-la-nan-đà nói:

"Em của tôi làm như vậy là đúng chứ không phải không đúng."

Các tỳ-kheo-ni hỏi:

"Làm như vậy là đúng, nghĩa là sao?"

Thâu-la-nan-đà cho biết:

"Trước đây tôi biết em tôi làm việc như vậy, như vậy."

Các tỳ-kheo-ni nói:

"Nếu trước đây cô có biết, tại sao cô không nói với các tỳ-kheo-ni?"

Thâu-la-nan-đà nói:

"Để-xá là em của tôi, phạm pháp ba-la-di, chính tôi muốn nói với người khác. Nhưng sợ em tôi mang tiếng xấu. Nếu em tôi mang tiếng xấu thì xấu lây tới tôi. Do đó tôi không nói với ai."

---

[39] *Ngũ phần* (tr.79a1), ba-la-di thứ 8. Pāli, bất cộng giới thứ hai.

[40] Xem cht. trên.

[41] Để-xá-nan-đà 坻舍難陀. Pāli: *Sundarīnandā*; xem cht. trên. *Thập tụng*: hai chị em, Tỳ-kheo-ni Di-đa-la 彌多羅 phạm giới dâm; em gái là Tỳ-kheo-ni Di-đế-lệ 彌帝隸, thanh tịnh, biết nhưng giấu tội cho chị.

Các tỷ-kheo-ni nghe, trong đó có vị thiểu dục tri túc, sống hạnh đầu-đà, ưa học giới, biết hổ thẹn, quở trách Thâu-la-nan-đà:

"Sao cô che giấu trọng tội của Đế-xá?"

Các tỷ-kheo-ni bạch với các tỷ-kheo. Các tỷ-kheo đến bạch đức Thế Tôn. Đức Thế Tôn vì nhân duyên này tập hợp các Tăng tỷ-kheo, quở trách Tỷ-kheo-ni Thâu-la-nan-đà:

"Việc cô làm là sai quấy, chẳng phải oai nghi, chẳng phải pháp sa-môn, chẳng phải hạnh thanh tịnh, chẳng phải hạnh tùy thuận, làm điều không nên làm. Thâu-la-nan-đà! Sao cô che giấu trọng tội của Tỷ-kheo-ni Đế-xá?"

Đức Thế Tôn bằng vô số phương tiện quở trách Tỷ-kheo-ni Thâu-la-nan-đà rồi bảo các tỷ-kheo:

"Tỷ-kheo-ni Thâu-la-nan-đà là nơi trồng nhiều giống hữu lậu, là kẻ phạm giới này đầu tiên. Từ nay trở đi, Ta vì các tỷ-kheo-ni kết giới, gồm mười cú nghĩa, *cho đến câu* chánh pháp tồn tại lâu dài. Muốn nói giới nên nói như vầy:

Tỷ-kheo-ni nào biết người khác phạm ba-la-di, không tự mình cử tội, không bạch với Tăng, không nói cho người khác biết. Thời gian khác, tỷ-kheo-ni kia, hoặc thôi tu, hoặc bị diệt tẫn, hoặc chúng Tăng ngăn,[42] hoặc theo ngoại đạo. Sau đó lại nói rằng: 'Tôi trước đây đã biết cô ấy có tội như vậy, như vậy.' Tỷ-kheo-ni ấy là kẻ ba-la-di, không được sống chung. Vì che giấu trọng tội."

Thế Tôn vì các tỷ-kheo-ni chế giới như vậy. Có người phạm ba-la-di ở trong thành, ra ngoài thôn xóm để sống; có người phạm ba-la-di nơi thôn xóm vào trong thành để ở. Các tỷ-kheo-ni không biết họ có phạm ba-la-di hay không, sau mới biết là họ có phạm ba-la-di. Do đó nói mình đã phạm ba-la-di, hoặc nghi. Đức Phật dạy:

"Không biết thì không phạm. Từ nay trở đi, nên nói giới như vầy:

---

[42] Tăng giá 僧遮; giới văn lần sau không có.

b. Giới văn

Tỳ-kheo-ni nào biết tỳ-kheo-ni phạm ba-la-di, không tự mình [717a] *phát lồ,*[43] *không nói cho mọi người, không bạch với đại chúng. Thời gian khác, tỳ-kheo-ni kia, hoặc qua đời,*[44] *hoặc bị chúng cử tội, hoặc thôi tu, hoặc theo ngoại đạo,*[45] *sau đó mới nói rằng: 'Tôi trước đây đã biết cô ấy có tội như vậy, như vậy.' Tỳ-kheo-ni này là kẻ ba-la-di, không được sống chung. Vì che giấu trọng tội."*

c. Thích nghĩa

Tỳ-kheo-ni: nghĩa như trước.

Biết: nói tôi biết phạm tội như vậy, như vậy.

Tăng: cùng một yết-ma, cùng một thuyết giới.

Đại chúng: hoặc bốn người, hay hơn bốn người.[46]

Thôi tu: ra khỏi pháp này.

Diệt tẫn: Tăng trao cho pháp bạch tứ yết-ma đuổi đi.

Ngăn:[47] Khi trong chúng quyết đoán tội trạng, ngăn chặn không cho nhập chúng.

Ngoại đạo: thọ giáo của ngoại đạo.

---

[43] Bất tự phát lồ 不自發露, trên kia: bất tự cử 不自舉. Pāli: *nevattanā paṭicodeyya*, chính mình đã không buộc tội.

[44] Giới văn trên kia không có. Pāli: *sā ṭhitā vā assa cutā vā*, cô ấy vẫn tồn tại, hay đã chết; giải thích: *ṭhitā* (trụ, hay tồn tại), nghĩa là vẫn nguyên giới tính (*salliṅge ṭhitā vuccati*). Cf. *Ngũ phần*: nhược tại, nhược tử, nhược viễn hành, nhược bị tẫn, nhược bãi đạo, nhược hình biến 若在若死若遠行若被擯若罷道若形變. *Thập tụng*: nhược trụ 若住, giải thích: trụ trong pháp bạch y (hoàn tục).

[45] Có sự bất nhất trong bản dịch Hán, hai đoạn văn trong hai lần kết giới không đồng nhất. - *Ngũ phần*, thêm các yếu tố: *nhược tại* 若在, vẫn còn đó; *nhược viễn hành* 若遠行, đi xa; và *nhược hình biến* 若形變, thay đổi giới tính (khi đó mất giới tỳ-kheo-ni).

[46] Đại chúng, nhóm người, đông nhưng không thành Tăng. Pāli: *gana*.

[47] Từ ngữ được giải thích không có trong giới văn lần hai; có trong lần đầu.

Trọng tội: tám ba-la-di. Trong tám pháp này phạm bất cứ pháp nào.

d. Tướng phạm

Tỳ-kheo-ni kia biết tỳ-kheo-ni này phạm ba-la-di trước bữa ăn, sau bữa ăn mới nói, phạm thâu-lan-giá. Sau bữa ăn biết, đầu đêm nói, phạm thâu-lan-giá.

Đầu đêm biết giữa đêm nói, phạm thâu-lan-giá. Giữa đêm biết, sau đêm nói, phạm thâu-lan-giá. Sau đêm biết không nói, đến mặt trời xuất hiện, phạm ba-la-di. Trừ tám pháp ba-la-di, che giấu các tội khác không nói, tùy theo tội phạm mà xử lý. Tự che giấu trọng tội phạm thâu-lan-giá.

Trừ tỳ-kheo, tỳ-kheo-ni, che giấu tội người khác, đột-kiết-la.

Tỳ-kheo, ba-dật-đề. Thức-xoa-ma-na, sa-di, sa-di-ni, đột-kiết-la. Đó gọi là phạm.

Sự không phạm: nếu không biết, hoặc nói với người, hoặc không có người để nói, ý muốn nói mà chưa nói, mặt trời xuất hiện; nói sẽ bị mạng nạn, phạm hạnh nạn nên không nói, thì không phạm.

Người không phạm: phạm lần đầu tiên khi chưa chế giới, si cuồng, loạn tâm, thống não bức bách.

VIII. Tùy thuận bị cử[48]

a. Duyên khởi

Một thời, đức Thế Tôn ở trong vườn Cù-sư-la, tại Câu-thiểm-di. Bấy giờ, Tỳ-kheo Xiển-đà bị Tăng cử tội,[49] đúng pháp đúng luật đúng lời Phật dạy mà không tùy thuận, không sám hối, Tăng chưa tác pháp cho ở chung.

---

[48] *Ngũ phần*, ba-la-di thứ 7. Pāli, bất cộng giới thứ ba.

[49] Cf. Phần I, Ch.ii, tăng-già-bà-thi-sa 13. - *Ngũ phần*: Xiển-đà bị Tăng tác yết-ma bất kiến tội (ngoan cố không chịu nhận tội, bị Tăng xả trí). *Tăng-kỳ*: bất kiến tội cử yết-ma 不見罪舉羯磨. *Thập tụng*: Ca-lưu-la Đề-xá 迦留羅提舍 bị Tăng tác yết-ma bất kiến tẫn 不見擯. Pāli: Tỳ-kheo *Ariṭṭha* bị Tăng xả trí (*samaggena saṅghena ukkhitta*). Cf. Phần I, Ch.v, ba-dật-đề 68; Pāli, Pāc. 69.

Bấy giờ, có Tỳ-kheo-ni tên là Úy-thứ,⁵⁰ tới lui phục vụ Tỳ-kheo Xiển-đà. Các tỳ-kheo-ni nói:

"Tỳ-kheo Xiển-đà bị Tăng cử tội như pháp, như luật, như lời Phật dạy, mà không tùy thuận, không sám hối, Tăng chưa tác pháp cho ở chung, cô đừng nên thuận theo."

Úy-thứ trả lời:

"Thưa các đại tỷ, Xiển-đà là anh của tôi. Nay không cúng dường thì đợi đến khi nào."

Rồi vẫn như cũ, Úy-thứ không chịu chấm dứt thuận theo.

[717b] Các tỳ-kheo-ni nghe, trong đó có vị thiểu dục tri túc, sống hạnh đầu-đà, ưa học giới, biết tàm quý, hiềm trách Tỳ-kheo-ni Úy-thứ rằng:

"Tỳ-kheo Xiển-đà bị Tăng cử tội, như pháp, như luật, như lời Phật dạy, mà không tùy thuận, không sám hối, Tăng chưa tác pháp cho ở chung, tại sao nay cô vẫn cố ý thuận theo như vậy?"

Các tỳ-kheo-ni thưa với các tỳ-kheo, các tỳ-kheo đến bạch Phật. Đức Phật vì nhân duyên này tập hợp các Tăng tỳ-kheo, quở trách Tỳ-kheo-ni Úy-thứ:

"Việc cô làm là sai quấy, chẳng phải oai nghi, chẳng phải pháp sa-môn, chẳng phải hạnh thanh tịnh, chẳng phải hạnh tùy thuận, làm điều không nên làm. Tỳ-kheo Xiển-đà đã bị Tăng cử tội, như pháp, như luật, như lời Phật dạy, mà không tùy thuận, không sám hối, Tăng chưa tác pháp cho ở chung, tại sao cô lại thuận theo?"

Đức Phật bằng vô số phương tiện quở trách, rồi bảo các tỳ-kheo:

"Cho phép Tăng trao cho Tỳ-kheo-ni Úy-thứ pháp bạch tứ yết-ma quở trách (ha trách), nên quở trách như vầy:

---

⁵⁰ Úy-thứ 尉次. *Ngũ phần*: Xiển-đà có em gái là Tỳ-kheo-ni Ưu-ta 優蹉. *Tăng-kỳ*: Xiển-đà có mẹ 闡陀母 là tỳ-kheo-ni bênh vực chống lại Tăng. *Thập tụng*: Tỳ-kheo Ca-lưu-la Đề-xá 迦留羅提舍 bị Tăng tác yết-ma bất kiến tẫn 不見擯 (bị xả trí, vì không nhận tội); có 7 cô em gái đều là tỳ-kheo-ni tùy thuận chống lại Tăng. *Pāli: Thullanandā* a tòng theo *Ariṭṭha*.

Trong ni chúng, nên sai một vị có khả năng, hoặc Thượng tọa, hoặc thứ tọa, hoặc người tụng luật, hay không tụng luật được, mà có thể tác pháp yết-ma, tác bạch như vầy:

Đại tỷ Tăng xin lắng nghe! Tỳ-kheo-ni Úy-thứ này đã biết Tỳ-kheo Xiển-đà bị Tăng cử tội, như pháp, như luật, như lời Phật dạy mà không tùy thuận, không sám hối, Tăng chưa tác pháp cho ở chung, nhưng cô thuận theo Tỳ-kheo Xiển-đà. Các tỳ-kheo-ni nói với cô rằng: 'Tỳ-kheo Xiển-đà đã bị Tăng cử tội như pháp, như luật, như lời Phật dạy, mà không tùy thuận, không sám hối, Tăng chưa tác pháp cho ở chung; cô không được thuận theo.' Nhưng cô vẫn cố ý thuận theo. Nếu thời gian thích hợp đối với Tăng, Tăng đồng ý, nay Tăng trao cho Tỳ-kheo-ni Úy-thứ pháp quở trách, để bỏ việc này. Nói rằng: 'Đại tỷ, Tỳ-kheo Xiển-đà đã bị Tăng cử tội như pháp, như luật, như lời Phật dạy, mà không tùy thuận, không sám hối, Tăng chưa tác pháp cho ở chung; cô chớ thuận theo.' Đây là lời tác bạch.

Đại tỷ Tăng xin lắng nghe! Tỳ-kheo-ni Úy-thứ đã biết Tỳ-kheo Xiển-đà bị Tăng cử tội, như pháp, như luật, như lời Phật dạy, mà không tùy thuận, không sám hối, Tăng chưa tác pháp cho ở chung, mà cô vẫn thuận theo Tỳ-kheo Xiển-đà. Các tỳ-kheo-ni nói với cô rằng: 'Tỳ-kheo Xiển-đà đã bị Tăng cử tội, như pháp, như luật, như lời Phật dạy, mà không tùy thuận, không sám hối, Tăng chưa tác pháp cho ở chung, cô chớ thuận theo.' Nhưng cô vẫn cố ý thuận theo. Nay Tăng trao cho Tỳ-kheo-ni Úy-thứ [717c] pháp quở trách để bỏ việc này. Nói rằng: 'Tỳ-kheo Xiển-đà bị tăng cử tội, như pháp, như luật, như lời Phật dạy, mà không tùy thuận, không sám hối, Tăng chưa tác pháp cho ở chung, cô chớ thuận theo.' Các đại tỷ, ai đồng ý Tăng trao cho Tỳ-kheo-ni Úy-thứ pháp quở trách cho bỏ việc này thì im lặng. Vị nào không đồng ý xin nói. Đây là yết-ma lần thứ nhất." *(Lần thứ hai, lần thứ ba cũng nói như vậy).*

Tăng đã đồng ý trao cho Tỳ-kheo-ni Úy-thứ pháp quở trách để bỏ việc này rồi. Tăng đã đồng ý vì im lặng. Việc này tôi ghi nhận như vậy."

Nên tác pháp quở trách Tỳ-kheo-ni Úy-thứ như vậy. Tăng đã trao cho pháp bạch tứ yết-ma rồi, nên bạch các tỳ-kheo. Các tỳ-kheo đến bạch Phật. Đức Phật dạy:

"Nếu có tỳ-kheo-ni nào thuận theo tỳ-kheo bị Tăng cử tội như vậy thì Tăng cũng trao cho pháp bạch tứ yết-ma quở trách như vậy. Từ nay trở đi, Ta vì tỳ-kheo-ni kết giới, gồm mười cú nghĩa, *cho đến câu* chánh pháp tồn tại lâu dài. Muốn nói giới nên nói như vầy:

b. Giới văn

Tỳ-kheo-ni nào đã biết tỳ-kheo bị Tăng cử tội, như pháp, như luật, như lời Phật dạy, nhưng không tùy thuận, không sám hối, Tăng chưa tác pháp ở chung,[51] *mà thuận theo, thì các tỳ-kheo-ni nên nói với cô ấy rằng: 'Đại tỷ, tỳ-kheo này đã bị Tăng cử tội, như pháp, như luật, như lời Phật dạy, mà không tùy thuận, không sám hối, Tăng chưa tác pháp cho ở chung, cô không nên thuận theo.*

Khi tỳ-kheo-ni can gián tỳ-kheo-ni kia như vậy mà cô ấy kiên trì không bỏ việc này. Tỳ-kheo-ni nên can gián lần thứ hai, lần thứ ba cho bỏ việc này. Cho đến ba lần can gián, bỏ thì tốt, không bỏ, tỳ-kheo-ni kia là kẻ ba-la-di, không được sống chung. Vì tùy thuận bị cử.'[52]

c. Thích nghĩa

Tỳ-kheo-ni: nghĩa như trước.

Tăng: như trên.

Cử tội: bị Tăng cử tội, bạch tứ yết-ma.

Pháp: như pháp, như luật, như lời Phật dạy.

Không thuận theo: không thuận theo pháp trị tội.

Không sám hối: chưa chịu sám hối tội phạm cho thanh tịnh.

Tăng chưa tác pháp cho ở chung: Tăng chưa tác pháp yết-ma giải tội.

---

[51] *Ngũ phần:* bất cộng trú, bất cộng sự, bất cộng ngữ.

[52] Pāli: *ukkhittānuvattikā,* đi theo người bị Tăng xả trí. Pāli, như *Tứ phần.* Các bộ khác không có câu này.

Tùy thuận: có hai thứ; một là pháp, hai là y thực.

- *Pháp tùy thuận:* dạy tăng thượng giới, tăng thượng tâm, tăng thượng huệ, dạy học vấn, tụng kinh.

- *Y thực:* cung cấp ăn uống, y phục, giường nằm, tọa cụ thuốc chữa bệnh.

d. Tướng phạm

Tỳ-kheo-ni đã biết tỳ-kheo bị Tăng cử tội, như pháp, như luật, như lời Phật dạy, nhưng không tùy thuận, không sám hối, **[718a]** Tăng chưa tác pháp cho ở chung mà thuận theo. Các tỳ-kheo-ni nên nói:

"Tỳ-kheo này đã bị Tăng cử tội như pháp, như luật, như lời Phật dạy, nhưng không thuận theo, không sám hối, Tăng chưa tác pháp cho ở chung; cô đừng thuận theo. Cô nên bỏ việc này, đừng để Tăng phải cử tội mà thành trọng tội."

Nếu cô ấy nghe lời thì tốt, bằng không, nên tác bạch. Tác bạch rồi, nên nói:

"Cô nên biết, tôi đã bạch xong, còn tác pháp yết-ma. Cô nên bỏ việc này, đừng để Tăng phải cử tội mà thành trọng tội."

Nếu cô ấy nghe lời thì tốt, bằng không nghe, nên tác pháp yết-ma lần thứ nhất. Tác pháp yết-ma lần thứ nhất rồi, nên nói:

"Này cô, tôi đã tác bạch và tác yết-ma lần thứ nhất rồi, còn hai pháp yết-ma nữa. Cô nên bỏ việc này, đừng để Tăng phải cử tội mà thành trọng tội."

Nếu cô ấy nghe lời thì tốt, bằng không nên tác pháp yết-ma lần thứ hai. Tác yết-ma lần thứ hai xong, cũng phải nói:

"Cô nên biết, tôi đã tác bạch và tác pháp yết-ma lần thứ hai rồi, còn một pháp yết-ma nữa. Cô nên bỏ việc này, đừng để Tăng phải cử tội mà thành trọng tội."

Nếu nghe theo lời thì tốt, bằng không, tác pháp yết-ma lần thứ ba xong, phạm ba-la-di.

Sau khi tác bạch và yết ma lần thứ hai, yết-ma xong mà bỏ, phạm ba thâu-lan-giá. Sau khi tác bạch và yết-ma lần thứ nhất xong mà bỏ, phạm hai thâu-lan-giá. Tác bạch xong mà bỏ, phạm một thâu-lan-giá. Nếu tác bạch chưa xong mà bỏ, phạm đột-kiết-la. Trước khi chưa bạch, thuận theo tỳ-kheo bị cử tất cả đều phạm đột-kiết-la.[53]

Nếu khi Tăng tác pháp quở trách tỳ-kheo-ni mà có tỳ-kheo khuyến khích: "Cô đừng bỏ!" Sau khi Tăng tác pháp quở trách xong, tỳ-kheo ấy phạm thâu-lan-giá. Nếu Tăng không tác pháp quở trách, tỳ kheo ấy phạm đột-kiết-la.

Nếu, tỳ-kheo-ni xúi: "Đừng bỏ!" Sau khi Tăng tác pháp quở trách xong, tỳ-kheo-ni ấy phạm thâu-lan-giá. Tăng không tác pháp quở trách, tỳ-kheo-ni ấy phạm đột-kiết-la.

Trừ tỳ-kheo, tỳ-kheo-ni, người khác bảo: "Đừng bỏ!" Tăng đã quở trách hay chưa quở trách, thảy đều phạm đột-kiết-la.

Tỳ-kheo, đột-kiết-la. Thức-xoa-ma-na, sa-di, sa-di-ni, đột-kiết-la. Đó gọi là phạm.

Sự không phạm: khi bắt đầu can gián liền bỏ; phi pháp biệt chúng, phi pháp hòa hợp chúng, pháp biệt chúng, tợ pháp biệt chúng, tợ pháp hòa hợp chúng, khác với pháp, khác với tỳ-ni, khác với lời Phật dạy; tất cả trước khi chưa tác pháp quở trách, thảy đều không phạm.

Người không phạm: phạm lần đầu tiên khi chưa chế giới; si cuồng, loạn tâm, thống não bức bách.

---

[53] *Thập tụng:* đối với tỳ-kheo bị Tăng xả trí, Tăng tỳ-kheo-ni tác yết-ma không cung kính: tỳ-kheo-ni sẽ không lễ bái, không cúng dường, không nói chuyện với tỳ-kheo ấy.

CHƯƠNG II
TĂNG-GIÀ-BÀ-THI-SA[1]

I. Mai mối*

a. Duyên khởi

[718b2] Một thời, đức Thế Tôn ở trong núi Kỳ-xà-quật, tại thành La-duyệt. Bấy giờ, Thế Tôn vì nhân duyên này[2] tập hợp Tăng tỳ-kheo, bảo các tỳ-kheo:

"Từ nay trở đi, Ta vì tỳ-kheo-ni kết giới, gồm mười cú nghĩa, *cho đến câu chánh pháp tồn tại lâu dài.* Muốn nói giới nên nói như vầy:

b. Giới văn

Tỳ-kheo-ni nào làm mai mối, đem lời người nam nói với người nữ, đem lời người nữ nói với người nam; hoặc để thành việc vợ chồng, hoặc vì việc tư thông, cho đến chỉ trong chốc lát. Tỳ-kheo-ni này phạm pháp lần đầu, tăng-già-bà-thi-sa, cần phải xả trí.[3]

---

[1] *Tứ phần, Ngũ phần*: 17 điều, trong đó, 7 thông giới. *Tăng-kỳ*: 19 điều, 6 thông giới. *Căn bản*: 20 điều. *Thập tụng*, Pāli, 17 điều, trong đó 7 thông giới, đều không có giới văn của các thông giới.

[2] Thông giới, duyên khởi, xem Phần I, Ch.ii, tăng-già-bà-thi-sa 5.

[3] Hán: phạm sơ pháp ưng xả tăng-già-bà-thi-sa 犯初法應捨僧伽婆尸沙. *Ngũ phần*: sơ phạm tăng-già-bà-thi-sa khả hối quá 初犯僧伽婆尸沙可悔過. *Tăng-kỳ*: thị pháp sơ tội tăng-già-bà-thi-sa 是法初罪僧伽婆尸沙. *Thập tụng*: thị pháp sơ phạm tăng-già-bà-thi-sa khả hối quá 是法初犯僧伽婆尸沙可悔過. Vin. i. 224: *ayaṃ bhikkhunī paṭhamāpattikaṃ dhammaṃ*

II. Vô căn báng*

a. Duyên khởi

Một thời, đức Thế Tôn ở trong núi Kỳ-xà-quật, tại thành La-duyệt. Bấy giờ, Thế Tôn vì nhân duyên này[4] tập hợp Tăng tỳ-kheo, bảo các tỳ-kheo:

"Từ nay trở đi, Ta vì các tỳ-kheo-ni kết giới, gồm mười cú nghĩa, *cho đến câu* chánh pháp tồn tại lâu dài. Muốn nói giới nên nói như vầy:

b. Giới văn

Tỳ-kheo-ni nào vì giận hờn, không hoan hỷ,[5] vu khống bằng pháp ba-la-di không căn cứ, muốn hủy hoại đời sống thanh tịnh của vị kia. Về sau, dù bị cật vấn hay không bị cật vấn, sự việc ấy được biết là không căn cứ, tỳ-kheo-ni này nói rằng: 'Tôi vì thù hận nên nói như vậy.' Tỳ-kheo-ni này phạm pháp lần đầu, tăng-già-bà-thi-sa, cần phải xả trí."

III. Giả căn báng*

a. Duyên khởi

Một thời, đức Thế Tôn ở trong núi Kỳ-xà-quật, tại thành La-duyệt. Bấy giờ, đức Thế Tôn vì nhân duyên này[6] tập hợp Tăng tỳ-kheo bảo các tỳ-kheo:

"Từ nay trở đi, Ta vì các Tỳ-kheo-ni kết giới, gồm mười cú nghĩa *cho đến câu* chánh pháp tồn tại lâu dài. Muốn nói giới nên nói như vầy:

āpannā nissāraṇīyaṃ saṅghā-disesaṃ, "tỳ-kheo-ni này phạm pháp lần thứ nhất, tăng-già-bà-thi-sa, cần phải bị xả ly." Nghĩa là, ngay khi vi phạm lần đầu, tức thành tăng-già-bà-thi-sa với hình phạt là bị cách ly với Tăng (*saṅghamhā nissāriyati*) mà không kinh qua sự khuyến cáo (*asamanubhāsaṇāya*).

[4] Duyên khởi, xem Phần I, Ch. ii, tăng-già-bà-thi-sa 8.

[5] Nên thêm văn: "đối với tỳ-kheo-ni không phạm ba-la-di mà (vu khống)."
Xem giới văn trong thông giới tỳ-kheo.

[6] Duyên khởi, xem Phần I, Ch.ii, tăng-già-bà-thi-sa 9.

b. Giới văn

Tỳ-kheo-ni nào vì giận hờn, không hoan hỷ, dựa vào tiểu tiết trong phần sự khác, đối với tỳ-kheo-ni không phải là ba-la-di mà vu khống bằng pháp ba-la-di không căn cứ, muốn hủy hoại đời sống thanh tịnh của vị ấy. Về sau, dù bị cật vấn hay không bị cật vấn, sự việc ấy được biết là dựa lấy tiểu tiết trong phần sự khác, tỳ-kheo-ni này tự nói rằng: 'Tôi vì thù hận nên nói như vậy.' Tỳ-kheo-ni này phạm pháp lần đầu, tăng-già-bà-thi-sa, cần phải xả trí."

IV. Tố tụng[7]

a. Duyên khởi

Một thời, đức Thế Tôn ở trong vườn Cấp cô độc, rừng cây Kỳ-đà, tại nước Xá-vệ. Bấy giờ, có tỳ-kheo-ni sống ở nơi a-lan-nhã. Nơi đó, có một cư sĩ cất tinh xá, cúng dường cho Tăng tỳ-kheo-ni ở.

Sau đó một thời gian, có việc xấu xảy ra cho tỳ-kheo-ni nơi trú xứ a-lan-nhã. Các tỳ-kheo-ni bỏ tinh xá này đi. Khi cư sĩ qua đời, người con của cư sĩ đến cày đất nơi tinh xá. Các **[718c]** tỳ-kheo-ni thấy vậy, nói:

"Đất này của chúng Tăng, ông chớ cày."

Con của cư sĩ trả lời:

"Đúng vậy! Khi cha tôi còn sinh tiền, làm tinh xá này cúng cho Tăng tỳ-kheo-ni. Tăng tỳ-kheo-ni bỏ đi. Cha tôi qua đời. Nay tôi cày để trồng trọt, chứ để bỏ đất không hay sao?"

Con của cư sĩ nói như vậy rồi cứ tiếp tục cày. Tỳ-kheo-ni đến quan đoán sự thưa kiện.

Bấy giờ, các quan đoán sự liền kêu con của cư sĩ đến. Y theo pháp luật quyết đoán, tịch thâu tài sản của con cư sĩ nhập vào nhà quan.

Các tỳ-kheo-ni nghe, trong đó có vị thiểu dục tri túc, sống hạnh đầu-đà, ưa học giới, biết tàm quý, hiềm trách tỳ-kheo-ni kia:

---

[7] *Ngũ phần*, tăng-già-bà-thi-sa 7. *Tăng-kỳ*: tăng-già-bà-thi-sa 4. *Thập tụng*: tăng-già-bà-thi-sa 7. Pāli, biệt giới 1.

"Tỳ-kheo-ni sao lại đến nhà quan thưa kiện con của cư sĩ, khiến cho nhà quan tịch thâu tài sản của họ?"

Các tỳ-kheo-ni bạch với các tỳ-kheo, các tỳ-kheo đến bạch lên đức Phật. Đức Phật vì nhân duyên này tập hợp Tăng tỳ-kheo,[8] quở trách tỳ-kheo-ni kia:

"Việc cô làm là sai quấy, chẳng phải oai nghi, chẳng phải pháp sa-môn, chẳng phải tịnh hạnh, chẳng phải hạnh tùy thuận, làm điều không nên làm. Tỳ-kheo-ni sao lại đến cửa quan kiện thưa?"

Đức Thế Tôn bằng vô số phương tiện quở trách tỳ-kheo-ni kia, rồi bảo các tỳ-kheo:

"Tỳ-kheo-ni này là nơi trồng nhiều giống hữu lậu, là kẻ phạm giới này đầu tiên. Từ nay trở đi, Ta vì các tỳ-kheo-ni kết giới, gồm mười cú nghĩa, *cho đến câu* chánh pháp tồn tại lâu dài. Muốn nói giới nên nói như vầy:

Tỳ-kheo-ni nào thưa kiện người, hoặc cư sĩ, con cư sĩ, hoặc kẻ tôi tớ, người làm thuê, hoặc ngày, hoặc đêm, hay trong một niệm, trong cái búng ngón tay, hay trong chốc lát; tỳ-kheo-ni này phạm pháp lần đầu, tăng-già-bà-thi-sa, cần phải xả trí."

Thế Tôn, vì tỳ-kheo-ni kết giới như vậy. Bấy giờ, có người vợ nhỏ[9] của vua Ba-tư-nặc nước Câu-tát-la, làm một tinh xá cúng cho tỳ-kheo-ni. Tỳ-kheo-ni kia nhận ở một thời gian, sau đó bỏ đi du hành trong nhân gian. Vợ nhỏ của vua, nghe tỳ-kheo-ni bỏ tinh xá, du hành trong nhân gian, vội đem tinh xá này chuyển cúng cho nữ phạm-chí. Tỳ-kheo-ni kia nghe, nghĩ rằng: "Ta vừa đi vắng, đã vội đem tinh xá của ta cúng cho người khác." Tỳ-kheo-ni liền trở về lại tinh xá, nói với nữ phạm-chí:

"Cô phải dọn đi! Tại sao ở tinh xá của tôi?"

Nữ phạm-chí kia nói:

"Tinh xá này vốn là của cô thật! Thí chủ đã xây cất cho cô, nhưng cô bỏ đi du hành trong nhân gian, thí chủ đó đã đem cúng cho tôi rồi. Bây giờ tôi không thể bỏ đi."

---

[8] *Ngũ phần*: tập hai bộ Tăng.

[9] Tiểu phụ 小婦.

Tỳ-kheo-ni kia giận, xô kéo, bảo nữ phạm-chí ra.

[719a] Bấy giờ, nữ phạm-chí đến quan đoán sự thưa. Các quan đoán sự kêu tỳ-kheo-ni đến. Tỳ-kheo-ni nghi, không dám đến, tự nghĩ: "Thế Tôn chế giới, không được đến cửa quan kiện tụng."

Các tỳ-kheo-ni bạch với các tỳ-kheo. Các tỳ-kheo đến bạch với đức Thế Tôn. Đức Thế Tôn bảo các tỳ-kheo:

"Từ nay trở đi, nếu có quan kêu thì phải đến."

Tỳ-kheo-ni liền đến chỗ quan đoán sự. Các quan đoán sự hỏi:

"A-di! Sự việc ấy thế nào? Cứ nói rõ ràng."

Tỳ-kheo-ni kia trả lời:

"Tất cả đất đai đều thuộc về nhà vua. Gia sự thuộc về cư sĩ. Phòng xá thuộc thí chủ. Giường ghế, ngọa cụ cũng vậy. Sửa sang phòng xá làm chỗ cơ ngơi cho chúng Tăng được nhiều phước. Tại sao vậy? Do thí chủ cúng, tôi được cư trú."

Các quan đoán sự vặn nói:

"Như A-di nói, 'Tất cả đất đai đều thuộc về nhà vua. Gia sự thuộc về cư sĩ. Phòng xá thuộc thí chủ. Giường ghế, ngọa cụ cũng vậy. Sửa sang phòng xá làm chỗ cơ ngơi cho chúng Tăng được nhiều phước. Tại sao vậy? Do thí chủ cúng, tôi được cư trú.' Nay tinh xá này nên giao cho nữ phạm-chí ở."

Các tỳ-kheo đến bạch với đức Thế Tôn. Đức Thế Tôn bảo các tỳ-kheo:

"Tỳ-kheo-ni này không khéo nói. Quan đoán sự cũng không khéo giải quyết. Tại sao vậy? Lần thí trước là như pháp, lần thí sau là phi pháp."

Vua Ba-tư-nặc nghe tỳ-kheo-ni nói như vậy, các quan đoán sự giải quyết như vậy, đức Thế Tôn giảng như vậy. Nhà vua phạt các quan đoán sự, tất cả tài sản nhập vào ngân khố nhà vua.

Các tỳ-kheo nghe, đến bạch đức Thế Tôn. Đức Thế Tôn bảo các tỳ-kheo:

"Từ nay trở đi, nên nói giới như vầy:

b. Giới văn

Tỳ-kheo-ni nào đến quan thưa kiện[10] với cư sĩ, con cư sĩ, kẻ tôi tớ, người làm thuê,[11] hoặc ngày hoặc đêm, hay trong khoảnh khắc, trong cái búng ngón tay, hay trong chốc lát;[12] tỳ-kheo-ni này phạm pháp lần đầu, tăng-già-bà-thi-sa, phải bị xả trí."

c. Thích nghĩa

Tỳ-kheo-ni: nghĩa như trước.

Thưa kiện nhau: đến cửa quan cùng nhau tranh cãi ngay, gian.

Cư sĩ: người không xuất gia.

Con: do cư sĩ sanh ra.

Tôi tớ: hoặc thuê mướn hay do trong nhà sanh ra.

Người làm thuê: trả tiền bảo họ làm.

Nữ phạm-chí:[13] kẻ nữ xuất gia ngoài pháp này.

d. Tướng phạm

Nếu tỳ-kheo-ni kiện thưa người khác, hoặc cư sĩ, hoặc con cư sĩ, hoặc tôi tớ, hoặc người làm thuê, hoặc ngày đêm, hoặc trong khoảnh khắc, hay trong cái búng ngón tay, hoặc trong chốc lát. Như nữ phạm-chí đến cửa quan trình bày sự việc này. Quan đoán sự hạ thủ **[719b]** phê án, ni phạm tăng-già-bà-thi-sa. Chỉ nói miệng mà không ghi thành danh tự, ni phạm thâu-lan-giá.

---

[10] Hán: tương ngôn 相言. *Ngũ phần:* ngôn nhân 言人. *Tăng-kỳ:* tranh tụng tương ngôn 諍訟相言. *Thập tụng:* thị thế ngôn nhân 恃勢言人. Pāli: *ussaya-ādika,* kiện cáo.

[11] Pāli, thêm: *antamaso samaṇaparibbājakenāpi,* cho đến sa-môn du sĩ (xuất gia ngoại đạo). *Tăng-kỳ:* hoặc người tục, hoặc xuất gia.

[12] "Hoặc ngày, hoặc đêm.." *Tăng-kỳ:* hoặc ngày, hoặc đêm, hoặc chốc lát. Các bộ khác không có các chi tiết thời gian này.

[13] Phiên âm (không phải dịch nghĩa) từ tương đương, Pāli: *paribbājikā,* nữ xuất gia (ngoại đạo).

Tỳ-kheo, đột-kiết-la. Thức-xoa-ma-na, sa-di, sa-di-ni, đột-kiết-la. Đó gọi là phạm.

Sự không phạm: hoặc bị kêu; hoặc có việc cần đến tâu; hoặc bị cường lực bắt đi, hoặc bị trói dẫn đến, hoặc mạng nạn, phạm hạnh nạn; tuy miệng nói mà không báo cáo với quan thì không phạm.

Người không phạm: phạm lần đầu tiên khi chưa chế giới; si cuồng, loạn tâm, thống não bức bách.

V. Độ nữ tặc[14]

a. Duyên khởi

Một thời, đức Thế Tôn ở trên lầu gác bên sông Di hầu tại Tỳ-xá-ly. Bấy giờ, những người phụ nữ dòng Ly-xa ra ngoài dạo chơi. Trong đám đông đó có nữ tặc trà trộn cùng đi, đợi lúc vui đùa, trộm lấy của cải rồi tẩu thoát.

Bấy giờ, các phụ nữ sai người đến báo cáo với Ly-xa:

"Ở đây có bọn tặc nữ lấy của cải của chúng tôi đào thoát, yêu cầu vì chúng tôi tầm nã."

Các Ly-xa sai người tầm nã, nếu bắt được thì giết liền. Nữ tặc nghe tin bị người tầm nã, nếu bắt được thì giết liền, nên bỏ Tỳ-xá-ly trốn thoát đến thành Vương-xá, vào trong Tăng-già-lam nơi ni chúng ở, thưa với các ni rằng:

"Con có tín tâm, muốn xuất gia."

Các ni nghe vậy, liền độ cho xuất gia, thọ giới cụ túc.

Bấy giờ, các Ly-xa nghe nữ tặc trốn thoát đến thành Vương-xá, liền đến báo cáo với Bình-sa vương nước Ma-kiệt:

"Có nữ tặc lấy của cải của phụ nữ tôi trốn thoát đến đây, yêu cầu vua vì tôi tầm nã cho."

---

14 *Ngũ phần*, tăng-già-bà-thi-sa 5. *Tăng-kỳ*: tăng-già-bà-thi-sa 8. *Thập tụng*: tăng-già-bà-thi-sa 8. *Căn bản*: tăng-già-bà-thi-sa 10. Pāli, biệt giới 2.

Bình-sa vương liền ra lệnh cho tả hữu tra xét để bắt. Các quan tả hữu tâu với nhà vua:

"Có một nữ tặc đang ở trong Tăng-già-lam của ni, xuất gia học đạo."

Khi Bình-sa vương nghe, có một nữ tặc đến đây, và tỳ-kheo-ni đã độ cho xuất gia học đạo, liền gởi tín sứ cho Ly-xa, nói rằng:

"Tôi nghe có một nữ tặc đang ở trong Tăng-già-lam của ni, nhưng đã xuất gia học đạo. Tôi không thể nói được."

Các Ly-xa cùng nhau cơ hiềm:

"Các tỳ-kheo-ni không biết hổ thẹn. Họ đều là nữ tặc. Bên ngoài tự xưng, 'Tôi biết chánh pháp.' Tại sao nữ tặc có tội đáng chết, mọi người đều biết, mà họ cho xuất gia thọ giới cụ túc. Như vậy có gì là chánh pháp?"

Các tỳ-kheo-ni nghe, trong đó có vị thiểu dục tri túc, sống hạnh đầu-đà, ưa học giới, biết hổ thẹn, hiềm trách tỳ-kheo-ni kia:

"Tại sao cô độ nữ tặc xuất gia hành đạo?"

Các tỳ-kheo-ni bạch với các tỳ-kheo. **[719c]** Các tỳ-kheo đến bạch đức Thế Tôn. Đức Thế Tôn vì nhân duyên này tập hợp các tỳ-kheo, quở trách tỳ-kheo-ni kia:

"Việc cô làm là sai quấy, chẳng phải oai nghi, chẳng phải pháp sa-môn, chẳng phải hạnh thanh tịnh, chẳng phải hạnh tùy thuận, làm điều không nên làm. Tại sao biết là nữ tặc mà độ cho xuất gia thọ giới cụ túc?"

Đức Thế Tôn bằng vô số phương tiện quở trách tỳ-kheo-ni kia, rồi bảo các tỳ-kheo:

"Tỳ-kheo-ni này là nơi trồng nhiều giống hữu lậu, là kẻ phạm giới này đầu tiên. Từ nay trở đi, Ta vì các tỳ-kheo-ni kết giới, gồm mười cú nghĩa, *cho đến câu* chánh pháp tồn tại lâu dài. Muốn nói giới nên nói như vầy:

Tỳ-kheo-ni nào, nữ tặc phạm tội đáng chết, mọi người đều biết, mà độ cho xuất gia, thọ giới cụ túc; tỳ-kheo-ni phạm pháp này lần đầu, tăng-già-bà-thi-sa, cần phải xả trí."

Thế Tôn vì các tỳ-kheo-ni kết giới như vậy. Có người làm giặc trong thành rồi ra ngoài thôn. Ngoài thôn làm giặc rồi vào trong thành. Bấy giờ, các tỳ-kheo-ni không biết họ là giặc hay không phải giặc, tội đáng chết hay không đáng chết, người biết hay không biết. Sau mới biết họ là giặc phạm tội đáng chết, có người biết, nên nói là phạm tăng-già-bà-thi-sa, hoặc nghi. Đức Phật dạy:

"Không biết thì không phạm. Từ nay trở đi nên nói giới như vầy:

b. Giới văn

Tỳ-kheo-ni nào đã biết là nữ tặc, tội đáng chết, mọi người đều biết,[15] *mà không hỏi đại thần của vua, không hỏi dòng họ,*[16] *lại độ cho xuất gia thọ giới cụ túc; tỳ-kheo-ni phạm pháp này lần đầu, tăng-già-bà-thi-sa, cần phải xả trí."*

c. Thích nghĩa

Tỳ-kheo-ni: nghĩa như trước.

Tặc (cướp):[17] trộm năm tiền hoặc trên năm tiền.

Đáng chết: tức bị xử vào tội chết.

Nhiều người biết:[18] vua biết, đại thần biết, nhân dân biết.

Vua: không nương vào người để có ăn.

Đại thần: nhận địa vị quan trọng của nhà vua, giúp quản lý việc nước.

---

[15] Pāli: *corim vajjham viditam.*

[16] Pāli, Vin. 226, "Chưa được phép của vua, của Tăng (*sangha*), của cộng đồng (*gana*), của hội đoàn (*seṇi*), trừ phi hợp pháp (*kappā*)." *Tăng-kỳ:* chủ chưa cho. *Ngũ phần:* chủ chưa cho, trừ trước đó đã xuất gia. *Thập tụng:* vua và chúng sát-lợi chưa hủy án tử.

[17] Pāli: *corī,* nữ tặc. Phân biệt ăn trộm (*adinnadāna:* bất dữ thủ, lấy trộm vật dưới 5 *māsaka*), và trộm cướp (*cora*), trộm vật có giá trên 5 *māsaka*.

[18] Pāli: *viditā: aññehi manussehi ñātā hoti, esā vajjhā' ti,* tội chết đã được công bố, mọi người đều biết "Người này đáng bị giết."

Dòng họ:[19] Xá-di,[20] Câu-ly,[21] Di-ninh,[22] Bạt-kỳ,[23] Mãn-la,[24] Tô-ma.[25]

d. Tướng phạm

Tỳ-kheo-ni kia biết tặc nữ, tội đáng chết, nhiều người biết, không hỏi[26] đại thần của vua, dòng họ, liền độ cho học đạo, ba phen yết-ma xong, Hòa-thượng ni phạm tăng-già-bà-thi-sa; hai phen yết-ma xong, phạm ba thâu-lan-giá; yết-ma lần đầu xong, phạm hai thâu-lan-giá; bạch xong, phạm một thâu-lan-giá; nếu bạch chưa xong, phạm đột-kiết-la. Trước khi chưa bạch, nếu có cạo tóc, hoặc cho xuất gia, cho thọ giới, tập hợp chúng Tăng, tất cả đều phạm đột-kiết-la, đủ chúng cũng phạm đột-kiết-la.

Tỳ-kheo, phạm đột-kiết-la. Thức-xoa-ma-na, sa-di, **[720a]** sa-di-ni, đột-kiết-la. Đó gọi là phạm.

Sự không phạm: hoặc không biết; hoặc có tâu với vua, đại thần, dòng họ. Hoặc tội đáng chết, vua cho xuất gia. Hoặc có tội (quan tha) cho xuất

---

[19] Pāli, chi tiết: (được hứa khả bởi) Tăng tức tỳ-kheo-ni Tăng (*saṅgho nāma bhikkhunisaṅgho vuccatī*); bởi cộng đồng (*gaṇo:* chúng hay chúng hội); bởi hội đoàn (*pūgo:* đoàn thể), tập đoàn (*seṇi*); và chưa được miễn tội (*aññatra kappā*)

[20] Xá-di 舍夷: xem cht. đề-xá-ni 4; cht. Ch. xvii, Phần III.

[21] Câu-ly 拘離: xem cht. 15, đề-xá-ni 4.

[22] Di-ninh 彌寧: *Phiên Phạn ngữ* 6, T54n2130, tr.1027b5: Di-ninh còn gọi là Di-na 彌那. Có thể Di-ninh là tên nước Di-ni 彌尼國 (*Maineya*). Xem cht. tăng-già-bà-thi-sa 10, Phần I. Sanskrit dict. (*Monier-Williams*): *maineya,* tên người.

[23] Bạt-kỳ 跋耆: Skt. *Vṛji*, Pāli: *Vajjī* tên một bộ tộc, cũng là vương quốc thời Phật, địa danh nước Tỳ-xá-ly (*Vaiśālī*). Vị trí hiện nay *Vraja* hay *Braj*, phía tây Delhi và Agra. (xem thêm cht. Ch. vi, Phần III).

[24] Mãn-la 滿羅, Pāli: *Mallā, Phiên Phạn ngữ* 8, T54n2130, tr.1035a24: Mãn-la hay gọi là Mạt-la 末羅, dịch là lực, hay họ. *Trường A-hàm* 5, T01n1, tr.34, b20: Mạt-la, một trong 16 nước lớn thời Phật.

[25] Tô-ma: xem cht. ni-tát-kỳ 21, Phần I.

[26] Không hỏi: không xin phép. Pāli: *apaloketabbo,* chưa được sự hứa khả (của...).

gia; trong trường hợp giam cầm rồi phóng thích cho đi xuất gia. Hoặc cầu cứu khiến được thoát khỏi. Thảy đều không phạm.

Người không phạm: phạm lần đầu tiên khi chưa chế giới; si cuồng, loạn tâm, thống não bức bách.

VI. Tự ý giải tội[27]

a. Duyên khởi

Một thời, đức Thế Tôn ở trong vườn Cấp cô độc, rừng cây Kỳ-đà, tại nước Xá-vệ. Bấy giờ, Tỳ-kheo-ni Úy-thứ[28] bị Tăng cử tội, như pháp, như luật, như lời Phật dạy, mà cô ấy không tùy thuận, có tội mà không sám hối, Tăng chưa tác pháp cho ở chung, mà Tỳ-kheo-ni Thâu-la-nan-đà không bạch với ni Tăng, ni Tăng không sai khiến, vội tự ý ra ngoài giới tác pháp yết-ma giải tội cho Úy-thứ.

Các tỳ-kheo-ni nghe, trong đó có vị thiểu dục tri túc, sống hạnh đầu-đà, ưa học giới, biết hổ thẹn, quở trách Tỳ-kheo-ni Thâu-la-nan-đà rằng:

"Tại sao, ni Tăng như pháp, như luật, như lời Phật dạy, cử tội Tỳ-kheo-ni Úy-thứ, mà cô ấy không tùy thuận, có tội không sám hối, Tăng chưa tác pháp ở chung, ni Tăng không sai khiến, mà cô vội tự ý ra ngoài cương giới, giải tội cho cô ấy?"

Các tỳ-kheo-ni bạch với các tỳ-kheo. Các tỳ-kheo đến bạch lên đức Thế Tôn. Đức Thế Tôn vì nhân duyên này tập hợp các tỳ-kheo, quở trách Thâu-la-nan-đà:

---

[27] *Ngũ phần*, tăng-già-bà-thi-sa 6. *Tăng-kỳ*: tăng-già-bà-thi-sa 8. *Thập tụng*: tăng-già-bà-thi-sa 10. *Căn bản*: tăng-già-bà-thi-sa 12. Pāli, biệt giới 4.

[28] Xem Ch. i, ba-la-di 8. *Thập tụng* 43 (tr.310b19): Tỳ-kheo-ni Xiển-đề 闡提, em gái của Xa-nặc, tính ngang ngược, bị các tỳ-kheo-ni tác yết-ma bất kiến tẫn (bị xả trí vì ngoan cố không nhận tội). Mẹ là Tỳ-kheo-ni Ưu-bà-hòa 憂婆和, vốn là người đoán sự của Tăng, tự ý ra ngoài giới tác pháp giải tội. Pāli, Vin. iv. 231: Tỳ-kheo-ni *Caṇḍakālī* bị các tỳ-kheo xả trí vì không nhận tội (*āpattiyā adassane ukkhipi*). Tỳ-kheo-ni *Thullanandā* tự ý tập hợp tỳ-kheo-ni giải tội cho *Caṇḍakalī*.

"Việc cô làm là sai quấy, chẳng phải oai nghi, chẳng phải pháp sa-môn, chẳng phải hạnh thanh tịnh, chẳng phải hạnh tùy thuận, làm điều không nên làm. Thâu-la-nan-đà! Tại sao, ni Tăng như pháp, như luật, như lời Phật dạy cử tội Tỳ-kheo-ni Úy-thứ, cô ấy không tùy thuận, có tội không sám hối, Tăng chưa tác pháp cho phép ở chung, ni Tăng không sai khiến, mà cô vội tự ý ra ngoài cương giới tác pháp yết-ma giải tội cho cô ấy?"

Đức Thế Tôn bảo các tỳ-kheo:

"Thâu-la-nan-đà là nơi trồng nhiều giống hữu lậu, là người đầu tiên phạm giới này. Từ nay trở đi, Ta vì tỳ-kheo-ni kết giới, gồm mười cú nghĩa *cho đến câu* chánh pháp tồn tại lâu dài. Muốn nói giới nên nói như vầy:

b. Giới văn

Tỳ-kheo-ni nào biết tỳ-kheo-ni kia bị Tăng cử tội,[29] *như pháp, như luật, như lời Phật dạy, mà không tùy thuận, chưa sám hối, Tăng chưa tác pháp yết-ma cho phép ở chung; vì thân ái,*[30] *không hỏi Tăng, Tăng không sai bảo, ra ngoài giới tác yết-ma giải tội; tỳ-kheo-ni phạm pháp này lần đầu, tăng-già-bà-thi-sa, cần phải xả trí.*"

c. Thích nghĩa

Tỳ-kheo-ni: [720b] nghĩa như trước.

Tăng: nghĩa cũng như trước.

Cử tội: Tăng bạch tứ yết-ma để cử.

Pháp: như pháp, như luật, như lời Phật dạy.

Không tùy thuận: không tuân hành theo pháp trị tội do Phật chế.

Chưa sám hối: có tội mà không hướng đến người nói lên sự ăn năn.

Chưa tác pháp cho phép ở chung: bị Tăng cử tội, chưa được giải tội.

---

[29] Pāli: *saṅghena ukkhittaṃ,* bị Tăng xả trí.
[30] Vị ái cố 為愛故. Các bộ không có chi tiết này.

d. Tướng phạm

Vì thân ái nhau nên không hỏi Tăng, Tăng không sai khiến, ra ngoài giới tác yết-ma giải tội, ba phen yết-ma xong, tăng-già-bà-thi-sa; bạch nhị yết-ma xong, ba thâu-lan-giá; bạch nhất yết-ma xong, hai thâu-lan-giá; bạch xong, một thâu-lan-giá; bạch chưa xong, đột-kiết-la; trước khi chưa bạch, tập chúng, đủ chúng, tất cả đều đột-kiết-la.

Tỳ-kheo, đột-kiết-la. Thức-xoa-ma-na, sa-di, sa-di-ni, đột-kiết-la. Đó gọi là phạm.

Sự không phạm: có bạch với chúng Tăng, hoặc được Tăng sai khiến; hoặc phạm nhân hạ ý[31] sám bổn tội. Hoặc Tăng vì giận hờn nên không giải tội cho người kia, thì giải mà không phạm. Hoặc trước đó Tăng tác pháp yết-ma rồi, Tăng này di chuyển, hoặc chết; hoặc đi xa, thôi tu; hay bị giặc bắt dẫn đi, hoặc bị nước cuốn trôi; bấy giờ giải tội cho, không phạm.

Người không phạm: phạm lần đầu tiên khi chưa chế giới; si cuồng, loạn tâm, thống não bức bách.

VII. Độc hành[32]

a. Duyên khởi

1. Một thời, đức Thế Tôn ở trong vườn Cấp cô độc, rừng cây Kỳ-đà, tại nước Xá-vệ. Bấy giờ, có tỳ-kheo-ni một mình vén cao y lội qua sông, từ bờ bên này đến bờ bên kia. Tỳ-kheo-ni này lại có nhan sắc xinh đẹp.

Khi ấy, có một kẻ giặc để ý, chờ cô ni kia lội qua sông xong, liền ôm lấy và quấy rối. Các cư sĩ thấy, cùng nhau cơ hiềm rằng:

"Tỳ-kheo-ni này không biết tàm quý, hành pháp bất tịnh. Bên ngoài tự xưng, 'Tôi biết chánh pháp' mà một mình vén y cao, lội qua sông như dâm nữ không khác. Như vậy có gì là chánh pháp?"

---

[31] Hạ ý 下意, Pāli: *Paṭisāraniya*, thật lòng sám hối, xin lỗi, xin xá miễn.

[32] Pāli, Tăng tàn biệt giới 3. *Ngũ phần:* tăng-già-bà-thi-sa 6. *Tăng-kỳ:* 9. *Thập tụng:* tăng-già-bà-thi-sa 6, phân thành 4 khoản nhỏ cho 4 sự kiện. *Căn bản:* tăng-già-bà-thi-sa 6, 7, 8, 9 (gồm 4 điều).

2. Bấy giờ, Tỳ-kheo-ni Sai-ma có nhiều đệ tử. Cách Tăng-già-lam không xa, có một thôn xóm quen biết. Vì việc cần, nên bỏ chúng, một mình vào thôn. Các cư sĩ thấy, bảo nhau:

"Tỳ-kheo-ni Sai-ma này một mình đi vào thôn là muốn kiếm đàn ông."

3. Tỳ-kheo-ni kia một mình nghỉ đêm lại nơi thôn, không trở về. Các cư sĩ lại nói:

"Sở dĩ cô ni ngủ lại thôn một mình, chính là cần đàn ông."

4. Bấy giờ, có nhóm sáu tỳ-kheo-ni và Thâu-la-nan-đà cùng số đông tỳ-kheo-ni hay đi trên đường giữa Câu-tát-la và Khoáng-dã. Nhóm sáu tỳ-kheo-ni và [720c] Tỳ-kheo-ni Thâu-la-nan-đà thường một mình đi sau chót. Các tỳ-kheo-ni thấy vậy, nói:

"Này các cô, sao các cô không đi chung với chúng tôi, mà cứ đi sau?"

Nhóm sáu tỳ-kheo-ni trả lời:

"Các cô cứ đi theo đường của các cô. Chuyện gì các cô can dự đến việc của chúng tôi?"

Các tỳ-kheo-ni nói:

"Các cô không nghe đức Phật kết giới, phải đi chung với bạn đồng hành hay sao?"

Nhóm sáu tỳ-kheo-ni và Thâu-la-nan-đà hỏi lại:

"Các cô không biết tôi chăng?"

Các tỳ-kheo-ni nói:

"Không biết."

Thâu-la-nan-đà nói:

"Sở dĩ chúng tôi đi sau là muốn gặp đàn ông!"

Các tỳ-kheo-ni nghe thế, trong đó có vị thiểu dục tri túc, sống hạnh đầu-đà, ưa học giới, biết tàm quý, hiềm trách những tỳ-kheo-ni kia:

"Sao tỳ-kheo-ni lại vén cao y một mình lội qua sông? Vào trong thôn một mình? Ngủ lại đêm một mình? Cùng với bạn đi, lại một mình đi sau?"

Các tỳ-kheo-ni bạch với các tỳ-kheo. Các tỳ-kheo đến bạch lên đức Thế Tôn. Đức Thế Tôn vì nhân duyên này tập hợp Tăng tỳ-kheo, bằng vô số phương tiện quở trách những tỳ-kheo-ni kia rằng:

"Việc các cô làm là sai quấy, chẳng phải oai nghi, chẳng phải pháp sa-môn, chẳng phải hạnh thanh tịnh, chẳng phải hạnh tùy thuận, làm điều không nên làm. Sao tỳ-kheo-ni lại một mình vén cao y lội qua sông? Một mình đi vào thôn xóm? Một mình ngủ lại đêm? Cùng với bạn đi, lại đi sau một mình?"

Đức Thế Tôn bằng vô số phương tiện quở trách những tỳ-kheo-ni kia, rồi bảo các tỳ-kheo:

"Các tỳ-kheo-ni này là nơi trồng nhiều giống hữu lậu, là kẻ phạm giới này đầu tiên. Từ nay trở đi, Ta vì các tỳ-kheo-ni kết giới, gồm mười cú nghĩa, *cho đến câu* chánh pháp tồn tại lâu dài. Muốn nói giới nên nói như vầy:

b. Giới văn

Tỳ-kheo-ni nào lội qua nước một mình, vào xóm một mình, ngủ đêm một mình, đi sau một mình;[33] ***tỳ-kheo-ni phạm pháp này lần đầu, tăng-già-bà-thi-sa, cần phải xả trí.***"

c. Thích nghĩa

Tỳ-kheo-ni: nghĩa như trước.

Nước: nước sông, một mình không nên lội qua.

d. Tướng phạm

1. Tỳ-kheo-ni kia nên tìm tỳ-kheo-ni cùng lội. Tỳ-kheo-ni nên từ từ vén y khi xuống nước, đợi bạn. Tỳ-kheo-ni đi trước vội vàng lội xuống nước, khiến cho bạn không đi kịp, tăng-già-bà-thi-sa. Khi xuống nước, tùy theo mức nước sâu cạn mà vén y lên, đợi bạn đi sau. Nếu vội vàng xuống nước, không đợi bạn đi sau, phạm thâu-lan-giá. Đến bờ bên kia, từ từ xổ y xuống, đợi bạn đi sau; nếu vội vàng đi, không từ từ xổ y xuống,

---

[33] Bốn độc, bốn trường hợp tỳ-kheo-ni không được phép đơn độc: độc độ, độc vãng, độc túc, độc lưu.

lên bờ không đợi bạn đi sau, phạm thâu-lan-giá.

2. Tỳ-kheo-ni kia nên tìm một tỳ-kheo-ni cùng đi vào xóm. Nếu tỳ-kheo-ni một mình đi vào xóm, tùy theo chỗ đến, phạm tăng-già-bà-thi-sa. Nếu đi qua vùng **[721a]** đồng trống một mình, quá một khoảng cách, đánh một tiếng trống không nghe, phạm tăng-già-bà-thi-sa. Một mình, đi chưa đến nơi xóm, phạm thâu-lan-giá. Dưới tầm không nghe một tiếng trống, phạm thâu-lan-giá. Một mình đi vào trong xóm, cùng một cương giới, phạm đột-kiết-la. Tìm phương tiện muốn đi mà không đi; hoặc kết bạn muốn đi mà không đi; tất cả đều phạm đột-kiết-la.

3. Tỳ-kheo-ni kia cùng ngủ, nên nằm trong tầm tay duỗi ra đụng nhau. Tỳ-kheo-ni kia ngủ một mình, khi hông chạm đất, phạm tăng-già-bà-thi-sa. Mỗi lần nghiêng mình qua lại, phạm tăng-già-bà-thi-sa. Tỳ-kheo-ni cùng ở trong xóm, khi nằm ngủ, phải nằm trong tầm duỗi cánh tay đụng nhau. Nếu duỗi cánh tay không đụng nhau, mỗi lần nghiêng mình là phạm một tăng-già-bà-thi-sa.

4. Tỳ-kheo-ni kia cùng đi trên một đường, không được cách xa (đồng bạn) ngoài tầm thấy nghe. Nếu tỳ-kheo-ni cùng đi trên một đường mà ở ngoài tầm nghe và thấy (của đồng bạn), phạm tăng-già-bà-thi-sa. Ngoài chỗ thấy mà không ngoài tầm nghe, phạm thâu-lan-giá. Cách chỗ nghe, không cách chỗ thấy, phạm thâu-lan-giá.

Tỳ-kheo, đột-kiết-la. Thức-xoa-ma-na, sa-di, sa-di-ni, đột-kiết-la. Đó gọi là phạm.

Sự không phạm:

1. Hai tỳ-kheo-ni cùng lội qua nước, khi xuống nước, tùy theo mức nước sâu cạn mà từ từ vén y, đợi bạn đi sau; khi xuống nước không đi nhanh, đợi bạn, khi lên bờ từ từ xổ y, đợi bạn; hoặc vượt qua bằng thần túc, bằng xe cộ, hay bằng thuyền, bằng cầu. Hoặc tỳ-kheo-ni đồng hành qua đời, hay thôi tu, đi sau, hoặc bị giặc dẫn đi, mạng nạn, phạm hạnh nạn, nạn ác thú. Hoặc bị cường lực bắt, bị trói dẫn đi. Hoặc bị nước cuốn trôi. Thảy đều không phạm.

2. Nếu hai tỳ-kheo-ni vào xóm, mà khi đang ở trong xóm có một tỳ-kheo-ni đồng bạn qua đời, hoặc thôi tu, hoặc đi xa, hoặc bị giặc dẫn đi, cho đến bị nước cuốn trôi, như trên, thì không phạm.

3. Nếu hai tỳ-kheo-ni cùng ngủ lại đêm, duỗi cánh tay ra phải đụng nhau; hoặc một tỳ-kheo-ni đi ra ngoài đại tiểu tiện, hoặc thọ kinh, tụng kinh; hoặc ưa ở chỗ vắng một mình khi đi kinh hành; hoặc vì tỳ-kheo-ni bị bệnh, nấu canh, cháo, cơm; hoặc qua đời, thôi tu, đi xa, hoặc bị giặc dẫn đi, cho đến bị nước cuốn trôi cũng như trên, thì không phạm.

4. Hai tỳ-kheo-ni cùng đi không cách nhau chỗ thấy chỗ nghe thì không phạm; hoặc một tỳ-kheo-ni đi ra ngoài đại tiểu tiện, hoặc mạng chung, thôi tu, hoặc bị giặc bắt dẫn đi, cho đến bị nước cuốn trôi, như trên, thì không phạm.

Người không phạm: phạm lần đầu tiên khi chưa chế giới; si cuồng, loạn tâm, thống não bức bách.[34]

VIII. Nhận của nam nhiễm tâm[35]

a. Duyên khởi

[721b9] Một thời, đức Phật ở tại nước Xá-vệ. Bấy giờ, giá lúa gạo tăng vọt, trở thành khan hiếm, khất thực khó được. Có tỳ-kheo-ni vào thành khất thực, mang bát về không. Cùng lúc ấy, Tỳ-kheo-ni Đề-xá Nan-đà đến giờ, khoác y ôm bát, vào thành khất thực, tuần tự đến nhà một người buôn, đứng im lặng. Tỳ-kheo-ni Đề-xá là người có nhan sắc xinh đẹp, nên người buôn thấy để ý cô. Ông đến trước mặt cô và hỏi:

"A-di cần gì?"

Đề-xá trả lời:

"Tôi muốn khất thực."

Nhà buôn bảo:

"Cô đưa bát đây."

Đề-xá trao bát. Nhà buôn lấy cơm canh đựng đầy bát, rồi trao lại cho Tỳ-kheo-ni Đề-xá.

---

[34] Bản Hán, hết quyển 22.

[35] Pāli, biệt giới 5. *Ngũ phần:* tăng-già-bà-thi-sa 8. *Tăng-kỳ:* tăng-già-bà-thi-sa 11. *Thập tụng:* tăng-già-bà-thi-sa 4. *Căn bản:* tăng-già-bà-thi-sa 4.

Sau đó, Đề-xá thường xuyên quấn y bưng bát đến đó, im lặng đứng. Nhà buôn lại hỏi:

"A-di cần thứ gì?"

"Tôi cần khất thực."

Nhà buôn lấy bát cho đầy cơm canh, trao lại cho Đề-xá.

Các tỳ-kheo-ni thấy vậy hỏi:

"Hiện nay ngũ cốc khan hiếm, khất thực khó được. Hầu hết chúng tôi mang bát vào thành khất thực, trở về bát không. Hằng ngày cô đi khất thực, khi trở về đều được đầy bát. Lý do nào cô được như vậy?"

Đề-xá trả lời:

"Các cô khất, cũng có thể được vậy."

Lại một ngày khác, Tỳ-kheo-ni Đề-xá cũng quấn y bưng bát đến nhà người buôn đó. Người kia từ xa trông thấy tỳ-kheo-ni đến, liền tự tính nhẩm: Từ trước đến nay ta đã cho cô ni này ăn, tính theo giá có thể đủ 500 tiền vàng, bằng với giá mua một người nữ. Nghĩ như vậy xong, ông ta đến trước mặt Đề-xá, ôm lại muốn hành dâm. Tỳ-kheo-ni Đề-xá la lên:

"Đừng làm vậy, đừng làm vậy!"

Người lân cận liền hỏi:

"Vừa rồi, sao cô la lớn thế?"

Đề-xá trả lời:

"Người này bắt tôi."

Người kia hỏi người buôn:

"Sao ông bắt tỳ-kheo-ni?"

Đáp:

"Tôi trước sau cho tỳ-kheo-ni này ăn, tính ra giá trị bằng **[721c]** 500 tiền vàng. Đủ để mua một cô gái. Nếu tỳ-kheo-ni này không ham thích tôi, sao lại nhận đồ ăn của tôi."

Người kia hỏi:

"Có thật vậy không cô?"

Cô trả lời:

"Có thật vậy."

Người kia hỏi:

"Cô biết ý người ta cho cô ăn không?"

Đáp:

"Biết."

Người kia nói:

"Cô đã biết rồi sao còn kêu la?"

Bấy giờ, các tỳ-kheo-ni nghe biết. Trong đó có người thiểu dục, tri túc, tàm quý, hiềm trách Tỳ-kheo-ni Đề-xá Nan-đà:

"Tại sao tỳ-kheo-ni với tâm nhiễm ô nhận thức ăn của người cho có tâm nhiễm ô?"

Các tỳ-kheo-ni bạch với các tỳ-kheo. Các tỳ-kheo đến bạch đức Thế Tôn. Đức Thế Tôn vì nhân duyên này tập hợp Tăng tỳ-kheo, quở trách Tỳ-kheo-ni Đề-xá Nan-đà:

"Việc cô làm là sai quấy, chẳng phải oai nghi, chẳng phải pháp sa-môn, chẳng phải hạnh thanh tịnh, chẳng phải hạnh tùy thuận, làm điều không nên làm. Tại sao đem tâm nhiễm ô thọ nhận thức ăn của người có tâm nhiễm ô?"

Sau khi bằng vô số phương tiện quở trách, Phật bảo các tỳ-kheo:

"Tỳ-kheo-ni Đề-xá Nan-đà này là nơi trồng nhiều giống hữu lậu, là người đầu tiên phạm giới này. Từ nay trở đi, Ta vì các tỳ-kheo-ni kết giới, gồm mười cú nghĩa, *cho đến câu* chánh pháp tồn tại lâu dài. Muốn nói giới nên nói như vầy:

Tỳ-kheo-ni nào có tâm nhiễm ô,*[36] *đến người nam cũng có tâm nhiễm ô nhận, thứ có thể ăn, thức ăn và các vật khác. Tỳ-kheo-ni

---

[36] *Tăng-kỳ*: Tỳ-kheo-ni không có lậu tâm 無漏心. *Thập tụng*: tỳ-kheo-ni có lậu tâm, và người nam cũng vậy. Pāli: *bhikkunī avassutā avassutassa*

phạm pháp này lần đầu, tăng-già-bà-thi-sa, cần phải xả trí."

Thế Tôn vì các tỳ-kheo kết giới như vậy. Các tỳ-kheo-ni không biết người ấy có tâm nhiễm ô hay không, sau mới biết họ có tâm nhiễm ô, nên nói mình phạm tăng-già-bà-thi-sa, hoặc nghi. Đức Phật dạy:

"Không biết thì không phạm. Từ nay trở đi nên nói giới như vầy:

b. Giới văn

Tỳ-kheo-ni nào, với tâm nhiễm ô, biết người nam có tâm nhiễm ô, mà đến người ấy nhận, thứ có thể ăn, thức ăn và các vật khác. Tỳ-kheo-ni phạm pháp này lần đầu, tăng-già-bà-thi-sa, cần phải xả trí."

c. Thích nghĩa

Tỳ-kheo-ni: nghĩa như trước.

Tâm nhiễm ô: tâm dục nhiễm trước.

Người nam có tâm nhiễm ô: người nam có tâm dục nhiễm trước.

Thứ có thể ăn: thức ăn bằng rễ (củ), thức ăn bằng cọng, thức ăn bằng lá, thức ăn bằng bông, thức ăn bằng trái, thức ăn bằng dầu, thức ăn bằng hồ ma, thức ăn bằng đường thỏi đen,[37] thức ăn nát vụn.[38]

Thức ăn: cơm, lương khô, cơm khô, cá và thịt.[39]

Các vật khác: vàng, bạc, trân bảo, ma-ni, chân châu, tỳ lưu ly, kha bối (đá quý), ngọc bích, san hô, hoặc tiền, hoặc vàng ròng.

d. Tướng phạm

Tỳ-kheo-ni với tâm nhiễm ô, biết người nam có tâm nhiễm ô, **[722a]** đến người đó nhận vật có thể ăn và thức ăn, cùng các vật dụng khác,

---

purisapuggalassa, tỳ-kheo-ni có tâm nhiễm ô, (nhận) của người nam có tâm nhiễm ô. Xem cht., ba-la-di 5 (ma xúc giới).

[37] Đường thỏi đen: xem cht. ni-tát-kỳ 26, Phần I.

[38] Đây chỉ loại thức ăn cứng khư-đà-ni, xem cht. Ch. v, ba-dật-đề 35, Phần I. Pāli: *khādanīyaṃ.*

[39] Đây chỉ loại thức ăn mềm, hay chánh thực, hay bồ-xà-ni; xem cht. Ch. v, ba-dật-đề 35, Phần I. Pāli: *bhojanīyaṃ.*

người (nam) kia đưa, (tỳ-kheo-ni) này nhận, phạm tăng-già-bà-thi-sa. Người (nam) này đưa, (tỳ-kheo-ni) không nhận, thâu-lan-giá. Phương tiện muốn cho mà không cho, hoặc cùng hẹn, hoặc (tỳ-kheo-ni) ăn năn rồi trả lại, tất cả đều thâu-lan-giá.

Con trai của chư thiên, con trai của a-tu-la, con trai càn-thát-bà, con trai dạ-xoa, con trai ngạ quỷ, súc sanh đực có thể biến hình, (tỳ-kheo-ni) đến nơi chúng mà nhận vật có thể ăn và thức ăn, cùng các vật khác; kẻ kia đưa, (tỳ-kheo-ni) này nhận, thâu-lan-giá. Với loài không thể biến hình, (tỳ-kheo-ni) phạm đột-kiết-la.

Đến nơi người nữ có tâm nhiễm nhận vật có thể ăn và thức ăn, cùng các vật khác, đột-kiết-la.

Tâm nhiễm ô, tưởng là tâm nhiễm ô, tăng-già-bà-thi-sa. Tâm nhiễm ô, nghi, thâu-lan-giá. Tâm không nhiễm ô, tưởng là tâm nhiễm ô, thâu-lan-giá. Tâm không nhiễm ô, nghi, thâu-lan-giá.

Tỳ-kheo, đột-kiết-la. Thức-xoa-ma-na, sa-di, sa-di-ni, đột-kiết-la. Đó gọi là phạm.

Sự không phạm: trước không biết, hoặc mình không có tâm nhiễm ô, người kia cũng không có tâm nhiễm ô, thì không phạm.

Người không phạm: phạm lần đầu tiên khi chưa chế giới; si cuồng, loạn tâm, thống não bức bách.

IX. Tán trợ ni khất thực bất chính[40]

a. Duyên khởi

Một thời, đức Phật ở trong vườn Cấp cô độc, rừng cây Kỳ-đà, tại nước Xá-vệ. Bấy giờ, giá lúa gạo tăng vọt, khất cầu khó được, các tỳ-kheo-ni vào thành khất thực, mang bát không về. Tỳ-kheo-ni Đề-xá Nan-đà vào thành khất thực cũng mang bát không về.

Các tỳ-kheo-ni hỏi Tỳ-kheo-ni Đề-xá Nan-đà:

---

40 Pāli, biệt giới 8. *Ngũ phần:* tăng-già-bà-thi-sa 9. *Tăng-kỳ:* tăng-già-bà-thi-sa 12. *Thập tụng:* tăng-già-bà-thi-sa 5. *Căn bản:* tăng-già-bà-thi-sa 5.

"Thường khi cô khất thực mang về đầy bát, tại sao nay mang bát không về, khất thực khó được chăng?"

Đề-xá trả lời:

"Thật vậy."

Các ni hỏi:

"Tại sao vậy?"

Đề-xá nói:

"Này các cô, trước đây tôi thường đến nơi nhà người thương gia xin, nên dễ dàng được. Nay tôi không đến đó, nên xin khó được."

Bấy giờ, nhóm sáu tỳ-kheo-ni, Thâu-la-nan-đà và mẹ của Tỳ-kheo-ni Đề-xá nói với Tỳ-kheo-ni Đề-xá:

"Dầu cho người kia có tâm nhiễm ô hay không có tâm nhiễm ô, can hệ gì đến cô? Miễn cô tự mình không có tâm nhiễm ô thì, khi nhận được thức ăn cứ thanh tịnh mà nhận, có sao đâu?"

Các tỳ-kheo-ni nghe, trong đó có vị thiểu dục tri túc, sống hạnh đầu-đà, ưa học giới, biết tàm quý, hiềm trách nhóm sáu tỳ-kheo-ni, Thâu-la-nan-đà và mẹ của ni Đề-xá:

"Sao các cô nói với ni Đề-xá, 'Dầu cho người kia có tâm nhiễm ô hay không có tâm nhiễm ô, can hệ gì đến cô? Miễn cô tự mình không có tâm nhiễm ô, khi nhận được thức ăn cứ thanh tịnh mà nhận, có sao đâu'?"

Các tỳ-kheo-ni bạch với các tỳ-kheo. [722b] Các tỳ-kheo đến bạch lên đức Thế Tôn. Đức Thế Tôn vì nhân duyên này tập hợp Tăng tỳ-kheo, quở trách nhóm sáu tỳ-kheo-ni, Thâu-la-nan-đà và mẹ của Tỳ-kheo-ni Đề-xá:

"Việc các cô làm là sai quấy, chẳng phải oai nghi, chẳng phải pháp sa-môn, chẳng phải tịnh hạnh, chẳng phải hạnh tùy thuận, làm điều không nên làm. Sao các cô nói với Tỳ-kheo-ni Đề-xá, 'Dầu cho người kia có tâm nhiễm ô hay không có tâm nhiễm ô, can hệ gì đến cô? Miễn cô tự mình không có tâm nhiễm ô, khi nhận được thức ăn, cứ thanh tịnh mà nhận, có sao đâu'?"

Đức Thế Tôn bằng vô số phương tiện quở trách nhóm sáu tỳ-kheo-ni, Thâu-la-nan-đà và mẹ của Tỳ-kheo-ni Đề-xá, rồi bảo các tỳ-kheo:

"Những tỳ-kheo-ni này là nơi trồng nhiều giống hữu lậu, là kẻ phạm giới này đầu tiên. Từ nay trở đi, Ta vì các tỳ-kheo-ni kết giới, gồm mười cú nghĩa, *cho đến câu* chánh pháp tồn tại lâu dài. Muốn nói giới nên nói như vầy:

b. Giới văn

Tỳ-kheo-ni nào dạy tỳ-kheo-ni, nói như vầy: 'Đại tỷ, người kia có tâm nhiễm ô hay không có tâm nhiễm ô, can hệ gì đến cô? Miễn cô tự mình không có tâm nhiễm ô, khi nhận được thức ăn, cứ thanh tịnh mà nhận.' Tỳ-kheo-ni phạm pháp này lần đầu, tăng-già-bà-thi-sa, cần phải xả trí."[41]

c. Thích nghĩa

Tỳ-kheo-ni: nghĩa như trước.

d. Tướng phạm

Tỳ-kheo-ni kia nói với tỳ-kheo-ni: "Đại tỷ, người kia có tâm nhiễm ô hay không có tâm nhiễm ô, can hệ gì đến cô? Miễn cô tự mình không có tâm nhiễm ô, khi nhận được thức ăn, cứ thanh tịnh mà nhận." Nói rõ ràng, phạm tăng-già-bà-thi-sa. Nói không rõ ràng, phạm thâu-lan-giá.

Tỳ-kheo, đột-kiết-la. Thức-xoa-ma-na, sa-di, sa-di-ni, đột-kiết-la. Đó gọi là phạm.

Sự không phạm: hoặc nói vui chơi, nói gấp vội, nói một mình, nói trong mộng, hay muốn nói việc này nhằm nói việc khác thì không phạm.

Người không phạm: phạm lần đầu tiên khi chưa chế giới; si cuồng, loạn tâm, thống não bức bách.

---

[41] Các bộ giống nhau. Riêng *Tăng-kỳ* (tr.521c5): tỳ-kheo-ni (nói như vậy), sau ba lần được can gián mà không bỏ, tăng-già-bà-thi-sa.

X. Phá hòa hiệp tăng*

a. Duyên khởi

Một thời, đức Phật ở trong núi Kỳ-xà-quật, tại thành La-duyệt. Bấy giờ, đức Thế Tôn vì nhân duyên này[42] tập hợp Tăng tỳ-kheo, bảo các tỳ-kheo:

"Từ nay trở đi, Ta vì tỳ-kheo-ni kết giới, gồm mười cú nghĩa, *cho đến câu* chánh pháp tồn tại lâu dài. Muốn nói giới nên nói như vầy:

b. Giới văn

Tỳ-kheo-ni nào muốn phá hoại hòa hợp Tăng, tiến hành phá hoại hòa hợp Tăng, chấp chặt pháp phá hòa hợp Tăng, kiên trì không bỏ. Các tỳ-kheo-ni kia nên can gián tỳ-kheo ni này rằng: 'Đại tỷ chớ phá hòa hợp Tăng, chớ tiến hành phá hoại hòa hiệp Tăng, chớ chấp chặt phá hoại hòa hợp Tăng, kiên trì không bỏ. Đại tỷ, [722c] nên cùng Tăng hòa hợp, vì cùng Tăng hòa hợp, hoan hỷ không tranh chấp, đồng một thầy học, hòa hợp như nước với sữa thì ở trong Phật pháp mới có sự tăng ích, sống an lạc.' Tỳ-kheo-ni ấy khi được can gián như vậy, vẫn kiên trì không bỏ việc ấy. Các tỳ-kheo-ni kia nên can gián ba lần cho bỏ việc ấy. Cho đến ba lần can gián, bỏ thì tốt, nếu không bỏ, tỳ-kheo-ni này phạm ba pháp,[43] tăng-già-bà-thi-sa, cần phải xả trí."[44]

---

[42] Thông giới, duyên khởi, xem Phần I, Ch. ii, tăng-già-bà-thi-sa 10.

[43] Hán: 三法 tam pháp: Can gián ba lần mà không bỏ, phạm tội tăng-tàn. 三 法者。三諫不捨。方獲僧殘罪也. (Trùng trị tỳ-ni sự nghĩa tập yếu, quyển 16.)

[44] Hán: phạm tam pháp ưng xả tăng-già-bà-thi-sa 犯三法應捨僧伽婆尸沙. *Ngũ phần*: tam gián phạm tăng-già-bà-thi-sa khả hối quá 三諫犯僧伽婆尸沙可悔過. Pāli, không có giới văn cho thông giới này. Tham khảo biệt giới 7 (Vin. iv. 236): *yāvatatiyakaṃ dhammaṃ āpannā nissaraṇīyaṃ saṅghādisesaṃ*, phạm pháp này, (được can gián) cho đến lần thứ ba, tăng-già-bà-thi-sa, cần phải xả trí.

XI. Tùy thuận phá tăng*

a. Duyên khởi

Một thời, đức Phật ở trong núi Kỳ-xà-quật, tại thành La-duyệt. Bấy giờ, đức Thế Tôn vì nhân duyên này[45] tập hợp Tăng tỳ-kheo, bảo các tỳ-kheo:

"Từ nay trở đi, Ta vì các tỳ-kheo-ni kết giới, gồm mười cú nghĩa, *cho đến câu* chánh pháp tồn tại lâu dài. Muốn nói giới nên nói như vầy:

b. Giới văn

Tỳ-kheo-ni nào có bè đảng từ một, hoặc hai, hoặc ba, cho đến vô số. Các tỳ-kheo-ni bè đảng ấy nói với các tỳ-kheo-ni rằng: 'Đại tỷ, chớ can gián tỳ-kheo-ni ấy. Tỳ-kheo-ni ấy là tỳ-kheo-ni nói như pháp. Tỳ-kheo-ni ấy là tỳ-kheo-ni nói như luật. Những điều tỳ-kheo-ni ấy nói, chúng tôi ưa thích. Những điều tỳ-kheo-ni ấy nói chúng tôi chấp nhận.' Chúng tỳ-kheo-ni nên nói với tỳ-kheo-ni bè đảng ấy rằng: 'Đại tỷ chớ nói như vầy: 'Tỳ-kheo-ni ấy là tỳ-kheo-ni nói như pháp. Tỳ-kheo-ni ấy là tỳ-kheo-ni nói như luật. Những điều tỳ-kheo-ni ấy nói chúng tôi ưa thích. Những điều tỳ-kheo-ni ấy nói là chúng tôi chấp nhận.' Tại sao vậy? Những điều tỳ-kheo-ni ấy nói là phi pháp, là phi luật. Đại tỷ, chớ phá hoại hòa hợp Tăng. Các cô nên hoan hỷ hòa hợp Tăng. Đại tỷ cùng Tăng hòa hợp, hoan hỷ, không tranh chấp, đồng học một thầy, hòa hợp như nước với sữa, ở trong Phật pháp mới có tăng ích an lạc.' Các tỳ-kheo-ni bè đảng được can gián như vậy mà kiên trì không bỏ. Chúng tỳ-kheo-ni kia nên can gián ba lần cho bỏ việc này. Cho đến ba lần can gián, bỏ thì tốt. Nếu không bỏ, tỳ-kheo-ni này phạm ba pháp, tăng-già-bà-thi-sa, cần phải xả trí.

---

[45] Thông giới, duyên khởi, xem Phần I, Ch. ii, tăng-già-bà-thi-sa 11.

XII. Ô tha gia*

a. Duyên khởi

Một thời, đức Phật ở trong vườn Cấp cô độc, rừng cây Kỳ-đà, tại nước Xá-vệ. Bấy giờ, đức Thế Tôn vì nhân duyên này[46] tập hợp Tăng tỳ-kheo bảo các tỳ-kheo:

"Từ nay trở đi, Ta vì các tỳ-kheo-ni kết giới, gồm mười cú nghĩa, *cho đến câu* chánh pháp tồn tại lâu dài. Muốn nói giới nên nói như vầy:

b. Giới văn

Tỳ-kheo-ni nào nương tựa nơi làng xóm hoặc nơi thành ấp mà làm hoen ố nhà người, có hành vi xấu. Sự làm hoen ố nhà người, mọi người đều thấy đều nghe; [723a] *hành vi xấu mọi người đều thấy đều nghe. Tỳ-kheo-ni này nên can gián tỳ-kheo-ni kia rằng: 'Đại tỷ, cô làm hoen ố nhà người, có hành vi xấu, sự làm hoen ố nhà người, mọi người đều thấy đều nghe; hành vi xấu mọi người đều thấy đều nghe. Đại tỷ, cô làm hoen ố nhà người, có hành vi xấu, nay nên xa lìa xóm làng này, không nên ở nơi đây nữa.'*

Tỳ-kheo-ni ấy nói với tỳ-kheo-ni kia rằng: 'Đại tỷ, các tỳ-kheo-ni có thiên vị, có thù nghịch, có sợ hãi, có bất minh. Vì có tỳ-kheo-ni đồng tội như vậy mà có người bị đuổi có người không bị đuổi.'

Các tỳ-kheo-ni nên trả lời tỳ-kheo-ni ấy rằng: 'Đại tỷ, cô chớ nói: 'Các tỳ-kheo-ni có thiên vị, có thù nghịch, có sợ hãi, có bất minh. Vì có tỳ-kheo-ni đồng tội như vậy mà có người bị đuổi, có người không bị đuổi.' Tại sao vậy? Các tỳ-kheo-ni không có thiên vị, không có thù nghịch, không có sợ hãi, không có bất minh, tỳ-kheo-ni đồng tội như vậy, có người bị đuổi, có người không bị đuổi; mà vì đại tỷ là người làm hoen ố nhà người, có hành vi xấu. Sự làm hoen ố nhà người, mọi người đều thấy đều nghe.' Khi các tỳ-kheo-ni này can gián mà tỳ-kheo-ni kia kiên trì không bỏ, các tỳ-kheo-ni này nên can gián ba lần cho bỏ việc này. Cho đến ba lần can gián, bỏ thì tốt; không bỏ, tỳ-kheo-ni này phạm ba pháp, tăng-già-bà-thi-sa, cần phải xả trí."

---

[46] Thông giới, duyên khởi, xem Phần I, Ch. ii, tăng-già-bà-thi-sa 12.

XIII. Ác tánh bất thọ gián ngữ*

a. Duyên khởi

Một thời, đức Phật ở trong vườn Cù-sư-la, tại Câu-thiểm-di. Bấy giờ, đức Thế Tôn vì nhân duyên này[47] tập hợp Tăng tỳ-kheo, bảo các tỳ-kheo:

"Từ nay trở đi, Ta vì tỳ-kheo-ni kết giới, gồm mười cú nghĩa, *cho đến câu* chánh pháp tồn tại lâu dài. Muốn nói giới nên nói như vầy:

b. Giới văn

Tỳ-kheo-ni nào có tánh ngoan cố, không nghe lời người khuyên, đã được các tỳ-kheo-ni khuyên can như pháp về những điều trong học giới, tự thân không nhận lời can gián, lại nói: 'Các đại tỷ, chớ nói với tôi điều gì hoặc tốt, hoặc xấu; tôi cũng không nói với các đại tỷ điều gì hoặc tốt hoặc xấu. Các đại tỷ hãy thôi, chớ can gián tôi.' Các tỳ-kheo-ni này nên can gián tỳ-kheo-ni kia rằng: 'Đại tỷ, cô chớ tự thân không nhận lời can gián. Đại tỷ, hãy tự thân nhận lời can gián. Đại tỷ như pháp can gián các tỳ-kheo-ni. Các tỳ-kheo-ni cũng sẽ như pháp can gián đại tỷ. Như vậy, chúng đệ tử Phật được tăng ích, lần lượt can gián lẫn nhau, lần lượt chỉ bảo cho nhau, lần lượt phát lồ với nhau.' Khi tỳ-kheo-ni này được can gián như vậy, kiên trì không bỏ, các tỳ-kheo-ni nên can gián ba lần cho bỏ việc này. Cho đến ba lần can gián, [723b] bỏ thì tốt; không bỏ, tỳ-kheo-ni này phạm ba pháp, tăng-già-bà-thi-sa, cần phải xả trí."

XIV. Tương thân tương trợ ác hành[48]

a. Duyên khởi

Một thời, đức Phật ở trong vườn Cấp cô độc, rừng cây Kỳ-đà, tại nước Xá-vệ. Bấy giờ, có hai tỳ-kheo-ni, một tên là Tô-ma, một tên là Bà-phả-

---

[47] Thông giới, duyên khởi, xem Phần I, Ch. ii, tăng-già-bà-thi-sa 13.

[48] Pāli, biệt giới 9. *Ngũ phần*: tăng-già-bà-thi-sa 15. *Tăng-kỳ*: tăng-già-bà-thi-sa 17. *Thập tụng*: tăng-già-bà-thi-sa 16. *Căn bản*: tăng-già-bà-thi-sa 15.

di,[49] sống gần gũi với nhau, cùng làm hành vi xấu, tiếng xấu đồn khắp, hỗ tương cùng che giấu tội lỗi cho nhau. Các tỳ-kheo-ni nói rằng:

"Đại tỷ, hai vị chớ nên gần gũi nhau, cùng nhau làm hành vi xấu, tiếng xấu đồn khắp, lần lượt cùng che giấu tội lỗi cho nhau. Hai vị, nếu không gần gũi ăn ở với nhau, làm các việc xấu, tiếng xấu đồn khắp, lần lượt che giấu tội lỗi cho nhau, thì ở trong Phật pháp mới có tăng ích, sống an lạc."

Nhưng họ vẫn cố chấp, không chịu cải hối.

Các tỳ-kheo-ni nghe, trong đó có vị thiểu dục tri túc, sống hạnh đầu-đà, ưa học giới, biết tàm quý, cơ hiềm tỳ-kheo-ni Tô-ma và Bà-phả-di:

"Tại sao hai cô cùng nhau gần gũi, cùng làm hành vi xấu, tiếng xấu đồn khắp, lần lượt cùng che giấu tội lỗi cho nhau? Các tỳ-kheo-ni đã khuyên rằng, 'Đại tỷ, hai vị chớ nên gần gũi nhau, cùng nhau làm hành vi xấu, tiếng xấu đồn khắp, lần lượt cùng che giấu tội lỗi cho nhau. Hai vị, nếu không gần gũi ăn ở với nhau, làm các việc xấu, tiếng xấu đồn khắp, lần lượt che giấu tội lỗi cho nhau, thì ở trong Phật pháp mới có tăng ích, sống an lạc.' Nhưng các vị vẫn cố chấp không chịu cải hối!"

Các tỳ-kheo-ni bạch với các tỳ-kheo. Các tỳ-kheo đến bạch lên đức Phật. Đức Phật vì nhân duyên này tập hợp Tăng tỳ-kheo, quở trách Tỳ-kheo-ni Tô-ma và Bà-phả-di:

"Việc các cô làm là sai quấy, chẳng phải oai nghi, chẳng phải pháp sa-môn, chẳng phải hạnh thanh tịnh, chẳng phải hạnh tùy thuận, làm điều không nên làm. Tại sao hai cô gần gũi nhau, cùng làm hành vi xấu, tiếng xấu đồn khắp, lần lượt cùng che giấu tội lỗi cho nhau? Các tỳ-kheo-ni đã khuyên rằng, 'Đại tỷ, hai cô chớ nên gần gũi nhau, cùng làm điều xấu, tiếng xấu đồn khắp, lần lượt che giấu tội lỗi cho nhau. Nếu hai cô không gần gũi nhau, không cùng làm hành vi xấu, không có tiếng xấu đồn khắp, không che giấu tội lỗi nhau thì ở trong Phật pháp có tăng ích, sống an lạc.' Nhưng cả hai vẫn cố chấp không chịu cải hối. Thế là sao?"

---

[49] Tô-ma, Bà-phả-di. *Ngũ phần*: Tu-hưu-ma 修休摩, Bà-phả 婆頗. *Tăng-kỳ*: Chân-đàn 真檀, Uất-đa-la 欝多羅. *Thập tụng*: Đạt-ma 達摩, Đàm-di 曇彌. *Căn bản*: Khả Ái 可愛, Tùy Ái 隨愛. Pāli: *Thullanandā* với các tỳ-kheo-ni đệ tử.

Đức Thế Tôn bằng vô số phương tiện quở trách, rồi bảo các tỳ-kheo:

"Cho phép Tăng trao cho Tỳ-kheo-ni Tô-ma và Bà-phả-di pháp can gián cho bỏ việc này, bằng bạch tứ yết-ma.

Nên can gián như vầy: trong ni chúng, sai một vị có thể tác pháp yết-ma, theo sự việc trên **[723c]** tác bạch như vầy:

> Đại tỷ Tăng xin lắng nghe! Tỳ-kheo-ni Tô-ma và Bà-phả-di này sống gần gũi nhau, cùng nhau làm hành vi xấu, tiếng xấu đồn khắp, cùng che giấu tội lỗi cho nhau. Các tỳ-kheo-ni khác đã can gián rằng: 'Đại tỷ, hai cô chớ nên sống gần gũi nhau, cùng nhau làm hành vi xấu, tiếng xấu đồn khắp; đừng hỗ tương che giấu tội lỗi cho nhau. Nếu hai cô không cùng nhau gần gũi, cùng nhau làm xấu, tiếng xấu đồn khắp, thì ở trong Phật pháp có sự tăng ích, sống an lạc.' Nhưng họ vẫn cố chấp không chịu cải hối. Nếu thời gian thích hợp đối với Tăng, Tăng đồng ý trao cho Tỳ-kheo-ni Tô-ma và Bà-phả-di pháp can gián cho bỏ việc này, nói: 'Đại tỷ, hai cô chớ nên sống gần gũi nhau, cùng nhau làm hành vi xấu, tiếng xấu đồn khắp; đừng hỗ tương che giấu tội lỗi cho nhau. Nếu hai cô không cùng nhau gần gũi, cùng nhau làm xấu, tiếng xấu đồn khắp, thì ở trong Phật pháp có sự tăng ích, sống an lạc.' Đây là lời tác bạch."

> Đại tỷ Tăng xin lắng nghe! Tỳ-kheo-ni Tô-ma và Bà-phả-di này cùng nhau gần gũi, cùng nhau làm hành vi xấu, tiếng xấu đồn khắp, lần lượt cùng nhau che giấu tội lỗi. Các tỳ-kheo-ni khác đã nói: 'Đại tỷ, hai cô chớ nên sống gần gũi nhau, cùng nhau làm hành vi xấu, tiếng xấu đồn khắp; đừng hỗ tương che giấu tội lỗi cho nhau. Nếu hai cô không cùng nhau gần gũi, cùng nhau làm hành vi xấu, tiếng xấu đồn khắp, thì ở trong Phật pháp có sự tăng ích, sống an lạc.' Nhưng họ vẫn cố chấp không chịu cải hối. Nay, Tăng trao cho Tỳ-kheo-ni Tô-ma và Bà-phả-di pháp can gián cho bỏ việc này, nói: 'Đại tỷ, hai cô chớ nên sống gần gũi nhau, cùng nhau làm hành vi xấu, tiếng xấu đồn khắp; đừng hỗ tương che giấu tội lỗi cho nhau. Nếu hai cô không cùng nhau gần gũi, cùng nhau làm hành vi xấu,

tiếng xấu đồn khắp, thì ở trong Phật pháp có sự tăng ích, sống an lạc.' Các đại tỷ nào đồng ý Tăng trao cho Tỳ-kheo-ni Tô-ma và Bà-phả-di pháp can ngăn cho bỏ việc này, thì im lặng. Vị nào không đồng ý xin nói. Đây là yết-ma lần thứ nhất." *(Lần thứ hai, lần thứ ba cũng nói như vậy).*

Tăng đã đồng ý trao cho Tỳ-kheo-ni Tô-ma và Bà-phả-di pháp can gián cho bỏ việc này rồi. Tăng đã đồng ý vì im lặng. Việc này tôi ghi nhận như vậy."

Tăng tác pháp can gián bạch tứ yết-ma rồi, các tỳ-kheo-ni bạch với các tỳ-kheo. Các tỳ-kheo, đến bạch lên đức Phật. Đức Phật dạy:

Nếu có Tỳ-kheo-ni nào như các tỳ-kheo-ni này thì Tăng tỳ-kheo-ni cũng sẽ trao cho pháp ha trách can gián bạch bằng tứ yết-ma như vậy. "Từ nay trở đi, Ta vì các tỳ-kheo-ni kết giới, gồm mười cú nghĩa *cho đến câu* chánh pháp tồn tại lâu dài. Muốn nói giới nên nói như vầy:

b. Giới văn

Tỳ-kheo-ni nào gần gũi sống chung, [724a] cùng làm hành vi xấu, tiếng xấu đồn khắp, lần lượt che giấu tội lỗi cho nhau. Các tỳ-kheo-ni nên can gián tỳ-kheo-ni kia rằng: 'Đại tỷ, các cô chớ gần gũi sống chung, cùng làm hành vi xấu, tiếng xấu đồn khắp, cùng nhau che tội. Nếu các cô không gần gũi sống chung thì trong Phật pháp được tăng ích, sống an lạc.' Khi tỳ-kheo-ni kia được các tỳ-kheo-ni can gián, vẫn kiên trì không bỏ. Các tỳ-kheo-ni nên can gián ba lần cho bỏ việc ấy. Cho đến ba lần can gián, bỏ thì tốt; nếu không bỏ, tỳ-kheo-ni kia phạm ba pháp, tăng-già-bà-thi-sa, cần phải xả trí."

c. Thích nghĩa

Tỳ-kheo-ni: nghĩa như trước.

Gần gũi: thường cùng nhau vui đùa, thường cùng nhau giỡn cợt, thường cùng nhau nói chuyện.

Hành vi xấu: tự mình trồng bông, trồng cây, chỉ bảo người trồng. Tự mình tưới nước, chỉ bảo người tưới. Tự mình hái hoa, chỉ bảo người hái hoa. Tự mình làm tràng hoa, chỉ bảo người làm. Tự mình dùng chỉ xâu (hoa), chỉ bảo người xâu (hoa). Tự mình mang đi, chỉ bảo người mang đi. Tự mình cầm tràng hoa đi, chỉ bảo người cầm đi. Tự mình lấy chỉ xâu cầm đi, chỉ bảo người lấy chỉ xâu cầm đi. Hoặc ở trong thôn cùng người, cùng người nam đứng ngồi chung chạ, ăn uống chung một đồ đựng, nói cười, vui đùa, tự mình ca múa hát xướng, hoặc người khác làm mình xướng họa, hoặc diễn kịch, hoặc đánh trống, thổi ống tiêu, làm tiếng kêu của con chim tước, hay các loài chim, hoặc chạy, hoặc giả kiễng chân mà đi, hoặc huýt sáo, hoặc tự làm lộng thân,[50] hoặc giúp vui cho kẻ khác...[51]

Tiếng xấu: tức lời nói xấu đồn khắp bốn phương, không chỗ nào không nghe.

Tội: che giấu các tội khác, trừ tám pháp ba-la-di.

d. Tướng phạm

Nếu tỳ-kheo-ni cùng nhau gần gũi, cùng nhau làm hành vi xấu, tiếng xấu đồn khắp, cùng nhau che tội lỗi. Các tỳ-kheo-ni khác nên can gián tỳ-kheo-ni này:

"Các đại tỷ! Các cô chớ nên cùng nhau gần gũi, cùng nhau làm hành vi xấu, tiếng xấu đồn khắp, cùng nhau che tội cho nhau. Nếu các cô không cùng nhau gần gũi cùng nhau làm hành vi xấu, tiếng xấu đồn khắp, thì ở trong Phật pháp được tăng ích, sống an lạc. Các cô nên chấm dứt việc này, đừng để cho Tăng phải quở trách can gián mà phạm tội trọng."

Nếu họ nghe lời thì tốt, bằng không nghe lời thì nên tác bạch. Tác bạch rồi nên nói:

"Này cô, tôi đã tác bạch rồi, còn các pháp yết-ma nữa. Cô nên bỏ việc này, đừng để Tăng phải quở trách can gián mà phạm trọng tội."

Nếu nghe theo lời thì tốt, bằng không nghe theo lời thì nên tác pháp sơ yết-ma. Tác pháp sơ yết-ma rồi, nên nói lại:

"Này cô, tôi đã tác bạch và sơ yết-ma rồi, còn **[724b]** hai yết-ma nữa. Cô nên bỏ việc này, đừng để Tăng phải quở trách can gián, mà phạm trọng tội."

---

[50] Xem Phần i, Ch. ii, tăng già-bà-thi-sa 12.
[51] Xem Phần i, Ch. ii, tăng già-bà-thi-sa 12.

Nếu nghe theo lời thì tốt, bằng không nghe theo thì tác yết-ma lần thứ hai. Tác yết-ma lần thứ hai rồi, lại nên nói:

"Này cô, tôi đã tác bạch và yết-ma hai lần rồi, còn lại một pháp yết-ma nữa. Cô nên bỏ việc này, đừng để Tăng phải quở trách can gián mà phạm trọng tội."

Nếu họ nghe theo thì tốt, bằng không nghe theo, yết-ma lần thứ ba xong, phạm tăng-già-bà-thi-sa. Tác bạch, hai yết-ma xong rồi mới bỏ, phạm ba thâu-lan-giá. Bạch xong, một yết-ma rồi mới bỏ phạm hai thâu-lan-giá. Bạch xong rồi bỏ, phạm một thâu-lan-giá. Chưa bạch xong mà bỏ, phạm đột-kiết-la. Trước khi chưa bạch cùng nhau gần gũi, cùng nhau làm hành vi xấu, tiếng xấu đồn khắp, tất cả đều phạm đột-kiết-la.

Tỳ-kheo tùy theo đó mà phạm. Thức-xoa-ma-na, sa-di, sa-di-ni, đột-kiết-la. Đó gọi là phạm.

Sự không phạm: khi mới bắt đầu nói liền bỏ; hoặc tác pháp quở trách can gián phi pháp biệt chúng, phi pháp hòa hợp chúng, pháp biệt chúng, tợ pháp biệt chúng, tợ pháp hòa hợp chúng, phi pháp, phi luật, phi Phật dạy mà quở trách can gián; hoặc hoàn toàn không quở trách can gián. Thảy đều không phạm.

Người không phạm: phạm lần đầu tiên khi chưa chế giới; si cuồng, loạn tâm, thống não bức bách.

XV. Tán trợ ác hành[52]

a. Duyên khởi

Một thời, đức Phật ở trong vườn Cấp cô độc, rừng cây Kỳ-đà, tại nước Xá-vệ. Bấy giờ, hai Tỳ-kheo-ni Tô-ma và Bà-phả-di bị Tăng quở trách can gián rồi, nhóm sáu tỳ-kheo-ni, Tỳ-kheo-ni Thâu-la-nan-đà bảo họ rằng:

"Hai cô nên cùng sống với nhau. Tại sao vậy? Vì tôi cũng thấy các tỳ-kheo-ni khác cùng sống với nhau, gần gũi nhau, cùng làm hành vi xấu,

---

[52] Pāli, biệt giới 10. *Ngũ phần:* tăng-già-bà-thi-sa 15. *Tăng-kỳ:* tăng-già-bà-thi-sa 18. *Thập tụng:* tăng-già-bà-thi-sa 17. *Căn bản:* tăng-già-bà-thi-sa 16.

tiếng xấu đồn khắp, che tội cho nhau. Chúng Tăng vì thù hận nên bảo các cô sống riêng."

Các tỳ-kheo-ni nghe, trong đó có vị thiểu dục tri túc, sống hạnh đầu-đà, ưa học giới, biết hổ thẹn, hiềm trách nhóm sáu tỳ-kheo-ni và Tỳ-kheo-ni Thâu-la-nan-đà:

"Tăng đã trao cho Tỳ-kheo-ni Tô-ma và Bà-phả-di pháp quở trách can gián rồi, tại sao các cô bảo họ: 'Các cô nên cùng ở với nhau. Tại sao vậy? Vì tôi cũng thấy các tỳ-kheo-ni khác cùng ở với nhau, gần gũi nhau, cùng làm hành vi xấu, tiếng xấu đồn khắp, che tội cho nhau. Chúng Tăng vì thù hận nên bảo các cô sống riêng.'"

Các tỳ-kheo-ni bạch với các tỳ-kheo. Các tỳ-kheo đến bạch lên đức Thế Tôn. Đức Thế Tôn vì nhân duyên này tập hợp Tăng tỳ-kheo, quở trách nhóm sáu tỳ-kheo-ni và Tỳ-kheo-ni Thâu-la-nan-đà:

"Tăng đã vì Tỳ-kheo-ni Tô-ma và **[724c]** Bà-phả-di tác pháp quở trách can gián, tại sao các cô lại bảo họ: 'Các cô nên cùng ở với nhau. Tại sao vậy? Vì tôi cũng thấy các tỳ-kheo-ni khác cùng ở với nhau, gần gũi nhau, cùng làm hành vi xấu, tiếng xấu đồn khắp, che tội cho nhau. Chúng Tăng vì thù hận nên bảo các cô sống riêng.'?"

Đức Thế Tôn bằng vô số phương tiện quở trách nhóm sáu tỳ-kheo-ni và Tỳ-kheo-ni Thâu-la-nan-đà rồi bảo các tỳ-kheo:

"Cho phép Tăng tỳ-kheo-ni trao cho nhóm sáu tỳ-kheo-ni và Tỳ-kheo-ni Thâu-la-nan-đà pháp quở trách can gián bằng bạch tứ yết-ma. Nên can gián như vầy: Trong ni chúng nên sai một vị có khả năng tác pháp yết-ma, theo sự việc trên tác bạch:

Đại tỷ Tăng xin lắng nghe! Nhóm sáu tỳ-kheo-ni và Tỳ-kheo-ni Thâu-la-nan-đà này, Tăng đã trao cho Tỳ-kheo-ni Tô-ma và Bà-phả-di pháp quở trách can gián mà họ lại bảo rằng: 'Các cô nên cùng sống với nhau. Tại sao vậy? Vì tôi cũng thấy các tỳ-kheo-ni khác cùng sống với nhau, gần gũi nhau, cùng làm hành vi xấu, tiếng xấu đồn khắp, che tội cho nhau. Chúng Tăng vì thù hận nên bảo các cô sống riêng.' Nếu thời gian thích hợp đối với Tăng, Tăng đồng ý, Tăng trao cho nhóm sáu tỳ-kheo-ni và Tỳ-kheo-ni Thâu-la-nan-đà pháp quở trách can gián,

cho bỏ việc này, nói: 'Các cô đừng nói như vầy: 'Các cô đừng sống riêng, nên sống chung.' Cũng đừng nói: 'Tôi cũng thấy các tỳ-kheo-ni khác cùng sống với nhau, gần gũi nhau, cùng làm hành vi xấu, tiếng xấu đồn khắp, che tội cho nhau. Chúng Tăng vì thù hận nên bảo các cô sống riêng.' Nhưng chỉ có hai tỳ-kheo-ni này cùng nhau gần gũi, làm hành vi xấu, tiếng xấu đồn khắp, che tội cho nhau chứ không có cô nào nữa. Nếu tỳ-kheo-ni không gần gũi nhau, cùng làm hành vi xấu, tiếng xấu đồn khắp thì ở trong Phật pháp mới có tăng ích, sống an lạc. Đây là lời tác bạch.

Đại tỷ Tăng xin lắng nghe! Nhóm sáu tỳ-kheo-ni và Tỳ-kheo-ni Thâu-la-nan-đà này, Tăng đã trao cho Tỳ-kheo-ni Tô-ma và Bà-phả-di pháp quở trách can gián, mà họ lại bảo: 'Các cô nên cùng sống với nhau. Tại sao vậy? Vì tôi cũng thấy các tỳ-kheo-ni khác cùng sống với nhau, gần gũi nhau, cùng làm hành vi xấu, tiếng xấu đồn khắp, che tội cho nhau. Chúng Tăng vì thù hận nên bảo các cô sống riêng.' Nay Tăng trao cho nhóm sáu tỳ-kheo-ni và Tỳ-kheo-ni Thâu-la-nan-đà pháp quở trách can gián cho bỏ việc này, bảo: 'Các cô đừng nói như vầy: 'Các cô đừng sống riêng, nên sống chung.' Cũng đừng nói: 'Tôi cũng thấy các tỳ-kheo-ni khác cùng sống với nhau, gần gũi nhau, cùng làm hành vi xấu, [725a] tiếng xấu đồn khắp, che tội cho nhau. Chúng Tăng vì thù hận nên bảo các cô sống riêng.' Nhưng chỉ có hai tỳ-kheo-ni này cùng nhau gần gũi, làm hành vi xấu, tiếng xấu đồn khắp, che tội cho nhau chứ không có cô nào nữa. Nếu tỳ-kheo-ni không gần gũi nhau, cùng làm hành vi xấu, tiếng xấu đồn khắp, thì ở trong Phật pháp có tăng ích, sống an lạc. Các đại tỷ nào đồng ý Tăng vì nhóm sáu tỳ-kheo-ni và Tỳ-kheo-ni Thâu-la-nan-đà tác pháp quở trách can gián cho bỏ việc này thì im lặng, vị nào không đồng ý xin nói. Đây là yết-ma lần đầu." *(yết-ma lần thứ hai, lần thứ ba cũng nói như vậy).*

Tăng đã đồng ý quở trách can gián nhóm sáu tỳ-kheo-ni và Tỳ-kheo-ni Thâu-la-nan-đà khiến cho bỏ việc này rồi. Tăng đã đồng ý vì im lặng. Việc này tôi ghi nhận như vậy."

Tăng đã vì nhóm sáu tỳ-kheo-ni và Tỳ-kheo-ni Thâu-la-nan-đà tác pháp quở trách can gián bằng pháp bạch tứ yết-ma rồi, các tỳ-kheo đến bạch đức Thế Tôn. Đức Thế Tôn dạy:

"Nếu có tỳ-kheo-ni nào như vậy, Tăng cũng sẽ tác pháp quở trách can gián cho bỏ việc ấy bằng bạch tứ yết-ma như vậy.

Từ nay trở đi, Ta vì các tỳ-kheo-ni kết giới, gồm mười cú nghĩa, *cho đến câu* chánh pháp tồn tại lâu dài. Muốn nói giới nên nói như vầy:

b. Giới văn

Tỳ-kheo-ni nào khi Tăng tỳ-kheo-ni vì họ tác pháp quở trách can gián, mà tỳ-kheo-ni khác dạy họ như vầy: 'Các cô đừng sống riêng, nên sống chung với nhau. Tôi cũng thấy có các tỳ-kheo-ni khác không sống riêng; cùng sống với nhau, cùng làm các hành vi xấu, tiếng xấu đồn khắp, che giấu tội cho nhau. Tăng vì không bằng lòng các cô nên bảo các cô sống riêng.' Các tỳ-kheo-ni nên can gián tỳ-kheo-ni kia rằng: 'Đại tỷ, cô đừng bảo các tỳ-kheo-ni khác rằng: 'Các cô đừng sống riêng. Tôi cũng thấy có các tỳ-kheo-ni sống với nhau làm các hành vi xấu, tiếng xấu đồn khắp, che giấu tội cho nhau. Tăng vì không bằng lòng các cô nên bảo các cô sống riêng.' Nay chỉ có hai tỳ-kheo-ni này, cùng sống với nhau, cùng làm các hành vi xấu, tiếng xấu đồn khắp, che giấu tội cho nhau, chớ không có cô nào nữa. Nếu các tỳ-kheo-ni này sống riêng thì ở trong Phật pháp mới tăng ích, sống an lạc.' Khi tỳ-kheo-ni kia được các tỳ-kheo-ni can gián như vậy, vẫn kiên trì không bỏ, thì các tỳ-kheo-ni nên can gián ba lần cho bỏ việc này. Cho đến ba lần can gián, bỏ thì tốt, không bỏ, tỳ-kheo-ni kia phạm ba pháp, tăng-già-bà-thi-sa, cần phải xả trí."

c. Thích nghĩa

Tỳ-kheo-ni: nghĩa như trước.

Tăng: cũng như trước.

d. Tướng phạm

Khi tỳ-kheo-ni nào bị Tăng tác pháp quở trách can gián, các tỳ-kheo-ni khác bảo:

[725b] "Các cô đừng ở riêng, nên ở chung. Tôi cũng thấy các tỳ-kheo-ni cùng nhau gần gũi, cùng nhau làm hành vi xấu, tiếng xấu đồn khắp, che tội cho nhau. Tăng vì không bằng lòng các cô nên bảo các cô ở riêng."

Tỳ-kheo-ni này nên can gián tỳ-kheo-ni kia:

"Đại tỷ! Cô đừng bảo các tỳ-kheo-ni rằng: 'Các cô đừng ở riêng nên ở chung. Tôi cũng thấy các tỳ-kheo-ni cùng nhau gần gũi, cùng làm hành vi xấu, tiếng xấu đồn khắp che tội cho nhau. Tăng vì không bằng lòng các cô nên bảo các cô ở riêng.' Nay, chỉ có hai tỳ-kheo-ni này chớ không có cô nào nữa. Các cô cùng nhau gần gũi, cùng làm hành vi xấu, tiếng xấu đồn khắp, che tội cho nhau. Nếu tỳ-kheo-ni này sống riêng thì trong Phật pháp mới có tăng ích, sống an lạc. Nay, các cô nên bỏ việc này, đừng để Tăng phải quở trách mà phạm trọng tội."

Nếu nghe theo thì tốt, bằng không nên tác bạch. Tác bạch rồi nên nói:

"Đại tỷ, tôi đã tác bạch rồi. Còn có các yết-ma nữa. Cô nên bỏ việc này."

Nếu nghe lời thì tốt, bằng không nên tác pháp yết-ma lần thứ nhất. Tác pháp yết-ma lần thứ nhất rồi, nên nói:

"Tôi đã tác bạch và tác pháp yết-ma lần thứ nhất rồi, còn hai pháp yết-ma nữa. Cô nên bỏ việc này, đừng để Tăng phải quở trách can gián, lại phạm trọng tội."

Nếu nghe theo lời thì tốt; bằng không, tác pháp yết-ma lần thứ hai. Tác pháp yết-ma lần thứ hai xong, nên nói:

"Này cô, tôi đã tác bạch yết-ma lần thứ hai rồi, chỉ còn một pháp yết-ma nữa. Cô nên bỏ việc này, đừng để cho Tăng quở trách can gián mà phạm trọng tội."

Nếu nghe theo lời thì tốt; bằng không, tác bạch yết-ma lần thứ ba xong, phạm tăng-già-bà-thi-sa. Tác yết-ma lần thứ hai xong mà bỏ, phạm ba thâu-lan-giá. Yết-ma lần thứ nhất xong mà bỏ, phạm hai thâu-lan-giá. Tác bạch xong mà bỏ, phạm một thâu-lan-giá. Bạch chưa xong mà bỏ, phạm đột-kiết-la. Trước khi chưa bạch, dạy rằng:

"Các cô đừng ở riêng. Tôi cũng thấy tỳ-kheo-ni khác cùng ở chung, cùng làm hành vi xấu, tiếng xấu đồn khắp, cùng che tội cho nhau. Tăng vì không bằng lòng các cô nên bảo các cô ở riêng." Tất cả đều phạm đột-kiết-la.

Nếu có tỳ-kheo-ni nào như vậy, khi Tăng trao pháp quở trách can gián, có tỳ-kheo bảo: "Đừng bỏ!" Như đã quở trách can gián, phạm thâu-lan-giá; không quở trách can gián, phạm đột-kiết-la. Nếu tỳ-kheo-ni bảo: "Đừng bỏ!" Khi quở trách can gián, phạm thâu-lan-giá; chưa quở trách can gián, phạm đột-kiết-la.

Tỳ-kheo, đột-kiết-la. Thức-xoa-ma-na, sa-di, sa-di-ni, **[725c]** đột-kiết-la. Đó gọi là phạm.

Sự không phạm: khi mới nói liền bỏ; hoặc tác pháp quở trách can gián phi pháp biệt chúng, phi pháp hòa hợp chúng, pháp biệt chúng, tợ pháp biệt chúng, tợ pháp hòa hợp chúng, phi pháp, phi luật, phi Phật dạy mà quở trách; tất cả không thành quở trách. Thảy đều không phạm.

Người không phạm: phạm lần đầu tiên khi chưa chế giới; si cuồng, loạn tâm, thống não bức bách.

XVI. Dọa bỏ đạo[53]

a. Duyên khởi

Một thời, đức Phật ở trong vườn Cấp cô độc, rừng cây Kỳ-đà, tại nước Xá-vệ. Bấy giờ, nhóm sáu tỳ-kheo-ni, chỉ vì một việc nhỏ mà giận hờn, bất mãn, liền nói:

"Tôi bỏ Phật, bỏ Pháp, bỏ Tăng. Không phải chỉ có sa-môn Thích tử, mà còn có sa-môn bà-la-môn khác tu phạm hạnh. Chúng tôi cũng có thể đến đó tu phạm hạnh."

Bấy giờ, các tỳ-kheo-ni nghe, trong đó có vị thiểu dục tri túc, sống hạnh đầu-đà, ưa học giới, biết hổ thẹn, hiềm trách nhóm sáu tỳ-kheo-ni:

"Tại sao các cô chỉ vì một việc nhỏ, giận hờn bất mãn mà nói: 'Tôi bỏ Phật, bỏ Pháp, bỏ Tăng. Không phải chỉ riêng có sa-môn Thích tử, mà còn có các sa-môn bà-la-môn khác tu phạm hạnh. Chúng tôi cũng có thể đến đó tu phạm hạnh.'?"

---

[53] Pāli, biệt giới 7. *Ngũ phần:* tăng-già-bà-thi-sa 17. *Tăng-kỳ:* tăng-già-bà-thi-sa 19. *Thập tụng:* tăng-già-bà-thi-sa 14. *Căn bản:* tăng-già-bà-thi-sa 13.

Các tỳ-kheo-ni bạch với các tỳ-kheo. Các tỳ-kheo đến bạch lên đức Thế Tôn. Đức Thế Tôn vì nhân duyên này tập hợp Tăng tỳ-kheo, quở trách nhóm sáu tỳ-kheo-ni:

"Tại sao các cô chỉ vì một việc nhỏ, giận hờn bất mãn, nói: 'Tôi bỏ Phật, bỏ Pháp, bỏ Tăng. Không phải chỉ riêng có sa-môn Thích tử, mà còn có các sa-môn bà-la-môn khác tu phạm hạnh. Chúng tôi cũng có thể đến đó tu phạm hạnh.'?"

Đức Thế Tôn bằng vô số phương tiện quở trách nhóm sáu tỳ-kheo-ni rồi bảo các tỳ-kheo:

"Cho phép Tăng trao cho nhóm sáu tỳ-kheo-ni pháp quở trách cho bỏ việc này, bằng bạch tứ yết-ma. Nên quở trách như vầy:

Trong chúng nên sai một vị có khả năng tác pháp yết-ma, theo sự việc trên tác bạch:

Đại tỷ Tăng xin lắng nghe! Nhóm sáu tỳ-kheo-ni này, chỉ vì một việc nhỏ, giận hờn bất mãn, [726a] bèn nói: 'Tôi bỏ Phật, bỏ Pháp, bỏ Tăng. Không phải chỉ riêng có sa-môn Thích tử, mà còn có các sa-môn bà-la-môn khác tu phạm hạnh. Chúng tôi cũng có thể đến đó tu phạm hạnh.' Nếu thời gian thích hợp đối với Tăng, Tăng đồng ý, nay Tăng trao cho nhóm sáu tỳ-kheo-ni pháp quở trách, bỏ việc này, nên nói: 'Này cô! Chớ nên vì một việc nhỏ giận hờn bất mãn mà nói 'Tôi bỏ Phật, bỏ Pháp, bỏ Tăng. Không phải chỉ có sa-môn Thích tử, mà còn có sa-môn bà-la-môn khác cũng tu phạm hạnh. Chúng tôi có thể đến đó tu phạm hạnh.' Đây là lời tác bạch.

Đại tỷ Tăng xin lắng nghe! Nhóm sáu tỳ-kheo-ni này chỉ vì một việc nhỏ, giận hờn bất mãn, bèn nói: 'Tôi bỏ Phật, bỏ Pháp, bỏ Tăng. Không phải chỉ riêng có sa-môn Thích tử, mà còn có các sa-môn bà-la-môn khác tu phạm hạnh. Chúng tôi cũng có thể đến đó tu phạm hạnh.' Nay Tăng trao cho nhóm sáu tỳ-kheo-ni pháp quở trách cho bỏ việc ấy. Nói rằng: Đại tỷ, chớ nên vì một việc nhỏ, giận hờn bất mãn mà nói: 'Tôi bỏ Phật, bỏ Pháp, bỏ Tăng. Không phải chỉ riêng có sa-môn Thích tử, mà còn có các sa-môn bà-la-môn khác tu phạm

hạnh. Chúng tôi cũng có thể đến đó tu phạm hạnh.' Các đại tỷ nào đồng ý Tăng tác pháp quở trách nhóm sáu tỳ-kheo-ni, cho bỏ việc này, thì im lặng. Vị nào không đồng ý xin nói. Đây là yết-ma lần thứ nhất. *(Lần thứ hai, lần thứ ba cũng nói như vậy).*

Tăng đã đồng ý trao cho nhóm sáu tỳ-kheo-ni pháp quở trách, cho bỏ việc này rồi. Tăng đã đồng ý vì im lặng. Việc này tôi ghi nhận như vậy."

Tăng tác pháp quở trách đối với nhóm sáu tỳ-kheo-ni cho bỏ việc này, bằng bạch tứ yết-ma như vậy rồi, bạch lại các tỳ-kheo. Các tỳ-kheo đến bạch đức Thế Tôn. Đức Thế Tôn bảo các tỳ-kheo:

"Nếu có tỳ-kheo-ni nào như vậy, Tăng cũng sẽ trao cho pháp quở trách bằng bạch tứ yết-ma như vậy.

Từ nay trở đi, Ta vì các tỳ-kheo-ni kết giới, gồm mười cú nghĩa, *cho đến câu* chánh pháp tồn tại lâu dài. Muốn nói giới nên nói như vầy:

b. Giới văn

Tỳ-kheo-ni nào chỉ vì một việc nhỏ, giận hờn bất mãn, bèn nói: 'Tôi bỏ Phật, bỏ Pháp, bỏ Tăng. Không phải chỉ riêng có sa-môn Thích tử mà thôi, còn có các sa-môn bà-la-môn khác tu phạm hạnh. Chúng tôi cũng có thể đến đó tu phạm hạnh.' Các tỳ-kheo-ni nên can gián tỳ-kheo-ni kia rằng: Đại tỷ, đừng chỉ vì một việc nhỏ, giận hờn bất mãn, bèn vội nói: 'Tôi bỏ Phật, bỏ Pháp, bỏ Tăng. Không phải chỉ riêng có sa-môn Thích tử mà thôi, còn có các sa-môn bà-la-môn khác tu phạm hạnh. Chúng tôi cũng có thể đến đó tu phạm hạnh.' Khi tỳ-kheo-ni kia được các tỳ-kheo-ni can gián như vậy, mà vẫn kiên trì không bỏ; các tỳ-kheo-ni nên can gián ba lần cho bỏ việc ấy. Cho đến ba lần can gián, [726b] *bỏ thì tốt. Nếu không bỏ, tỳ-kheo-ni kia phạm ba pháp, tăng-già-bà-thi-sa, cần phải xả trí."*

c. Thích nghĩa

Tỳ-kheo-ni: nghĩa như trước.

d. Tướng phạm

Nếu tỳ-kheo-ni chỉ vì một việc nhỏ, giận hờn bất mãn bèn vội nói: "Tôi bỏ Phật, bỏ Pháp, bỏ Tăng. Không phải chỉ riêng có sa-môn Thích tử mà thôi, còn có các sa-môn bà-la-môn khác tu phạm hạnh. Chúng tôi cũng có thể đến đó tu phạm hạnh." Tỳ-kheo-ni can gián tỳ-kheo-ni kia:

"Đại tỷ! Cô đừng vì một việc nhỏ giận hờn bất mãn, vội nói: 'Tôi bỏ Phật, bỏ Pháp, bỏ Tăng. Không phải chỉ riêng có sa-môn Thích tử mà thôi, còn có các sa-môn bà-la-môn khác cũng tu phạm hạnh, chúng tôi có thể đến đó tu phạm hạnh.' Cô nên bỏ việc này đừng để Tăng quở trách mà phạm trọng tội."

Nếu nghe lời thì tốt; bằng không, nên tác bạch. Tác bạch rồi, nên nói:

"Tôi đã bạch rồi, còn các pháp yết-ma nữa, cô nên bỏ việc này, đừng để Tăng phải quở trách, mà phạm trọng tội."

Nếu nghe theo thì tốt; bằng không, nên tác pháp yết-ma thứ nhất. Tác pháp yết-ma lần thứ nhất rồi, nên nói:

"Tôi đã tác bạch và tác yết-ma lần thứ nhất rồi, còn hai pháp yết-ma nữa. Cô nên bỏ việc này, đừng để Tăng phải quở trách mà phạm trọng tội."

Nếu nghe lời thì tốt; bằng không, nên tác yết-ma lần thứ hai. Tác yết-ma lần thứ hai rồi, cũng nên nói:

"Tôi đã tác bạch và tác hai pháp yết-ma rồi, còn một pháp yết-ma nữa. Cô nên bỏ việc này, đừng để Tăng phải quở trách, lại phạm trọng tội."

Nếu nghe lời thì tốt; bằng không, tác yết-ma lần thứ ba xong, phạm tăng-già-bà-thi-sa. Tác pháp yết-ma lần thứ hai xong mà bỏ, phạm ba thâu-lan-giá. Tác yết-ma lần thứ nhất xong mà bỏ, phạm hai thâu-lan-giá. Tác bạch xong mà bỏ, phạm một thâu-lan-giá. Bạch chưa xong mà bỏ, phạm đột-kiết-la. Trước khi chưa bạch, vì một việc nhỏ giận hờn, không vui, bèn vội nói: "Tôi bỏ Phật, bỏ Pháp, bỏ Tăng. Không phải chỉ riêng có sa-môn Thích tử mà thôi, còn có các sa-môn của bà-la-môn khác tu phạm hạnh. Chúng tôi cũng có thể đến đó tu phạm hạnh." Tất cả đều phạm đột-kiết-la.

Nếu tỳ-kheo-ni nào như vậy, khi Tăng tác pháp quở trách, có tỳ-kheo bảo: "Đừng bỏ!" Nếu Tăng đã tác pháp quở trách thì tỳ-kheo ấy phạm thâu-lan-giá, không quở trách phạm đột-kiết-la.

Nếu tỳ-kheo-ni bảo: "Đừng bỏ!" [726c] Nếu Tăng đã tác pháp quở trách, tỳ-kheo-ni ấy phạm thâu-lan-giá; nếu chưa quở trách, phạm đột-kiết-la.

Trừ tỳ-kheo, tỳ-kheo-ni, người khác dạy: "Đừng bỏ", đã quở trách, hay chưa quở trách, tất cả đều phạm đột-kiết-la.

Tỳ-kheo, đột-kiết-la. Thức-xoa-ma-na, sa-di, sa-di-ni, đột-kiết-la. Đó gọi là phạm.

Sự không phạm: khi mới nói liền bỏ. Hoặc quở trách phi pháp biệt chúng, phi pháp hòa hợp chúng, pháp biệt chúng, tợ pháp biệt chúng, quở trách tợ pháp hòa hợp chúng. Phi pháp, phi luật, phi Phật dạy. Hoặc hoàn toàn không tác pháp quở trách. Thảy đều không phạm.

Người không phạm: phạm lần đầu tiên khi chưa chế giới; si cuồng, loạn tâm, thống não bức bách.

XVII. Vu tăng thiên vị[54]

a. Duyên khởi

Một thời, đức Phật ở trong vườn Cù-sư-la, tại Câu-thiệm-di. Bấy giờ, có tỳ-kheo-ni tên Hắc,[55] ưa gây gổ. Vì không khéo ghi nhớ tránh sự,[56] sau đó bèn giận hờn nói: "Tăng có thiên vị, có giận hờn, có sợ hãi, có bất minh."

Các tỳ-kheo-ni nghe, trong đó có vị thiểu dục tri túc, sống hạnh đầu-đà, ưa học giới, biết hổ thẹn, hiềm trách tỳ-kheo-ni Hắc:

---

54 Pāli, biệt giới 8. *Ngũ phần:* tăng-già-bà-thi-sa 16. *Tăng-kỳ:* tăng-già-bà-thi-sa 15. *Thập tụng:* tăng-già-bà-thi-sa 15. *Căn bản:* tăng-già-bà-thi-sa 14.

55 Hắc 黑, Pāli: *Caṇḍakāḷī. Ngũ phần:* mẹ của Xiển-đà, có biệt danh là Chiên-đồ Tu-ma-na 旃荼修摩那. *Thập tụng:* Tỳ-kheo-ni Ca-la 迦羅比丘尼. *Căn bản:* Thổ-la-nan-đà 吐羅難陀.

56 Bất thiện ức trì tránh sự. Nghĩa là, bị đuối lý, mỗi khi có sự gây gổ. Pāli: *adhikaraṇe paccākatā,* bị cự tuyệt trong khi có tránh sự. Giải thích: *paccākatā nāma parājitā vuccati,* bị cự tuyệt, nghĩa là bị thua.

"Tại sao cô ưa gây gổ; khi không khéo ghi nhớ tránh sự, bèn giận hờn nói: 'Tăng có thiên vị, có giận hờn, có sợ hãi, có bất minh.'?"

Các tỳ-kheo-ni đến bạch với các tỳ-kheo. Các tỳ-kheo đến bạch lên đức Thế Tôn. Đức Thế Tôn vì nhân duyên này tập hợp Tăng tỳ-kheo, quở trách tỳ-kheo-ni Hắc:

"Việc cô làm là sai quấy, chẳng phải oai nghi, chẳng phải pháp sa-môn, chẳng phải tịnh hạnh, chẳng phải hạnh tùy thuận, làm điều không nên làm. Tại sao cô ưa gây gổ; khi không khéo ghi nhớ tránh sự, bèn giận hờn nói: 'Tăng có thiên vị, có giận hờn, có sợ hãi, có bất minh?'"

Sau khi đức Thế Tôn bằng vô số phương tiện quở trách, rồi bảo các tỳ-kheo:

"Từ nay trở đi, cho phép Tăng vì tỳ-kheo-ni Hắc tác pháp quở trách cho bỏ việc này, bằng bạch tứ yết-ma, trong Ni chúng sai một vị có thể tác pháp yết-ma, theo sự việc trên tác bạch như vầy:

Đại tỷ Tăng xin lắng nghe! Tỳ-kheo-ni Hắc này ưa gây gổ, không khéo ghi nhớ tránh sự, sau đó bèn giận hờn nói: 'Tăng có thiên vị, có giận hờn, có sợ hãi, có bất minh.' Nếu thời gian thích hợp đối với Tăng, Tăng đồng ý, nay Tăng trao cho tỳ-kheo-ni (Hắc)... pháp quở trách cho bỏ việc này. Nói rằng, 'Đại tỷ! Cô đừng ưa gây gổ, không khéo ghi nhớ tránh sự, sau đó bèn giận hờn nói: Tăng có thiên vị, có giận hờn, có sợ hãi, có bất minh. [727a] Chính nơi cô có thiên vị, có giận hờn, có sợ hãi, có bất minh.' Đây là lời tác bạch.

Đại tỷ Tăng nghe cho! Tỳ-kheo-ni Hắc này ưa gây gổ, không khéo ghi nhớ tránh sự, sau đó bèn giận hờn nói: 'Tăng có thiên vị, có giận hờn, có sợ hãi, có bất minh.' Nay Tăng trao cho tỳ-kheo-ni (Hắc)... pháp quở trách cho bỏ việc này. 'Này cô! Cô đừng ưa gây gổ, không khéo ghi nhớ tránh sự, sau đó bèn giận hờn nói: Tăng có thiên vị, có giận hờn, có sợ hãi, có bất minh. Chính nơi cô có thiên vị, có giận hờn, có sợ hãi, có bất minh.' Các đại tỷ nào đồng ý Tăng trao cho tỳ-kheo-ni pháp quở trách cho bỏ việc này thì im lặng. Vị nào không đồng ý xin nói. Đây là yết-ma lần thứ nhất. (Lần thứ hai, lần thứ ba cũng nói như vậy).

Tăng đã đồng ý trao cho tỳ-kheo-ni Hắc pháp quở trách để bỏ việc này rồi. Tăng đã đồng ý vì im lặng. Việc này tôi ghi nhận như vậy."

Tăng trao cho tỳ-kheo-ni Hắc pháp quở trách bằng pháp bạch tứ yết-ma rồi bạch với các tỳ-kheo, các tỳ-kheo vì nhân duyên này bạch lên đức Phật. Đức Phật dạy:

"Nếu có tỳ-kheo-ni nào như thế này, Tăng tỳ-kheo ni cũng sẽ trao cho pháp bạch tứ yết-ma quở trách như vậy.

Từ nay trở đi, Ta vì các tỳ-kheo-ni kết giới, gồm mười cú nghĩa, *cho đến câu* chánh pháp tồn tại lâu dài. Muốn nói giới nên nói như sau:

b. Giới văn

Tỳ-kheo-ni nào ưa gây gổ, không khéo ghi nhớ tránh sự, sau đó giận hờn nói: 'Tăng có thiên vị, có giận hờn, có sợ hãi, có bất minh.' Các tỳ-kheo-ni nên can gián tỳ-kheo-ni kia: 'Này cô! Cô đừng ưa gây gổ, không khéo ghi nhớ tránh sự, sau đó bèn giận hờn nói: Tăng có thiên vị, có giận hờn, có sợ hãi, có bất minh. Chính nơi cô có thiên vị, có giận hờn, có sợ hãi, có bất minh.'

Khi tỳ-kheo-ni kia được các tỳ-kheo-ni can gián như vậy, mà vẫn kiên trì không bỏ, các tỳ-kheo-ni nên ba lần can gián, bỏ thì tốt. Nếu không bỏ, tỳ-kheo-ni ấy phạm ba pháp, tăng-già-bà-thi-sa, cần phải xả trí."

c. Thích nghĩa

Tỳ-kheo-ni: nghĩa như trước.

Gây gổ:[57] có bốn loại: ngôn tránh, mích tránh, phạm tránh, và sự tránh.

Tăng: đồng nhất yết-ma, đồng nhất thuyết giới.

d. Tướng phạm

Tỳ-kheo-ni ưa gây gổ, không khéo ghi nhớ, gây gổ xong lại giận hờn nói: Tăng có thiên vị, có giận hờn, có sợ hãi, có bất minh. Các tỳ-kheo-ni nên can gián tỳ-kheo-ni kia:

---

[57] Hán: đấu tránh 鬥諍. Pāli: *adhikaraṇa*, tránh sự, có 4.

"Đại tỷ! Cô chớ nên ưa gây gổ, không khéo ghi nhớ tránh sự, sau đó giận hờn, nói 'Tăng có thiên vị, **[727b]** có giận hờn, có sợ hãi, có bất minh.' Mà sự thật, Tăng không có thiên vị, không có giận hờn, không có sợ hãi, không có bất minh. Chính cô có thiên vị, có giận hờn, có sợ hãi, có bất minh. Này cô, nên bỏ việc này, đừng để Tăng phải quở trách mà phạm trọng tội."

Cô ấy nghe theo thì tốt; bằng không, nên tác bạch. Tác bạch xong, nên nói:

"Tôi đã tác bạch xong, còn các pháp yết-ma nữa. Cô nên bỏ việc này, đừng để Tăng phải quở trách, mà phạm trọng tội."

Cô ấy nghe theo thì tốt; bằng không, nên tác pháp yết-ma lần thứ nhất. Yết-ma lần thứ nhất xong, nên nói:

"Tôi đã tác yết-ma lần thứ nhất rồi, còn hai pháp yết-ma nữa. Cô nên bỏ việc này, đừng để Tăng phải quở trách, mà phạm trọng tội."

Nếu cô ấy nghe theo thì tốt; bằng không, nên tác yết-ma lần thứ hai. Tác yết-ma lần thứ hai xong, cũng phải nói:

"Tôi đã tác pháp yết-ma lần thứ hai rồi, còn lại một pháp yết-ma nữa. Cô nên bỏ việc này, đừng để Tăng phải quở trách, mà phạm trọng tội."

Cô ấy nghe theo thì tốt; bằng không, tác yết-ma lần thứ ba xong, phạm tăng-già-bà-thi-sa. Yết-ma lần thứ hai xong mà bỏ, phạm ba thâu-lan-giá. Yết-ma lần thứ nhất xong mà bỏ, phạm hai thâu-lan-giá. Bạch xong mà bỏ, phạm một thâu-lan-giá. Bạch chưa xong mà bỏ, phạm đột-kiết-la. Trước khi chưa bạch, ưa gây gổ, không khéo ghi nhớ tránh sự, sau đó giận hờn, nói: "Tăng có thiên vị, có giận hờn, có sợ hãi, có bất minh," tất cả đều phạm đột-kiết-la.

Nếu tỳ-kheo-ni ưa đấu tranh, khi Tăng trao cho pháp yết-ma quở trách, tỳ-kheo bảo: "Đừng bỏ!" Nếu Tăng đã tác pháp quở trách, (tỳ-kheo ấy) phạm thâu-lan-giá; không quở trách, phạm đột-kiết-la. Nếu tỳ-kheo-ni bảo: "Đừng bỏ!" Tăng quở trách rồi, (tỳ-kheo-ni ấy) phạm thâu-lan-giá; không quở trách, phạm đột-kiết-la.

Trừ tỳ-kheo, tỳ-kheo-ni, người khác dạy: "Đừng bỏ", tất cả đều phạm đột-kiết-la.

Tỳ-kheo, đột-kiết-la. Thức-xoa-ma-na, sa-di, sa-di-ni đột-kiết-la. Đó gọi là phạm.

Sự không phạm: khi mới nói liền bỏ. Hoặc quở trách phi pháp biệt chúng, phi pháp hòa hợp chúng, pháp biệt chúng, tợ pháp biệt chúng, tợ pháp hòa hiệp chúng, phi pháp, phi luật, phi Phật dạy. Hoặc tất cả không tác pháp quở trách thì không phạm.

Người không phạm: người phạm lần đầu tiên khi chưa chế giới; người si cuồng, loạn tâm, thống não bức bách.

CHƯƠNG III
NI-TÁT-KỲ BA-DẬT-ĐỀ[1]

A - THÔNG GIỚI[2]

[727c] Một thời, đức Phật ở trong vườn Cấp cô độc, rừng cây Kỳ-đà tại nước Xá-vệ. Bấy giờ, đức Thế Tôn đem những nhân duyên này[3] tập hợp Tăng tỳ-kheo, bảo các tỳ-kheo:

"Từ nay trở đi, Ta vì các tỳ-kheo-ni kết giới gồm mười cú nghĩa, *cho đến câu* chánh pháp tồn tại lâu dài. Muốn nói giới nên nói như vầy:

Điều 1

Tỳ-kheo-ni nào y đã xong, y ca-thi-na đã xả, cất chứa y dư trong mười ngày không tịnh thí, được phép chứa. Nếu quá, ni-tát-kỳ ba-dật-đề.[*][4]

---

[1] *Ngũ phần* 12: tr.83a13. *Tăng-kỳ* 37: tr.524b04. *Thập tụng* 43: tr.313b05. Pāli, Vin.iv. 243.

[2] *Tứ phần*: 30 điều, 18 thông giới. Duyên khởi, giới văn, và các giải thích, xem các điều liên hệ trong Phần I, Ch. iv Ni-tát-kỳ ba-dật-đề. - Những điều thuộc thông giới có đánh dấu hoa thị (*). - *Ngũ phần, Tăng-kỳ, Thập tụng*: 30 điều. *Căn bản*: 33 điều. Pāli, 30 điều, 18 thông giới.

[3] Duyên khởi các thông giới, như tỳ-kheo.

[4] Xem Phần I, Ch. iv, ni-tát-kỳ 1.

Điều 2

Tỳ-kheo-ni nào y đã xong, y ca-thi-na đã xả, lìa một trong năm y[5] *ngủ đêm chỗ khác, ni-tát-kỳ ba-dật-đề. Trừ Tăng yết-ma.*[*6]

Điều 3

Tỳ-kheo-ni nào y đã xong, y ca-thi-na đã xả, nếu được vải phi thời, cần thì nhận. Nhận xong nhanh chóng may thành y. Đủ thì tốt; không đủ thì được phép chứa một tháng. Vì chờ cho đủ vậy. Nếu chứa quá hạn, ni-tát-kỳ ba-dật-đề.[*7]

---

[5] Tỳ-kheo-ni phải đủ 5 y. Ba y, như tỳ-kheo. Tỳ-kheo-ni có thêm tăng-kì-chi 僧祇支 (tăng-khước-kỳ) và phú kiên y 覆肩衣. Pāli (Vin.ii. 272): *saṅkacchika* (tăng-kỳ-chi hay phú kiên y, hay yếm che ngực), *udakasāṭika* (quyết-tu-la, thủy dục y, quần hay váy để tắm mưa). *Ngũ phần* 29 (tr.187c20): phú kiên y 覆肩衣, thủy dục y 水浴衣. Các cô không trùm phú kiên y, đàn ông thấy vai và cánh tay của các cô bèn chọc ghẹo. *Tăng-kỳ* 30 (tr.472b22): phú kiên y, vũ y 雨衣. *Thập tụng* 46 (tr.331c05): phú kiên y 覆肩衣 và quyết-tu-la 厥修羅. Phú kiên y, dài 4 khuỷu, rộng 2 khuỷu rưỡi; quyết-tu-la, cũng vậy. *Phiên Phạn ngữ 3* (tr. 5a29): "*tăng-kỳ-chi*, cựu dịch là *thiên đản*偏祖, trì luật gia gọi là *trợ thân y* 助身衣. Theo các nhà ngữ học, phiên âm đúng phải là *tăng-cát-xỉ* 僧割侈; dịch là *phú kiên y* 覆肩衣. *Căn bản*, 5 y của tỳ-kheo-ni: tăng-già-chi 僧伽胝 (tức tăng-già-lê), ốt-đát-la-tăng-già 嗢怛羅僧伽 (tức uất-đa-la-tăng), an-đát-bà-sa 安怛婆娑 (tức an-đà-hội), quyết-tô-lạc-ca 厥蘇洛迦 (tức *quyết-tu-la*, Skt. *kusūlaka*, không có Pāli tương đương), và tăng-khước-kỳ 僧脚崎. *Hữu bộ Bách nhất yết-ma* (tr. 461b07): *quyết-tô-lạc-ca*, dịch là *hạ quần*. Tăng-khước-kỳ dịch *yếm* dịch 掩腋: che nách, cùng nghĩa phú kiên y.

[6] nt. ni-tát-kỳ 2.

[7] nt. ni-tát-kỳ 3.

Điều 4

Tỳ-kheo-ni nào xin y từ cư sĩ hay vợ cư sĩ không phải thân quyến, ni-tát-kỳ ba-dật-đề. Trừ trường hợp đặc biệt là y bị cướp, y bị mất, y bị cháy, y bị nước cuốn. Đây gọi là trường hợp đặc biệt. [8]

Điều 5

Tỳ-kheo-ni nào y bị cướp, y bị mất, y bị cháy, y bị nước cuốn trôi. Nếu cư sĩ hay vợ cư sĩ không phải bà con thân quyến đem cho nhiều y, yêu cầu tùy ý nhận, tỳ-kheo-ni ấy nên biết đủ để nhận y. Nếu nhận quá, ni-tát-kỳ ba-dật-đề. [9]

Điều 6

Tỳ-kheo-ni nào có cư sĩ hay vợ cư sĩ vì tỳ-kheo-ni để dành tiền sắm y, nghĩ rằng: 'Mua y như thế cho tỳ-kheo-ni có tên như thế.' Tỳ-kheo-ni ấy trước không được yêu cầu tùy ý mà đến nhà cư sĩ, nói như vầy: 'Lành thay cư sĩ, nên vì tôi để dành số tiền sắm y như vậy, như vậy.' Vì muốn đẹp, nếu nhận được y, ni-tát-kỳ ba-dật-đề. [10]

Điều 7

Tỳ-kheo-ni nào, nếu có hai nhà cư sĩ, hay vợ cư sĩ để dành tiền sắm y cho tỳ-kheo-ni, nói rằng: 'Chúng ta để dành tiền sắm y như thế cho tỳ-kheo-ni có tên như thế.' Tỳ-kheo-ni ấy, trước chưa nhận được sự yêu cầu tùy ý mà đến hai nhà cư sĩ, nói như vầy: 'Lành thay cư sĩ, đã để dành tiền sắm y như thế như thế cho tôi, hãy chung lại làm thành một y.' Vì muốn đẹp, nếu nhận được y, ni-tát-kỳ ba-dật-đề. [11]

---

[8] nt. ni-tát-kỳ 6.

[9] nt. ni-tát-kỳ 7.

[10] nt. ni-tát-kỳ 8.

[11] nt. ni-tát-kỳ 9.

Điều 8

[728a] *Tỳ-kheo-ni nào, hoặc vua, hoặc đại thần, hoặc bà-la-môn, hoặc cư sĩ hay vợ cư sĩ, sai sứ mang tiền sắm y đến tỳ-kheo-ni, bảo rằng: 'Hãy mang số tiền sắm y như thế cho tỳ-kheo-ni có tên như thế.' Người sứ ấy đến chỗ tỳ-kheo-ni nói rằng: 'A-di, nay tiền sắm y này được gởi đến cô. Cô hãy nhận.' Tỳ-kheo-ni ấy nên nói với sứ giả rằng: 'Tôi không được phép nhận tiền may y này. Khi nào cần y hợp thời và thanh tịnh, tôi sẽ nhận.' Người sứ này có thể hỏi tỳ-kheo-ni rằng: 'A-di có người chấp sự không?' Tỳ-kheo-ni cần y nên nói: 'Có', và chỉ một tịnh nhân Tăng-già-lam, hay một ưu-bà-di, nói rằng: 'Đó là người chấp sự của tỳ-kheo-ni, thường chấp sự cho tỳ-kheo-ni.' Bấy giờ, sứ giả đi đến chỗ người chấp sự trao số tiền sắm y, rồi trở lại chỗ tỳ-kheo-ni, nói như vầy: 'A-di, tôi đã trao tiền sắm y cho người chấp sự mà cô đã chỉ. A-di, khi nào cần hãy đến người ấy, sẽ được y.'*

Tỳ-kheo-ni khi cần y, đi đến chỗ người chấp sự, hoặc hai lần, hoặc ba lần, khiến cho nhớ lại, bằng cách nói rằng: 'Tôi cần y.' Hoặc hai lần, hoặc ba lần như vậy, khiến cho nhớ lại. Nếu nhận được y thì tốt; bằng không, thì lần thứ tư, lần thứ năm, lần thứ sáu, đứng im lặng trước người ấy. Nếu lần thứ tư, lần thứ năm, lần thứ sáu đứng im lặng trước người ấy mà được y thì tốt. Bằng không được y, mà cố cầu quá thời hạn ấy, nếu được y, ni-tát-kỳ ba-dật-đề. Nếu không được y, tự mình hoặc sai người đến chỗ người xuất tiền sắm y, nói rằng: 'Ngài trước kia đã sai sứ mang tiền sắm y cho tỳ-kheo-ni tên như vậy. Nhưng cuối cùng tỳ-kheo-ni ấy không nhận được y. Ngài nên đến lấy lại tiền, đừng để mất.' Như vậy là hợp thức.[12]

---

[12] nt. ni-tát-kỳ 10.

Điều 9

Tỳ-kheo-ni nào tự mình nhận lấy vàng bạc hoặc tiền hay chỉ bảo người nhận lấy, hoặc dùng miệng để nhận,[13] *ni-tát-kỳ ba-dật-đề. *[14]

Điều 10

Tỳ-kheo-ni nào kinh doanh tài bảo dưới mọi hình thức, ni-tát-kỳ ba-dật-đề.[15]

Điều 11

Tỳ-kheo-ni nào kinh doanh mua bán dưới mọi hình thức, ni-tát-kỳ ba-dật-đề.[16]

Điều 12

Tỳ-kheo-ni nào chứa bát trám dưới năm chỗ không chảy rỉ, mà tìm xin bát mới, vì muốn đẹp, ni-tát-kỳ ba-dật-đề.

Tỳ-kheo-ni kia nên đến trong Tăng để xả, lần lượt cho đến lấy cái bát tối hạ trao cho tỳ-kheo-ni này, nói rằng: 'Cô hãy thọ trì bát này cho đến khi vỡ.' Đó là điều hợp thức.[17]

Điều 13

[728b] Tỳ-kheo-ni nào tự mình xin chỉ sợi, khiến thợ dệt không phải thân quyến dệt y, ni-tát-kỳ ba-dật-đề.[18]

---

13 Hán: *khẩu khả thọ* 口可受; *Tứ phần luật nghĩa tiêu thích* 19: "Miệng nói nhận, tức để dưới đất mà nhận (*trí địa thọ* 置地受, xem tỳ-kheo ni-tát-kỳ 18&cht.)." *Ngũ phần: phát tâm thọ* 發心受.

14 nt. ni tát-kỳ 18.

15 nt. ni-tát-kỳ 19.

16 nt. ni-tát-kỳ 20.

17 nt. ni-tát-kỳ 22.

18 nt. ni-tát-kỳ 23.

Điều 14

Tỳ-kheo-ni nào có cư sĩ hay vợ cư sĩ khiến thợ dệt vì tỳ-kheo-ni dệt y. Tỳ-kheo-ni này, trước chưa được yêu cầu tùy ý liền đến chỗ thợ dệt nói rằng: 'Y này vốn làm cho tôi. Hãy dệt cho tôi thật hết sức khéo, khiến cho rộng, dài, bền chắc, tề chỉnh, đẹp, tôi sẽ trả công cho ít nhiều.' Tỳ-kheo-ni ấy trả công, dù chỉ đáng giá một bữa ăn, nếu được y, ni-tát-kỳ ba-dật-đề.*[19]

Điều 15

Tỳ-kheo-ni nào trước đã cho y cho tỳ-kheo-ni rồi, sau vì giận hờn, tự mình đoạt lại, hoặc bảo người đoạt lại, nói rằng: 'Hãy trả y lại cho tôi. Tôi không cho cô.' Nếu tỳ-kheo-ni kia trả y lại, tỳ-kheo-ni này nhận lấy y, ni-tát-kỳ ba-dật-đề.*[20]

Điều 16

Tỳ-kheo-ni nào có bệnh, các loại thuốc dư tàn như tô, dầu, sanh tô, mật, đường mía,[21] được dùng trong vòng bảy ngày. Nếu quá bảy ngày mà còn dùng, ni-tát-kỳ ba-dật-đề.

Điều 17

Tỳ-kheo-ni nào còn mười ngày nữa mới mãn ba tháng hạ, nếu nhận được y cấp thí, tỳ-kheo-ni biết đó là y cấp thí thì nên thọ; thọ rồi, có thể chứa cho đến thời của y. Nếu chứa quá, ni-tát-kỳ ba-dật-đề.*[22]

---

[19] nt. ni-tát-kỳ 24.

[20] nt. ni-tát-kỳ 25.

[21] Nguyên Hán: 畜藥酥油生酥蜜石蜜得食殘宿. Đây dịch theo giới văn của tỳ-kheo, xem tỳ-kheo ni-tát-kỳ 26.

[22] nt. ni-tát-kỳ 28.

Điều 18

Tỳ-kheo-ni nào biết vật của Tăng mà xoay về cho mình, ni-tát-kỳ ba-dật-đề.[23]/[24]

B - BẤT CỘNG GIỚI

Điều 19. Cần vật này lại đòi vật kia[25]

a. Duyên khởi

Một thời, đức Phật ở trong vườn Cấp cô độc, rừng cây Kỳ-đà, tại nước Xá-vệ. Bấy giờ, **[728c]** Tỳ-kheo-ni Thâu-la-nan-đà có đàn-việt. Sáng sớm, cô đắp y mang bát đến nhà người đàn-việt, nói:

"Tôi cần bơ."[26]

Người đàn-việt nói:

"Được!"

Và liền mua bơ về cho.

Lúc mua bơ đem về cô ni lại nói:

"Tôi không cần bơ mà cần dầu."

Đàn-việt nói:

"Cũng được!"

Đàn-việt liền đến nhà bán bơ nói:

"Tôi không cần bơ mà cần dầu."

Nhà buôn nói rằng:

---

[23] nt. ni-tát-kỳ 30.

[24] Bản Hán, hết quyển 23.

[25] Pāli, *Niss.* 4, Vin.iv 248; Cf. *Niss.* 5, Vin.iv 249. *Ngũ phần:* điều 18. *Thập tụng:* điều 25.

[26] Hán: tô 酥. Pāli, *Thullanandā* bệnh, cần thục tô tức bơ lỏng (*sappina*).

"Tôi phải bày ra phép mua bơ để nhận bơ của ông. Rồi bày ra phép mua dầu để lấy dầu cho ông."

Vì vậy, người đàn-việt cơ hiềm nói rằng:

"Tỳ-kheo-ni không biết nhàm chán, không biết đủ, không biết hổ thẹn. Bên ngoài tự xưng, 'Tôi biết chánh pháp.' Cần dầu lại đòi bơ, cần bơ lại đòi dầu. Như vậy có gì là chánh pháp? Nếu cần bơ cứ nói cần bơ, cần dầu cứ nói cần dầu. Nếu cần cái gì thì cứ nói cái đó chứ!"

Các tỳ-kheo-ni nghe, trong đó có vị thiểu dục tri túc, sống hạnh đầu-đà, ưa học giới, biết hổ thẹn, quở trách Tỳ-kheo-ni Thâu-la-nan-đà rằng:

"Sao cô cần bơ lại đòi dầu, cần dầu lại đòi bơ?"

Các tỳ-kheo-ni bạch với các tỳ-kheo. Các tỳ-kheo đến bạch đức Phật. Đức Phật vì nhân duyên này tập hợp Tăng tỳ-kheo,[27] quở trách Tỳ-kheo-ni Thâu-la-nan-đà:

"Việc cô làm là sai quấy, chẳng phải oai nghi, chẳng phải pháp sa-môn, chẳng phải hạnh thanh tịnh, chẳng phải hạnh tùy thuận, làm điều không nên làm. Sao cô cần bơ lại đòi dầu, cần dầu lại đòi bơ?"

Đức Thế Tôn bằng vô số phương tiện quở trách Tỳ-kheo-ni Thâu-la-nan-đà rồi bảo các tỳ-kheo:

"Tỳ-kheo-ni Thâu-la-nan-đà này, là nơi trồng nhiều giống hữu lậu, là người đầu tiên phạm giới này. Từ nay trở đi, Ta vì các tỳ-kheo-ni kết giới gồm mười cú nghĩa, *cho đến câu* chánh pháp tồn tại lâu dài. Muốn nói giới nên nói như vầy:

b. Giới văn

Tỳ-kheo-ni nào cần vật này lại đòi vật kia,*[28] *ni-tát-kỳ ba-dật-đề."

c. Thích nghĩa

Tỳ-kheo-ni: nghĩa như trên.

---

[27] Xem cht. Ch. i (tỳ-kheo-ni) tăng-già-bà-thi-sa 5, bất cộng giới.

[28] *Ngũ phần:* "... xin được vật này rồi, không dùng. Lại xin vật khác." *Thập tụng:* "... đã xin được cái này rồi, lại xin thêm cái khác."

Cần vật này lại đòi vật kia: xin bơ rồi lại xin dầu; đòi dầu rồi lại đòi bơ. Hoặc cầu vật khác cũng như vậy.

d. Tướng phạm

Tỳ-kheo-ni muốn vật này lại đòi vật kia, ni-tát-kỳ ba-dật-đề.

Ni-tát-kỳ này nên xả cho ni Tăng, hoặc nhiều người, hoặc một người, không được xả biệt chúng. Xả không thành xả, phạm đột-kiết-la.

Khi xả, phải đến trong Tăng, trống vai bên hữu, cởi bỏ dép, kính lễ dưới chân Tăng, đầu gối bên hữu chấm đất, chắp tay bạch:

"Đại tỷ Tăng xin nghe cho! Tôi tỳ-kheo-ni tên là…, cần vật này lại xin vật kia, phạm xả **[729a]** đọa, nay xả cho Tăng."

Xả rồi nên sám hối. Người nhận sám phải tác bạch trước khi nhận. Văn bạch:

"Đại tỷ Tăng xin lắng nghe! Tỳ-kheo-ni tên là…, đòi vật này rồi lại đòi vật khác, phạm xả đọa, nay xả cho Tăng. Nếu thời gian thích hợp đối với Tăng, Tăng đồng ý tôi nhận sự sám hối của tỳ-kheo-ni này. Đây là lời tác bạch."

Tác bạch rồi, khi nhận sự sám hối của đương sự nên nói:

"Cô nên tự trách tâm mình."

Đương sự trả lời:

"Xin vâng."

Tỳ-kheo-ni Tăng nên trao lại vật xả cho tỳ-kheo-ni này liền, bằng pháp bạch nhị yết-ma, theo diễn tiến như vầy: Trong Tăng nên sai một vị có khả năng yết-ma, dựa theo sự việc trên tác bạch:

"Đại tỷ Tăng xin lắng nghe! Tỳ-kheo-ni này tên là…, đòi vật này rồi lại đòi vật khác, phạm xả đọa, nay xả cho Tăng. Nếu thời gian thích hợp đối với Tăng, Tăng đồng ý, Tăng đem vật xả của tỳ-kheo-ni này trao lại cho tỳ-kheo-ni có tên… Đây là lời tác bạch.

Đại tỷ Tăng xin lắng nghe! Tỳ-kheo-ni này tên là…, đòi vật này rồi lại đòi vật khác, phạm xả đọa, nay xả cho Tăng. Tăng đem vật xả này trao lại cho tỳ-kheo-ni có tên… Các đại tỉ nào

đồng ý Tăng trao lại vật xả này cho tỳ-kheo-ni có tên... thì im lặng. Vị nào không đồng ý xin nói.

Tăng đã đồng ý trao lại vật xả cho tỳ-kheo-ni tên là... rồi. Tăng đã đồng ý vì im lặng. Việc này tôi ghi nhận như vậy."

Vật xả rồi không trả lại, phạm đột-kiết-la. Nếu khi trả lại, có người bảo "đừng trả," người ấy phạm đột-kiết-la. Nếu không trả lại mà chuyển làm tịnh thí, hoặc sai gởi cho người,[29] hoặc cố làm cho hư hoại, hoặc đem đốt, hoặc làm phi vật dụng, hoặc dùng thường xuyên,[30] tất cả phạm đột-kiết-la.

Tỳ-kheo đột-kiết-la. Thức-xoa-ma-na, sa-di, sa-di-ni, đột-kiết-la. Đó gọi là phạm.

Sự không phạm: nếu cần bơ nói bơ, cần dầu nói dầu; cần vật gì nói vật ấy; hoặc từ nơi bà con mà yêu cầu, từ nơi người xuất gia mà yêu cầu, hoặc mình vì người khác, người khác vì mình mà yêu cầu, hay không đòi mà được, thảy đều không phạm.

Người không phạm: phạm lần đầu tiên khi chưa chế giới; si cuồng, loạn tâm, thống não bức bách.

Điều 20. Lạm dụng vật của Tăng[31]

a. Duyên khởi

Một thời, đức Phật ở trong vườn Cấp cô độc, rừng cây Kỳ-đà, tại nước Xá-vệ. Bấy giờ, có số đông tỳ-kheo-ni thuyết giới giữa đất trống, có một cư sĩ thấy hỏi:

"Thưa A-di, tại sao thuyết giới nơi đất trống? Không có nhà thuyết giới hay sao?"

Các tỳ-kheo-ni trả lời:

"Không."

---

[29] Pāli (Cf. Vin.iv 243): *vissajjati*, đem gởi tặng (cho người khác).

[30] Vì muốn cho hư nhanh.

[31] *Ngũ phần*, điều 25; *Thập tụng*: điều 26. Pāli, *Niss.* 6 & 8.

Cư sĩ thưa:

"Nếu có cung cấp phương tiện, có thể cất nhà thuyết giới được không?"

Các tỳ-kheo-ni nói:

"Được."

Cư sĩ liền cung cấp vật dụng để xây nhà thuyết giới.

Bấy giờ, các tỳ-kheo-ni khởi lên ý nghĩ: "Chúng ta gặp ngày thuyết giới **[729b]** có thể tìm chỗ ngồi đâu để thuyết giới cũng được, chứ y phục khó có thể có được đầy đủ năm y. Nay ta nên đem vật này đổi lấy y, cùng chia cho nhau thì hơn." Họ liền đem đổi lấy y chia cho nhau.

Sau đó, các tỳ-kheo-ni vẫn thuyết giới nơi đất trống, cư sĩ thấy hỏi:

"Tại sao các cô vẫn thuyết giới nơi đất trống? Không có nhà thuyết giới sao?"

Các tỳ-kheo-ni nói:

"Không có."

Cư sĩ hỏi:

"Trước đây, tôi đã cúng vật liệu để cất nhà thuyết giới rồi. Các cô đem làm gì?"

Các tỳ-kheo-ni nói:

"Chúng tôi nghĩ, đến ngày thuyết giới chúng tôi tìm chỗ ngồi thuyết đâu cũng được. Còn y phục khó có đủ năm y, nên chúng tôi đem vật liệu đổi lấy y. Chúng tôi đã đem vật liệu đi đổi lấy y chia cho nhau."

Cư sĩ cơ hiềm nói:

"Tỳ-kheo-ni này không biết tàm quý, thọ nhận không nhàm chán. Bên ngoài tự xưng, 'Tôi biết chánh pháp.' Như vậy có gì là chánh pháp? Đem vật liệu tôi cúng để cất nhà thuyết giới đổi lấy y chia cho nhau. Làm như tôi không biết y phục khó có đủ năm y. Đức Phật dạy, phước điền thứ nhất là xây cất phòng xá cúng dường cho tứ phương Tăng kia mà!"

Các tỳ-kheo-ni nghe, trong đó có vị thiểu dục tri túc, sống hạnh đầu-đà, ưa học giới, biết tàm quý, hiềm trách tỳ-kheo-ni kia:

"Sao cư sĩ cúng vật liệu để cất nhà thuyết giới, các cô lại đem đổi lấy y chia cho nhau?"

Các tỳ-kheo-ni bạch với các tỳ-kheo. Các tỳ-kheo đến bạch lên đức Thế Tôn. Đức Thế Tôn vì nhân duyên này tập hợp Tăng tỳ-kheo, quở trách tỳ-kheo-ni kia:

"Việc cô làm là sai quấy, chẳng phải oai nghi, chẳng phải pháp sa-môn, chẳng phải hạnh thanh tịnh, chẳng phải hạnh tùy thuận, làm điều không nên làm. Các tỳ-kheo-ni, sao cư sĩ cúng vật liệu để xây cất nhà thuyết giới, các cô lại đem đổi lấy y chia cho nhau?"

Đức Thế Tôn bằng vô số phương tiện quở trách tỳ-kheo-ni kia, rồi bảo các tỳ-kheo:

"Các tỳ-kheo-ni này là nơi trồng nhiều giống hữu lậu là những người đầu tiên phạm giới này. Từ nay trở đi, Ta vì các tỳ-kheo-ni kết giới, gồm mười cú nghĩa, *cho đến câu* chánh pháp tồn tại lâu dài. Muốn nói giới nên nói như vầy:

b. Giới văn

Tỳ-kheo-ni nào biết vật được đàn-việt cúng Tăng để làm việc này, đem làm việc kia,[32] **ni-tát-kỳ ba-dật-đề.**

c. Thích nghĩa

Tỳ-kheo-ni: nghĩa như trước.

Dùng vật thí cho Tăng mà làm việc khác: vật thí để làm nhà thuyết giới lại đem may y; vật thí may y lại đem làm nhà thuyết giới; vật cúng chỗ này đem dùng chỗ khác.

Vật của Tăng, vật vì Tăng, vật thuộc Tăng:

- *Vật của Tăng:* vật đã hứa cho Tăng.

- *Vật vì Tăng:* vật vì **[729c]** Tăng làm mà chưa hứa cho Tăng.

---

[32] Cf. *Ngũ phần*, ni-tát-kỳ 25: "...vì Tăng... xin từ *một* cư sĩ mà dùng vào việc khác." *Thập tụng*, ni-tát-kỳ 26: "...vì Tăng, xin để làm việc này, đem dùng vào việc khác..." Pāli: vật chỉ định cho Tăng (*saṅghikena saññācikena*) cho việc này mà dùng vào việc khác.

- *Vật thuộc Tăng:* vật đã hứa cho Tăng, đã xả cho Tăng.

d. Tướng phạm

Tỳ-kheo-ni biết đàn-việt cúng cho Tăng để làm việc này, đem dùng vào việc khác, ni-tát-kỳ ba-dật-đề.

Ni-tát-kỳ này nên xả cho Tăng, hoặc nhiều người, hoặc một người, không được xả biệt chúng. Nếu xả không thành xả, phạm đột-kiết-la.

Khi xả cho Tăng, đương sự phải đến giữa Tăng, trống vai bên hữu, cởi bỏ dép, kính lễ sát chân Thượng tọa, đầu gối bên hữu chấm đất, chắp tay thưa:

> **"Đại tỷ Tăng xin lắng nghe! Tôi, tỳ-kheo-ni tên là…, đem vật cúng cho Tăng để làm việc này, dùng vào việc khác, phạm xả đọa, nay xả cho Tăng."**

Xả rồi phải sám hối. Người thọ sám phải tác bạch trước, sau đó mới thọ sám. Văn bạch như sau:

> **"Đại tỷ Tăng xin lắng nghe! Tỳ-kheo-ni này tên là…, vật cúng cho Tăng để làm việc này lại đem dùng vào việc khác, phạm xả đọa, nay xả cho Tăng. Nếu thời gian thích hợp đối với Tăng, Tăng đồng ý, nay tôi nhận sự sám hối của tỳ-kheo-ni có tên… Đây là lời tác bạch."**

Bạch như vậy rồi, sau đó mới nhận sự sám hối. Khi nhận sự sám hối nên nói với người kia:

> **"Cô hãy tự trách tâm mình."**

Người kia thưa: "Xin vâng."

Tăng nên trả lại y cho tỳ-kheo-ni này liền, bằng pháp bạch nhị yết-ma như vầy:

Trong Tăng nên sai một vị có thể tác pháp yết-ma, theo sự việc trên tác bạch:

> **"Đại tỷ Tăng xin lắng nghe! Tỳ-kheo-ni này tên là…, đem vật cúng cho Tăng để làm việc này lại dùng vào việc khác, phạm xả đọa, nay xả cho Tăng. Nếu thời gian thích hợp đối với Tăng, Tăng đồng ý, Tăng trả lại y cho tỳ-kheo-ni có tên… Đây là lời tác bạch.**

Đại tỷ Tăng xin lắng nghe! Tỳ-kheo-ni có tên... đem vật cúng cho Tăng làm việc này lại dùng vào việc khác, phạm xả đọa, nay xả cho Tăng. Các đại tỉ nào đồng ý Tăng trả y lại cho tỳ-kheo-ni có tên... thì im lặng. Vị nào không đồng ý xin nói.

Tăng đã đồng ý trả y lại cho tỳ-kheo-ni có tên... rồi. Tăng đã đồng ý vì im lặng. Việc này tôi ghi nhận như vậy."

Y đã được xả giữa Tăng rồi, Tăng không trả y lại phạm đột-kiết-la. Khi trả y lại có người bảo, "Đừng trả", người ấy phạm đột-kiết-la. Nếu nhận để làm năm y, hoặc chuyển làm tịnh thí, hoặc dùng vào việc khác, hoặc sai cho người, hoặc cố ý làm cho hư hoại, hoặc đem đốt, hoặc làm phi y, hoặc mặc thường xuyên, tất cả đều phạm đột-kiết-la.

Tỳ-kheo, đột-kiết-la. Thức-xoa-ma-na, sa-di, sa-di-ni, đột-kiết-la. Đó gọi là phạm.

Sự không phạm: hoặc hỏi chủ rồi dùng; tùy theo sự phân phối mà dùng; hoặc khi cúng, người chủ nói: "Tùy ý cứ sử dụng", thảy đều không phạm.

Người không phạm: phạm lần đầu tiên khi **[730a]** chưa chế giới; si cuồng, loạn tâm, thống não bức bách.

Điều 21. Lạm dụng vật tự mình xin cho Tăng[33]

a. Duyên khởi

Một thời, đức Phật ở trong vườn Cấp cô độc, rừng cây Kỳ-đà, tại nước Xá-vệ. Bấy giờ, Tỳ-kheo-ni An Ẩn[34] muốn đến nước Xá-vệ. Vị tỳ-kheo-ni cựu trú nghe tin Tỳ-kheo-ni An Ẩn sẽ đến, bèn đi từ nhà này đến nhà khác khất cầu và nhận được một số tài vật ẩm thực, rất nhiều. Đến kỳ hạn, Tỳ-kheo-ni An Ẩn không đến. Các cựu trú tỳ-kheo-ni cùng nhau bàn tính:

"Tỳ-kheo-ni An Ẩn hẹn cùng chúng ta đến nước Xá-vệ. Nhưng cô ấy lại không đến. Y phục của tỳ-kheo-ni rất khó kiếm. Nhưng cần phải đủ năm

---

[33] Cf. Pāli, *Niss.* 7.

[34] An Ẩn 安隱; nơi khác, phiên âm Sai-ma. Xem trước, tăng-già-bà-thi-sa 7.

y. Chúng ta có thể lấy những tài vật này đổi lấy y, cùng chia cho nhau."

Rồi họ đổi lấy năm y và chia nhau. Sau đó, Tỳ-kheo-ni An Ẩn đến nước Xá-vệ. Sáng ngày hôm sau, đến giờ, quấn y mang bát vào thành khất thực, các cư sĩ thấy, hỏi: "Này A-di, cô cần gì?"

Cô đáp:

"Tôi khất thực."

Lại hỏi:

"Chúng Tăng không có thức ăn sao?"

An Ẩn trả lời:

"Không có."

Sau đó mấy ngày, cư sĩ đến chỗ các cựu trú tỳ-kheo-ni hỏi:

"Trước đây chúng tôi đều có xuất tài vật cung cấp để làm thức ăn cho Tỳ-kheo-ni An Ẩn. Các cô có làm thức ăn không?"

Họ trả lời:

"Không."

Cư sĩ hỏi:

"Vì sao không làm?"

Các cô đáp:

"Trước đây Tỳ-kheo-ni An Ẩn hẹn với chúng tôi sẽ đến nước Xá-vệ. Nhưng rồi cô An Ẩn không đến. Do đó chúng tôi nghĩ rằng: 'Tỳ-kheo-ni An Ẩn hẹn cùng chúng ta đến nước Xá-vệ. Nhưng cô ấy lại không đến. Y phục của tỳ-kheo-ni rất khó kiếm. Nhưng cần phải đủ năm y. Chúng ta có thể lấy những tài vật này đổi lấy y, cùng chia cho nhau.' Rồi chúng tôi đổi y, chia nhau."

Các cư sĩ đều cơ hiềm, nói:

"Các tỳ-kheo-ni này không biết hổ thẹn, thọ nhận không biết nhàm chán. Bên ngoài tự xưng, 'Tôi biết chánh pháp.' Nhưng mà trước đây chúng tôi vì Tỳ-kheo-ni An Ẩn cúng tài vật để làm thức ăn, sau đó họ đem đổi lấy y chia cho nhau. Như vậy có gì là chánh pháp? Chúng tôi đâu phải không biết y phục của tỳ-kheo-ni khó kiếm cho đủ năm y. Nhưng chúng tôi sở dĩ cung cấp chính là để làm thức ăn cho Tỳ-kheo-ni An Ẩn từ xa đến."

Các tỳ-kheo-ni nghe, trong đó có vị thiểu dục tri túc, sống hạnh đầu-đà, ưa học giới, biết hổ thẹn, quở trách các tỳ-kheo-ni kia:

"Tại sao cư sĩ cung cấp tài vật để sắm thức ăn cho Tỳ-kheo-ni An Ẩn mà các cô lại đem đổi lấy y chia cho nhau?"

Tỳ-kheo-ni đến bạch với các tỳ-kheo. Các tỳ-kheo đến bạch lên đức Thế Tôn. Đức Thế Tôn vì nhân duyên này **[730b]** tập hợp Tăng tỳ-kheo, quở trách các tỳ-kheo-ni kia:

"Việc các cô làm là sai quấy, chẳng phải oai nghi, chẳng phải pháp sa-môn, chẳng phải hạnh thanh tịnh, chẳng phải hạnh tùy thuận, làm điều không nên làm. Các tỳ-kheo-ni! Sao cư sĩ cung cấp tài vật để làm thức ăn cho Tỳ-kheo-ni An Ẩn mà các cô lại đem đổi lấy y chia cho nhau?"

Đức Thế Tôn bằng vô số phương tiện quở trách các tỳ-kheo-ni, rồi bảo các tỳ-kheo:

"Các tỳ-kheo-ni kia là nơi trồng nhiều giống hữu lậu, là những người đầu tiên phạm giới này. Từ nay trở đi, Ta vì các tỳ-kheo-ni kết giới gồm mười cú nghĩa, *cho đến câu* chánh pháp tồn tại lâu dài. Muốn nói giới nên nói như vầy:

b. Giới văn

Tỳ-kheo-ni nào vật được bố thí cho việc khác do tự mình xin, xoay dùng việc khác cho Tăng,[35] **ni-tát-kỳ ba-dật-đề."**

c. Thích nghĩa

Tỳ-kheo-ni: nghĩa như trước.

---

[35] *Ngũ phần*, ni-tát-kỳ 28: "... tự mình vì mình... xin từ *nhiều cư sĩ...*" *Thập tụng*, ni-tát-kỳ 28: "vì số đông (tập thể) 多人 mà xin cho việc này lại dùng vào việc khác." Pāli, *Niss.* 8: vật chỉ định cho đại chúng (*mahājanikena saññācikena*), không phải Tăng, phân biệt với điều 7.

Vật được bố thí cho việc khác: vật xin để làm thức ăn mà đem đổi may y; vì xin để may y mà đem đổi làm thức ăn; hoặc vì các việc khác nên xin mà đem làm các việc khác nữa.

Tự mình xin: chính mình đi khất cầu.

Tăng vật:[36] như trước đã giải.

d. Tướng phạm

Tỳ-kheo-ni tự mình nhân danh chúng Tăng đi khất cầu rồi đem dùng vào việc khác, phạm ni-tát-kỳ ba-dật-đề.

Ni-tát-kỳ này nên xả cho Tăng, như giới trước, rồi sám hối cũng như giới trước.

Tăng nên trả y xả này lại cho tỳ-kheo-ni kia bằng pháp bạch nhị yết-ma, cũng như giới trước. Nếu không trả lại, đem làm năm y, cho đến làm phi y hay mặc thường xuyên, tất cả đều phạm đột-kiết-la, như trước.

Tỳ-kheo, đột-kiết-la. Thức-xoa-ma-na, sa-di, sa-di-ni, đột-kiết-la. Đó gọi là phạm.

Sự không phạm: nói với cư sĩ rồi mới dùng, hoặc khi cư sĩ cung cấp vật có nói: "Tuỳ ý sử dụng", như vậy không phạm.

Người không phạm: phạm đầu tiên khi chưa chế giới; si cuồng, loạn tâm, thống não bức bách.

Điều 22. Lạm dụng vật dụng đàn-việt[37]

a. Duyên khởi

Một thời, đức Bà-già-bà[38] ở trong vườn Cấp cô độc, rừng cây Kỳ-đà, tại nước Xá-vệ. Bấy giờ, Tỳ-kheo-ni An Ẩn có một cư sĩ kia là đàn-việt. Đến giờ, cô khoác y, bưng bát, đến nhà đàn-việt, trải chỗ ngồi rồi ngồi lên.

Bấy giờ, cư sĩ thăm hỏi:

---

[36] Thích từ không có trong giới văn.

[37] Pāli, *Niss.* 7.

[38] Bà-già-bà 婆伽婆, trong bản Hán, tức Thế Tôn. Pāli: *bhagavā.*

"Cô có được an lạc không?"

Tỳ-kheo-ni An Ẩn nói:

"Không được an lạc."

Cư sĩ hỏi:

"Vì sao không được an lạc?"

An Ẩn nói:

"Chỗ ồn ào nên không được an lạc."

Cư sĩ hỏi:

"Cô không có phòng riêng hay sao?"

An Ẩn nói:

"Không có."

Cư sĩ nói:

"Tôi cúng phương tiện, cô có thể cất được không?"

An Ẩn nói:

"Được."

Cư sĩ liền cung cấp phương tiện cho Tỳ-kheo-ni An Ẩn. Tỳ-kheo-ni An Ẩn nghĩ: "Ta mà xây cất phòng xá lại thêm lắm chuyện. Trong khi y phục của tỳ-kheo-ni khó kiếm đủ năm y. Nay ta **[730c]** nên đem phương tiện xây cất phòng xá này đổi lấy y." Rồi cô đi đổi lấy y.

Sau đó một thời gian, Tỳ-kheo-ni An Ẩn khoác y, bưng bát, đến nhà cư sĩ, ngồi nơi chỗ ngồi. Cư sĩ chào hỏi:

"Thưa A-di, nếp sống được an lạc chăng?"

Đáp:

"Nếp sống không được an lạc."

Cư sĩ hỏi:

"Tại sao không an lạc?"

An Ẩn nói:

"Vì chỗ ở ồn ào nên không được an lạc."

Cư sĩ lại hỏi:

"Sư cô không có phòng riêng hay sao?"

An Ẩn nói:

"Không có."

Cư sĩ vặn hỏi:

"Trước kia tôi đã đưa cô tiền để cô làm nhà, cô không làm hả?"

An Ẩn nói:

"Tôi không làm."

Cư sĩ hỏi:

"Vì sao không làm?"

An Ẩn trả lời:

"Tôi tự nghĩ, ta mà đem đồ này đi xây cất phòng xá lại thêm lắm chuyện. Trong khi y phục của tỳ-kheo-ni khó kiếm đủ năm y. Nay ta nên đem phương tiện xây cất phòng xá này đổi lấy y."

Cư sĩ cơ hiềm nói:

"Tỳ-kheo-ni này thọ nhận không biết nhàm chán, không biết đủ. Bên ngoài tự xưng, 'Tôi biết chánh pháp.' Như vậy có gì là chánh pháp? Tôi cho tiền làm nhà, lại đem đi đổi lấy y. Lẽ nào tôi không biết y phục tỳ-kheo-ni khó khăn lắm mới có đủ năm y. Nhưng chúng tôi nghe đức Thế Tôn dạy, phước điền đứng vào hàng thứ nhất là xây cất phòng xá cúng dường cho tứ phương Tăng."

Các tỳ-kheo-ni nghe, trong đó có vị thiểu dục tri túc, sống hạnh đầu-đà, ưa học giới, biết hổ thẹn, quở trách An Ẩn rằng:

"Đàn-việt cho vật dụng để xây cất phòng xá, sao cô lại đem đổi lấy y?"

Các tỳ-kheo-ni bạch với các tỳ-kheo. Các tỳ-kheo đến bạch lên đức Thế Tôn. Đức Thế Tôn vì nhân duyên này tập hợp Tăng tỳ-kheo, quở trách Tỳ-kheo-ni An Ẩn:

"Việc cô làm là sai quấy, chẳng phải oai nghi, chẳng phải pháp sa-môn, chẳng phải hạnh thanh tịnh, chẳng phải hạnh tùy thuận, làm điều không nên làm. Đàn-việt cho vật dụng để xây cất phòng xá, sao cô lại đem đổi lấy y?"

Đức Thế Tôn bằng vô số phương tiện quở trách rồi bảo các tỳ-kheo:

"Tỳ-kheo-ni An Ẩn là nơi trồng nhiều giống hữu lậu, là người đầu tiên phạm giới này. Từ nay trở đi, Ta vì các tỳ-kheo-ni kết giới gồm mười cú nghĩa, *cho đến câu* chánh pháp tồn tại lâu dài. Muốn nói giới nên nói như vầy:

b. Giới văn

Tỳ-kheo-ni nào vật dụng đàn-việt cúng cho để làm việc này, xoay làm việc khác,[39] ***ni-tát-kỳ ba-dật-đề."***

c. Thích nghĩa

Tỳ-kheo-ni: nghĩa như trước.

Vật thí cho việc khác: cúng để xây phòng xá lại đem (đổi) may y; cúng để may y lại đem (đổi) xây phòng xá; cúng làm các việc này lại đem làm các việc kia; phạm ni-tát-kỳ ba-dật-đề.

d. Tướng phạm

Ni-tát-kỳ này phải xả cho Tăng như trước. **[731a]** Cách xả, sám hối cũng như trước. Tăng phải trả lại y xả này bằng pháp bạch nhị yết-ma, cũng như trước. Nếu không trả lại thọ làm năm y, cho đến làm phi y, hoặc mặc thường xuyên, tất cả đều phạm đột-kiết-la.

Tỳ-kheo, đột-kiết-la. Thức-xoa-ma-na, sa-di, sa-di-ni, đột-kiết-la. Đó gọi là phạm.

Sự không phạm: hỏi đàn-việt, tùy theo ý của đàn-việt sử dụng, hoặc khi cúng đàn-việt nói: "Cứ sử dụng theo ý muốn"; hoặc người bà con nói: "Cứ dùng như ý muốn, tôi sẽ nói với thí chủ cho", thì không phạm.

Người không phạm: phạm lần đầu tiên khi chưa chế giới; si cuồng, loạn tâm, thống não bức bách.

---

[39] *Ngũ phần*, ni-tát-kỳ 27: "... tự mình (vì cá nhân)... xin từ *một* cư sĩ..."

Điều 23. Lạm dụng vật đàn-việt cúng cho Tăng[40]

a. Duyên khởi

Một thời, đức Bà-già-bà[41] ở trong vườn Cấp cô độc, rừng cây Kỳ-đà, tại nước Xá-vệ. Bấy giờ, có số đông tỳ-kheo-ni cần làm phòng xá nên đi khắp trong nhân gian cầu xin thứ này vật kia. Kết quả thu được số tài vật rất nhiều.

Sau đó các tỳ-kheo-ni lại tự nghĩ: "Nếu ta dùng vật liệu này xây cất phòng xá thì thêm nhiều chuyện. Trong khi đó y phục của tỳ-kheo-ni rất khó có đủ năm y. Nay ta có thể dùng tài vật này để đổi lấy y chia cho nhau." Nghĩ như vậy, họ liền đổi lấy y cùng chia.

Sau đó một thời gian các cư sĩ hỏi:

"Trước đây chúng tôi cúng tài vật để xây phòng xá. Cuối cùng có xây cất hay không?"

Các cô ni nói:

"Không xây cất."

Các cư sĩ hỏi:

"Tại sao không xây cất?"

Các cô trả lời:

"Chúng tôi tự nghĩ, cất phòng xá thì thêm chuyện. Trong khi đó y phục của tỳ-kheo-ni khó đủ được năm y. Nên chúng tôi đem tài vật đó đổi lấy y và chia cho nhau. Nghĩ xong, chúng tôi liền đổi lấy y chia cho nhau."

Các cư sĩ nghe thế đều cơ hiềm:

"Các tỳ-kheo-ni này thọ nhận không biết nhàm chán. Bên ngoài tự xưng, 'Tôi biết chánh pháp.' Như vậy thì có gì là chánh pháp? Đem tiền chúng tôi cúng để cất phòng xá, đổi lấy y chia cho nhau. Đâu phải chúng tôi không biết y phục của tỳ-kheo-ni khó đủ năm y! Nhưng chúng tôi nghe đức Thế Tôn dạy, phước điền đệ nhất hơn hết là xây cất phòng xá

---

[40] Pāli, cf. *Niss.* 7
[41] Xem cht. điều 22.

cúng dường cho tứ phương Tăng."

Các tỳ-kheo-ni nghe, trong đó có vị thiểu dục tri túc, sống hạnh đầu-đà, ưa học giới, biết tàm quý, quở trách các tỳ-kheo-ni kia:

"Sao các cô đem tiền cất phòng xá, đổi lấy y chia nhau?"

Các tỳ-kheo-ni đến bạch với các tỳ-kheo. Các tỳ-kheo đến bạch lên đức Thế Tôn. Đức Thế Tôn vì nhân duyên này tập hợp Tăng tỳ-kheo, quở trách các tỳ-kheo-ni:

"Việc các cô làm là sai quấy, chẳng phải oai nghi, chẳng phải pháp sa-môn, chẳng phải hạnh thanh tịnh, chẳng phải hạnh tùy thuận, làm điều không nên làm. [731b] Sao các cô đem tiền cho làm nhà đi đổi lấy y chia nhau?"

Đức Phật bằng vô số phương tiện quở trách các tỳ-kheo-ni rồi bảo các tỳ-kheo:

"Các tỳ-kheo-ni kia là những người ngu si, là nơi trồng nhiều giống hữu lậu, là những người đầu tiên phạm giới này. Từ nay trở đi, Ta vì các tỳ-kheo-ni kết giới, gồm mười cú nghĩa, *cho đến câu* chánh pháp tồn tại lâu dài. Muốn nói giới nên nói như vầy:

b. Giới văn

Tỳ-kheo-ni nào vật đàn việt cúng để làm việc này do tự mình đã tìm cầu cho Tăng, xoay dùng qua việc khác,*[42] *ni-tát-kỳ ba-dật-đề."

c. Thích nghĩa

Tỳ-kheo-ni: nghĩa như trước.

Vật cúng để làm việc này: cúng làm phòng Tăng đem may y, cúng may y đem làm phòng Tăng, cúng làm các việc này đem làm các việc kia.

Tự mình tìm cầu: tự mình đích thân đến các nơi xin.

Vật vì Tăng: tức là vật của Tăng, như trên đã nói.

---

[42] Phân biệt điều 23 này (vì tập thể) với điều 20 (vì Tăng). *Ngũ phần,* ni-tát-kỳ 26: "... tự mình vì Tăng... xin từ nhiều cư sĩ mà dùng vào việc khác (cho Tăng)" Pāli, *nissaggi* 9: vật chỉ định cho đại chúng, do cá nhân xin.

d. Tướng phạm

Tỷ-kheo-ni đem vật của thí chủ cúng cho Tăng, làm việc khác, ni-tát-kỳ ba-dật-đề.

Ni-tát-kỳ này nên xả cho Tăng. Phương thức xả, xả rồi phải sám hối, như trên đã nói.

Tăng nên trả y xả kia lại bằng bạch nhị yết-ma cũng như trước đã nói. Nếu không trả lại, thọ làm năm y, cho đến làm phi y, hay mặc thường xuyên, tất cả đều phạm đột-kiết-la, như trên.

Tỷ-kheo, đột-kiết-la. Thức-xoa-ma-na, sa-di, sa-di-ni, đột-kiết-la. Đó gọi là phạm.

Sự không phạm: Nếu hỏi người chủ, sử dụng theo ý nguyện của họ, hoặc khi cúng họ nói: "Cứ sử dụng theo ý muốn", hoặc người bà con nói: "Cứ sử dụng theo ý chư Tăng, tôi sẽ nói lại với chủ cho", như vậy thì không phạm.

Người không phạm: phạm lần đầu tiên khi chưa chế giới; si cuồng, loạn tâm, thống não bức bách.

Điều 24. Chứa bát dư[43]

a. Duyên khởi

Một thời, đức Bà-già-bà ở trong vườn Cấp cô độc, rừng cây Kỳ-đà, tại nước Xá-vệ. Bấy giờ, nhóm sáu tỷ-kheo-ni thọ trì bát có màu sắc tốt; còn cái cũ thì cất đi. Họ chứa nhiều bát mà không rửa, không sửa chữa. Số bát chứa để như vậy rất nhiều. Các cư sĩ đến thăm chùa, thấy vậy, cơ hiềm nói:

"Tỷ-kheo-ni này thọ nhận không biết nhàm chán. Bên ngoài tự xưng, 'Tôi biết chánh pháp.' Như vậy làm gì có chánh pháp? Chứa nhiều bát, cái nào màu sắc tốt thì dùng, cái nào cũ thì bỏ bừa bãi dưới đất; giống như cửa hàng bán đồ gốm."

---

43 Cf. Pāli, *Niss.* 1, Vin. iv 243. *Ngũ phần*: điều 30; *Tăng-kỳ*: điều 14, cf. điều 21; *Thập tụng*: điều 19; *Căn bản*: điều 20.

Các tỳ-kheo-ni nghe, trong đó có vị thiểu dục tri túc, sống hạnh đầu-đà, ưa học giới, biết hổ thẹn, quở trách nhóm sáu tỳ-kheo-ni:

"Sao các cô cất chứa nhiều bát, cái tốt dùng, cái cũ không rửa, không sửa chữa, bỏ bừa bãi dưới đất?"

Các tỳ-kheo-ni đến bạch với các tỳ-kheo. Các tỳ-kheo bạch lên đức Thế Tôn. Đức Thế Tôn vì nhân duyên này tập hợp **[731c]** Tăng tỳ-kheo, quở trách nhóm sáu tỳ-kheo-ni:

"Việc các cô làm là sai quấy, chẳng phải oai nghi, chẳng phải pháp sa-môn, chẳng phải hạnh thanh tịnh, chẳng phải hạnh tùy thuận, làm điều không nên làm. Nhóm sáu tỳ-kheo-ni! Sao các cô thọ trì bát có màu mới tốt, còn những cái cũ không rửa, không sửa chữa, bỏ bừa bãi dưới đất?"

Đức Thế Tôn bằng vô số phương tiện quở trách nhóm sáu tỳ-kheo-ni rồi bảo các tỳ-kheo:

"Nhóm sáu tỳ-kheo-ni này là nơi trồng nhiều giống hữu lậu, là người đầu tiên phạm giới này. Từ nay trở đi, Ta vì các tỳ-kheo-ni kết giới, gồm mười cú nghĩa, *cho đến câu* chánh pháp tồn tại lâu dài. Muốn nói giới nên nói như vầy:

b. Giới văn

Tỳ-kheo-ni nào chứa bát dư,[44] ***ni-tát-kỳ ba-dật-đề.***"[45]

c. Thích nghĩa

Tỳ-kheo-ni: nghĩa như trước.

---

[44] Súc trưởng bát 畜長鉢. *Ngũ phần:* đa tích tụ bát, chất chứa nhiều bát. *Tăng-kỳ:* điều 14: "... chứa bát dư..."; điều 21: "...bát dư được phép chứa 10 ngày..." *Thập tụng:* "chứa bát dư cho đến một đêm." *Căn bản:* "được chứa bát dư qua một đêm." Pāli: *pattasannicayaṃ,* tích chứa bát. Giải thích, Vin. iv. 243: *nissaggiyo hotīti saha aruṇuggamanā nissaggiyo hoti,* (cất chứa qua một đêm), khi mặt trời mọc, phạm ni-tát-kỳ.

[45] Đối chiếu, tỳ-kheo ni-tát-kỳ 21.

d. Tướng phạm

Tỳ-kheo-ni kia ngày nào nhận được bát, ngay trong ngày hôm ấy nên thọ trì một bát, còn bao nhiêu cái khác nên tịnh thí, hoặc sai cho người khác. Nếu tỳ-kheo-ni chứa bát dư, ni-tát-kỳ ba-dật-đề.

Ni-tát-kỳ này nên xả cho Tăng. Pháp xả, pháp sám hối, sau khi xả như trên.

Tăng nên trả lại chiếc bát xả này bằng bạch nhị yết-ma, như trước. Nếu không trả lại (...) *cho đến câu:* dùng như phi bát, tất cả đều phạm đột-kiết-la, như trước.

Tỳ-kheo, đột-kiết-la. Thức-xoa-ma-na, sa-di, sa-di-ni, đột-kiết-la. Đó gọi là phạm.

Sự không phạm: trong ngày nhận được bát liền thọ trì một bát, còn những cái kia tịnh thí; hoặc sai cho người;[46] hoặc tưởng bị cướp, tưởng bị mất, tưởng bị vỡ, tưởng bị nước cuốn mà không tịnh thí, không sai cho người, thì không phạm.

Nếu bát bị cướp, bát bị mất, bát bị vỡ, bát bị cuốn trôi, hoặc tự lấy dùng, hoặc người khác cho dùng thì không phạm. Hoặc người được gởi bát qua đời, hoặc đi xa, hoặc thôi tu, hoặc bị cướp bắt dẫn đi, hoặc gặp ác thú, hoặc bị nước cuốn trôi không tác tịnh thí, không sai cho người thì không phạm.

Người không phạm: phạm lần đầu tiên khi chưa chế giới; si cuồng, loạn tâm, thống não bức bách.

Điều 25. Đồ dùng có màu sắc[47]

a. Duyên khởi

Một thời, đức Bà-già-bà ở trong vườn Cấp cô độc, rừng cây Kỳ-đà tại nước Xá-vệ. Bấy giờ, nhóm sáu tỳ-kheo-ni cất chứa nhiều đồ dùng với màu sắc tốt đẹp; những cái xấu vất bỏ bừa bãi dưới đất không sửa chữa, không rửa, không sắp xếp.

---

[46] Pāli, *vissajjati*, xem cht. ni-tát-kỳ 19 trước.
[47] *Ngũ phần:* điều 29. Pāli, không có.

Lúc ấy có số đông cư sĩ đến chùa thăm, nhìn thấy, cơ hiềm nói rằng:

"Nhóm sáu tỳ-kheo-ni này, thọ nhận không biết nhàm chán, không biết hổ thẹn. Bên ngoài tự xưng, 'Tôi biết chánh pháp.' Như vậy có gì là chánh pháp? Chứa nhiều đồ dùng, bỏ bừa bãi dưới đất như cửa hàng bán đồ gốm."

Các tỳ-kheo-ni nghe, trong đó có vị thiểu dục [732a] tri túc, sống hạnh đầu-đà, ưa học giới, biết tàm quý, quở trách nhóm sáu tỳ-kheo-ni:

"Sao các cô chứa nhiều đồ dùng, bỏ bừa bãi dưới đất?"

Các tỳ-kheo-ni đến bạch với các tỳ-kheo. Các tỳ-kheo đến bạch lên đức Thế Tôn. Đức Thế Tôn vì nhân duyên này tập hợp Tăng tỳ-kheo, quở trách nhóm sáu tỳ-kheo-ni:

"Việc các cô làm là sai quấy, chẳng phải oai nghi, chẳng phải pháp sa-môn, chẳng phải hạnh thanh tịnh, chẳng phải hạnh tùy thuận, làm điều không nên làm. Nhóm sáu tỳ-kheo-ni! Sao các cô chứa nhiều đồ dùng, bỏ bừa bãi dưới đất?"

Đức Thế Tôn bằng vô số phương tiện quở trách nhóm sáu tỳ-kheo-ni rồi bảo các tỳ-kheo:

"Nhóm sáu tỳ-kheo-ni này là nơi trồng nhiều giống hữu lậu, là những người đầu tiên phạm giới này. Từ nay trở đi, Ta vì các tỳ-kheo-ni kết giới, gồm mười cú nghĩa, *cho đến câu* chánh pháp tồn tại lâu dài. Muốn nói giới nên nói như vầy:

b. Giới văn

***Tỳ-kheo-ni nào chứa nhiều đồ dùng*[48] *có màu sắc đẹp, ni-tát-kỳ ba-dật-đề.*"

c. Thích nghĩa

Tỳ-kheo-ni: nghĩa như trước.

---

[48] Hán: súc đa khí 畜多器. *Ngũ phần:* tàng tích khí vật 藏積器物; giải thích (tr.85a25): "*Khí vật,* chỉ đồ đựng nhu yếu sinh hoạt (tư sinh khí vật 資生器物). Chỉ cho phép chứa bình đựng sữa, dầu, mật, hương dược, tương lạc. Mỗi thứ một cái."

Tỳ-kheo-ni ngày nào nhận được đồ dùng, trong ngày nhận được nên thọ trì ngay, được tính vào mười sáu thứ cần dùng. Ngoài ra nên tịnh thí hoặc sai cho người.

Mười sáu thứ là: chõ lớn, nắp chõ, bát lớn, và thìa; chõ nhỏ, nắp chõ, bát nhỏ, và thìa; bình nước uống, nắp bình, bát lớn chứa nước uống, và thìa nhỏ; bình đựng nước rửa, nắp bình, bát nhỏ chứa nước rửa, và thìa.

d. Tướng phạm

Tỳ-kheo-ni nào, chứa nhiều đồ dùng, ni-tát-kỳ ba-dật-đề. Ni-tát-kỳ này phải xả giữa Tăng, như trước. Xả rồi phải sám hối. Pháp sám hối cũng như trước.

Tăng phải trả lại vật xả này bằng pháp bạch nhị yết-ma, như trước. Nếu Tăng không trả lại, *cho đến, thường xuyên dùng*, tất cả đều phạm đột-kiết-la, như trên.

Tỳ-kheo, đột-kiết-la. Thức-xoa-ma-na, sa-di, sa-di-ni, đột-kiết-la. Đó gọi là phạm.

Sự không phạm: Ngày nào nhận được đồ dùng thọ trì được tính vào mười sáu thứ cần dùng như trên, ngoài ra tịnh thí hay sai cho người; hoặc tưởng bị cướp, tưởng bị mất, tưởng bị phá vỡ, tưởng bị cuốn trôi mà không tác tịnh, không sai cho người. Thảy đều không phạm. Nếu đồ bị cướp, bị mất, bị vỡ, bị nước cuốn trôi, hoặc cần lấy để dùng, hoặc người khác cho sử dụng, hoặc tỳ-kheo-ni gởi đồ qua đời, hoặc thôi tu, hoặc đi xa, hoặc giặc bắt dẫn đi, hoặc bị nạn ác thú, nước trôi nên không tác tịnh, không sai cho người. Thảy đều không phạm.

Người không phạm: phạm lần đầu tiên khi chưa chế giới; si cuồng, loạn tâm, thống não bức bách.

Điều 26. Hứa cho tỳ-kheo-ni y bệnh[49]

a. Duyên khởi

Một thời, đức Bà-già-bà ở trong vườn Cấp cô độc, rừng cây Kỳ-đà tại nước Xá-vệ. Bấy giờ, **[732b]** các tỳ-kheo-ni đến ngày nguyệt kỳ, y và

---

[49] Pāli, Pāc. 47. *Căn bản:* ba-dật-đề, điều 143 & 144.

ngọa cụ bị làm bẩn.[50]

Các tỳ-kheo-ni bạch với các tỳ-kheo. Các tỳ-kheo bạch lên đức Thế Tôn. Đức Thế Tôn cho phép quấn y ngăn nguyệt kỳ.[51] Nếu bị tuột, cho phép làm dây đai.

Nguyệt thủy vẫn từ hai bên tiết ra, làm bẩn y, Phật lại cho phép may bệnh y mặc chồng lên, bên ngoài mặc niết-bàn-tăng.

Khi đến nhà bạch y, họ mời ngồi, cô ni nên nói: "Tôi có bệnh." Nếu họ nói: "Cứ ngồi, không sao." Tỳ-kheo-ni nên vén niết-bàn-tăng, rồi lấy y bệnh che thân mà ngồi.

Bấy giờ, có Tỳ-kheo-ni Chiên-đàn-thâu-na thường tự nói mình không có dục tưởng, và bảo tất cả các tỳ-kheo-ni khác rằng:

"Khi nào có nguyệt kỳ thì đến tôi lấy y này mà dùng."

Các cô đáp:

"Được."

Các tỳ-kheo-ni thường trông vào y đó nên không may y khác. Sau đó Tỳ-kheo-ni Chiên-đàn-thâu-na lại có nguyệt kỳ. Đồng thời tỳ-kheo-ni khác cũng có nguyệt kỳ. Các tỳ-kheo-ni khác sai người đến Tỳ-kheo-ni Chiên-đàn-thâu-na nói:

"Trước đây cô hứa cho tôi y bệnh, nay xin được nhận."

Tỳ-kheo-ni Chiên-đàn-thâu-na nói:

"Nay tôi cũng có nguyệt kỳ, không thể cho được."

Tỳ-kheo-ni hiềm trách:

"Trước đây cô bảo tôi, khi có nguyệt kỳ đến cô lấy y bệnh. Tôi tin tưởng mượn được nên không sắm y bệnh. Nay tôi nhờ người đến hỏi, tại sao không đưa?"

---

[50] Cf. *Ngũ phần*, ni-tát-kỳ 22, tr.84a26.

[51] Già nguyệt kỳ y 遮月期衣. *Ngũ phần*: già nguyệt thuỷ y 遮月水衣. Pāli: *āvasathacīvara*: y nghỉ nhà, giải thích (Vin.iv 303): để tỳ-kheo-ni dùng khi có kinh (*utuniyo bhikkhuniyo paribhuñjantu*).

Các tỳ-kheo-ni nghe, trong đó có vị thiểu dục tri túc, sống hạnh đầu-đà, ưa học giới, biết tàm quý, hiềm trách Tỳ-kheo-ni Chiên-đàn-thâu-na:

"Cô đã hứa cho tỳ-kheo-ni kia mượn bệnh y, nên họ không sắm. Nay sai người đến lấy, sao cô lại không đưa?"

Các tỳ-kheo-ni đến bạch các tỳ-kheo. Các tỳ-kheo đến bạch lên đức Thế Tôn. Đức Thế Tôn vì nhân duyên này tập hợp Tăng tỳ-kheo, quở trách Tỳ-kheo-ni Chiên-đàn-thâu-na:

"Việc cô làm là sai quấy, chẳng phải oai nghi, chẳng phải pháp sa-môn, chẳng phải hạnh thanh tịnh, chẳng phải hạnh tùy thuận, làm điều không nên làm. Tỳ-kheo-ni Chiên-đàn-thâu-na! Cô đã hứa cho tỳ-kheo-ni kia mượn y bệnh, nên họ không sắm. Nay sai người đến lấy, sao cô lại không đưa?"

Đức Phật bằng vô số phương tiện quở trách Tỳ-kheo-ni Chiên-đàn-thâu-na rồi bảo các tỳ-kheo:

"Tỳ-kheo-ni Chiên-đàn-thâu-na này là nơi trồng nhiều giống hữu lậu, là người đầu tiên phạm giới này. Từ nay trở đi Ta vì tỳ-kheo-ni kết giới, gồm mười cú nghĩa, *cho đến câu* chánh pháp tồn tại lâu dài. Muốn nói giới nên nói như vầy:

b. Giới văn

Tỳ-kheo-ni nào hứa cho tỳ-kheo-ni khác y bệnh,[52] *sau không cho,*[53] *ni-tát-kỳ ba-dật-đề.*"

c. Thích nghĩa

[732c] *Tỳ-kheo-ni*: nghĩa như trước.

Y bệnh: khi nguyệt thủy xuất, mặc để ngăn thân trong, bên ngoài mặc niết-bàn-tăng.

---

[52] Hán: bệnh y 病衣.

[53] *Ngũ phần*: "... bảo tỳ-kheo-ni khác hãy dùng già nguyệt thủy y, mình không dùng; nhưng lâm thời lại dùng trước..." Pāli, Pāc. 47: *anissajjitvā paribhuñjeyya*, không xả mà tiếp tục dùng; giải thích: "Đã sử dụng qua hai hoặc ba ngày; đến ngày thứ tư, đem giặt rồi dùng mà không xả cho các tỳ-kheo-ni khác..."

Y: Có mười loại như trước đã giải thích.

d. Tướng phạm

Tỳ-kheo-ni hứa cho y bệnh mà không trao, ni-tát-kỳ ba-dật-đề. Ngoài y bệnh, hứa cho các y khác mà không cho, đột-kiết-la. Ngoài y, hứa cho các vật dụng khác mà không cho đều phạm đột-kiết-la.

Nếu tỳ-kheo-ni hứa cho tỳ-kheo-ni y bệnh, rồi sau không cho, ni-tát-kỳ ba-dật-đề. Ni-tát-kỳ này phải xả cho Tăng, như trên. Xả rồi phải sám hối cũng như trên. Tăng nên trả vật xả này lại liền cũng như trước. Nếu không trả lại, thọ làm năm y, *cho đến câu* thường xuyên dùng, tất cả đều phạm đột-kiết-la.

Tỳ-kheo(?)[54], đột-kiết-la. Thức-xoa-ma-na, sa-di, sa-di-ni đột-kiết-la. Đó gọi là phạm.

Sự không phạm: hứa cho y bệnh rồi cho. Nếu không có y bệnh; hoặc y bệnh đang được may, giặt, nhuộm, đập, cất nơi bảo đảm không tìm được; không phạm.

Hoặc tỳ-kheo-ni kia phá giới, phá kiến, phá oai nghi, hoặc bị cử tội, hoặc bị diệt tẫn, hoặc đáng diệt tẫn, hoặc do nhân duyên này đưa đến mạng nạn, phạm hạnh nạn, nên hứa cho y bệnh mà không cho thì không phạm.

Người không phạm: phạm lần đầu tiên khi chưa chế giới; si cuồng, loạn tâm, thống não bức bách.

Điều 27. Y phi thời[55]

a. Duyên khởi

Một thời, đức Bà-già-bà ở trong vườn Cấp cô độc, rừng cây Kỳ-đà, tại nước Xá-vệ. Bấy giờ, nhóm sáu tỳ-kheo-ni dùng y phi thời thọ làm thời y.[56] Các tỳ-kheo-ni thấy, nói:

---

[54] Y theo bản Hán. Có lẽ người chép theo quán tính.

[55] Pāli, *Niss.* 2, Vin. iv 245. *Ngũ phần:* điều 19. *Thập tụng:* điều 20, điều 21.

[56] *Ngũ phần*, điều 19: Vì vậy, tỳ-kheo-ni khách không thể được y. Pāli, *Niss.*2:
    Sau an cư, cư sĩ cúng cho các tỳ-kheo-ni y phi thời (*akālacīvarā*) cho

"Đức Thế Tôn cho phép tỳ-kheo-ni được chứa năm y, y này là y của ai?"

Nhóm sáu tỳ-kheo-ni nói:

"Thời y của chúng tôi đó."

Các tỳ-kheo-ni hỏi:

"Này các cô, hiện tại là thời, hay là phi thời đối với y?"

Các tỳ-kheo-ni nghe, trong đó có vị thiểu dục tri túc, sống hạnh đầu-đà, ưa học giới, biết tàm quý, hiềm trách nhóm sáu tỳ-kheo-ni:

"Sao các cô dùng phi thời y thọ làm thời y?"

Các tỳ-kheo-ni bạch với các tỳ-kheo. Các tỳ-kheo đến bạch lên đức Thế Tôn. Đức Thế Tôn vì nhân duyên này tập hợp Tăng tỳ-kheo, quở trách nhóm sáu tỳ-kheo-ni:

"Các cô làm điều phi pháp, chẳng phải oai nghi, chẳng phải pháp sa-môn, chẳng phải hạnh thanh tịnh, chẳng phải hạnh tùy thuận, làm điều không nên làm. Nhóm sáu tỳ-kheo-ni! Sao các cô dùng phi thời y thọ làm thời y?"

Đức Thế Tôn bằng vô số phương tiện quở trách nhóm sáu tỳ-kheo-ni rồi bảo các tỳ-kheo:

"Nhóm sáu tỳ-kheo-ni này là nơi trồng nhiều giống hữu lậu, là những người [733a] đầu tiên phạm giới này. Từ nay trở đi, Ta vì các tỳ-kheo-ni kết giới gồm mười cú nghĩa, *cho đến câu* chánh pháp tồn tại lâu dài. Muốn nói giới nên nói như vầy:

b. Giới văn

Tỳ-kheo-ni nào dùng y phi thời, sử dụng làm y đúng thời,[57] **ni-tát-kỳ ba-dật-đề."**

---

các tỳ-kheo-ni có y rách. Tỳ-kheo-ni *Thullanandā* nói đó là thời y (*kālacīvaran ti*), bèn đem phân phối trong Tăng; do đó, các tỳ-kheo-ni có y rách không nhận được y mới."

[57] *Thập tụng*, điều 20: "... lấy thời y làm phi thời y rồi phân chia." (thời y chỉ chia cho cựu trụ tỳ-kheo-ni tại trú xứ an cư; phi thời y, chia cả cựu và khách). Điều 21, ngược lại: "...lấy y phi thời làm thời y rồi phân chia..."

c. Thích nghĩa

Tỳ-kheo-ni: nghĩa như trước.

Thời y: y đúng thời, an cư xong không thọ y ca-thi-na, trong vòng một tháng, có thọ y ca-thi-na trong vòng năm tháng.

Y phi thời: ngoài thời gian nói trên, được y mà cất chứa.

Y: có mười loại như trước.

d. Tướng phạm

Nếu tỳ-kheo-ni dùng y phi thời này sử dụng làm y đúng thời, ni-tát-kỳ ba-dật-đề. Ni-tát-kỳ này nên xả cho Tăng, như trên. Xả rồi phải sám hối, như trên.

Tăng nên trả lại y vật đã xả bằng pháp bạch nhị yết-ma, cũng như trước. Nếu không trả lại, thọ làm năm y... *cho đến câu*: thường xuyên dùng, tất cả đều phạm đột-kiết-la, như trên.

Tỳ-kheo, đột-kiết-la. Thức-xoa-ma-na, sa-di, sa-di-ni, đột-kiết-la. Đó gọi là phạm.

Sự không phạm: y phi thời sử dụng làm y phi thời; y đúng thời sử dụng làm y đúng thời thì không phạm.

Người không phạm: phạm lần đầu tiên khi chưa chế giới; si cuồng, loạn tâm, thống não bức bách.

Điều 28. Đổi y rồi đoạt lại[58]

a. Duyên khởi

Một thời, đức Bà-già-bà ở trong vườn Cấp cô độc, rừng cây Kỳ-đà, tại nước Xá-vệ. Bấy giờ, Tỳ-kheo-ni Thâu-la-nan-đà cùng với tỳ-kheo-ni khác đổi y. Sau vì giận hờn Thâu-la-nan-đà đoạt lấy lại, nói:

(để khỏi phải chia cho khách ni). Pāli: *akālacīvaraṃ kālacīvaran ti adiṭṭhahitvā bhājāpeyya*, như *Thập tụng*.

[58] Pāli, *Niss.*3, Vin. iv. 246. *Ngũ phần*: điều 20. *Tăng-kỳ*: điều 24. *Thập tụng*: điều 22. *Căn bản*: điều 17.

"Trả y lại cho tôi. Tôi không đổi cho cô. Y của cô thuộc về cô. Y của tôi thuộc về tôi. Cô tự lấy y của cô. Tôi tự lấy y của tôi."

Bấy giờ, các tỳ-kheo-ni nghe, trong đó có vị thiểu dục tri túc, sống hạnh đầu-đà, ưa học giới, biết tàm quý, hiềm trách Tỳ-kheo-ni Thâu-la-nan-đà:

"Sao cô cùng với tỳ-kheo-ni đổi y, sau vì giận hờn đoạt lấy lại và nói, 'Trả y lại cho tôi. Tôi không đổi cho cô. Y của cô thuộc về cô. Y của tôi thuộc về tôi. Cô tự lấy y của cô. Tôi tự lấy y của tôi?'"

Khi ấy các tỳ-kheo-ni đến bạch với các tỳ-kheo. Các tỳ-kheo đến bạch lên đức Thế Tôn. Đức Thế Tôn vì nhân duyên này tập hợp Tăng tỳ-kheo, quở trách Tỳ-kheo-ni Thâu-la-nan-đà:

"Việc cô làm là sai quấy, chẳng phải oai nghi, chẳng phải pháp sa-môn, chẳng phải tịnh hạnh, chẳng phải hạnh tùy thuận, làm điều không nên làm. Tỳ-kheo-ni Thâu-la-nan-đà! Sao cô cùng với tỳ-kheo-ni khác đổi y, sau vì giận hờn đoạt lấy lại?"

Đức Phật bằng vô số phương tiện quở trách Tỳ-kheo-ni Thâu-la-nan-đà, rồi bảo các tỳ-kheo:

"Tỳ-kheo-ni [733b] Thâu-la-nan-đà này là nơi trồng nhiều giống hữu lậu, là người đầu tiên phạm giới này. Từ nay trở đi, Ta vì các tỳ-kheo-ni kết giới gồm mười cú nghĩa, *cho đến câu* chánh pháp tồn tại lâu dài. Muốn nói giới nên nói như vầy:

b. Giới văn

Tỳ-kheo-ni nào, cùng với tỳ-kheo-ni khác trao đổi y, sau giận hờn đoạt lấy lại, hoặc bảo người đoạt lấy, nói: 'Cô trả y tôi lại. Tôi không đổi cho cô. Y cô thuộc về cô. Y tôi trả lại tôi'; ni-tát-kỳ ba-dật-đề.

c. Thích nghĩa

Tỳ-kheo-ni: nghĩa như trước.

Y: có mười loại, như trước.

Trao đổi: dùng y đổi y; dùng y đổi phi y; dùng phi y đổi y; hoặc dùng phi y đổi phi y. Hoặc dùng kim, dao, chỉ, tạp vật đổi lẫn nhau; cho đến dùng một viên thuốc để đổi.

d. Tướng phạm

Tỳ-kheo-ni cùng với tỳ-kheo-ni khác trao đổi y, sau vì giận hờn đoạt lại, hoặc bảo người đoạt, lấy đem cất, ni-tát-kỳ ba-dật-đề. Đoạt mà không lấy đem cất, đột-kiết-la.

Tỳ-kheo-ni kia được y đem treo trên cây, trên tường, trên rào, trên trụ cột, trên cọc ngà voi,[59] trên giá móc y, trên giường dây, giường gỗ, trên nệm lớn, nệm nhỏ, hoặc trải trên đất, nếu lấy khỏi chỗ, ni-tát-kỳ ba-dật-đề. Lấy không khỏi chỗ, đột-kiết-la. Ni-tát-kỳ này phải xả cho Tăng, như trước. Xả rồi phải sám hối, như trước.

Tăng phải trả lại y kia bằng bạch nhị yết-ma cũng như trước. Nếu không trả lại, thọ làm năm y, *cho đến* dùng mặc thường xuyên, tất cả đều phạm đột-kiết-la, cũng như trên.

Tỳ-kheo, đột-kiết-la. Thức-xoa-ma-na, sa-di, sa-di-ni, đột-kiết-la. Đó gọi là phạm.

Sự không phạm: dùng lời hòa nhã, khuyến dụ nói: "Này cô, tôi hối hận. Cô trả lại y của tôi." Cô kia biết có sự hối hận, trả lại y. Hoặc có tỳ-kheo-ni khác nói: "Tỳ-kheo-ni này muốn đổi lại. Cô nên trả y lại cho cô ấy."

Hoặc cô kia mượn mặc một cách không đạo lý, cho nên phải đòi lại. Hoặc dự biết sẽ bị mất, hoặc sợ hư hoại, hoặc người kia phá giới, phá kiến, phá oai nghi, hoặc bị cử tội, hoặc diệt tẫn, hoặc đáng bị diệt tẫn, hoặc sự việc này sẽ đưa đến mạng nạn, phạm hạnh nạn, đoạt lại mà không đem cất. Thảy đều không phạm.

Người không phạm: phạm lần đầu tiên khi chưa chế giới; si cuồng, loạn tâm, thống não bức bách.

---

[59] Cọc ngà voi 象牙杙: xem cht. ba-la-di 2, Phần I; Ch. vii, Phần III.

Điều 29. Xin y nặng[60]

a. Duyên khởi

Một thời, đức Bà-già-bà ở trên giảng đường Cao các,[61] bên sông Di hầu tại Tỳ-xá-ly. Bấy giờ, người Lê-xa[62] ở Tỳ-xá-ly có nhân duyên cần nhận tài vật từ một cư sĩ nọ. Khi ấy có tỳ-kheo-ni tên là Ca-la thường lui tới nhà cư sĩ này, xem như là một đàn-việt.

Lê-xa nói với Ca-la rằng:

"A-di, tôi muốn đến **[733c]** sư cô nhờ chút việc về tài vật."

Ca-la nói:

"Có thể được."

Rồi cô giúp làm xong việc ấy. Lê-xa được tài vật vui vẻ, hỏi rằng:

"Sư cô cần vật gì, bảo cho tôi biết."

Ca-la nói:

"Thôi, như thế đã là cúng dường cho tôi rồi."

Lê-xa lại hỏi:

"Sư cô cần gì, xin cứ nói."

Ca-la nói:

"Thôi, nói làm gì. Giả sử tôi có cần gì đi nữa, thì ông cũng không thể cho."

Cư sĩ lại nói:

"Sư cô cứ nói cần cái gì, tôi sẽ cúng cho."

Tỳ-kheo-ni Ca-la liền chỉ một chiếc y trị giá một ngàn trương điệp và nói:

---

[60] Pāli, Nis. 11.

[61] Cao các giảng đường 高閣講堂. Những chỗ khác, hoặc nói là *Trùng các giảng đường*; hoặc nói là *Lâu các giảng đường*.

[62] Lê-xa, hoặc phiên âm Ly-xa. Pāli: *Licchavī*.

"Tôi cần tấm y như vậy."

Bấy giờ, các cư sĩ cùng nhau cơ hiềm:

"Tỳ-kheo-ni này thọ nhận không biết nhàm chán. Bên ngoài tự xưng, 'Tôi biết chánh pháp.' Như vậy có gì là chánh pháp? Sao lại yêu sách y trị giá một ngàn trương điệp? Giả sử đàn-việt có cho, thì mình cũng phải biết vừa đủ."

Cư sĩ liền đem y trao cho Ca-la, lại nói:

"Vừa rồi nếu tôi tự thu xếp công việc thì đâu có phải mất chiếc y này!"

Bấy giờ, lại có Tỳ-kheo-ni Bạt-đà Ca-tỳ-la cũng đến nhà bà con, an tọa nơi chỗ ngồi. Các cư sĩ hỏi:

"A-di cần thứ gì?"

Cô ni nói:

"Thôi, như thế cũng là cúng dường cho tôi rồi."

Người cư sĩ lại nói:

"Cần thứ gì xin cứ nói."

Cô ni nói:

"Thôi, nói làm gì. Giả sử tôi có cần gì đi nữa, thì ông cũng không thể cho."

Cư sĩ nói:

"Tôi sẽ cho chứ không phải không cho. Nhưng cứ nói muốn cần cái gì."

Khi ấy, cô ni chỉ tấm y (vải) trị giá một ngàn trương điệp và nói:

"Tôi cần tấm y đây."

Bấy giờ, các cư sĩ cùng nhau cơ hiềm:

"Tỳ-kheo-ni này thọ nhận không biết nhàm chán. Bên ngoài tự xưng, 'Tôi biết chánh pháp.' Như vậy có gì là chánh pháp? Sao lại yêu sách y trị giá một ngàn trương điệp? Giả sử đàn-việt có cho, thì mình cũng phải biết vừa đủ."

Cư sĩ đưa tấm y (vải) rồi, nói:

"Tỳ-kheo-ni dùng chiếc y quý giá này để làm gì?"

Bấy giờ các tỳ-kheo-ni nghe những việc này, trong đó có vị thiểu dục tri túc, sống hạnh đầu-đà, ưa học giới, biết tàm quý, hiềm trách Tỳ-kheo-ni Bạt-đà ca-tỳ-la rằng:

"Sao tỳ-kheo-ni lại đến nơi cư sĩ đòi hỏi chiếc y trị giá một ngàn trương điệp?"

Các tỳ-kheo-ni đến bạch với các tỳ-kheo. Các tỳ-kheo đến bạch lên đức Thế Tôn. Đức Thế Tôn vì nhân duyên này tập hợp các Tăng tỳ-kheo, quở trách Tỳ-kheo-ni Ca-la và Bạt-đà Ca-tỳ-la:

"Việc các cô làm là sai quấy, chẳng phải oai nghi, chẳng phải pháp sa-môn, chẳng phải hạnh thanh tịnh, chẳng phải hạnh tùy thuận, làm điều không nên làm. Sao lại đến cư sĩ đòi hỏi chiếc y trị giá một ngàn trương điệp?"

Đức Thế Tôn bằng vô số phương tiện quở trách, rồi bảo các tỳ-kheo:

"Hai Tỳ-kheo-ni Ca-la và Bạt-đà Ca-tỳ-la này **[734a]** là nơi trồng nhiều giống hữu lậu, là những người đầu tiên phạm giới này. Từ nay trở đi, Ta vì các tỳ-kheo-ni kết giới, gồm mười cú nghĩa, *cho đến câu* chánh pháp tồn tại lâu dài. Muốn nói giới nên nói như vầy:

b. Giới văn

Tỳ-kheo-ni nào xin y nặng,[63] *tối đa bằng giá bốn lớp trương điệp;*[64] *nếu quá, ni-tát-kỳ ba-dật-đề.*"

---

[63] Trọng y 重衣 (y dày), trái với khinh y (y nhẹ) được nói ở điều sau. Pāli, *Niss*.11, Vin.iv. 255: *garupāvuraṇa*, giải thích: *yaṃ kiñci sītakāle pāvuraṇaṃ*, loại áo choàng ngoài vào mùa lạnh.

[64] Trương điệp 張疊. *Ngũ phần* (điều 23): "... y nặng với giá tiền lớn (tứ đại tiền 四大錢). *Tăng-kỳ* (điều 19): "...mua y nặng quá 4 yết-lị-sa-bàn 羯利沙槃..." *Thập tụng* (điều 29): "...xin y nặng, nên xin y với giá 4 tiền, không được quá..." Pāli, ibid., *catukaṃsaparamaṃ*, 4 tiền *đồng*. *Kaṃsa*, tiền đúc bằng đồng thau hay đồng la. 1 *kaṃsa* bằng 4 *kahāpaṇa*. Không có ý kiến thống nhất về giá trị các đơn vị tiền tệ này.

c. Thích nghĩa

Tỳ-kheo-ni: nghĩa như trước.

Y nặng (y dày): y chống lạnh.

Y: có mười loại như trên.

d. Tướng phạm

Khi tỳ-kheo-ni mong cầu y dày, nhiều nhất là 16 điều. Nếu tỳ-kheo-ni mong cầu y dày, trị giá quá 4 trương điệp, ni-tát-kỳ ba-dật-đề.

Ni-tát-kỳ này nên xả cho Tăng, như trên. Xả y rồi phải sám hối, cũng như trên. Tăng phải trả y lại cho tỳ-kheo-ni kia bằng pháp bạch nhị yết-ma, như trước. Nếu Tăng không trả lại, hoặc thọ làm năm y, *cho đến thường xuyên dùng,* tất cả đều phạm đột-kiết-la, như trên.

Tỳ-kheo, đột-kiết-la. Thức-xoa-ma-na, sa-di, sa-di-ni, đột-kiết-la. Đó gọi là phạm.

Sự không phạm: đòi hỏi y bằng bốn trương điệp, hoặc ít hơn; hoặc xin nơi người xuất gia; hoặc người kia vì mình xin, mình vì người kia xin; hoặc không xin mà được. Thảy đều không phạm.

Người không phạm: phạm lần đầu tiên khi chưa chế giới; si cuồng, loạn tâm, thống não bức bách.

Điều 30. Xin y nhẹ[65]

a. Duyên khởi

Một thời, đức Bà-già-bà ở tại Tỳ-xá-ly. Bấy giờ, một người Lê-xa ở Tỳ-xá-ly có nhân duyên cần lấy tài vật từ một cư sĩ nọ. Tỳ-kheo-ni tên là Ca-la thường tới lui nhà này, xem như một đàn-việt. Lê-xa nói với Tỳ-kheo-ni Ca-la:

"A-di, cô có thể vì tôi thu xếp chuyện tài vật này được không?"

Cô ni trả lời:

"Được."

---

[65] Pāli, *Niss.* 12.

Sau khi thu xếp tài vật xong, nhận được tài vật rồi, Lê-xa vui vẻ nói:

"A-di, cô cần thứ gì?"

Cô ni nói:

"Thôi, như thế là cúng dường tôi rồi!"

Lê-xa lại nói:

"Cần gì, sư cô cứ nói."

Cô ni nói: "Thôi, giả sử tôi có cần đi nữa, ông cũng không thể cho."

Lê-xa lại nói:

"Tôi sẽ cho chứ không phải không cho. Cô cứ nói."

Cô ni liền chỉ nơi chiếc y nhẹ (mỏng) trị giá năm trăm trương điệp nói:

"Tôi cần tấm y (vải) như vậy."

Cư sĩ đều cơ hiềm, nói:

"Tỳ-kheo-ni này thọ nhận không biết nhàm chán. Bên ngoài tự xưng, 'Tôi biết chánh pháp.' Như vậy có gì là chánh pháp? Sao lại đòi y mỏng với giá năm trăm trương điệp? Dù đàn-việt có cúng cũng phải biết đủ chứ!"

Lê-xa đem chiếc y trao cho cô ni và nói:

"Vừa rồi, nếu tôi tự thu xếp công việc thì đâu có mất chiếc y này!"

Bấy giờ, **[734b]** lại có Tỳ-kheo-ni Bạt-đà Ca-tỳ-la cũng đến nhà bà con, an tọa nơi chỗ ngồi. Các cư sĩ hỏi:

"A-di cần thứ gì?"

Cô ni nói:

"Thôi, như thế cũng là cúng dường cho tôi rồi."

Người cư sĩ lại nói:

"Cần thứ gì xin cứ nói."

Cô ni nói:

"Thôi, nói làm gì. Giả sử tôi có cần gì đi nữa, thì ông cũng không thể cho."

Cư sĩ nói:

"Tôi sẽ cho chứ không phải không cho. Nhưng cứ nói muốn cần cái gì."

Cô ni liền chỉ nơi chiếc y mỏng, trị giá năm trăm trương điệp và nói:

"Tôi cần chiếc y này."

Cư sĩ kia cơ hiềm nói:

"Tỳ-kheo-ni này thọ nhận không biết nhàm chán. Bên ngoài tự xưng, 'Tôi biết chánh pháp.' Như vậy có gì là chánh pháp? Sao lại đòi y mỏng với giá năm trăm trương điệp? Dù đàn-việt có cúng cũng phải biết đủ chứ!"

Cư sĩ đem chiếc y trao và nói rằng:

"Tỳ-kheo-ni này dùng chiếc y quý giá này để làm gì?"

Bấy giờ, có các tỳ-kheo-ni nghe, trong đó có vị thiểu dục tri túc, sống hạnh đầu-đà, ưa học giới, biết tàm quý, hiềm trách hai Tỳ-kheo-ni Ca-la và Bạt-đà Ca-tỳ-la:

"Sao các cô lại đến cư sĩ đòi chiếc y mỏng trị giá năm trăm trương điệp?"

Bấy giờ các tỳ-kheo-ni đến bạch với các tỳ-kheo. Các tỳ-kheo đến bạch lên đức Thế Tôn. Đức Thế Tôn vì nhân duyên này tập hợp Tăng tỳ-kheo, quở trách Tỳ-kheo-ni Ca-la và Bạt-đà Ca-tỳ-la rằng:

"Việc các cô làm là sai quấy, chẳng phải oai nghi, chẳng phải pháp sa-môn, chẳng phải hạnh thanh tịnh, chẳng phải hạnh tùy thuận, làm điều không nên làm. Sao hai cô lại đến cư sĩ đòi chiếc y mỏng trị giá năm trăm trương điệp?"

Đức Thế Tôn bằng vô số phương tiện quở trách, rồi bảo các tỳ-kheo:

"Hai Tỳ-kheo-ni Ca-la và Bạt-đà Ca-tỳ-la này là nơi trồng nhiều giống hữu lậu, là những người đầu tiên phạm giới này. Từ nay trở đi, Ta vì các tỳ-kheo-ni kết giới, gồm mười cú nghĩa *cho đến câu* chánh pháp tồn tại lâu dài. Muốn nói giới nên nói như vầy:

b. Giới văn

Tỳ-kheo-ni nào muốn xin y nhẹ (mỏng),[66] *giá tối đa là hai trương điệp rưỡi;*[67] *nếu quá, ni-tát-kỳ ba-dật-đề."*

c. Thích nghĩa

Tỳ-kheo-ni: nghĩa như trước.

Y nhẹ (mỏng): y chống nóng.

Y: có mười loại như trên.

d. Tướng phạm

Nếu tỳ-kheo-ni xin y mỏng, nhiều nhất là mười điều. Nếu tỳ-kheo-ni xin y mỏng quá hai trương điệp rưỡi, ni-tát-kỳ ba-dật-đề.

Ni-tát-kỳ này phải xả cho Tăng, như trên. Xả rồi phải sám hối cũng như trên.

Tăng phải trả y xả này lại cho vị kia bằng pháp bạch nhị yết-ma, như trước. Nếu Tăng không trả lại, thọ làm năm y, ... *cho đến* làm phi y, hay dùng mặc thường xuyên, tất cả đều phạm **[734c]** đột-kiết-la, như trên.

Tỳ-kheo, đột-kiết-la. Thức-xoa-ma-na, sa-di, sa-di-ni đột-kiết-la. Như vậy gọi là phạm.

Sự không phạm: xin y mỏng với mức hai trương điệp rưỡi, hoặc dưới hai trương điệp rưỡi; hoặc đến người xuất gia xin; hoặc mình vì người xin, người vì mình xin, hay không xin mà được. Thảy đều không phạm.

Người không phạm: phạm lần đầu tiên khi chưa chế giới; si cuồng, loạn tâm, thống não bức bách.

---

[66] Khinh y 輕衣, y (vải) nhẹ hay mỏng; trái với trọng y, xem trên. Pāli, Pāc. 12, Vin. iv 256: *lahupāraṇaṃ*, áo choàng nhẹ mặc trong mùa nóng (*uṇhakāle pāvuraṇaṃ*).

[67] Trương điệp, xem cht. 37 trên. *Ngũ phần* (điều 24): "... y nhẹ, giá 2 tiền lớn rưỡi..." *Tăng-kỳ* (điều 20): "... y nhẹ, ... quá 2 yết-lị-sa-bàn rưỡi..." *Thập tụng*: "... y nhẹ... 2 tiền rưỡi..."

CHƯƠNG IV
BA-DẬT-ĐỀ

A - THÔNG GIỚI[1]

Một thời, đức Bà-già-bà ở trong vườn Ni-câu-luật, Thích-sí-sấu, nước Ca-duy-la-vệ. Bấy giờ, đức Thế Tôn dùng những nhân duyên này (như Tăng) tập hợp Tăng tỳ-kheo, bảo:

"Từ nay trở đi, Ta vì các tỳ-kheo-ni kết giới gồm mười cú nghĩa, *cho đến câu* chánh pháp tồn tại lâu dài. Muốn nói giới nên nói như vầy:

Điều 1

Tỳ-kheo-ni nào cố ý nói dối, ba-dật-đề.*[2]

Điều 2

Tỳ-kheo-ni nào nói lời mạ nhục, ba-dật-đề.*[3]

---

[1] *Tứ phần*: 178 điều, có 69 thông giới, là những điều học chung cho cả hai bộ. Duyên khởi, từ các tỳ-kheo. Xem Phần I, Ch. vi.- Những điều thuộc thông giới có đánh dấu hoa thị (*). – *Ngũ phần*: 207 ba-dật-đề 波逸提 (Giới bản: 210), 68 điều thông giới, có giới văn nhưng không chép duyên khởi. *Tăng-kỳ*: 141 ba-dạ-đề 波夜提, 70 thông giới và 71 biệt giới. *Thập tụng*: 178 ba-dạ-đề 波夜提. *Căn bản ni*: 180 ba-dật-để-ca 波逸底迦. Pāli, *pācittiyā*, 166 điều; trong đó, 70 điều thuộc thông giới không có giới văn.

[2] Xem Phần I, Ch. v, ba-dật-đề 1. Văn cú có vài điểm bất đồng về hình thức; do hành văn của bản Hán.

[3] nt. ba-dật-đề 2.

Điều 3

Tỳ-kheo-ni nào nói lời hai lưỡi (ly gián), ba-dật-đề.[4]

Điều 4

Tỳ-kheo-ni nào ngủ đêm chung phòng với người nam, ba-dật-đề.[5]

Điều 5

Tỳ-kheo-ni nào ngủ đêm chung phòng với người nữ chưa thọ đại giới, quá ba đêm, ba-dật-đề.[6]

Điều 6

Tỳ-kheo-ni nào cùng tụng pháp với người chưa thọ giới, ba-dật-đề.[7]

Điều 7

Tỳ-kheo-ni nào biết người khác có tội thô ác, đem nói với người chưa thọ đại giới, ba-dật-đề, trừ Tăng yết-ma.[8]

Điều 8

Tỳ-kheo-ni nào đối với người chưa thọ đại giới, mà tự nói rằng chứng ngộ pháp thượng nhân rằng: 'Tôi biết điều ấy, tôi thấy điều ấy,' dù là sự thật, ba-dật-đề.[9]

---

[4] nt. ba-dật-đề 3.

[5] nt. ba-dật-đề 4.

[6] nt. ba-dật-đề 5.

[7] nt. ba-dật-đề 6.

[8] nt. ba-dật-đề 7.

[9] nt. ba-dật-đề 8.

Điều 9

Tỳ-kheo-ni nào nói pháp cho người nam quá năm, sáu lời, ba-dật-đề. Trừ có mặt người nữ có trí.[10]

Điều 10

Tỳ-kheo-ni nào tự tay đào đất hay bảo người đào, ba-dật-đề.[11]

Điều 11

Tỳ-kheo-ni nào phá hoại mầm sống cây cỏ, ba-dật-đề.[12]

Điều 12

Tỳ-kheo-ni nào cố ý nói quanh gây phiền vị khác, ba-dật-đề.[13]

Điều 13

Tỳ-kheo-ni nào chê bai và nói xấu[14] *(tri sự Tăng), ba-dật-đề.*[15]

Điều 14

Tỳ-kheo-ni nào mang giường nằm, ghế ngồi, hoặc ngọa cụ, nệm ngồi của Tăng [735a] *bày ra giữa đất trống, hoặc sai người bày; khi bỏ đi không tự mình dọn cất, không bảo người dọn cất, ba-dật-đề.*[16]

Điều 15

Tỳ-kheo-ni nào ở trong Tăng phòng, tự mình hoặc bảo người trải ngọa cụ của Tăng để ngồi, hoặc nằm; khi đi không tự mình dọn

---

[10] nt. ba-dật-đề 9.

[11] nt. ba-dật-đề 10.

[12] nt. ba-dật-đề 11.

[13] nt. ba-dật-đề 12.

[14] Hiềm mạ 嫌罵.

[15] nt. ba-dật-đề 13.

[16] nt. ba-dật-đề 14.

cất, ba-dật-đề.*[17]

Điều 16

Tỳ-kheo-ni nào đã biết đó là chỗ nghỉ của tỳ-kheo-ni khác, mình đến sau cố chen vào giữa trải ngọa cụ để ngủ nghỉ, với ý nghĩ rằng: 'người kia nếu hiềm chật thì sẽ tự tránh đi chỗ khác'; hành động vì nhân duyên ấy chứ không gì khác, chẳng phải oai nghi, ba-dật-đề.*[18]

Điều 17

Tỳ-kheo-ni nào giận hờn, không ưa tỳ-kheo-ni khác, tự mình lôi kéo họ ra khỏi Tăng phòng, hay bảo người khác lôi ra, ba-dật-đề.*[19]

Điều 18

Tỳ-kheo-ni nào ở trên tầng gác, nằm hay ngồi trên giường, ghế bằng chân ráp bị sút ra, ba-dật-đề.*[20]

Điều 19

Tỳ-kheo-ni nào biết nước có trùng, mà tự mình dùng hoặc bảo người tưới lên bùn hoặc cỏ, ba-dật-đề.*[21]

Điều 20

Tỳ-kheo-ni nào làm phòng xá lớn, cánh cửa, khung cửa sổ, và các đồ trang trí khác, chỉ bảo người lợp tranh, ngang bằng hai, ba lớp. Nếu quá, ba-dật-đề.*[22]

---

[17] nt. ba-dật-đề 15.

[18] nt. ba-dật-đề 16.

[19] nt. ba-dật-đề 17.

[20] nt. ba-dật-đề 18.

[21] nt. ba-dật-đề 19.

[22] nt. ba-dật-đề 20.

Điều 21

Tỳ-kheo-ni nào tại trú xứ chỉ cúng một bữa ăn, tỳ-kheo-ni không bệnh nên ăn một bữa, nếu thọ nhận quá, ba-dật-đề.[23]

Điều 22

Tỳ-kheo-ni nào ăn chúng riêng, ba-dật-đề. Trừ các trường hợp khác là khi bệnh, thời gian may y, thời gian thí y, khi đi đường, khi đi thuyền, khi đại hội, khi sa-môn thí thực. Đó là các trường hợp khác.[24]

Điều 23

Tỳ-kheo-ni nào đến nhà đàn-việt, được ân cần cúng thức ăn, bánh, bột. Tỳ-kheo-ni cần thì nhận hai ba bát, mang về trong chùa, nên chia cho các tỳ-kheo-ni khác cùng ăn. Nếu tỳ-kheo-ni không bệnh, nhận quá ba bát đem về trong chùa, không chia cho các tỳ-kheo-ni khác ăn, ba-dật-đề.[25]

Điều 24

Tỳ-kheo-ni nào ăn phi thời, ba-dật-đề.[26]

Điều 25

Tỳ-kheo-ni nào ăn thức ăn thừa cách đêm, ba-dật-đề.[27]

---

[23] nt. ba-dật-đề 31.

[24] nt. ba-dật-đề 33.

[25] nt. ba-dật-đề 34.

[26] nt. ba-dật-đề 37.

[27] nt. ba-dật-đề 38.

Điều 26

Tỳ-kheo-ni nào thức ăn và thuốc không được (người khác) trao cho mà đưa vào miệng, trừ nước và [735b] tăm, ba-dật-đề.*28

Điều 27

Tỳ-kheo-ni nào trước đã nhận lời mời rồi, nhưng trước hay sau bữa ăn đi đến nhà người khác mà không dặn lại tỳ-kheo-ni khác, ba-dật-đề. Trừ trường hợp đặc biệt là khi bệnh, thời gian may y, thời gian thí y. Đó là trường hợp đặc biệt.*29

Điều 28

Tỳ-kheo-ni nào trong nhà có ăn, có vật quý mà cố ngồi nán, ba-dật-đề.*30

Điều 29

Tỳ-kheo-ni nào trong nhà có ăn, có vật quý mà ngồi chỗ khuất, ba-dật-đề.*31

Điều 30

Tỳ-kheo-ni nào một mình ngồi với người nam tại chỗ trống, ba-dật-đề.*32

Điều 31

Tỳ-kheo-ni nào nói với tỳ-kheo-ni khác như vầy: 'Đại tỷ, hãy cùng tôi vào xóm, tôi sẽ cung cấp thức ăn cho cô.' Tỳ-kheo-ni kia cuối cùng không bảo ai cho tỳ-kheo-ni này thức ăn, lại nói như vầy: 'Đại tỷ hãy

---

28 nt. ba-dật-đề 39.

29 nt. ba-dật-đề 42.

30 nt. ba-dật-đề 43.

31 nt. ba-dật-đề 44

32 nt. ba-dật-đề 45.

đi chỗ khác, tôi không thích nói chuyện hay ngồi cùng chỗ với cô. Tôi thích ngồi một mình, nói chuyện một mình.' Chỉ với mục đích ấy chứ không gì khác, là cố tình đuổi đi, ba-dật-đề.[33]

Điều 32

Tỳ-kheo-ni nào được thỉnh cầu thọ nhận thuốc bốn tháng, tỳ-kheo-ni không bệnh nên thọ. Nếu quá hạn mà nhận, ba-dật-đề. Trừ trường hợp thỉnh thường xuyên, thỉnh tiếp tục, thỉnh chia phần, thỉnh suốt đời.[34]

Điều 33

Tỳ-kheo-ni nào đi xem quân trận, ba-dật-đề. Trừ có nhân duyên hợp thời.[35]

Điều 34

Tỳ-kheo-ni nào có nhân duyên được phép đến trong quân trại, ngủ lại hai, ba đêm; nếu quá, ba-dật-đề.[36]

Điều 35

Tỳ-kheo-ni nào ngủ trong quân trại hai, ba đêm, hoặc khi xem quân đội diễn tập, hoặc xem thế lực quân đội, quân voi, quân ngựa, ba-dật-đề.[37]

Điều 36

Tỳ-kheo-ni nào uống rượu, ba-dật-đề.[38]

---

[33] nt. ba-dật-đề 46.

[34] nt. ba-dật-đề 47.

[35] nt. ba-dật-đề 48.

[36] nt. ba-dật-đề 49.

[37] nt. ba-dật-đề 50.

[38] nt. ba-dật-đề 51.

Điều 37

*Tỳ-kheo-ni nào đùa giỡn trong nước, ba-dật-đề.**39*

Điều 38

*Tỳ-kheo-ni nào dùng ngón tay thọc lét tỳ-kheo-ni khác, ba-dật-đề.**40*

Điều 39

*Tỳ-kheo-ni nào không nhận lời can gián, ba-dật-đề.**41*

Điều 40

*Tỳ-kheo-ni nào dọa nạt tỳ-kheo-ni khác, ba-dật-đề.**42*

Điều 41

*[735c] Tỳ-kheo-ni mỗi nửa tháng tắm một lần, tỳ-kheo-ni không bệnh nên thọ trì. Nếu quá, ba-dật-đề. Trừ trường hợp đặc biệt là thời gian nóng, khi bệnh, khi làm việc, khi gió lớn và mưa, khi đi xa về. Đó là trường hợp đặc biệt.**43*

Điều 42

*Tỳ-kheo-ni nào không bệnh mà cố ý nhóm lửa nơi đất trống để sưởi ấm, hoặc bảo người nhóm, ba-dật-đề. Trừ trường hợp đặc biệt.**44*

---

[39] nt. ba-dật-đề 52.

[40] nt. ba-dật-đề 53.

[41] nt. ba-dật-đề 54.

[42] nt. ba-dật-đề 55.

[43] nt. ba-dật-đề 56.

[44] nt. ba-dật-đề 57.

Điều 43

Tỳ-kheo-ni nào giấu y bát, tọa cụ, ống đựng kim của tỳ-kheo-ni khác; tự mình giấu, hoặc bảo người dấu, dù chỉ giỡn chơi, ba-dật-đề. [45] / [46]

Điều 44

Tỳ-kheo-ni nào đã tịnh thí y cho tỳ-kheo, tỳ-kheo-ni, thức-xoa-ma-na, sa-di, sa-di-ni, về sau không hỏi chủ mà lấy lại dùng, ba-dật-đề. [47]

Điều 45

Tỳ-kheo-ni nào nhận được y mới nên dùng một trong ba màu xanh, đen, mộc lan để làm cho hoại sắc. Nếu tỳ-kheo-ni nhận được y mới không dùng ba màu hoặc xanh, hoặc đen, hoặc mộc lan để làm cho hoại sắc mà mặc nguyên y mới, ba-dật-đề. [48]

Điều 46

Tỳ-kheo-ni nào cố ý giết chết mạng sống loài vật, ba-dật-đề. [49]

Điều 47

Tỳ-kheo-ni nào biết nước có trùng mà vẫn uống, ba-dật-đề. [50]

Điều 48

Tỳ-kheo-ni nào cố ý quấy rầy tỳ-kheo-ni khác, khiến cho không vui dù chỉ trong chốc lát, ba-dật-đề. [51]

---

[45] nt. ba-dật-đề 58.
[46] Bản Hán, hết quyển 24.
[47] nt. ba-dật-đề 59.
[48] nt. ba-dật-đề 60.
[49] nt. ba-dật-đề 61.
[50] nt. ba-dật-đề 62.
[51] nt. ba-dật-đề 63.

Điều 49

Tỳ-kheo-ni nào biết tỳ-kheo-ni khác phạm thô tội mà che giấu, ba-dật-đề.*52

Điều 50

Tỳ-kheo-ni nào biết việc tranh cãi đã như pháp sám hối rồi, sau đó lại khơi dậy, ba-dật-đề.*53

Điều 51

Tỳ-kheo-ni nào biết là giặc cướp mà làm bạn cùng đi một đường, dù chỉ trong khoảng một xóm, [736a] ba-dật-đề.*54

Điều 52

Tỳ-kheo-ni nào nói như vầy: 'Tôi biết theo pháp mà Phật dạy, sự hành dâm dục không phải là pháp chướng đạo.' Các tỳ-kheo-ni kia nên can gián tỳ-kheo-ni này rằng: 'Đại tỷ, chớ nói như vậy, đừng xuyên tạc đức Thế Tôn, xuyên tạc đức Thế Tôn là không tốt, đức Thế Tôn không nói như vậy! Đức Thế Tôn bằng vô số phương tiện nói rằng dâm dục là pháp chướng đạo, phạm dâm là pháp chướng đạo.' Khi được các tỳ-kheo-ni kia can gián, mà tỳ-kheo-ni này kiên trì không bỏ. Các tỳ-kheo-ni nên can gián ba lần cho bỏ việc ấy. Nếu đến ba lần can gián, bỏ thì tốt, không bỏ, ba-dật-đề.*55

Điều 53

Tỳ-kheo-ni nào biết người nói như vậy mà chưa được tác pháp (giải), có tà kiến như thế mà không bỏ, lại nuôi chứa, cùng chung yết-ma, cùng chung chỗ ở, ba-dật-đề.*56

---

52 nt. ba-dật-đề 64.

53 nt. ba-dật-đề 66.

54 nt. ba-dật-đề 67.

55 nt. ba-dật-đề 68.

56 nt. ba-dật-đề 69.

Điều 54

Tỳ-kheo-ni nào biết sa-di-ni nói như vầy: 'Tôi biết theo pháp Phật dạy, sự hành dâm dục không phải là pháp chướng đạo.' Các tỳ-kheo-ni kia can gián sa-di-ni này rằng: 'Người chớ nói như vậy, đừng xuyên tạc đức Thế Tôn, xuyên tạc đức Thế Tôn là không tốt. Đức Thế Tôn không nói như vậy.' Này sa-di-ni, đức Thế Tôn bằng vô số phương tiện nói rằng: 'Dâm dục là pháp chướng đạo, phạm dâm dục là pháp chướng đạo.' Khi được các tỳ-kheo-ni kia can gián, sa-di-ni này kiên trì không bỏ, các tỳ-kheo-ni kia nên can gián ba lần cho bỏ việc này. Cho đến ba lần can gián, bỏ thì tốt, không bỏ thì các tỳ-kheo-ni kia nên nói với sa-di-ni này rằng: 'Từ nay trở đi cô không phải là đệ tử của Phật, không được đi theo các tỳ-kheo-ni khác. Như các sa-di-ni khác, được phép cùng với tỳ-kheo-ni ngủ hai đêm, nhưng nay người không có sự kiện ấy, người hãy đi ra khỏi chỗ này, không được sống ở đây nữa!' Nếu tỳ-kheo-ni biết sa-di-ni đã bị đuổi như vậy, mà đem về nuôi, cùng ngủ nghỉ chung, ba-dật-đề.*[57]

Điều 55

Tỳ-kheo-ni nào khi được can gián như pháp, lại nói rằng: 'Nay tôi không học điều giới này, cho đến khi nào tôi nạn vấn người trì giới có trí tuệ, ba-dật-đề. Nếu vì sự hiểu biết thì nên nạn vấn.*[58]

Điều 56

Tỳ-kheo-ni nào khi tụng giới nói như vầy: Đại tỷ, tụng những giới vụn vặt này có ích lợi gì. Khi tụng các giới này chỉ khiến cho người tu phiền muộn, xấu hổ, hoài nghi.' Vì khinh chê giới, ba-dật-đề.*[59]

---

[57] nt. ba-dật-đề 70.

[58] nt. ba-dật-đề 71.

[59] nt. ba-dật-đề 72.

Điều 57

[736b] *Tỳ-kheo-ni nào khi nghe tụng giới, nói như vầy: 'Đại tỷ, nay tôi mới biết giới này rút từ giới kinh, mỗi nửa tháng tụng một lần.' Các tỳ-kheo-ni khác biết tỳ-kheo-ni này đã từng ngồi dự tụng giới, hoặc hai, hoặc ba lần, huống nữa là nhiều lần. Tỳ-kheo-ni này không phải do vì không biết, không hiểu, mà khỏi tội. Nếu có phạm tội, nên như pháp xử trị, rồi cộng thêm tội không biết pháp, bảo rằng: 'Đại tỷ, thật không lợi ích gì cho cô, không có sở đắc tốt đẹp nào cho cô, vì trong khi tụng giới cô không dụng tâm, không nhất niệm, không lắng nghe pháp. Vị ấy, vì vô tri, ba-dật-đề.*60*

Điều 58

Tỳ-kheo-ni nào sau khi đã cùng chung yết-ma rồi, sau đó lại nói như vầy: 'Các tỳ-kheo-ni theo chỗ quen biết riêng, lấy vật của chúng Tăng cho', ba-dật-đề.*61

Điều 59

Tỳ-kheo-ni nào khi Tăng đoán sự chưa xong, không gửi dục mà đứng dậy đi ra, ba-dật-đề.*62

Điều 60

Tỳ-kheo-ni nào đã gửi dục rồi, sau đó tỏ sự bất bình, ba-dật-đề.*63

Điều 61

Tỳ-kheo-ni nào sau khi nghe những lời tranh cãi của các tỳ-kheo-ni, nghe ở đây rồi đem nói cho người kia, ba-dật-đề.*64

---

60 nt. ba-dật-đề 73.

61 nt. ba-dật-đề 74.

62 nt. ba-dật-đề 75.

63 nt. ba-dật-đề 76.

64 nt. ba-dật-đề 77.

Điều 62

Tỳ-kheo-ni nào vì giận hờn không hoan hỷ, đánh tỳ-kheo-ni khác, ba-dật-đề.[65]

Điều 63

Tỳ-kheo-ni nào vì giận hờn không hoan hỷ, dùng tay (nhá) đánh tỳ-kheo ni khác, ba-dật-đề.[66]

Điều 64

Tỳ-kheo-ni nào vì giận hờn không hoan hỷ, vu khống (tỳ-kheo-ni khác) bằng pháp tăng-già-bà-thi-sa không căn cứ, ba-dật-đề.[67]

Điều 65

Tỳ-kheo-ni nào khi nhà vua Sát-lợi Quán đảnh chưa ra khỏi cung, vật báu chưa thu cất, mà vào cung vua, bước qua khỏi ngạch cửa, ba-dật-đề.[68]

Điều 66

Tỳ-kheo-ni nào tự mình cầm lấy vật báu, hay đồ trang sức bằng vật báu, hoặc bảo người khác cầm nắm, ba-dật-đề. Trừ trong Tăng-già-lam, hay nơi ký túc (nghỉ đêm). Nếu ở trong Tăng-già-lam hoặc nơi ký túc (nghỉ đêm) mà tự mình cầm nắm hay bảo người cầm vật báu, hay đồ trang sức bằng vật báu, nên nghĩ như vầy: 'Nếu người chủ nhận ra sẽ hoàn lại'; vì nhân duyên như vậy chứ không chi khác.[69]

---

[65] nt. ba-dật-đề 78.

[66] nt. ba-dật-đề 79.

[67] nt. ba-dật-đề 80.

[68] nt. ba-dật-đề 81.

[69] nt. ba-dật-đề 82.

Điều 67

Tỳ-kheo-ni nào vào xóm làng phi thời mà không báo cho tỳ-kheo-ni khác, ba-dật-đề.[70]

Điều 68

Tỳ-kheo-ni nào làm giường dây, giường gỗ, chân chỉ nên cao bằng tám ngón tay của Như lai, [736c] trừ phần từ lỗ mộng để ráp thanh giường trở lên. Nếu quá, phải hớt bỏ, ba-dật-đề.[71]

Điều 69

Tỳ-kheo-ni nào dùng bông đâu-la miên độn làm giường dây, giường cây, ngọa cụ, tọa cụ, ba-dật-đề.[72]

B - BẤT CỘNG GIỚI

Điều 70. Ăn tỏi[73]

a. Duyên khởi

Một thời, đức Ba-già-bà ở trên giảng đường Cao các, bên sông Di hầu, tại Tỳ-xá-ly. Bấy giờ, tại một vùng đất nọ có khu vườn trồng tỏi. Tỳ-kheo-ni Thâu-la-nan-đà đi ngang qua cách vườn tỏi không xa, người chủ vườn hỏi:

"A-di, cần tỏi không?"

Cô nói:

"Cần."

---

[70] nt. ba-dật-đề 83.

[71] nt. ba-dật-đề 84.

[72] nt. ba-dật-đề 85.

[73] Pāli, Pāc. 1, Vin. iv. 258. *Ngũ phần* (tr. 86c7): điều 69 (Giới bản, điều 70); *Tăng-kỳ*: điều 80; *Thập tụng*: điều 72; *Căn bản ni*: điều 73.

Người chủ vườn liền lấy tỏi cho cô. Tỳ-kheo-ni nhận được tỏi rồi, về sau thường xuyên đi đến vườn tỏi. Khi cô đến cách vườn tỏi không xa, người chủ vườn thấy lại hỏi:

"A-di lại cần tỏi nữa phải không?"

Cô nói:

"Cần. Có tỏi tôi ăn được cơm."

Chủ vườn đem tỏi cúng dường và ra lệnh cho người giữ vườn rằng, "Từ nay, hằng ngày cấp cho tỳ-kheo-ni mỗi vị năm củ tỏi."

Sau đó người chủ vườn để người giữ vườn ở nhà, còn mình thì đem tỏi vào Tỳ-xá-ly bán.

Tỳ-kheo-ni Thâu-la-nan-đà về đến trong Tăng-già-lam nói với các tỳ-kheo-ni rằng:

"Các cô biết không, nơi vườn tỏi tại chỗ nọ có đàn-việt tên nọ hằng ngày cấp cho tỳ-kheo-ni mỗi người năm củ tỏi. Các cô có thể đến đó nhận."

Thâu-la-nan-đà dẫn sa-di-ni, thức-xoa-ma-na, đến nơi vườn tỏi, hỏi người giữ vườn:

"Chủ vườn ở đâu?"

Người giữ vườn trả lời:

"Chủ vườn chở tỏi vào Tỳ-xá-ly để bán. Các cô hỏi có chuyện gì?"

Thâu-la-nan-đà nói:

"Chủ vườn hứa cung cấp cho tỳ-kheo-ni hằng ngày mỗi vị năm củ tỏi. Nay chúng tôi đến nhận."

Người giữ vườn nói:

"Chờ chủ vườn về chứ tôi không dám tự quyền. Tôi chỉ coi ngó mà thôi."

Tỳ-kheo-ni nói:

"Chủ vườn thì cúng mà tôi tớ không chịu đưa."

Thâu-la-nan-đà liền bảo sa-di-ni nhổ tỏi, kiểm số và phân phối: đây là phần của Thượng tọa, đây là phần của thứ tọa, đây là phần của Hòa thượng A-xà-lê, đây là phần của đồng Hòa thượng, đồng A-xà-lê, đây là phần của bà con quen biết, đây là phần ăn ngày nay, đây là phần ăn ngày mai, đây là phần ngày mốt. Tức thời, vườn tỏi bị nhổ sạch. Khi chủ vườn về thấy vườn tỏi sạch trơn, hỏi người giữ vườn:

"Tỏi đâu hết rồi?"

Người giữ vườn báo cáo:

"Trước đây do chủ sùng đạo nên hằng ngày cung cấp cho tỳ-kheo-ni mỗi người năm củ tỏi. Vừa rồi có sa-di-ni, thức-xoa-ma-na đến hỏi tôi: 'Hôm nay chủ vườn có ở nhà không?' Tôi nói, 'Chủ vườn vào Tỳ-xá-ly bán tỏi. Các cô hỏi có việc gì?' Các cô ni nói: 'Chủ vườn hứa hằng ngày cấp cho tỳ-kheo-ni mỗi vị năm củ tỏi, nay **[737a]** chúng tôi đến nhận.' Tôi nói: 'Chờ chủ về. Tôi chỉ biết coi ngó thôi chứ không trọn quyền.' Tỳ-kheo-ni nói: 'Chủ vườn cho, đầy tớ không chịu đưa.' Các cô nói như vậy rồi bảo sa-di-ni nhổ tỏi, đếm và phân phối: Đây là phần của Thượng tọa, đây là phần của thứ tọa, Đây là phần của Hòa thượng, đây là phần của A-xà-lê, đây là phần của đồng Hòa thượng, đây là phần của đồng A-xà-lê, đây là phần của bà con quen biết, đây là phần ăn ngày nay, đây là phần ăn ngày mai, đây là phần ăn ngày mốt. Tất cả đều có phần ăn, cho nên vườn tỏi bị nhổ hết."

Người chủ vườn liền cơ hiềm, nói:

"Tỳ-kheo-ni này không có tàm quý. Thọ nhận không nhàm chán, không biết đủ. Bên ngoài tự xưng, 'Tôi biết chánh pháp.' Như vậy có gì là chánh pháp? Dầu đàn-việt có cho, còn phải biết đủ, huống là không có chủ ở nhà, mà nhổ hết tỏi của người ta!"

Các tỳ-kheo-ni nghe, trong đó có vị thiểu dục tri túc, sống hạnh đầu-đà, ưa học giới, biết tàm quý, hiềm trách Tỳ-kheo-ni Thâu-la-nan-đà:

"Sao các cô nhổ hết tỏi của người ta ăn và mang đi hết không để lại một củ nào?"

Các tỳ-kheo-ni đến bạch với các tỳ-kheo. Các tỳ-kheo đến bạch lên đức Thế Tôn. Đức Thế Tôn vì nhân duyên này tập hợp Tăng tỳ-kheo, quở trách Tỳ-kheo-ni Thâu-la-nan-đà:

"Việc cô làm là sai quấy, chẳng phải oai nghi, chẳng phải pháp sa-môn, chẳng phải hạnh thanh tịnh, chẳng phải hạnh tùy thuận, làm điều không nên làm. Không có chủ, sao lại nhổ hết tỏi của người ta?"

Đức Thế Tôn bằng vô số phương tiện quở trách, rồi kể cho các tỳ-kheo nghe:

"Xưa kia, có một bà-la-môn 120 tuổi, hình thể ốm gầy. Vợ của người bà-la-môn này xinh đẹp không ai sánh kịp, sanh nhiều con trai con gái.

Người bà-la-môn này luyến ái vợ và các con, không bao giờ muốn xả ly. Do sự luyến ái thắm thiết này nên sau khi mạng chung ông sanh trong loài chim nhạn, lông trên mình đều toàn bằng vàng. Do nhân duyên tu phước đời trước nên tự biết túc mạng của mình, nhạn suy nghĩ: 'Bằng mọi phương tiện ta phải giúp đỡ sự sống cho những đứa con của ta, để chúng nó khỏi nghèo khổ.' Hằng ngày con chim nhạn bay đến nhà cũ của mình, cho rơi xuống một chiếc lông bằng vàng rồi bay đi, những đứa con lượm được lông chim bằng vàng lại suy nghĩ: 'Do nhân duyên nào mà con nhạn chúa này hằng ngày bay đến làm rơi xuống một cái lông bằng vàng cho ta rồi bay đi? Chúng ta hãy chờ khi nó đến, rình bắt, nhổ hết lông vàng của nó.' Rồi chúng bắt và lấy lông vàng. Nhổ lấy rồi, nó mọc lại bằng lông trắng."

Đức Phật bảo các tỳ-kheo:

[737b] "Người Bà-la-môn thuở ấy, sau khi chết đầu thai thành con nhạn, đâu phải ai khác, mà là người chủ vườn. Người vợ xinh đẹp của ông ta sanh nhiều con tức là Tỳ-kheo-ni Thâu-la-nan-đà. Con trai con gái của vợ chồng người bà-la-môn chính là thức-xoa-ma-na, sa-di-ni... ấy vậy. Do bởi tham ái nên khiến cho lông chim bằng vàng hết, lông trắng sanh. Nay lại do tham ái nên nhổ hết tỏi, phải bần cùng."

Đức Thế Tôn bằng vô số phương tiện quở trách Tỳ-kheo-ni Thâu-la-nan-đà, rồi bảo các tỳ-kheo:

"Tỳ-kheo-ni này là nơi trồng nhiều giống hữu lậu, là người đầu tiên phạm giới này. Từ nay trở đi, Ta vì các tỳ-kheo-ni kết giới gồm mười cú nghĩa, *cho đến câu* chánh pháp tồn tại lâu dài. Muốn nói giới nên nói như vầy:

b. Giới văn

Tỳ-kheo-ni nào ăn tỏi, ba-dật-đề."

c. Thích nghĩa

Tỳ-kheo-ni: nghĩa như trước.

d. Tướng phạm

Tỳ-kheo-ni nào, ăn tỏi sống, tỏi chín, tỏi vụn, mỗi miếng phạm một ba-dật-đề.

Tỳ-kheo, đột-kiết-la. Thức-xoa-ma-na, sa-di-ni, đột-kiết-la. Đó gọi là phạm.

Sự không phạm: hoặc mắc chứng bệnh thế nào đó phải dùng bánh gói tỏi ăn để chữa; hoặc các thứ thuốc khác trị không hết phải dùng tỏi để trị; hay dùng tỏi để trị bệnh ghẻ nhọt. Thảy đều không phạm.

Người không phạm: phạm lần đầu tiên khi chưa chế giới; si cuồng, loạn tâm, thống não bức bách.

Điều 71. Cạo lông ba chỗ[74]

a. Duyên khởi

Một thời, đức Bà-già-bà ở nước Xá-vệ. Bấy giờ, Tỳ-kheo-ni Thâu-la-nan-đà cạo lông ba chỗ, đến nhà đàn-việt, an tọa nơi chỗ ngồi, trước người phụ nữ, không tự khéo che thân, hình thể bị lộ. Thấy vậy, các bà này nói:

"Sư cô đi tắm với chúng tôi!"

Cô ni trả lời:

"Thôi, đủ rồi. Như vậy là đã cúng dường rồi."

Các bà lại nói:

"Thì cô cứ đi tắm với chúng tôi!"

---

[74] Pāli, Pāc. 2. *Ngũ phần*: điều 74, cf. điều 180; *Thập tụng*: điều 73; *Căn bản ni*: điều 74.

Cô ni đáp:

"Tôi không cần tắm."

Các phụ nữ bèn cưỡng bức lột y của cô ra. Thấy cô ni cạo lông, các bà nói:

"A-di, người đời vì vấn đề dâm dục mà cạo lông, chứ A-di cạo lông để làm gì?"

Thâu-la-nan-đà nói:

"Từ khi tôi còn ở thế tục đã quen làm việc này chứ chẳng phải mới bây giờ."

Các phụ nữ cư sĩ cơ hiềm, nói:

"Tỳ-kheo-ni này không biết tàm quý, quen làm hạnh bất tịnh. Bên ngoài tự xưng, 'Tôi biết chánh pháp.' Như vậy có gì là chánh pháp? Sao lại cạo lông ba chỗ như dâm nữ, tặc nữ?"

Các tỳ-kheo-ni nghe, trong đó có vị thiểu dục tri túc, sống hạnh đầu-đà, ưa học giới, biết tàm quý, hiềm trách Thâu-la-nan-đà:

"Sao lại cạo lông ba chỗ?"

Các tỳ-kheo-ni đến bạch các tỳ-kheo. Các tỳ-kheo **[737c]** đến bạch lên đức Thế Tôn. Đức Thế Tôn vì nhân duyên này tập hợp Tăng tỳ-kheo, quở trách Thâu-la-nan-đà:

"Việc cô làm là sai quấy, chẳng phải oai nghi, chẳng phải pháp sa-môn, chẳng phải hạnh thanh tịnh, chẳng phải hạnh tùy thuận, làm điều không nên làm. Thâu-la-nan-đà! Tại sao lại cạo lông ba chỗ?"

Đức Thế Tôn bằng vô số phương tiện quở trách Tỳ-kheo-ni Thâu-la-nan-đà, rồi bảo các tỳ-kheo:

"Tỳ-kheo-ni Thâu-la-nan-đà là nơi trồng nhiều giống hữu lậu, là người đầu tiên phạm giới này. Từ nay trở đi, Ta vì các tỳ-kheo-ni kết giới, gồm mười cú nghĩa, *cho đến câu* chánh pháp tồn tại lâu dài. Muốn nói giới nên nói như vầy:

b. Giới văn

Tỳ-kheo-ni nào cạo lông ba chỗ,[75] *ba-dật-đề."*

c. Thích nghĩa

Tỳ-kheo-ni: nghĩa như trước.

Lông ba chỗ: chỗ đại, tiểu tiện và dưới nách.

d. Tướng phạm

Tỳ-kheo-ni nào cạo lông ba chỗ, mỗi lần động dao là phạm ba-dật-đề. Nếu nhổ bằng nhíp hay đốt, tất cả đều phạm đột-kiết-la.

Tỳ-kheo, thâu-lan-giá. Thức-xoa-ma-na, sa-di, sa-di-ni, đột-kiết-la. Đó gọi là phạm.

Sự không phạm: hoặc mắc phải chứng bệnh thế nào đó; hay bị ghẻ cần cạo để thoa thuốc; hoặc bị cường lực bắt buộc. Thảy đều không phạm.

Người không phạm: phạm lần đầu tiên khi chưa chế giới; si cuồng, loạn tâm, thống não bức bách.

---

[75] Pāli: *sambāde lomaṃ saṃhārapeyya,* bản dịch Anh (Horner) hiểu là "dưỡng lông chỗ kín (let the hair of the body grow); do động từ *saṃharāpeti* được hiểu là sưu tập (to cause to collect, PTS). Nhưng Luật sớ Pāli (iv. 920) nói: *kattariyā vā saṇḍasakena vā khurena vā yena kenaci ekapayogena vā nānāpayogena vā ekaṃ vā bahūni vā saṃharāpentiyā,* "...hoặc bằng dao nhỏ, hoặc bằng nhíp nhỏ, hoặc bằng dao cạo, bất cứ bằng một hay nhiều phương tiện khác nhau nào... một hay nhiều (sợi lông)" Theo đây, *saṃharāpeti* nên được hiểu là "cạo" như trong các bản Hán. *Ngũ phần,* điều 74: "cạo lông dưới nách và chỗ kín"; điều 180: "đốt lông chỗ kín."

Điều 72. Tẩy tịnh quá phần[76]

a. Duyên khởi

Một thời, đức Bà-già-bà ở trong vườn Ni-câu-luật, Ca-duy-la-vệ, Thích-sí-sấu. Bấy giờ, Tỳ-kheo-ni Ma-ha Ba-xà-ba-đề[77] đến chỗ đức Thế Tôn, đầu mặt đảnh lễ sát chân Ngài rồi đứng qua một bên, bạch Phật:

"Thế Tôn, thân người nữ hôi hám, bất tịnh."

Thưa như vậy rồi, bà lễ sát chân Phật, nhiễu ba vòng và cáo lui.

Lúc bấy giờ đức Thế Tôn vì nhân duyên này tập hợp Tăng tỳ-kheo, bảo các tỳ-kheo:

"Từ nay trở đi ta cho phép các tỳ-kheo-ni dùng nước tác tịnh."[78]

Thâu-la-nan-đà nghe đức Phật cho phép tác tịnh liền dùng nước để tác tịnh. Khi tác tịnh, dục tâm khởi, đưa ngón tay vào sâu bên trong thủy đạo, bị móng tay làm tổn thương, máu chảy ra, làm bẩn y và ngọa cụ. Các tỳ-kheo-ni thấy, hỏi:

"Cô bị bệnh khổ gì vậy?"

Thâu-la-nan-đà nói rõ nhân duyên.

Các tỳ-kheo-ni nghe, trong số đó có vị thiểu dục tri túc, sống hạnh đầu-đà, ưa học giới, biết tàm quý, hiềm trách Tỳ-kheo-ni Thâu-la-nan-đà:

"Tại sao khi cô dùng nước tác tịnh lại đưa ngón tay vào sâu theo đường thủy đạo, khiến cho móng tay làm thương tổn chảy máu, làm bẩn y và ngọa cụ?"

Các tỳ-kheo-ni đến bạch các tỳ-kheo. Các tỳ-kheo đến bạch lên đức Phật. Đức Phật vì nhân duyên này tập hợp Tăng tỳ-kheo, quở trách **[738a]** Tỳ-kheo-ni Thâu-la-nan-đà:

---

[76] Pāli, Pāc. 5. *Ngũ phần*: điều 72; *Thập tụng*: điều 74; *Căn bản ni*: điều 75.

[77] Ma-ha Ba-xà-ba-đề 摩訶波闍波提; chỗ khác gọi là Đại Ái Đạo.

[78] Tác tịnh 作淨. *Căn bản ni*: tẩy tịnh 洗淨. Pāli: *udaka-suddhikaṃ*, rửa sạch bằng nước.

"Việc cô làm là sai quấy, chẳng phải oai nghi, chẳng phải pháp sa-môn, chẳng phải hạnh thanh tịnh, chẳng phải hạnh tùy thuận, làm điều không nên làm. Tại sao khi dùng nước tác tịnh, cô lại khởi dục tâm, đưa ngón tay vào sâu bên trong, khiến cho móng tay gây thương tổn, chảy máu ra làm bẩn y và ngọa cụ?"

Đức Thế Tôn bằng vô số phương tiện quở trách Thâu-la-nan-đà rồi bảo các tỳ-kheo:

"Thâu-la-nan-đà này là nơi trồng nhiều giống hữu lậu, là người đầu tiên phạm giới này. Từ nay trở đi, Ta vì các tỳ-kheo-ni kết giới gồm mười cú nghĩa *cho đến câu* chánh pháp tồn tại lâu dài. Muốn nói giới nên nói như vầy:

b. Giới văn

Tỳ-kheo-ni nào dùng nước tác tịnh, nên sử dụng hai ngón tay, mỗi ngón một đốt, nếu quá, ba-dật-đề."

c. Thích nghĩa

Tỳ-kheo-ni: nghĩa như trước.

Tác tịnh: dùng nước rửa bên trong âm hộ.

d. Tướng phạm

Tỳ-kheo-ni dùng nước rửa bên trong nên dùng hai ngón tay, mỗi ngón một đốt, nếu quá ba-dật-đề.

Thức-xoa-ma-na, sa-di-ni, đột-kiết-la. Đó gọi là phạm.

Sự không phạm: Chỉ sử dụng hai ngón tay, mỗi ngón một đốt hay dưới một đốt; hoặc có bệnh thế nào đó; hay bên trong có cỏ, có trùng cần kéo ra ngoài. Thảy đều không phạm.

Người không phạm: phạm lần đầu tiên khi chưa chế giới; si cuồng, loạn tâm, thống não bức bách.

Điều 73. Hồ giao[79]

a. Duyên khởi

Một thời, đức Bà-già-bà ở trong vườn Cấp cô độc, rừng cây Kỳ-đà, tại nước Xá-vệ. Bấy giờ, nhóm sáu tỳ-kheo-ni dục tâm hừng hẫy, nhan sắc tiều tụy, thân thể gầy còm. Khi họ vào trong vương cung của vua Ba-tư-nặc, các phụ nữ trong cung thấy vậy hỏi:

"A-di có bệnh hoạn gì?"

Nhóm sáu tỳ-kheo-ni nói:

"Tôi không có bệnh hoạn, chỉ vì bệnh sắc."

Phụ nữ hỏi tiếp:

"Bệnh sắc nào?"

Cô ni nói:

"Dục tâm của tôi hừng hẫy."

Mấy phụ nữ trong cung bày:

"Chúng tôi ở trong cung, thỉnh thoảng mới có đàn ông. Khi không có đàn ông, thì dùng hồ giao[80] làm nam căn, để vào trong nữ căn, vừa được thích ý, lại không phải là hành dâm. Các cô có thể làm như vậy, vừa được thích ý, không phạm hành dâm."

Khi ấy hai trong nhóm sáu tỳ-kheo-ni làm nam căn như vậy, cùng làm việc dâm dục. Tỳ-kheo-ni khác thấy, tưởng là cùng đàn ông hành dâm. Khi đứng dậy mới biết chẳng phải đàn ông.

Các tỳ-kheo-ni nghe biết, trong số đó có vị thiểu dục tri túc, sống hạnh đầu-đà, ưa học giới, biết hổ thẹn, hiềm trách nhóm sáu tỳ-kheo-ni:

"Sao các cô lại dùng hồ giao làm nam căn để cùng nhau hành dâm?"

Các tỳ-kheo-ni đến bạch với các tỳ-kheo. Các tỳ-kheo **[738b]** đến bạch lên đức Phật. Đức Phật vì nhân duyên này tập hợp Tăng tỳ-kheo,

---

[79] Pāli, Pāc. 4. *Ngũ phần*: điều 71. *Thập tụng*: điều 85. *Căn bản ni*: điều 93.

[80] Hồ giao 胡膠; nhựa, hay cao su. *Căn bản ni*: thọ giao 樹膠.

quở trách nhóm sáu tỳ-kheo-ni:

"Việc các cô làm là sai quấy, chẳng phải oai nghi, chẳng phải pháp sa-môn, chẳng phải hạnh thanh tịnh, chẳng phải hạnh tùy thuận, làm điều không nên làm. Nhóm sáu tỳ-kheo-ni! Sao lại dùng hồ giao làm nam căn để cùng nhau hành dâm?"

Đức Thế Tôn bằng vô số phương tiện quở trách nhóm sáu tỳ-kheo-ni, rồi bảo các tỳ-kheo:

"Nhóm sáu tỳ-kheo-ni này là nơi trồng nhiều giống hữu lậu, là những người đầu tiên phạm giới này. Từ nay trở đi, Ta vì các tỳ-kheo-ni kết giới, gồm mười cú nghĩa, *cho đến câu* chánh pháp tồn tại lâu dài. Muốn nói giới nên nói như vầy:

b. Giới văn

Tỳ-kheo-ni nào dùng hồ giao làm nam căn,[81] **ba-dật-đề."**

c. Thích nghĩa

Tỳ-kheo-ni: nghĩa như trước.

Làm nam căn: dùng các vật để làm như hồ giao, cơm nhão, bột, sáp ong.

d. Tướng phạm

Tỳ-kheo-ni nào dùng các vật này làm nam căn để vào nữ căn, tất cả đều phạm ba-dật-đề. Nếu không cọ xát vào nữ căn, phạm đột-kiết-la.

Thức-xoa-ma-na, sa-di-ni, đột-kiết-la. Đó gọi là phạm.

Sự không phạm: hoặc mắc phải căn bệnh thế nào đó, phải dùng cục thuốc hình tròn hay viên thuốc đặt vào để chữa; hoặc y ngăn chặn nguyệt thủy; hoặc bị cưỡng bức ép làm. Thảy đều không phạm.

Người không phạm: phạm lần đầu tiên khi chưa chế giới; si cuồng, loạn tâm, thống não bức bách.

---

[81] *Ngũ phần:* làm nam căn để vào trong nữ căn.

Điều 74. Cùng vỗ[82]

a. Duyên khởi

Một thời, đức Bà-già-bà ở trong vườn Cấp cô độc, rừng cây Kỳ-đà, tại nước Xá-vệ. Bấy giờ, nhóm sáu tỳ-kheo-ni vì dục tâm hừng hẫy, nhan sắc tiều tụy, hình thể ốm gầy. Vào trong cung của vua Ba-tư-nặc, các phụ nữ trong cung thấy vậy hỏi:

"A-di bệnh gì?"

Chư ni nói:

"Chỉ vì không thoả mãn."

Mấy phụ nữ trong cung hỏi:

"Không thoả mãn cái gì?"

Chư ni nói:

"Dục tâm của chúng tôi hừng hực."

Mấy phụ nữ trong cung bày:

"Chúng tôi ở trong cung, thỉnh thoảng mới có được đàn ông. Lúc không có đàn ông thì dùng hồ giao tạp vật làm nam căn để vào nữ căn, vừa thỏa mãn được lòng dâm, mà không gọi là hành dâm. Sao chư tôn không làm như vậy?"

Các tỳ-kheo-ni trả lời:

"Này các chị, đức Thế Tôn chế giới không được làm như vậy."

Mấy người phụ nữ trong cung bày:

"Này các cô, chúng tôi ở trong cung, khi có đàn ông thì thôi; lúc không có đàn ông thì cùng nhau vỗ, vừa được khoái lạc mà không gọi là hành dâm. Các cô vì sao không làm như vậy?"

Bấy giờ, hai trong nhóm sáu tỳ-kheo-ni cùng nhau vỗ. Các tỳ-kheo-ni khác thấy, tưởng là **[738c]** cùng đàn ông hành dâm. Lúc đứng dậy mới biết không phải đàn ông.

---

[82] Pāli, Pāc. 3. *Ngũ phần*: điều 71. *Thập tụng*: điều 75. *Căn bản ni*: điều 76.

Các tỳ-kheo-ni nghe, trong đó có vị thiểu dục tri túc, sống hạnh đầu-đà, ưa học giới, biết tàm quý, hiềm trách nhóm sáu tỳ-kheo-ni:

"Sao các cô cùng nhau vỗ?"

Các tỳ-kheo-ni đến bạch với các tỳ-kheo. Các tỳ-kheo đến bạch lên đức Phật. Đức Phật vì nhân duyên này tập hợp Tăng tỳ-kheo, quở trách nhóm sáu tỳ-kheo-ni:

"Việc các cô làm là sai quấy, chẳng phải oai nghi, chẳng phải pháp sa-môn, chẳng phải hạnh thanh tịnh, chẳng phải hạnh tùy thuận, làm điều không nên làm. Tại sao các cô cùng nhau vỗ."

Đức Thế Tôn bằng vô số phương tiện quở trách nhóm sáu tỳ-kheo-ni, rồi bảo các tỳ-kheo:

"Những tỳ-kheo-ni này là nơi trồng nhiều giống hữu lậu, là những người đầu tiên phạm giới này. Từ nay trở đi, Ta vì các tỳ-kheo-ni kết giới, gồm mười cú nghĩa, *cho đến câu* chánh pháp tồn tại lâu dài. Muốn nói giới nên nói như vầy:

b. Giới văn

Tỳ-kheo-ni nào cùng vỗ cho nhau, ba-dật-đề."

c. Thích nghĩa

Tỳ-kheo-ni: nghĩa như trước.

Vỗ: lấy bàn tay hay gót chân đập vào, hoặc nữ căn với nữ căn vỗ nhau.

d. Tướng phạm

Tỳ-kheo-ni cùng vỗ với nhau, người vỗ phạm đột-kiết-la, người thọ nhận vỗ phạm ba-dật-đề. Nếu hai nữ căn cùng nhau vỗ, cả hai đều phạm ba-dật-đề.

Tỳ-kheo, đột-kiết-la. Thức-xoa-ma-na, sa-di, sa-di-ni, đột-kiết-la. Đó gọi là phạm.

Sự không phạm: hoặc mắc phải chứng bệnh thế nào đó, hoặc tới lui, đi đứng, hoặc quét đất vướng phải chứ không cố tâm, hay khi tắm rửa đụng phải thì không phạm.

Người không phạm: phạm lần đầu tiên khi chưa chế giới; si cuồng, loạn tâm, thống não bức bách.

Điều 75. Hầu quạt nước tỳ-kheo đang ăn[83]

a. Duyên khởi

Một thời đức Bà-già-bà ở trong vườn Cấp cô độc, rừng cây Kỳ-đà, tại nước Xá-vệ. Bấy giờ, có một trưởng giả cùng vợ xuất gia hành đạo. Đến giờ, ông vào thôn khất thực, được thức ăn rồi, đem đến trong Tăng-già-lam của ni ngồi ăn. Người vợ cũ, hiện là tỳ-kheo-ni, đem nước đến, đứng phía trước lấy quạt quạt. Tỳ-kheo bảo rằng:

"Đứng tránh ra một chút, chứ tôi xấu hổ với người ta. Đừng đứng trước mặt tôi!"

Tỳ-kheo-ni nói:

"Đại đức, sao lại xấu hổ với tôi?"

Vị tỳ-kheo lại nói:

"Sao không tránh nhanh đi? Tôi xấu hổ với tỳ-kheo-ni."

Tỳ-kheo-ni nói:

"Tôi đứng trước mặt, nói xấu hổ. Vậy trước kia làm việc như vậy sao không xấu hổ?"

Bà vợ là tỳ-kheo-ni nói xong nổi giận, lấy cán quạt đánh, lấy nước rót trên đầu tỳ-kheo, rồi bỏ đi vào phòng.

Các tỳ-kheo-ni nghe, trong đó có vị thiểu dục tri túc, sống hạnh đầu-đà, ưa học giới, biết tàm quý, hiềm trách **[739a]** tỳ-kheo-ni này:

"Sao cô lại sân si đánh tỳ-kheo?"

Các tỳ-kheo-ni đến bạch với các tỳ-kheo. Các tỳ-kheo đến bạch lên đức Phật. Đức Phật vì nhân duyên này tập hợp Tăng tỳ-kheo, quở trách tỳ-kheo-ni này:

---

[83] Pāli, *Pāc.* 6. *Ngũ phần*: điều 143. *Tăng-kỳ*: điều 79. *Thập tụng*: điều 77.

"Việc cô làm là sai quấy, chẳng phải oai nghi, chẳng phải pháp sa-môn, chẳng phải hạnh thanh tịnh, chẳng phải hạnh tùy thuận, làm điều không nên làm. Tỳ-kheo-ni sao lại đánh tỳ-kheo?"

Đức Thế Tôn bằng vô số phương tiện quở trách tỳ-kheo-ni này, rồi bảo các tỳ-kheo:

"Tỳ-kheo-ni này là nơi trồng nhiều giống hữu lậu, là người đầu tiên phạm giới này. Từ nay trở đi, Ta vì các tỳ-kheo-ni kết giới, gồm mười cú nghĩa, *cho đến câu* chánh pháp tồn tại lâu dài. Muốn nói giới nên nói như vầy:

Tỳ-kheo-ni nào, khi tỳ-kheo ăn, cung cấp nước, cầm quạt quạt,[84] ba-dật-đề."

Thế Tôn vì các tỳ-kheo-ni kết giới như vậy. Có các tỳ-kheo-ni nghi không dám chăm sóc tỳ-kheo bệnh, không có người cung cấp nước, cũng không dám hỏi. Đức Phật dạy:

"Cho phép các tỳ-kheo-ni nuôi các tỳ-kheo bệnh, không ai cung cấp nước được phép hỏi. Từ nay trở đi nên kết giới như vầy:

b. Giới văn

Tỳ-kheo-ni nào tỳ-kheo không bệnh, khi ăn cung cấp nước, đứng trước mặt cầm quạt quạt, ba-dật-đề."

c. Thích nghĩa

Tỳ-kheo-ni: nghĩa như trước.

d. Tướng phạm

Tỳ-kheo-ni nào, tỳ-kheo không bệnh đang ăn, cung cấp nước, đứng trước mặt, cầm quạt quạt, phạm ba-dật-đề.

Tỳ-kheo, đột-kiết-la. Thức-xoa-ma-na, sa-di, sa-di-ni, đột-kiết-la. Đó gọi là phạm.

---

[84] *Ngũ phần:* "...cầm bình nước và quạt, đứng trước mặt..." *Tăng-kỳ:* "... cung cấp nước và quạt..."

Sự không phạm: chăm sóc tỳ-kheo bệnh, không ai cung cấp nước, hỏi, không phạm.

Người không phạm: phạm lần đầu tiên khi chưa chế giới; si cuồng, loạn tâm, thống não bức bách.

Điều 76. Xin ngũ cốc sống[85]

a. Duyên khởi

Một thời, đức Bà-già-bà ở trong vườn Cấp cô độc, rừng cây Kỳ-đà, tại nước Xá-vệ. Bấy giờ, nhóm sáu tỳ-kheo-ni đi xin lúa sống,[86] mè, gạo, đậu lớn, đậu nhỏ, đại mạch, tiểu mạch sống. Các cư sĩ thấy, cơ hiềm nói:

"Các tỳ-kheo-ni này khất cầu không nhàm chán, không biết xấu hổ. Bên ngoài tự xưng, 'Tôi biết chánh pháp.' Như vậy thì có gì là chánh pháp? Sao lại xin các loại ngũ cốc sống như dâm nữ, tặc nữ?"

Các tỳ-kheo-ni nghe, trong đó có vị thiểu dục tri túc, sống hạnh đầu-đà, ưa học giới, biết hổ thẹn, hiềm trách nhóm sáu tỳ-kheo-ni:

"Tại sao các cô xin các loại ngũ cốc sống như vậy?"

Các tỳ-kheo-ni đến bạch với các tỳ-kheo. Các tỳ-kheo đến bạch lên **[739b]** đức Thế Tôn. Đức Thế Tôn vì nhân duyên này tập hợp Tăng tỳ-kheo, quở trách nhóm sáu tỳ-kheo-ni:

"Việc các cô làm là sai quấy, chẳng phải oai nghi, chẳng phải pháp sa-môn, chẳng phải hạnh thanh tịnh, chẳng phải hạnh tùy thuận, làm điều không nên làm. Sao các cô lại xin các loại ngũ cốc sống?"

Đức Thế Tôn bằng vô số phương tiện quở trách nhóm sáu tỳ-kheo-ni, rồi bảo các tỳ-kheo:

---

[85] Pāli, Pāc. 7.

[86] Hán: sanh cốc 生穀. Pāli: *āmakadhaññaṃ*, gạo sống (chưa nấu), được giải thích gồm luôn các thứ: *sāli* (gạo trắng), *vīhi* (thóc), *yavo* (đại mạch), *godhūmo* (tiểu mạch, hay lúa mì), *kaṅgu* (hạt kê), *varako* (các loại đậu), *kudrusako* (lúa mạch đen).

"Nhóm sáu tỳ-kheo-ni này là nơi trồng nhiều giống hữu lậu, là những người đầu tiên phạm giới này. Từ nay trở đi, Ta vì các tỳ-kheo-ni kết giới gồm mười cú nghĩa, *cho đến câu* chánh pháp tồn tại lâu dài. Muốn nói giới nên nói như vầy:

b. Giới văn

Tỳ-kheo-ni nào xin[87] *ngũ cốc sống, ba-dật-đề."*

c. Thích nghĩa

Tỳ-kheo-ni: nghĩa như trước.

d. Tướng phạm

Tỳ-kheo-ni nào xin lúa sống cho đến đại, tiểu mạch, tất cả đều phạm ba-dật-đề.

Tỳ-kheo, đột-kiết-la. Thức-xoa-ma-na, sa-di, sa-di-ni, đột-kiết-la. Đó gọi là phạm.

Sự không phạm: đến xin nơi người bà con, hay người xuất gia; mình vì người, người vì mình xin; hoặc không xin mà được. Thảy đều không phạm.

Người không phạm: phạm lần đầu tiên khi chưa chế giới; si cuồng, loạn tâm, thống não bức bách.

Điều 77. Đại tiểu tiện trên cỏ tươi[88]

a. Duyên khởi

Một thời, đức Bà-già-bà ở trong vườn Cấp cô độc, rừng cây Kỳ-đà, tại nước Xá-vệ, cách tinh xá của tỳ-kheo-ni không xa có một vùng cỏ kết lũ[89] tươi tốt, các cư sĩ thường đến đó ngồi nằm, vui chơi, ca hát, múa

---

[87] Pāli: *viññatvā… bhajjitvā… koṭṭetvā… pacitvā*: (tự mình hay nhờ người) hỏi xin, rang, giã, nấu.

[88] Pāli, Pāc. 9. *Ngũ phần*: điều 137. *Tăng-kỳ*: điều 139. *Thập tụng*: điều 174. *Căn bản ni*: điều 79.

[89] Kết lũ thảo 結縷草 (?). TNM: già lâu thảo 茄蔞草, cỏ lau (? Thiều Chửu). Pāli: *harita*, rau cỏ, các thứ xanh tươi; được giải thích là trồng để làm thức ăn cho con người.

nhảy, hoặc có lúc than vãn. Những âm thanh này làm loạn động các tỳ-kheo-ni tọa thiền nên các tỳ-kheo-ni bực mình.

Sau khi cư sĩ đi, các cô dùng đồ bẩn như nước tiểu, phẩn, đem đổ lên trên cỏ. Sau đó, các cư sĩ trở lại nơi ấy để vui đùa thì bị đồ bất tịnh làm bẩn cả người và y phục, và cũng do đồ bất tịnh làm vùng cỏ chết khô dần. Do việc làm ấy, các cư sĩ đều cơ hiềm, nói:

"Các tỳ-kheo-ni này thọ nhận không biết xấu hổ. Bên ngoài tự xưng, 'Tôi biết chánh pháp.' Như vậy có gì là chánh pháp? Vùng cỏ tươi tốt nơi chúng ta thường đến ca múa vui chơi, các cô dùng đồ bất tịnh, đại tiểu tiện đổ trên đó làm bẩn cả người và y phục chúng ta, và vùng cỏ cũng bị hư hoại."

Các tỳ-kheo-ni nghe, trong đó có vị thiểu dục tri túc, sống hạnh đầu-đà, ưa học giới, biết hổ thẹn, quở trách các tỳ-kheo-ni:

"Chỗ các cư sĩ đến vui chơi, sao các cô đem đồ bất tịnh đại tiểu tiện đổ lên trên cỏ làm bẩn cả người và y phục họ, cũng làm cỏ chết **[739c]** khô?"

Các tỳ-kheo-ni đến bạch các tỳ-kheo. Các tỳ-kheo đến bạch lên đức Thế Tôn. Đức Thế Tôn vì nhân duyên này tập hợp Tăng tỳ-kheo, quở trách các tỳ-kheo-ni này:

"Việc các cô làm là sai quấy, chẳng phải oai nghi, chẳng phải pháp sa-môn, chẳng phải hạnh thanh tịnh, chẳng phải hạnh tùy thuận, làm điều không nên làm. Tỳ-kheo-ni sao lại đem vật bất tịnh như đại tiểu tiện đổ trên cỏ tươi, chỗ các cư sĩ thường đến vui đùa, làm cho họ bị bẩn cả thân và y phục?"

Đức Thế Tôn bằng vô số phương tiện quở trách các tỳ-kheo-ni ấy, rồi bảo các tỳ-kheo:

"Các tỳ-kheo-ni này là nơi trồng nhiều giống hữu lậu, là những người đầu tiên phạm giới này. Từ nay trở đi, Ta vì các tỳ-kheo-ni kết giới, gồm mười cú nghĩa, *cho đến câu* chánh pháp tồn tại lâu dài. Muốn nói giới nên nói như vầy:

b. Giới văn

Tỳ-kheo-ni nào đại tiểu tiện[90] trên cỏ tươi, ba-dật-đề."

c. Thích nghĩa

Tỳ-kheo-ni: nghĩa như trước.

d. Tướng phạm

Tỳ-kheo-ni đại tiểu tiện trên cỏ xanh tươi, phạm ba-dật-đề.

Tỳ-kheo, đột-kiết-la. Thức-xoa-ma-na, sa-di, sa-di-ni, đột-kiết-la. Đó gọi là phạm.

Sự không phạm: hoặc mắc phải chứng bệnh thế nào đó; hoặc đại tiểu tiện nơi chỗ không có cỏ rồi nước chảy đến chỗ có cỏ; hoặc gió thổi, hoặc chim ngậm bay rơi trên cỏ. Thảy đều không phạm.

Người không phạm: phạm lần đầu tiên khi chưa chế giới; si cuồng, loạn tâm, thống não bức bách.

Điều 78. Đổ đại tiểu tiện ngoài tường[91]

a. Duyên khởi

Một thời, đức Bà-già-bà ở trong núi Kỳ-xà-quật, La-duyệt-kỳ. Bấy giờ, có một vị trong nhóm sáu tỳ-kheo-ni ban đêm đại tiểu tiện trong bô, sáng sớm đổ ra bên ngoài tường mà không xem trước. Cùng lúc đó có vị đại thần không tin ưa Tam bảo, sáng sớm cưỡi xe đi chầu vua Bình-sa. Khi đi ngang bên ngoài tường của tinh xá tỳ-kheo-ni, ông bị đồ bất tịnh đổ trên đầu, làm bẩn cả y phục. Vị đại thần ấy nói:

"Tôi sẽ đến quan đoán sự thưa kiện việc này!"[92]

Bấy giờ, có vị bà-la-môn chí tín[93] biết xem tướng, hỏi:

---

[90] *Căn bản ni:* đại tiểu tiện và khạc nhổ. Pāli: đổ nước tiểu, phân, rác rưởi, thức ăn thừa trên cỏ xanh.

[91] Pāli, Pāc. 8. *Ngũ phần:* điều 135, 136. *Tăng-kỳ:* 138. *Thập tụng:* điều 78. *Căn bản:* điều 80.

[92] Pāli: ông châm lửa, đòi đốt chùa.

[93] Pāli: một ưu-bà-tắc tình cờ đi đến.

"Đại thần muốn đi đâu?"

Đại thần nói:

"Tỳ-kheo-ni dùng đồ đại tiện bất tịnh làm ô nhục tôi. Tôi muốn đến quan đoán sự thưa kiện việc này."

Vị bà-la-môn can, nói:

"Thôi, đừng nên đến kiện thưa làm gì. Lắm khi không được kiện mà lại mắc tội nữa."[94]

Vị đại thần nghe theo lời can, không kiện, trở về. Vị bà-la-môn xem tướng kia liền đến tinh xá tỳ-kheo-ni, hỏi:

"Tỳ-kheo-ni nào ban đêm đại tiểu tiện trong bô, sáng ngày đổ bên ngoài tường mà không xem trước như thế?"

Chư ni trả lời:

"Chúng tôi không biết. Nhưng tại sao **[740a]** ông lại hỏi như vậy?"

Vị bà-la-môn nói rõ nhân duyên, và nói tiếp:

"Tôi đã can không cho đại thần đó thưa kiện. Vậy, từ nay các cô không nên đổ như vậy nữa."

Chư ni tìm hiểu xem ai làm việc ấy. Liền biết một cô trong nhóm sáu tỳ-kheo-ni đã đổ như vậy. Các tỳ-kheo-ni quở trách nhóm sáu tỳ-kheo-ni:

"Sao cô ban đêm đại tiểu tiện trong bô, sáng ra đổ bên ngoài tường mà không xem trước?"

Các tỳ-kheo-ni đến bạch với các tỳ-kheo. Các tỳ-kheo đến bạch lên đức Thế Tôn. Đức Thế Tôn vì nhân duyên này tập hợp Tăng tỳ-kheo, quở trách nhóm sáu tỳ-kheo-ni:

"Việc cô làm là sai quấy, chẳng phải oai nghi, chẳng phải pháp sa-môn, chẳng phải hạnh thanh tịnh, chẳng phải hạnh tùy thuận, làm điều không nên làm. Nhóm sáu tỳ-kheo-ni! Sao ban đêm đại tiểu tiện trong bô, sáng ra đổ bên ngoài tường mà không xem trước?"

---

[94] Pāli: ưu-bà-tắc này nói: "Điềm tốt đấy!"

Đức Thế Tôn bằng vô số phương tiện quở trách nhóm sáu tỳ-kheo-ni, rồi bảo các tỳ-kheo:

"Nhóm sáu tỳ-kheo-ni này là nơi trồng nhiều giống hữu lậu, là những người đầu tiên phạm giới này. Từ nay trở đi, Ta vì tỳ-kheo-ni kết giới gồm mười cú nghĩa, *cho đến câu* chánh pháp tồn tại lâu dài. Muốn nói giới nên nói như vầy:

b. Giới văn

Tỳ-kheo-ni nào ban đêm đại tiểu tiện trong bô,*[95] *sáng ngày đem đổ bên ngoài tường mà không xem trước,*[96] *ba-dật-đề."

c. Thích nghĩa

Tỳ-kheo-ni: nghĩa như trước.

d. Tướng phạm

Tỳ-kheo-ni kia ban đêm đại tiểu tiện trong bô, sáng ngày phải xem ngoài tường thành trước, sau đó mới đổ. Sau khi thức dậy, phải búng ngón tay hay tằng hắng. Nếu tỳ-kheo-ni ban đêm đại tiểu tiện trong bô, sáng ngày không xem trước bên ngoài tường mà đổ, ba-dật-đề. Nếu ban đêm không búng ngón tay, hay không tằng hắng mà đổ, đột-kiết-la.

Tỳ-kheo, đột-kiết-la. Thức-xoa-ma-na, sa-di, sa-di-ni, đột-kiết-la. Đó gọi là phạm.

Sự không phạm: ban đêm đại tiểu tiện trong bô, sáng ngày xem ngoài thành rồi mới đổ; hoặc ban đêm thì búng ngón tay hay tằng hắng; hoặc trước có gạch đá, gốc cây, có gai, nơi đổ các đồ bất tịnh; hoặc có nước sâu, bờ sông, hay đống rác thì đổ, không phạm.

Người không phạm: phạm lần đầu tiên khi chưa chế giới; si cuồng, loạn tâm, thống não bức bách.

---

[95] Pāli: đổ phân, nước tiểu, rác, cơm dư bên ngoài tường. *Ngũ phần*, điều 135: đổ phân, nước tiểu ra ngoài tường dậu; điều 136: "liệng rác, thức ăn thừa".

[96] Nghĩa là, đứng bên trong tường mà liệng ra ngoài, không xem trước. Pāli: đổ hay sai người đổ (=ném hay liệng) qua tường hay phên dậu.

Điều 79. Đi xem nghe kỹ nhạc⁹⁷

a. Duyên khởi

Một thời, đức Bà-già-bà ở trong núi Kỳ-xà-quật, tại La-duyệt-kỳ. Bấy giờ, nhân dân trong nước có tiết hội, kỹ nhạc vui chơi. Nhóm sáu tỳ-kheo-ni đến xem coi, các cư sĩ thấy, cơ hiềm:

"Các tỳ-kheo-ni này không **[740b]** biết xấu hổ, quen thói bất tịnh hạnh. Bên ngoài tự xưng, 'Tôi biết chánh pháp', mà cùng nhau xem coi các trò vui chơi như dâm nữ, tặc nữ không khác. Như vậy có gì là chánh pháp?"

Các tỳ-kheo-ni nghe, trong đó có vị thiểu dục tri túc sống hạnh đầu-đà, ưa học giới, biết tàm quý hiềm trách nhóm sáu tỳ-kheo-ni:

"Sao các cô cùng nhau đến xem nghe các trò vui chơi?"

Các tỳ-kheo-ni đến bạch với các tỳ-kheo. Các tỳ-kheo đến bạch lên đức Thế Tôn. Đức Thế Tôn vì nhân duyên này tập hợp Tăng tỳ-kheo, quở trách nhóm sáu tỳ-kheo-ni:

"Việc các cô làm là sai quấy, chẳng phải oai nghi, chẳng phải pháp sa-môn, chẳng phải hạnh thanh tịnh, chẳng phải hạnh tùy thuận, làm điều không nên làm. Sao các cô lại đi xem nghe các trò vui chơi?"

Đức Thế Tôn bằng vô số phương tiện quở trách nhóm sáu tỳ-kheo-ni, rồi bảo các tỳ-kheo:

"Nhóm sáu tỳ-kheo-ni này là nơi trồng nhiều giống hữu lậu, là những người đầu tiên phạm giới này. Từ nay trở đi, Ta vì các tỳ-kheo-ni kết giới, gồm mười cú nghĩa, *cho đến câu* chánh pháp tồn tại lâu dài. Muốn nói giới nên nói như vầy:

b. Giới văn

Tỳ-kheo-ni nào đi xem nghe kỹ nhạc,⁹⁸ ba-dật-đề.

---

⁹⁷ Pāli, Pāc. 10. *Căn bản ni*: 172-174.

⁹⁸ Pāli: *naccaṃ vā gītaṃ vā vāditaṃ vā dassanāya gaccheyya*, đi xem múa, hát và tấu nhạc.

c. Thích nghĩa

Tỳ-kheo-ni: nghĩa như trước.

Xem nghe: thưởng thức các trò vui chơi.

d. Tướng phạm

Tỳ-kheo-ni từ đường chính đến đường chính, từ đường chính đến đường phụ, từ đường phụ đến đường chính; từ chỗ cao đến chỗ thấp, từ chỗ thấp đến chỗ cao để xem nghe kỹ nhạc; nhìn thấy thì phạm ba-dật-đề; không thấy, phạm đột-kiết-la.

Khởi ý muốn đi mà không đi, hoặc hẹn đi rồi nửa chừng trở lại, đều phạm đột-kiết-la.

Tỳ-kheo, đột-kiết-la. Thức-xoa-ma-na, sa-di, sa-di-ni, đột-kiết-la. Đó gọi là phạm.

Sự không phạm: hoặc có sự khải thỉnh; hoặc được kêu; hoặc trên lộ trình phải qua ở một bên; hoặc chỗ tạm nghỉ đêm, hay bị cường lực dẫn đi, hoặc bị trói dẫn đi, hoặc mạng nạn, phạm hạnh nạn. Thảy đều không phạm.

Người không phạm: phạm lần đầu tiên khi chưa chế giới; si cuồng, loạn tâm, thống não bức bách.

Điều 80. Nói chuyện với nam chỗ khuất[99]

a. Duyên khởi

Một thời, đức Bà-già-bà ở trong vườn Cấp cô độc, rừng cây Kỳ-đà, tại nước Xá-vệ. Bấy giờ, nhóm sáu tỳ-kheo-ni vào trong xóm, cùng đứng và nói chuyện với đàn ông nơi chỗ vắng. Các cư sĩ thấy cơ hiềm:

"Tỳ-kheo-ni này không biết hổ thẹn, phạm hạnh bất tịnh. Bên ngoài tự xưng, 'Tôi biết chánh pháp', mà vào trong xóm đứng và nói chuyện với đàn ông nơi chỗ vắng, không khác dâm nữ, tặc nữ. Như vậy có gì là chánh pháp?"

---

[99] Pāli, Pāc. 12. *Căn bản ni*, điều 81-82.

Các tỳ-kheo-ni nghe, trong đó có vị thiểu dục tri túc, **[740c]** sống hạnh đầu-đà, ưa học giới, biết tàm quý, hiềm trách nhóm sáu tỳ-kheo-ni:

"Sao các cô vào trong xóm, cùng đứng và nói chuyện với đàn ông nơi chỗ vắng?"

Các tỳ-kheo-ni đến bạch với các tỳ-kheo. Các tỳ-kheo đến bạch lên đức Thế Tôn. Thế Tôn vì nhân duyên này tập hợp Tăng tỳ-kheo, quở trách nhóm sáu tỳ-kheo-ni:

"Việc các cô làm là sai quấy, chẳng phải oai nghi, chẳng phải pháp sa-môn, chẳng phải hạnh thanh tịnh, chẳng phải hạnh tùy thuận, làm điều không nên làm. Sao các cô vào trong xóm đứng và nói chuyện với đàn ông nơi chỗ vắng?"

Đức Thế Tôn bằng vô số phương tiện quở trách nhóm sáu tỳ-kheo-ni, rồi bảo các tỳ-kheo:

"Nhóm sáu tỳ-kheo-ni này là nơi trồng nhiều giống hữu lậu, là những người đầu tiên phạm giới này. Từ nay trở đi, Ta vì các tỳ-kheo-ni kết giới, gồm mười cú nghĩa, *cho đến câu* chánh pháp tồn tại lâu dài. Muốn nói giới nên nói như vầy:

b. Giới văn

Tỳ-kheo-ni nào vào bên trong xóm [100] ***cùng người nam đứng chỗ vắng và nói chuyện, ba-dật-đề.***" [101]

c. Thích nghĩa

Tỳ-kheo-ni: nghĩa như trước.

Xóm: nơi có nhà bạch y.

Chỗ vắng: chỗ không thấy, không nghe.

- *Chỗ không thấy:* do khói, mây, bụi, sương, bóng tối.

---

[100] Pāli, Pāc. 12 không có chi tiết "trong xóm." *Căn bản ni*, điều 81: "đứng với đàn ông ở chỗ khuất kín", điều 82: "đứng với tỳ-kheo ở chỗ khuất kín."

[101] *Căn bản*, điều 83: "...đứng với đàn ông ở chỗ trống..."; điều 84: "...đứng với tỳ-kheo ở chỗ trống..."

- *Chỗ không nghe*: ngoài tầm nghe được tiếng nói với giọng bình thường.

d. Tướng phạm

Tỳ-kheo-ni vào bên trong xóm, cùng nam tử đứng nơi chỗ vắng nói chuyện, ba-dật-đề. Nếu có đồng bạn mù mà không điếc, đột-kiết-la; điếc mà không mù, cũng đột-kiết-la. Đứng mà không nói, cũng phạm đột-kiết-la.

Tỳ-kheo, đột-kiết-la. Thức-xoa-ma-na, sa-di, sa-di-ni, đột-kiết-la. Đó gọi là phạm.

Sự không phạm: có hai tỳ-kheo-ni làm bạn; có người quen biết làm bạn, có nhiều người nữ cùng đứng, không mù, không điếc, hoặc đi chứ không đứng, hoặc bệnh bị xỉu, hoặc bị cường lực bắt, hoặc bị trói dẫn đi, hoặc mạng nạn, phạm hạnh nạn. Thảy đều không phạm.

Người không phạm: phạm lần đầu tiên khi chưa chế giới; si cuồng, loạn tâm, thống não bức bách.

Điều 81. Đi với người nam vào chỗ khuất[102]

a. Duyên khởi

Một thời, đức Bà-già-bà ở trong vườn Cấp cô độc, rừng cây Kỳ-đà, tại nước Xá-vệ. Bấy giờ, nhóm sáu tỳ-kheo-ni cùng đi với người nam vào chỗ khuất vắng. Các cư sĩ thấy cơ hiềm:

"Tỳ-kheo-ni này không biết hổ thẹn, phạm hạnh bất tịnh, bên ngoài tự xưng, 'Tôi biết chánh pháp.' Như vậy có gì là chánh pháp? Sao tỳ-kheo-ni lại cùng đi với người nam vào chỗ khuất vắng, như dâm nữ, tặc nữ không khác!"

Các tỳ-kheo-ni nghe, trong đó có vị thiểu dục tri túc, [741a] sống hạnh đầu-đà, ưa học giới, biết hổ thẹn, hiềm trách nhóm sáu tỳ-kheo-ni:

"Sao các cô cùng đi với người nam vào chỗ khuất vắng?"

---

[102] Tham chiếu, Pāli, Pāc. 12; *Căn bản*: điều 81 & 82.

Các tỳ-kheo-ni đến bạch với các tỳ-kheo. Các tỳ-kheo bạch lên đức Thế Tôn. Đức Thế Tôn vì nhân duyên này tập hợp Tăng tỳ-kheo quở trách nhóm sáu tỳ-kheo-ni:

"Các cô làm điều sai quấy, chẳng phải oai nghi, chẳng phải pháp sa-môn, chẳng phải hạnh thanh tịnh, chẳng phải hạnh tùy thuận, làm điều không nên làm. Nhóm sáu tỳ-kheo-ni! Sao lại cùng người nam vào chỗ khuất vắng?"

Đức Thế Tôn bằng vô số phương tiện quở trách nhóm sáu tỳ-kheo-ni, rồi bảo các tỳ-kheo:

"Nhóm sáu tỳ-kheo-ni này là nơi trồng nhiều giống hữu lậu, là những người đầu tiên phạm giới này. Từ nay trở đi, Ta vì các tỳ-kheo-ni kết giới, gồm mười cú nghĩa, *cho đến câu* chánh pháp tồn tại lâu dài. Muốn nói giới nên nói như vầy:

b. Giới văn

Tỳ-kheo-ni nào cùng đi với người nam[103] vào chỗ khuất vắng, ba-dật-đề."

c. Thích nghĩa

Tỳ-kheo-ni: nghĩa như trước.

Chỗ khuất vắng: chỗ có cây, có vách, có rào, có vải hay các thứ khác ngăn che.

d. Tướng phạm

Tỳ-kheo-ni cùng người nam đi vào chỗ khuất vắng, phạm ba-dật-đề. Nếu có đồng bạn mù mà không điếc, đột-kiết-la. Điếc mà không mù, cũng phạm đột-kiết-la. Đứng lại,[104] cũng phạm đột-kiết-la.

Tỳ-kheo, đột-kiết-la. Thức-xoa-ma-na, sa-di, sa-di-ni, đột-kiết-la. Đó gọi là phạm.

---

[103] Hán: lập trụ 立住, đứng (chứ không phải đi). Phân biệt, điều 80: "cùng đứng", điều 81 "cùng đi vào."

[104] Phân biệt, điều 80: "cùng đứng", ba-dật-đề.

Sự không phạm: nếu có hai tỳ-kheo-ni làm bạn, hoặc có người quen biết làm bạn, hoặc có người nữ khác làm bạn, không mù, không điếc, hoặc đi chứ không đứng,[105] hoặc bị bệnh xỉu, hoặc bị cường lực bắt dẫn đi, hoặc bị trói, hay mạng nạn, phạm hạnh nạn. Thảy đều không phạm.

Người không phạm: phạm lần đầu tiên khi chưa chế giới; si cuồng, loạn tâm, thống não bức bách.

Điều 82. Thì thầm với nam mà không có đồng bạn[106]

a. Duyên khởi

Một thời, đức Bà-già-bà ở trong vườn Cấp cô độc, rừng cây Kỳ-đà, tại nước Xá-vệ. Bấy giờ, nhóm sáu tỳ-kheo-ni vào trong thôn xóm, đứng chỗ vắng nơi đường hẻm, nói chuyện với người nam, hoặc bảo bạn đi cách xa, để một mình cùng người nam nói chuyện thì thầm. Các cư sĩ thấy, cơ hiềm:

"Tỳ-kheo-ni này không biết tàm quý, vi phạm phạm hạnh mà bên ngoài tự xưng, 'Tôi biết chánh pháp.' Như vậy có gì là chánh pháp? Tỳ-kheo-ni sao vào thôn xóm, đứng chỗ vắng nơi đường hẻm nói chuyện với người nam; hoặc bảo bạn đi cách xa, để một mình cùng người nam nói chuyện thì thầm, như dâm nữ, tặc nữ không khác!"

Các tỳ-kheo-ni nghe, trong đó **[741b]** có vị thiểu dục tri túc, sống hạnh đầu-đà, ưa học giới, biết tàm quý, hiềm trách nhóm sáu tỳ-kheo-ni:

"Sao các cô vào trong thôn xóm, đứng chỗ vắng nơi đường hẻm, nói chuyện thì thầm với người nam?"

Các tỳ-kheo-ni đến bạch với các tỳ-kheo. Các tỳ-kheo đến bạch lên đức Thế Tôn. Đức Thế Tôn vì nhân duyên này tập hợp Tăng tỳ-kheo, quở trách nhóm sáu tỳ-kheo-ni:

---

[105] Hán: hành bất trụ 行不住, giống như trong điều 80. Có lẽ nên đảo lại: *trụ bất hành.*

[106] Pāli, *Pāc.* 14. Cf. *Tăng-kỳ* (tr. 540a24), điều 121 (Giới bản, điều 122): "nói thì thầm với đàn ông đứng trong tầm tay." *Căn bản ni*, điều 83: "cùng đàn ông đứng chỗ trống"; điều 84: "cùng tỳ-kheo đứng chỗ trống"; điều 86-87: "thì thầm với đàn ông"; điều 88-89: "thì thầm với tỳ-kheo."

"Các cô làm điều sai quấy, chẳng phải oai nghi, chẳng phải pháp sa-môn, chẳng phải hạnh thanh tịnh, chẳng phải hạnh tùy thuận, làm điều không nên làm. Tỳ-kheo-ni sao lại vào trong thôn xóm, đứng chỗ vắng nơi đường hẻm, nói chuyện thì thầm với người nam?"

Đức Thế Tôn bằng vô số phương tiện quở trách nhóm sáu tỳ-kheo-ni, rồi bảo các tỳ-kheo:

"Nhóm sáu tỳ-kheo-ni này là nơi trồng nhiều giống hữu lậu, là những người đầu tiên phạm giới này. Từ nay trở đi, Ta vì các tỳ-kheo-ni kết giới, gồm mười cú nghĩa, *cho đến câu* chánh pháp tồn tại lâu dài. Muốn nói giới nên nói như vầy:

b. Giới văn

Tỳ-kheo-ni nào vào đường hẻm bên trong xóm, bảo bạn đi tránh xa, tại chỗ khuất vắng cùng nam tử đứng và nói chuyện thì thầm, ba-dật-đề."[107]

c. Thích nghĩa

Tỳ-kheo-ni: nghĩa như trước.

Xóm: là chỗ nhà của bạch y, đường hẻm.

Chỗ khuất vắng: chỗ khuất vắng đối với thấy và chỗ khuất vắng đối với nghe.

- *Chỗ khuất vắng đối với thấy:* do khói, mây, sương, bụi trần, bóng tối cho nên không thấy.

- *Chỗ khuất vắng đối với nghe:* khoảng cách không nghe được tiếng nói với giọng bình thường.

Nói chuyện thì thầm: kề miệng vào tai mà nói.

---

[107] Cf. *Căn bản ni*, điều 86: "...nói thì thầm với đàn ông..."; điều 87: "... nghe đàn ông nói thì thầm..."; điều 88: "...nói thì thầm với tỳ-kheo..."; điều 89: "... nghe tỳ-kheo nói thì thầm..."

d. Tướng phạm

Tỳ-kheo-ni vào thôn xóm, nơi đường hẻm, bảo bạn đến chỗ không thấy, không nghe, còn mình ở nơi chỗ vắng cùng nam tử đứng nói nhỏ với nhau, ba-dật-đề. (Bạn) đến chỗ không thấy mà có thể nghe, phạm đột-kiết-la. (Bạn) đến chỗ không nghe mà có thể thấy cũng phạm đột-kiết-la.

Tỳ-kheo, đột-kiết-la. Thức-xoa-ma-na, sa-di, sa-di-ni, đột-kiết-la. Đó gọi là phạm.

Sự không phạm: có hai tỳ-kheo-ni làm bạn; hoặc có người nữ quen biết làm bạn; hay có người khác làm bạn; hoặc có bạn không mù, không điếc; hoặc bị bệnh xỉu, hoặc bị cường lực bắt, hoặc bị trói dẫn đi, hoặc mạng nạn, phạm hạnh nạn, hoặc có việc cần phải bảo bạn đi xa, hoặc bạn bị bệnh, hoặc vì bạn ấy thiếu oai nghi nên phải nói: "Cô đi nơi khác, tôi sẽ mang thức ăn đến cho cô"; hoặc bạn ấy phá giới, phá kiến, phá oai nghi, hoặc bị cử tội, hoặc diệt tẫn, hay đáng diệt tẫn; hoặc do việc này đưa đến mạng nạn, phạm hạnh nạn. Thảy đều không phạm.

Người không phạm: phạm lần đầu tiên khi chưa chế giới; si cuồng, loạn tâm, thống não bức bách.

Điều 83. Đi không nói với chủ nhà[108]

a. Duyên khởi

[741c] Một thời, đức Bà-già-bà ở trong vườn Cấp cô độc, rừng cây Kỳ-đà, tại nước Xá-vệ. Bấy giờ, có tỳ-kheo-ni, đến giờ, quấn y bưng bát đến nhà một cư sĩ. Vợ cư sĩ dọn một cái giường đơn,[109] mời tỳ-kheo-ni ngồi; rồi vào nhà trong. Tỳ-kheo-ni ngồi chốc lát, không nói với chủ nhà, đứng dậy bỏ đi. Cô vừa ra khỏi cửa, có một ma-nạp[110] đến. Y vào nhà, nhìn xung quanh không có người, liền nghĩ: "Cái giường ngồi này có ích

---

[108] Pāli, Pāc. 15. *Căn bản ni:* điều 96.

[109] Độc tọa sàng 獨坐床. Tức cái đòn (ghế nhỏ) để ngồi. *Căn bản:* ngọa cụ 臥具. Pāli: *āsana,* vật để ngồi; được giải thích: để ngồi kết già. Có lẽ là tấm thảm hay một loại chiếu, đệm ngồi.

[110] Ma-nạp 摩納. Thiếu niên, thanh niên hay một học sinh bà-la-môn. Pl., Skt. *māṇava.*

cho ta." Nghĩ xong, ma-nạp liền lấy giường mang đi.[111] Sau đó vợ cư sĩ trở ra, không thấy tỳ-kheo-ni, cũng không thấy giường đơn, liền nhắn hỏi tỳ-kheo-ni: "Cái giường đơn để đâu?"

Tỳ-kheo-ni trả lời: "Tôi không biết. Khi tôi vừa ra có một ma-nạp vào nhà bà. Có thể y lấy đi. Nên kiếm y mà tìm."

Sau khi truy tìm, lấy lại được cái giường ngồi. Các cư sĩ cơ hiềm:

"Tỳ-kheo-ni này không biết hổ thẹn. Bên ngoài tự xưng, 'Tôi biết chánh pháp.' Như vậy có gì là chánh pháp? Tại sao ngồi nơi giường ngồi của chủ nhà; rồi bỏ đi mà không nói, như dâm nữ, tặc nữ không khác!"

Các tỳ-kheo-ni nghe, trong đó có vị thiểu dục tri túc, khổ hạnh, ưa học giới, biết hổ thẹn, quở trách tỳ-kheo-ni này:

"Tỳ-kheo-ni sao ngồi nơi giường ngồi của chủ, bỏ đi mà không nói?"

Các tỳ-kheo-ni đến bạch với các tỳ-kheo. Các tỳ-kheo đến bạch lên đức Thế Tôn. Đức Thế Tôn vì nhân duyên này tập hợp Tăng tỳ-kheo, quở trách tỳ-kheo-ni này:

"Cô làm điều sai quấy, chẳng phải oai nghi, chẳng phải pháp sa-môn, chẳng phải hạnh thanh tịnh, chẳng phải hạnh tùy thuận, làm việc không nên làm. Tỳ-kheo-ni sao ngồi nơi giường ngồi của người ta, khi đi không nói cho họ biết?"

Đức Thế Tôn bằng vô số phương tiện quở trách tỳ-kheo-ni này, rồi bảo các tỳ-kheo:

"Tỳ-kheo-ni này là nơi trồng nhiều giống hữu lậu, là người đầu tiên phạm giới này. Từ nay trở đi, Ta vì các tỳ-kheo-ni kết giới, gồm mười cú nghĩa, *cho đến câu* chánh pháp tồn tại lâu dài. Muốn nói giới nên nói như vầy:

---

[111] Pāli (Vin.iv. 272): nữ tỳ ra lau nhà, thấy bèn xếp cất vào trong một cái chậu (*bhājantarikāya*).

b. Giới văn

Tỳ-kheo-ni nào[112] *vào ngồi*[113] *trong nhà bạch y, không nói với chủ nhà mà bỏ đi, ba-dật-đề."*

c. Thích nghĩa

Tỳ-kheo-ni: nghĩa như trước.

d. Tướng phạm

Tỳ-kheo-ni vào ngồi trong nhà bạch y, rồi không nói với chủ mà bỏ đi; ra khỏi cửa ngõ, phạm ba-dật-đề. Một chân trong cửa ngõ, một chân ngoài cửa ngõ, phương tiện muốn đi mà không đi, cùng hẹn đi mà không đi, tất cả đều phạm đột-kiết-la.

Tỳ-kheo, đột-kiết-la. **[742a]** Thức-xoa-ma-na, sa-di, sa-di-ni, đột-kiết-la. Đó gọi là phạm.

Sự không phạm: nói với chủ rồi mới đi; hoặc trên chỗ ngồi đó có người cùng ngồi; hoặc có dặn người ngồi gần rồi đi; hay người ngồi gần nói: "Cứ đi. Không can gì." Hoặc ngồi trên đá, trên khúc cây, trên cục gạch, trên đệm cỏ, trên bục đất;[114] hoặc nhà muốn sập, hay bị cháy, hoặc có rắn độc, thú dữ, trộm cướp, hay bị cường lực ép buộc, hoặc bị trói dẫn đi, hay mạng nạn, phạm hạnh nạn; không nói với chủ mà đi. Thảy đều không phạm.

Người không phạm: phạm lần đầu tiên khi chưa chế giới; si cuồng, loạn tâm, thống não bức bách.

---

[112] Pāli, thêm yếu tố: trước giờ ăn trưa (*purebhattaṃ*).

[113] Pāli, thêm yếu tố: "ngồi trên chỗ ngồi", giải thích: *āsanaṃ nāma pallaṅkassa okāso hoti*, chỗ ngồi là khoảng trống để ngồi kết già.

[114] Chỉ những vật ngồi mà cá nhân không tự tiện di chuyển.

Điều 84. Ngồi trên giường không hỏi chủ nhà[115]

a. Duyên khởi

Một thời, đức Bà-già-bà ở trong núi Kỳ-xà-quật tại thành La-duyệt. Bấy giờ trong thành La-duyệt có một đại thần không tin ưa Tam bảo. Vị đại thần có một cái giường đơn,[116] không ai dám ngồi. Tỳ-kheo-ni Thâu-la-nan-đà thường tới lui nhà này xem như một đàn-việt.

Thâu-la-nan-đà đến giờ khất thực, quấn y mang bát đến đó, không hỏi ai mà lại ngồi trên giường đơn của vị đại thần. Vị đại thần thấy vậy, bèn nói:

"Ai bảo tỳ-kheo-ni này ngồi trên giường đơn của tôi?"

Thâu-la-nan-đà nói:

"Không ai bảo cả. Tôi tự đến ngồi."

Vị đại thần cơ hiềm:

"Tỳ-kheo-ni Thâu-la-nan-đà không biết hổ thẹn. Bên ngoài tự xưng, 'Tôi biết chánh pháp.' Như vậy có gì là chánh pháp? Tỳ-kheo-ni sao không hỏi chủ mà tự tiện ngồi trên giường của người khác, như dâm nữ, tặc nữ không khác?"

Vào lúc ấy Thâu-la-nan-đà có nguyệt thủy nên làm bẩn nệm giường, rồi lại bỏ đi. Vị đại thần thấy vậy, nổi giận nói:

"Tỳ-kheo-ni này thật không biết xấu hổ. Bên ngoài tự xưng, 'Tôi biết chánh pháp. Nhưng không hỏi chủ, tự ý ngồi trên giường của người khác, giống như dâm nữ, tặc nữ. Như vậy có gì là chánh pháp?"

Tỳ-kheo-ni nghe, trong đó có vị thiểu dục tri túc, sống hạnh đầu-đà, ưa học giới, biết hổ thẹn, hiềm trách Tỳ-kheo-ni Thâu-la-nan-đà:

"Tỳ-kheo-ni sao không hỏi chủ mà vội ngồi trên giường của người khác?"

Các tỳ-kheo-ni đến bạch với các tỳ-kheo. Các tỳ-kheo đến bạch lên đức Thế Tôn. Đức Thế Tôn vì nhân duyên này tập hợp Tăng tỳ-kheo, quở

---

[115] Pāli, Pāc. 16. *Ngũ phần*, điều 129. *Căn bản ni*: điều 96.

[116] Độc tọa sàng 獨坐床; xem cht. điều 83 trên. Pāli, Pāc. *āsana*.

trách Tỳ-kheo-ni Thâu-la-nan-đà:

"Cô làm điều sai quấy, chẳng phải oai nghi, chẳng phải pháp sa-môn, chẳng phải hạnh thanh tịnh, chẳng phải hạnh tùy thuận, làm việc không nên làm. Tỳ-kheo-ni Thâu-la-nan-đà! **[742b]** Sao cô không nói với chủ mà vội ngồi trên giường của người khác?"

Đức Thế Tôn bằng vô số phương tiện quở trách Tỳ-kheo-ni Thâu-la-nan-đà, rồi bảo các tỳ-kheo:

"Tỳ-kheo-ni Thâu-la-nan-đà là nơi trồng nhiều giống hữu lậu, là người đầu tiên phạm giới này. Từ nay trở đi, Ta vì các tỳ-kheo-ni kết giới gồm mười cú nghĩa, *cho đến câu* chánh pháp tồn tại lâu dài. Muốn nói giới nên nói như vầy:

b. Giới văn

Tỳ-kheo-ni nào[117] ***vào trong nhà bạch y, không hỏi chủ nhà, liền ngồi***[118] ***trên giường, ba-dật-đề.***"

c. Thích nghĩa

Tỳ-kheo-ni: nghĩa như trước.

d. Tướng phạm

Tỳ-kheo-ni vào trong nhà bạch y, không hỏi chủ nhà mà vội ngồi trên giường, ba-dật-đề.

Tỳ-kheo, đột-kiết-la. Thức-xoa-ma-na, sa-di, sa-di-ni, đột-kiết-la. Đó gọi là phạm.

Sự không phạm: nói với chủ rồi mới ngồi; hoặc có chỗ thường ngồi; hoặc là bà con, hoặc có người bà con nói: "Cô cứ ngồi, chớ ngại. Tôi sẽ nói với chủ cho." Hoặc ngồi trên đá, trên khúc cây, trên bục đất, trên nệm cỏ, hoặc bị bệnh chóng mặt, hoặc bị cường lực ép buộc, hoặc mạng nạn, phạm hạnh nạn. Thảy đều không phạm.

---

[117] Tham chiếu, Pāli, Pāc. 16, thêm chi tiết: "sau bữa ăn trưa" (*pacchābhattaṃ*).

[118] Pāli, nt.: "ngồi hoặc nằm."

Người không phạm: phạm lần đầu tiên khi chưa chế giới, si cuồng, loạn tâm, thống não bức bách.

Điều 85. Tự tiện trải chỗ ngồi không hỏi chủ[119]

a. Duyên khởi

Một thời, đức Bà-già-bà ở trong vườn Cấp cô độc, rừng cây Kỳ-đà tại nước Xá-vệ. Bấy giờ, có số đông tỳ-kheo-ni trên đường đi đến nước Câu-tát-la, tới một thôn không có trú xứ,[120] không nói với người chủ,[121] tự tiện trải tọa cụ để ngủ.

Các cư sĩ thấy vậy, hỏi:

"Ai sắp xếp cho các tỳ-kheo-ni nghỉ nơi đây?"

Các cô nói:

"Không ai sắp xếp cả. Chúng tôi tự sắp xếp chỗ nơi để nghỉ mà thôi."

Các cư sĩ cơ hiềm:

"Tỳ-kheo-ni này không biết hổ thẹn. Bên ngoài tự xưng, 'Tôi biết chánh pháp.' Như vậy có gì là chánh pháp? Tại sao tỳ-kheo-ni không nói với chủ lại tự tiện vào nhà người ta nghỉ ngơi, có khác gì dâm nữ, tặc nữ?"

Các tỳ-kheo-ni nghe, trong đó có vị thiểu dục tri túc, sống hạnh đầu-đà, ưa học giới, biết hổ thẹn, hiềm trách các tỳ-kheo-ni:

"Tại sao tỳ-kheo-ni không nói với chủ mà tự tiện vào nhà người nằm ngồi?"

Các tỳ-kheo-ni đến bạch với tỳ-kheo. Các tỳ-kheo đến bạch lên đức Thế Tôn. Đức Thế Tôn vì nhân duyên này tập hợp Tăng tỳ-kheo, quở trách tỳ-kheo-ni này:

---

[119] Pāli, Pāc. 17. *Ngũ phần*: điều 164. *Thập tụng*: điều 105. *Căn bản*: điều 97.

[120] Không có chùa hay tinh xá. Bản Hán có thể nhảy sót. Nên thêm: "vào một nhà nọ." Tham chiếu Pāli: "đến xin nghỉ đêm tại nhà một người bà-la-môn."

[121] Pāli, chi tiết: chủ nhân đi vắng. Người vợ bảo chờ ông về.

"Các cô làm điều sai quấy, chẳng phải oai nghi, chẳng phải pháp sa-môn, **[742c]** chẳng phải hạnh thanh tịnh, chẳng phải hạnh tùy thuận, làm việc không nên làm. Tại sao tỳ-kheo-ni không nói với chủ nhà, vào nhà người tự tiện nằm ngồi, nghỉ ngơi?"

Đức Thế Tôn bằng vô số phương tiện quở trách các tỳ-kheo-ni này, rồi bảo các tỳ-kheo:

"Các tỳ-kheo-ni này là nơi trồng nhiều giống hữu lậu, là những người đầu tiên phạm giới này. Từ nay trở đi, Ta vì các tỳ-kheo-ni kết giới gồm mười cú nghĩa, *cho đến câu* chánh pháp tồn tại lâu dài. Muốn nói giới nên nói như vầy:

b. Giới văn

Tỳ-kheo-ni nào vào nhà bạch y,[122] *không hỏi chủ, tự tiện trải*[123] *chỗ ngồi nghỉ ngơi, ba-dật-đề."*

c. Thích nghĩa

Tỳ-kheo-ni: nghĩa như trước.

Trải chỗ ngồi: hoặc trải bằng cỏ hay bằng lá cây, cho đến bằng dạ.

d. Tướng phạm

Tỳ-kheo-ni nào, vào nhà bạch y, không hỏi chủ, tự tiện trải ngọa cụ để ngủ, lưng chạm đất, mỗi lần trở mình là phạm một ba-dật-đề.

Tỳ-kheo, đột-kiết-la. Thức-xoa-ma-na, sa-di, sa-di-ni, đột-kiết-la. Đó gọi là phạm.

Sự không phạm: nói với chủ rồi mới nghỉ; hoặc là nhà không người ở; hoặc là phước xá;[124] hoặc là quen biết, hay là bà con nói: "Cô cứ nghỉ, tôi

---

[122] Pāli, nt.: "đến nhà bạch y lúc phi thời (*vikāle kulāni upasaṃkamitvā*)."
Giải thích: phi thời, chỉ thời gian từ sau khi mặt trời lặn đến khi mặt trời mọc.

[123] Pāli: trải hay khiến người trải.

[124] Phước xá 福舍: *Tứ phần danh nghĩa tiêu thích* 20, tr.554a10: Xây dựng phước xá để cho người xuất gia ngủ một đêm, hay cúng dường một bữa ăn.

sẽ nói với chủ cho"; hoặc bị cường lực ép buộc, hay bị trói, hoặc mạng nạn, phạm hạnh nạn. Thảy đều không phạm.

Người không phạm: phạm lần đầu tiên khi chưa chế giới; si cuồng, loạn tâm, thống não bức bách.

Điều 86. Cùng người nam trong nhà tối[125]

a. Duyên khởi

Một thời, đức Bà-già-bà ở trong vườn Cấp cô độc, rừng cây Kỳ-đà, tại nước Xá-vệ. Bấy giờ, nhóm sáu tỳ-kheo-ni cùng người nam vào trong nhà tối.[126] Các cư sĩ thấy cơ hiềm, nói:

"Tỳ-kheo-ni này không biết tàm quý, phạm hạnh bất tịnh. Bên ngoài tự xưng, 'Tôi biết chánh pháp.' Như vậy có gì là chánh pháp? Tại sao tỳ-kheo-ni lại cùng người nam vào trong nhà tối như dâm nữ, tặc nữ không khác!"

Các tỳ-kheo-ni nghe, trong đó có vị thiểu dục tri túc, sống hạnh đầu-đà, ưa học giới, biết hổ thẹn, hiềm trách nhóm sáu tỳ-kheo-ni:

"Sao các cô cùng người nam vào trong nhà tối?"

Các tỳ-kheo-ni đến bạch với các tỳ-kheo. Các tỳ-kheo đến bạch lên đức Thế Tôn. Đức Thế Tôn vì nhân duyên này tập hợp Tăng tỳ-kheo, quở trách nhóm sáu tỳ-kheo-ni:

"Các cô làm điều sai quấy, chẳng phải oai nghi, chẳng phải pháp sa-môn, chẳng phải hạnh thanh tịnh, chẳng phải hạnh tùy thuận, làm điều không nên làm. Nhóm sáu tỳ-kheo-ni! Sao các cô cùng người nam vào trong nhà tối?"

Đức Thế Tôn bằng vô số phương tiện quở trách **[743a]** nhóm sáu tỳ-kheo-ni, rồi bảo các tỳ-kheo:

---

[125] Pāli, Pāc. 11. *Ngũ phần*, điều 128; *Tăng-kỳ*, 123.

[126] Ám thất 闇室. Pāli: *rattandhakāre appadīpe*, trong bóng tối ban đêm không đèn.

"Nhóm sáu tỳ-kheo-ni này, là nơi trồng nhiều giống hữu lậu, là những người đầu tiên phạm giới này. Từ nay trở đi, Ta vì các tỳ-kheo-ni kết giới gồm mười cú nghĩa, *cho đến câu* chánh pháp tồn tại lâu dài. Muốn nói giới nên nói như vầy:

b. Giới văn

Tỳ-kheo-ni nào cùng người nam vào trong nhà tối,[127] ***ba-dật-đề.***"

c. Thích nghĩa

Tỳ-kheo-ni: nghĩa như trước.

Nhà tối: không có đèn, lửa, không có cửa sổ nơi tường, không có ánh sáng.

d. Tướng phạm

Tỳ-kheo-ni cùng nam tử vào trong nhà tối, ba-dật-đề.

Tỳ-kheo, đột-kiết-la. Thức-xoa-ma-na, sa-di, sa-di-ni, đột-kiết-la. Đó gọi là phạm.

Sự không phạm: có đèn, lửa; tường có cửa sổ, ánh sáng; hoặc bị cường lực bắt dẫn vào, hoặc mạng nạn, phạm hạnh nạn. Thảy đều không phạm.

Người không phạm: phạm lần đầu tiên khi chưa chế giới; si cuồng, loạn tâm, thống não bức bách.[128]

Điều 87. Thuật lời nghe không rõ[129]

a. Duyên khởi

Một thời, đức Bà-già-bà ở trong vườn Cấp cô độc, rừng cây Kỳ-đà tại nước Xá-vệ. Bấy giờ có Tỳ-kheo-ni Đề-xá-nan-đà là đệ tử của Tỳ-kheo-ni Sám-ma. Thầy bảo cô lấy y bát, ni-sư-đàn, ống đựng kim đem đến. Khi Tỳ-kheo-ni Đề-xá nghe lời thầy dạy nhưng nghe không rõ, lại nói với các tỳ-kheo-ni khác rằng:

---

[127] Pāli, Pāc.11: "Một mình cùng người nam đứng hay nói chuyện trong đêm tối không đèn đuốc."

[128] Bản Hán, hết quyển 25.

[129] Pāli, Pāc. 18. *Ngũ phần,* điều 133. *Căn bản ni,* ba-dật-đề 92.

"Thầy bảo tôi trộm lấy y bát, ni-sư-đàn, ống đựng kim."

Các tỳ-kheo-ni nghe nói như vậy, liền hỏi Tỳ-kheo-ni Sám-ma:

"Thật sự cô có bảo đệ tử của cô trộm lấy y bát, ni-sư-đàn, ống đựng kim hay không?"

Sám-ma nói:

"Các cô, tôi làm sao có ý nghĩ đó, bảo đệ tử trộm lấy y bát, ni-sư-đàn, ống đựng kim. Tôi chỉ bảo lấy y bát, ni-sư-đàn, ống đựng kim đem đến đây, chứ tôi đâu có bảo trộm lấy!"

Các tỳ-kheo-ni nghe, trong đó có vị thiểu dục tri túc, sống hạnh đầu-đà, ưa học giới, biết hổ thẹn, **[743b]** hiềm trách Tỳ-kheo-ni Đề-xá-nan-đà:

"Sao cô không nghe rõ lời bảo của thầy mà lại đến nói với các tỳ-kheo-ni rằng: 'Thầy bảo tôi trộm lấy y bát, ni-sư-đàn, ống đựng kim'?"

Bấy giờ, các tỳ-kheo-ni đến bạch với các tỳ-kheo. Các tỳ-kheo đến bạch lên đức Thế Tôn. Đức Thế Tôn vì nhân duyên này tập hợp Tăng tỳ-kheo, quở trách Tỳ-kheo-ni Đề-xá-nan-đà:

"Cô làm điều sai quấy, chẳng phải oai nghi, chẳng phải pháp sa-môn, chẳng phải hạnh thanh tịnh, chẳng phải hạnh tùy thuận, làm việc không nên làm. Tại sao nghe không rõ lời thầy nói mà nói với các tỳ-kheo-ni rằng: 'Thầy bảo tôi trộm lấy y bát, ni-sư-đàn, ống đựng kim.'?"

Đức Thế Tôn bằng vô số phương tiện quở trách Tỳ-kheo-ni Đề-xá-nan-đà, rồi bảo các tỳ-kheo:

"Tỳ-kheo-ni Đề-xá-nan-đà là nơi trồng nhiều giống hữu lậu, là người đầu tiên phạm giới này. Từ nay trở đi, Ta vì các tỳ-kheo-ni kết giới gồm mười cú nghĩa, *cho đến câu* chánh pháp tồn tại lâu dài. Muốn nói giới nên nói như vầy:

b. Giới văn

Tỳ-kheo-ni nào nghe không rõ lời mà đem nói với người, ba-dật-đề."[130]

---

[130] *Căn bản ni*: "... không xét kỹ mà lại cật vấn..." Pāli: *duggahitena dūpadhāritena paraṃ ujjhāpeyya*, do không hiểu rõ, do hiểu nhầm, khiến người khác bị hiềm trách.

c. Thích nghĩa

Tỳ-kheo-ni: nghĩa như trước.

d. Tướng phạm

Tỳ-kheo-ni nào, nghe không rõ lời mà đem nói với các tỳ-kheo-ni rằng: "Thầy bảo tôi trộm lấy y bát, ni-sư-đàn, ống đựng kim", nói rõ ràng, phạm ba-dật-đề; nói không rõ ràng, phạm đột-kiết-la.

Tỳ-kheo, đột-kiết-la. Thức-xoa-ma-na, sa-di, sa-di-ni, đột-kiết-la. Đó gọi là phạm.

Sự không phạm: sự thật là như vậy, như nói: "Cô đến trộm lấy y bát, ni-sư-đàn, ống đựng kim đem đến đây." Đệ tử đến nói với các tỳ-kheo-ni: "Thầy tôi bảo tôi trộm lấy y bát, ni-sư-đàn, ống đựng kim đem đến." Hoặc nói đùa giỡn, nói gấp gáp, nói một mình, nói trong mộng, hay muốn nói việc này nhằm nói việc khác. Thảy đều không phạm.

Người không phạm: phạm lần đầu tiên khi chưa chế giới; si cuồng, loạn tâm, thống não bức bách.

Điều 88. Thề thốt[131]

a. Duyên khởi

Một thời, đức Bà-già-bà ở trong vườn Cấp cô độc, rừng cây Kỳ-đà, tại nước Xá-vệ. Bấy giờ, nhóm sáu tỳ-kheo-ni vì một việc nhỏ, hờn giận nhau, thề thốt rằng sẽ đọa vào ba đường dữ, không sanh trong Phật pháp, nói:

"Nếu tôi có làm việc này thì tôi sẽ đọa vào ba đường dữ, không sanh trong Phật pháp. Nếu cô có làm việc này cô cũng sẽ đọa vào ba đường dữ, không sanh trong Phật pháp!"

Các tỳ-kheo-ni nghe, trong đó có vị thiểu dục tri túc, sống hạnh đầu-đà, ưa học giới, biết hổ thẹn, hiềm trách nhóm sáu tỳ-kheo-ni:

"Sao các cô **[743c]** chỉ vì một việc nhỏ, giận dữ thề thốt sẽ đọa ba đường dữ, không sanh trong Phật pháp, nói: 'Nếu tôi có làm việc này thì

---

131 Pāli, Pāc. 19. *Ngũ phần*, điều 134. *Căn bản ni*: điều 91.

tôi sẽ đọa vào ba đường dữ, không sanh trong Phật pháp. Nếu cô có làm việc này cô cũng sẽ đọa vào ba đường dữ, không sanh trong Phật pháp!'?"

Các tỳ-kheo-ni đến bạch với các tỳ-kheo. Các tỳ-kheo đến bạch lên đức Thế Tôn. Đức Thế Tôn vì nhân duyên này tập hợp Tăng tỳ-kheo, quở trách nhóm sáu tỳ-kheo-ni:

"Các cô làm điều sai quấy, chẳng phải oai nghi, chẳng phải pháp sa-môn, chẳng phải hạnh thanh tịnh, chẳng phải hạnh tùy thuận, làm điều không nên làm. Nhóm sáu tỳ-kheo-ni! Sao các cô chỉ vì một việc nhỏ giận hờn nhau, thề sẽ đọa ba đường dữ, không sanh trong Phật pháp, nói: 'Nếu tôi có làm việc này thì tôi sẽ đọa trong ba đường dữ, không sanh trong Phật pháp. Nếu cô có làm việc này cô sẽ đọa vào ba đường dữ, không sanh trong Phật pháp!'?"

Đức Thế Tôn bằng vô số phương tiện quở trách nhóm sáu tỳ-kheo-ni, rồi bảo các tỳ-kheo:

"Nhóm sáu tỳ-kheo-ni này là nơi trồng nhiều giống hữu lậu, là những người đầu tiên phạm giới này. Từ nay trở đi, Ta vì các tỳ-kheo-ni kết giới gồm mười cú nghĩa, *cho đến câu* chánh pháp tồn tại lâu dài. Muốn nói giới nên nói như vầy:

b. Giới văn

Tỳ-kheo-ni nào chỉ vì một nhân duyên nhỏ mà thề thốt sẽ đọa vào ba đường dữ, không sanh trong Phật pháp, nói: 'Nếu tôi có làm việc này thì tôi sẽ đọa vào ba đường dữ, không sanh trong Phật pháp. Nếu cô có làm việc này cô cũng sẽ đọa vào ba đường dữ, không sanh trong Phật pháp';[132] *ba-dật-đề."*[133]

c. Thích nghĩa

Tỳ-kheo-ni: nghĩa như trước.

---

[132] *Ngũ phần:* "Tỳ-kheo-ni, tự thề thốt, nhưng thật sự nguyền rủa người khác..."

[133] *Căn bản ni:* "...đem phạm hạnh ra mà thề thốt..." Pāli: *nirayena brahmacariyena vā abhisapeyya,* nguyền rủa bằng địa ngục hay phạm hạnh.

Đức Phật dạy, từ nay trở đi cho phép xưng "Nam mô Phật", nói: "Nếu tôi có làm việc này thì 'Nam mô Phật.' Nếu cô có làm việc này thì cũng 'Nam mô Phật.'"

d. Tướng phạm

Tỳ-kheo-ni chỉ vì một việc nhỏ mà thề thốt sẽ đọa ba đường dữ, không sanh trong Phật pháp, nói: "Nếu tôi có làm việc này thì sẽ đọa trong ba đường dữ, không sanh trong Phật pháp. Nếu cô có làm việc này cũng sẽ đọa vào ba đường dữ, không sanh trong Phật pháp." Nói rõ ràng, phạm ba-dật-đề; nói không rõ ràng phạm đột-kiết-la.

Tỳ-kheo, đột-kiết-la. Thức-xoa-ma-na, sa-di, sa-di-ni, đột-kiết-la. Đó gọi là phạm.

Sự không phạm: nếu nói: "Nam mô Phật", hoặc nói đùa, nói nhanh vội, nói một mình, nói trong mộng hay muốn nói việc này nhầm nói việc khác, thì không phạm.

Người không phạm: phạm lần đầu tiên khi chưa chế giới; si cuồng, loạn tâm, thống não bức bách.

Điều 89. Đấm ngực khóc[134]

a. Duyên khởi

[744a] Một thời, đức Thế Tôn ở Câu-thiểm-di, trong vườn Cù-sư-la. Bấy giờ, Tỳ-kheo-ni Ca-la tranh cãi[135] với người khác, không khéo ghi nhớ tránh sự,[136] lấy tay đấm vào ngực mà khóc la.

Các tỳ-kheo-ni nghe, trong đó có vị thiểu dục tri túc, sống hạnh đầu-đà, ưa học giới, biết hổ thẹn, quở trách Tỳ-kheo-ni Ca-la:

"Sao cô tranh cãi với người khác rồi lấy tay đấm vào ngực mà khóc la?"

Các tỳ-kheo-ni đến bạch với các tỳ-kheo. Các tỳ-kheo đến bạch lên đức Thế Tôn. Đức Thế Tôn vì nhân duyên này tập hợp Tăng tỳ-kheo, quở

---

[134] Pāli, Pāc. 20, Vin. iv.77. *Ngũ phần*, điều 132. *Căn bản ni*, điều 90.

[135] Đấu tránh 鬪諍. Pāli: *bhaṇḍitvā*, tranh luận.

[136] Xem Ni luật, Tăng-già-bà-thi-sa 17.

trách Tỳ-kheo-ni Ca-la:

"Cô làm điều sai quấy, chẳng phải oai nghi, chẳng phải pháp sa-môn, chẳng phải hạnh thanh tịnh, chẳng phải hạnh tùy thuận, làm điều không nên làm. Tỳ-kheo-ni Ca-la! Sao cô tranh cãi với người khác rồi lấy tay đấm vào ngực mà khóc la?"

Đức Thế Tôn bằng vô số phương tiện quở trách Tỳ-kheo-ni Ca-la, rồi bảo các tỳ-kheo:

"Tỳ-kheo-ni Ca-la này là nơi trồng nhiều giống hữu lậu, là người đầu tiên phạm giới này. Từ nay trở đi, Ta vì các tỳ-kheo-ni kết giới gồm mười cú nghĩa, *cho đến câu* chánh pháp tồn tại lâu dài. Muốn nói giới nên nói như vầy:

b. Giới văn

Tỳ-kheo-ni nào cùng tranh cãi, không khéo ghi nhớ tránh sự,[137] ***đấm ngực la khóc,***[138] ***ba-dật-đề."***

c. Thích nghĩa

Tỳ-kheo-ni: nghĩa như trước.

Tỳ-kheo-ni cùng người khác tranh cãi: có bốn sự tranh cãi như trước đã nói.

d. Tướng phạm

Nếu tỳ-kheo-ni cùng nhau tranh cãi, không khéo ghi nhớ các tránh sự, đấm ngực la khóc, mỗi lần đấm ngực là phạm một ba-dật-đề; rơi một giọt nước mắt, phạm một ba-dật-đề.[139]

Tỳ-kheo, đột-kiết-la. Thức-xoa-ma-na, sa-di, sa-di-ni, đột-kiết-la. Đó gọi là phạm.

---

[137] Pāli: không có các chi tiết này.

[138] *Căn bản ni:* "...vì giận hờn mà tự đấm ngực..." Pāli: *vadhitā vadhitā rodheyya,* tự đấm mình liên hồi, rồi khóc.

[139] Pāli: phải đủ cả hai yếu tố, tự đấm và khóc. Tự đấm mà không khóc, hay chỉ khóc mà không tự đấm, phạm đột-kiết-la.

Sự không phạm: hoặc mắc phải chứng bệnh thế nào đó; hoặc khi ăn bị nghẹn nên phải tự đấm; hoặc vì đại tiểu tiện mà chảy nước mắt; hoặc nhân bởi gió, lạnh, nóng mà chảy nước mắt; hoặc do khói xông mà chảy nước mắt; hoặc nhân nghe pháp tâm sanh nhàm chán mong cầu xa lìa mà rơi nước mắt; hoặc nhỏ thuốc đau mắt nước mắt chảy. Thảy đều không phạm.

Người không phạm: phạm lần đầu tiên khi chưa chế giới; si cuồng, loạn tâm, thống não bức bách.

Điều 90. Hai người nằm chung giường[140]

a. Duyên khởi

Một thời, đức Bà-già-bà ở nước Bà-kỳ-đà.[141] Bấy giờ có nhóm sáu tỳ-kheo-ni, hai người đồng nằm một giường. Các tỳ-kheo-ni thấy, tưởng là nằm chung với đàn ông. Khi họ đứng dậy, mới biết chẳng phải là đàn ông. Bấy giờ có một đại tướng, dũng kiện, nhiều trí, đủ các thuật, giỏi chiến đấu. Vừa cưới vợ chưa bao lâu thì được lệnh đi chinh phạt, ông bèn nghĩ: "Nay ta phải viễn chinh. Nên gởi vợ lại cho ai? Nếu **[744b]** gởi cho cư sĩ thì nhà có nhiều các đàn ông, không thể được."

Trước đó, đại tướng có quen biết với Tỳ-kheo-ni Bạt-đề Ca-tì-la,[142] nên nghĩ: "Nay ta có thể đem vợ giao phó cho Tỳ-kheo-ni Ca-tì-la trước khi xuất chinh." Ông bèn đem vợ đến đó gởi.

Tỳ-kheo-ni Ca-tì-la nhận người vợ được gởi. Vì để trông nom, nên hai người cùng ngủ một giường. Thân thể Tỳ-kheo-ni Ca-tì-la mềm mại, nên người đàn bà kia khi xúc chạm, sanh tâm nhiễm ái. Sau khi đại tướng chinh phạt xong trở về, đến đón vợ về nhà. Nhưng người vợ do luyến ái thân thể mềm mại của tỳ-kheo-ni nên trốn đại tướng, trở lại ở với cô ni.

Đại tướng nghĩ: "Ta muốn làm tốt lại hóa ra xấu. Tại sao vợ ta nay không yêu ta nữa mà lại luyến ái tỳ-kheo-ni, trốn ta đến ở với cô ni?"

---

[140] Pāli, Pāc. 31. *Căn bản ni*: điều 100.

[141] Bà-kỳ-đà 婆祇陀. Pāli, Phật tại *Sāvatthi*.

[142] Bạt-đề Ca-tì-la 跋提迦毘羅. Pāli: *Bhaddā Kāpilāni*.

Các tỳ-kheo-ni nghe, trong đó có vị thiểu dục tri túc, sống hạnh đầu-đà, ưa học giới, biết hổ thẹn, hiềm trách nhóm sáu tỳ-kheo-ni và Tỳ-kheo-ni Bạt-đề Ca-tì-la:

"Sao các cô, hai người cùng nằm một giường?"

Các tỳ-kheo-ni đến bạch với các tỳ-kheo. Các tỳ-kheo đến bạch lên đức Thế Tôn. Đức Thế Tôn vì nhân duyên này tập hợp Tăng tỳ-kheo, quở trách nhóm sáu tỳ-kheo-ni và Tỳ-kheo-ni Ca-tì-la:

"Các cô làm điều sai quấy, chẳng phải oai nghi, chẳng phải pháp sa-môn, chẳng phải hạnh thanh tịnh, chẳng phải hạnh tùy thuận, làm điều không nên làm. Tại sao các cô, hai người cùng nằm một giường?"

Đức Thế Tôn bằng vô số phương tiện quở trách nhóm sáu ni và Tỳ-kheo-ni Ca-tì-la, rồi bảo các tỳ-kheo:

"Nhóm sáu ni và Tỳ-kheo-ni Ca-tì-la này là nơi trồng nhiều giống hữu lậu, là những người đầu tiên phạm giới này. Từ nay trở đi, Ta vì các tỳ-kheo-ni kết giới, gồm mười cú nghĩa, *cho đến câu* chánh pháp tồn tại lâu dài. Muốn nói giới nên nói như vầy:

Tỳ-kheo-ni nào hai người nằm chung một giường, ba-dật-đề."

Thế Tôn vì các tỳ-kheo-ni kết giới như vậy. Bấy giờ, có vị vì sự nghi, không dám cùng nằm một giường với tỳ-kheo-ni bệnh, cũng không dám thay nhau cùng ngồi, thay nhau cùng nằm. Đức Phật dạy:

"Cho phép cùng người bệnh đồng nằm một giường; cho phép luân phiên ngồi, luân phiên nằm. Từ nay trở đi nên kết giới như vầy:

b. Giới văn

Tỳ-kheo-ni nào không bệnh mà hai người cùng nằm một giường, ba-dật-đề."

c. Thích nghĩa

Tỳ-kheo-ni: nghĩa như trước.

Giường: có năm loại như trước đã nói.

d. Tướng phạm

Tỳ-kheo-ni không bệnh, hai người đồng nằm một giường, mỗi khi hông dính chiếu trải trên giường, mỗi một lần phạm một ba-dật-đề; cứ mỗi lần trở mình phạm một ba-dật-đề.

[744c] Tỳ-kheo, đột-kiết-la. Thức-xoa-ma-na, sa-di, sa-di-ni, đột-kiết-la. Đó gọi là phạm.

Sự không phạm: cùng nằm một giường với người bệnh; hoặc luân phiên ngồi, luân phiên nằm; hay bị bệnh xỉu; hoặc bị cường lực bắt, hoặc bị trói hay vì mạng nạn, phạm hạnh nạn. Thảy đều không phạm.

Người không phạm: phạm lần đầu tiên khi chưa chế giới; si cuồng, loạn tâm, thống não bức bách.

Điều 91. Chung nệm chăn[143]

a. Duyên khởi

Một thời, đức Bà-già-bà ở nước Bà-kỳ-đà. Bấy giờ, trong nhóm sáu tỳ-kheo-ni, hai người nằm chung một nệm, chung một chăn. Các tỳ-kheo-ni thấy, tưởng nằm chung với đàn ông. Khi đứng dậy mới biết chẳng phải đàn ông.

Các tỳ-kheo-ni nghe, trong đó có vị thiểu dục tri túc, sống hạnh đầu-đà, ưa học giới, biết hổ thẹn, hiềm trách nhóm sáu tỳ-kheo-ni:

"Sao các cô hai người nằm chung một nệm, chung một chăn?"

Các tỳ-kheo-ni đến bạch các tỳ-kheo. Các tỳ-kheo đến bạch lên đức Thế Tôn. Đức Thế Tôn vì nhân duyên này tập hợp Tăng tỳ-kheo, quở trách nhóm sáu tỳ-kheo-ni:

"Các cô làm điều sai quấy, chẳng phải oai nghi, chẳng phải pháp sa-môn, chẳng phải hạnh thanh tịnh, chẳng phải hạnh tùy thuận, làm điều không nên làm. Tại sao các cô hai người nằm chung một nệm, chung một chăn?"

---

143 Pāli, Pāc. 32.

Đức Thế Tôn bằng vô số phương tiện quở trách nhóm sáu tỳ-kheo-ni, rồi bảo các tỳ-kheo:

"Nhóm sáu tỳ-kheo-ni này là nơi trồng nhiều giống hữu lậu, là những người đầu tiên phạm giới này. Từ nay trở đi, Ta vì các tỳ-kheo-ni kết giới gồm mười cú nghĩa, *cho đến câu* chánh pháp tồn tại lâu dài. Muốn nói giới nên nói như vầy:

Tỳ-kheo-ni nào hai người nằm chung một nệm, chung một chăn, ba-dật-đề."

Thế Tôn vì các tỳ-kheo-ni kết giới như vậy. Có tỳ-kheo-ni kia chỉ có một đồ trải hoặc là bằng rơm cỏ, hoặc bằng lá cây, các tỳ-kheo-ni nghi không dám cùng nằm, đức Phật dạy:

"Cho phép tỳ-kheo-ni dùng riêng đồ trải, ngọa cụ, chăn. Nếu khi lạnh mà chỉ có một cái chăn, cho phép cùng đắp, nhưng bên trong mỗi người phải mặc áo lót khi nằm. Từ nay trở đi nên nói giới như vầy:

b. Giới văn

Tỳ-kheo-ni nào nằm cùng một nệm, cùng một chăn, ba-dật-đề. Trừ trường hợp đặc biệt."

c. Thích nghĩa

Tỳ-kheo-ni: nghĩa như trước.

d. Tướng phạm

Tỳ-kheo-ni hai người nằm cùng một nệm, cùng một chăn, tùy theo hông dính nơi giường, phạm ba-dật-đề; mỗi lần trở mình phạm một ba-dật-đề. Nếu cùng một nệm mà khác chăn, đột-kiết-la. Nếu cùng một chăn mà khác nệm, đột-kiết-la.

Tỳ-kheo, đột-kiết-la. Thức-xoa-ma-na, [745a] sa-di, sa-di-ni, đột-kiết-la. Đó gọi là phạm.

Sự không phạm: chỉ có một đồ trải bằng cỏ, bằng lá, riêng mỗi người có đồ trải bằng dạ; hoặc khi trời lạnh nằm cùng một cái chăn, mỗi người đều mặc áo lót; hoặc bị bệnh xỉu; hoặc bị cường lực bắt, hoặc mạng nạn, phạm hạnh nạn. Thảy đều không phạm.

Người không phạm: phạm lần đầu tiên khi chưa chế giới; si cuồng, loạn tâm, thống não bức bách.

Điều 92. Cố ý gây phiền[144]

a. Duyên khởi

Một thời, đức Bà-già-bà ở trong vườn Cấp cô độc, rừng cây Kỳ-đà tại nước Xá-vệ. Bấy giờ, nhóm sáu tỳ-kheo-ni vì muốn quấy nhiễu người nên, hoặc (mình) ở trước với (người) đến sau, hoặc (mình) đến sau với (người) ở trước;[145] trước mặt tụng kinh, hỏi nghĩa, giảng dạy.[146]

Các tỳ-kheo-ni nghe, trong đó có vị thiểu dục tri túc, sống hạnh đầu-đà, ưa học giới, biết hổ thẹn, hiềm trách nhóm sáu tỳ-kheo-ni:

"Tại sao các cô cố ý gây phiền phức, ở trước đến sau, đến sau ở trước; trước mặt tụng kinh, hỏi nghĩa, giảng dạy?"

Các tỳ-kheo-ni đến bạch với các tỳ-kheo. Các tỳ-kheo đến bạch lên đức Thế Tôn. Đức Thế Tôn vì nhân duyên này tập hợp Tăng tỳ-kheo, quở trách nhóm sáu tỳ-kheo-ni:

"Tại sao các cô cố ý gây phiền phức, ở trước đến sau, đến sau ở trước; trước mặt tụng kinh, hỏi nghĩa, giảng dạy?"

Đức Thế Tôn bằng vô số phương tiện quở trách nhóm sáu tỳ-kheo-ni, rồi bảo các tỳ-kheo:

---

[144] Pāli, Pāc. 33. *Thập tụng*: điều 100 & 101.

[145] Hán: tiên trụ hậu chí, hậu chí tiên trụ 先住後至後至先住, được hiểu: "với người ở trước mà mình đến sau, hoặc người đến sau mà mình ở trước..." *Thập tụng*, điều 100: "Người ở trước quấy nhiễu người ở sau 先住惱後住者"; điều 101: "Người ở sau quấy nhiễu người ở trước 後住惱先住者." Xem cht. dưới. So sánh điều 173 sau.

[146] *Thập tụng*: "...đầu hôm, khách tọa thiền..., cô ngủ. Giữa đêm, khách ngủ, cô tọa thiền, tụng kinh... khách mất ngủ..." Pāli, Vin.iv. 290: *Thullanandā* quấy nhiễu *Bhaddā Kāpilāni* bằng cách, ban đêm đi tới, đi lui, đứng lên, ngồi xuống..., đọc kinh, bảo người đọc kinh...(phá không cho cô này ngủ, vì ghen tức).

"Nhóm sáu tỳ-kheo-ni này là nơi trồng nhiều giống hữu lậu, là những người đầu tiên phạm giới này. Từ nay trở đi, Ta vì các tỳ-kheo-ni kết giới gồm mười cú nghĩa, *cho đến câu* chánh pháp tồn tại lâu dài. Muốn nói giới nên nói như vầy:

Tỳ-kheo-ni nào cố ý gây phiền phức, ở trước đến sau, đến sau ở trước; trước mặt tụng kinh, hỏi nghĩa, giảng dạy,[147] **ba-dật-đề."**

Thế Tôn vì các tỳ-kheo-ni kết giới như vậy. Có tỳ-kheo-ni không biết ai ở trước hay chẳng phải ở trước, ai đến sau hay chẳng phải đến sau, sau đó mới biết nên trong số đó có vị tác pháp sám ba-dật-đề, hoặc là nghi. Phật dạy:

"Không biết thì không phạm. Từ nay trở đi nên nói giới như vầy:

b. Giới văn

Tỳ-kheo-ni nào biết ở trước đến sau, biết đến sau ở trước, vì cố ý gây phiền phức, trước mặt tụng kinh, hỏi nghĩa, giảng dạy, ba-dật-đề."

c. Thích nghĩa

Tỳ-kheo-ni: nghĩa như trước.

d. Tướng phạm

Tỳ-kheo-ni biết ở trước đến sau, đến sau ở trước, vì cố ý gây phiền phức, trước mặt tụng kinh, hỏi nghĩa, giảng dạy; nói rõ ràng, phạm ba-dật-đề; không rõ ràng, phạm đột-kiết-la.

Tỳ-kheo, đột-kiết-la. Thức-xoa-ma-na, sa-di, sa-di-ni, đột-kiết-la. Đó gọi là **[745b]** phạm.

Sự không phạm: nếu không biết; hoặc được cho phép; hoặc bà con, hoặc người bà con nói: "Sư cô cứ giảng dạy, tôi sẽ vì sư cô nói cho." Hoặc người ở trước đến thọ kinh với người đến sau, hay người đến sau đến thọ tụng với người ở trước. Hoặc cả hai người đều đến người khác thọ. Hoặc người kia hỏi người này đáp. Hoặc cùng nhau tụng; hoặc nói vui đùa, nói gấp gáp, nói trong mộng; hay muốn nói việc này nhằm nói việc

---

147 Pāli, *bhikkhuniyā sañcicca aphāsuṃ kareyya*, cố ý gây bất an cho tỳ-kheo-ni khác.

khác. Thảy đều không phạm.

Người không phạm: phạm lần đầu tiên khi chưa chế giới; si cuồng, loạn tâm, thống não bức bách.

Điều 93. Không chăm sóc ni sống chung bệnh[148]

a. Duyên khởi

Một thời, đức Bà-già-bà ở trong vườn Cấp cô độc, rừng cây Kỳ-đà, tại nước Xá-vệ. Bấy giờ, Tỳ-kheo-ni Thâu-la-nan-đà cùng sống chung với tỳ-kheo-ni khác bị bệnh mà không chăm sóc. Các tỳ-kheo-ni hỏi rằng:

"Tỳ-kheo-ni cùng sống chung với cô bị bệnh, sao không chịu chăm sóc?"

Thâu-la-nan-đà vẫn cố tình không chăm sóc. Do không chăm sóc nên cô ni kia qua đời.

Các tỳ-kheo-ni nghe, trong đó có vị thiểu dục tri túc, sống hạnh đầu-đà, ưa học giới, biết hổ thẹn, hiềm trách Tỳ-kheo-ni Thâu-la-nan-đà:

"Tại sao cô không chăm sóc tỳ-kheo-ni bị bệnh cùng sống chung với cô? Các tỳ-kheo-ni có nhắc nhở khuyên bảo cô mà cô vẫn không nghe lời chăm sóc, để cho cô ấy chết."

Các tỳ-kheo-ni đến bạch với các tỳ-kheo. Các tỳ-kheo đến bạch lên đức Thế Tôn. Đức Thế Tôn vì nhân duyên này tập hợp Tăng tỳ-kheo, quở trách Tỳ-kheo-ni Thâu-la-nan-đà:

"Cô làm điều sai quấy, chẳng phải oai nghi, chẳng phải pháp sa-môn, chẳng phải hạnh thanh tịnh, chẳng phải hạnh tùy thuận, làm điều không nên làm. Tỳ-kheo-ni Thâu-la-nan-đà! Sao tỳ-kheo-ni cùng sống chung với cô bị bệnh mà cô không chăm sóc? Các tỳ-kheo-ni nhắc nhở khuyên cô nên chăm sóc, cô vẫn không chăm sóc, để cho cô kia chết?"

Đức Thế Tôn bằng vô số phương tiện quở trách Tỳ-kheo-ni Thâu-la-nan-đà, rồi bảo các tỳ-kheo:

---

[148] Pāli, Pāc. 34. *Ngũ phần*: điều 123; *Thập tụng*: điều 102. *Căn bản ni*: điều 99.

"Tỳ-kheo-ni Thâu-la-nan-đà này là nơi trồng nhiều giống hữu lậu, là người đầu tiên phạm giới này. Từ nay trở đi, Ta vì các tỳ-kheo-ni kết giới, gồm mười cú nghĩa, *cho đến câu* chánh pháp tồn tại lâu dài. Muốn nói giới nên nói như vầy:

b. Giới văn

Tỳ-kheo-ni nào tỳ-kheo-ni cùng sống chung bị bệnh mà không chăm sóc,[149] ***ba-dật-đề.***"

c. Thích nghĩa

Tỳ-kheo-ni: nghĩa như trước.

Cùng sống chung:[150] hai tỳ-kheo-ni cùng sống với nhau.

d. Tướng phạm

Tỳ-kheo-ni không chăm sóc tỳ-kheo-ni cùng sống chung bị bệnh, phạm ba-dật-đề. Trừ người cùng sống chung bị bệnh ra, các tỳ-kheo-ni khác, hoặc Hòa thượng A-xà-lê, hoặc **[745c]** đồng Hòa thượng, hoặc đồng A-xà-lê, hoặc đệ tử, bà con quen biết bị bệnh mà không chăm sóc, tất cả đều phạm đột-kiết-la.

Tỳ-kheo, đột-kiết-la. Thức-xoa-ma-na, sa-di, sa-di-ni, đột-kiết-la. Đó gọi là phạm.

Sự không phạm: người cùng sống chung bị bệnh có chăm sóc; hoặc bản thân có bệnh không chăm sóc được. Hoặc do việc ấy đưa đến mạng nạn, phạm hạnh nạn. Thảy đều không phạm.

Người không phạm: phạm lần đầu tiên khi chưa chế giới; si cuồng, loạn tâm, thống não bức bách.

---

[149] *Ngũ phần:* không tự mình khán hộ, không khiến người khác khán hộ. Pāli: *neva upaṭṭheyya na upaṭṭhāpanāya ussukkaṃ kareyya,* không chăm sóc, không nhiệt tình khiến người khác chăm sóc.

[150] Đồng hoạt 同活. *Ngũ phần:* đồng học 同學. *Căn bản ni:* thân đệ tử, y chỉ đệ tử 親弟子依止弟子. Pāli: *sahajīvitaṃ,* sống chung; giải thích: *saddhivihārinī,* cùng ở chung (một chỗ).

Điều 94. Đuổi ni an cư ra khỏi phòng[151]

a. Duyên khởi

Một thời, đức Bà-già-bà ở trong vườn Cấp cô độc, rừng cây Kỳ-đà, tại nước Xá-vệ. Bấy giờ, Tỳ-kheo-ni Thâu-la-nan-đà vào an cư, ban đầu cho phép tỳ-kheo-ni khác trải giường trong phòng. Nhưng khi an cư giữa chừng, vì giận hờn, kéo giường đuổi họ ra ngoài. Tỳ-kheo-ni bị đuổi xấu hổ, sợ mất đêm[152] nên bỏ tu.

Các tỳ-kheo-ni nghe, trong đó có vị thiểu dục tri túc, sống hạnh đầu-đà, ưa học giới, biết tàm quý, hiềm trách Tỳ-kheo-ni Thâu-la-nan-đà:

"Tại sao vào an cư, ban đầu cô cho phép tỳ-kheo-ni khác bày giường trong phòng; an cư giữa chừng, vì giận hờn, cô kéo giường đuổi người ta ra khiến cho họ xấu hổ, phải bỏ tu?"

Khi ấy, các tỳ-kheo-ni đến bạch với các tỳ-kheo. Các tỳ-kheo đến bạch lên đức Thế Tôn. Đức Thế Tôn vì nhân duyên này tập hợp Tăng tỳ-kheo quở trách Tỳ-kheo-ni Thâu-la-nan-đà:

"Cô làm điều sai quấy, chẳng phải oai nghi, chẳng phải pháp sa-môn, chẳng phải hạnh thanh tịnh, chẳng phải hạnh tùy thuận, làm điều không nên làm. Tỳ-kheo-ni Thâu-la-nan-đà! Sao vào an cư, ban đầu cô cho phép tỳ-kheo-ni khác bày giường trong phòng; an cư giữa chừng, vì giận hờn, cô kéo giường đuổi họ ra, khiến cho họ xấu hổ bỏ tu?"

Đức Thế Tôn bằng vô số phương tiện quở trách Tỳ-kheo-ni Thâu-la-nan-đà, rồi bảo các tỳ-kheo:

"Tỳ-kheo-ni Thâu-la-nan-đà là nơi trồng nhiều giống hữu lậu, là người đầu tiên phạm giới này. Từ nay trở đi, Ta vì các tỳ-kheo-ni kết giới gồm mười cú nghĩa, *cho đến câu* chánh pháp tồn tại lâu dài. Muốn nói giới nên nói như vầy:

---

[151] Pāli, Pāc. 35. *Tăng-kỳ*, 136.

[152] Thất túc 失宿. Cũng nói là thất tuế 失歲, hay mất tuổi hạ; xem đoạn sau, tr.835a08 (xem Phần III, Ch. iii. An cư, mục Phá hạ).

b. Giới văn

Tỳ-kheo-ni nào đầu an cư,[153] cho phép tỳ-kheo-ni khác bày giường trong phòng để an cư, sau vì giận hờn đuổi ra,[154] ba-dật-đề."

c. Thích nghĩa

Tỳ-kheo-ni: nghĩa như trước.

Trong an cư: tức thọ an cư rồi.

Giường: có năm loại như trước đã giải thích.

d. Tướng phạm

Tỳ-kheo-ni, an cư ban đầu cho phép tỳ-kheo-ni khác để giường trong phòng, sau giận hờn đuổi ra, tùy theo phương tiện, tùy theo mỗi lần (người bị đuổi) bước ra khỏi cửa, (người đuổi) phạm một ba-dật-đề. Nếu phương tiện đuổi nhiều người ra nhiều **[746a]** cửa thì phạm nhiều ba-dật-đề. Nếu phương tiện đuổi nhiều người ra một cửa, phạm nhiều ba-dật-đề. Nếu phương tiện đuổi một người ra nhiều cửa, phạm nhiều ba-dật-đề. Nếu phương tiện đuổi một người ra một cửa, phạm một ba-dật-đề. Nếu quăng ném các y vật khác ra, phạm đột-kiết-la. Nếu đóng cửa không cho người ta vào, phạm đột-kiết-la.

Tỳ-kheo, đột-kiết-la. Thức-xoa-ma-na, sa-di, sa-di-ni, đột-kiết-la. Đó gọi là phạm.

Sự không phạm: không do sân giận mà tùy theo cấp bực Thượng tọa đuổi hạ tọa ra; người chưa thọ giới ngủ quá hai đêm, đến đêm thứ ba, đuổi ra; khiến người bệnh ra nơi đại tiểu tiện để tiện lợi; hoặc đối với kẻ phá giới, phá kiến, phá oai nghi, bị cử tội, bị diệt tẫn, đáng bị diệt tẫn; hoặc do việc này đưa đến mạng nạn, phạm hạnh nạn, vì tất cả các việc trên nên đuổi ra, thì không phạm.

Người không phạm: phạm lần đầu tiên khi chưa chế giới; si cuồng, loạn tâm, thống não bức bách.

---

[153] Pāli, Pāc. 35, không có chi tiết an cư.
[154] Pāli thêm chi tiết, "hoặc bảo đuổi ra."

Điều 95. Du hành suốt ba mùa[155]

a. Duyên khởi

Một thời, đức Bà-già-bà, ở trong vườn Cấp cô độc, rừng cây Kỳ-đà, tại nước Xá-vệ. Bấy giờ, nhóm sáu tỳ-kheo-ni, trải qua ba mùa: xuân, hạ và đông, lúc nào cũng du hành trong nhân gian. Gặp những lúc mưa to gió lớn, nước sông tràn ngập, cuốn trôi y bát, ni-sư-đàn, ống đựng kim, và đạp chết cỏ sống. Các cư sĩ thấy cơ hiềm:

"Tỳ-kheo-ni này không biết hổ thẹn, đoạn mạng sống của chúng sanh. Bên ngoài tự xưng, 'Tôi biết chánh pháp.' Như vậy có gì là chánh pháp? Tỳ-kheo-ni sao lúc nào cũng đi du hành trong nhân gian, trải suốt ba mùa. Gặp lúc mưa lớn, nước sông tràn ngập, cuốn trôi vật dụng, lại đạp chết cỏ sống, đoạn mạng chúng sanh?"

Các tỳ-kheo-ni nghe, trong đó có vị thiểu dục tri túc, sống hạnh đầu-đà, ưa học giới, biết hổ thẹn, quở trách nhóm sáu tỳ-kheo-ni:

"Sao các cô lúc nào cũng du hành trong nhân gian, trải suốt ba mùa: xuân, hạ, đông!? Gặp lúc mưa lớn, nước sông tràn ngập, cuốn trôi y vật, lại đạp chết cỏ sống; khiến các cư sĩ cơ hiềm."

Các tỳ-kheo-ni đến bạch với các tỳ-kheo. Các tỳ-kheo đến bạch lên đức Thế Tôn. Đức Thế Tôn vì nhân duyên này tập hợp Tăng tỳ-kheo, quở trách nhóm sáu tỳ-kheo-ni:

"Các cô làm điều sai quấy, chẳng phải oai nghi, chẳng phải pháp sa-môn, chẳng phải hạnh thanh tịnh, chẳng phải hạnh tùy thuận, làm điều không nên làm. Nhóm sáu tỳ-kheo-ni! Sao lúc nào cũng du hành trong nhân gian, suốt cả ba mùa: xuân, hạ, đông!? Gặp lúc mưa to, nước sông tràn ngập, cuốn trôi y vật, lại đạp chết cỏ sống, **[746b]** khiến cho các cư sĩ cơ hiềm?"

Đức Thế Tôn bằng vô số phương tiện quở trách nhóm sáu tỳ-kheo-ni, rồi bảo các tỳ-kheo:

---

[155] Pāli, Pāc. 39. *Ngũ phần*: điều 92; tham chiếu, điều 90: "không an cư...", điều 91 "... không y chỉ chúng tỳ-kheo để an cư..." *Tăng-kỳ*: điều 134; *Thập tụng*: điều 95. *Căn bản ni*: điều 101. Xem thêm, *Tứ phần*, điều 164.

"Nhóm sáu tỳ-kheo-ni này là nơi trồng nhiều giống hữu lậu, là những người đầu tiên phạm giới này. Từ nay trở đi, Ta vì các tỳ-kheo-ni kết giới gồm mười cú nghĩa, *cho đến câu* chánh pháp tồn tại lâu dài. Muốn nói giới nên nói như vầy:

Tỳ-kheo-ni nào, suốt cả ba mùa: xuân, hạ, đông đều du hành trong nhân gian, ba-dật-đề."

Thế Tôn vì các tỳ-kheo-ni kết giới như vậy. Có tỳ-kheo-ni vì việc Phật, việc Pháp, việc Tăng, việc tỳ-kheo-ni bệnh. Phật dạy:

"Cho phép đi ra ngoài giới được thọ pháp bảy ngày. Từ nay trở đi nên nói giới như vầy:

b. Giới văn

Tỳ-kheo-ni nào suốt cả ba mùa: xuân, hạ, đông,[156] đều du hành trong nhân gian,[157] phạm ba-dật-đề, trừ nhân duyên khác."

c. Thích nghĩa

Tỳ-kheo-ni: nghĩa như trước.

d. Tướng phạm

Tỳ-kheo-ni nào, trong suốt cả ba mùa: xuân, hạ, đông, đều du hành trong nhân gian, tùy theo mỗi lần vào bên trong cương giới của một thôn, mỗi mỗi phạm ba-dật-đề. Nếu nơi không có thôn, nơi không có cương giới, thì du hành trong khoảng mười lý,[158] phạm ba-dật-đề. Dưới một thôn hay dưới mười lý phạm đột-kiết-la. Trong khoảng một thôn, đi trong một cương giới, phạm đột-kiết-la.

Phương tiện muốn đi mà không đi, hoặc hẹn đi mà không đi, tất cả đều phạm đột-kiết-la.

---

[156] *Căn bản ni:* "hạ an cư chưa tự tứ..."

[157] Pāli, Pāc. 39, Vin.iv. 296: *antovassaṃ cārikaṃ careyya*, du hành trong mùa mưa.

[158] Pāli (Vin.iv. 297): "bên trong thôn có nhà sát nhau, đi đến mỗi thôn phạm một ba-dật-đề. Trong khoảng trống không nhà, đi qua nửa do-tuần, phạm một ba-dật-đề."

Tỳ-kheo, đột-kiết-la. Thức-xoa-ma-na, sa-di, sa-di-ni, đột-kiết-la. Đó gọi là phạm.

Sự không phạm: vì việc Phật, Pháp, Tăng, việc tỳ-kheo-ni bệnh, đi ra ngoài giới được thọ pháp bảy ngày. Hoặc bị cường lực bắt hay bị trói dẫn đi, hoặc mạng nạn, phạm hạnh nạn thì không phạm.

Người không phạm: phạm lần đầu tiên khi chưa chế giới; si cuồng, loạn tâm, thống não bức bách.

Điều 96. An cư xong không đi[159]

a. Duyên khởi

Một thời, đức Bà-già-bà ở trong vườn Cấp cô độc, rừng cây Kỳ-đà, tại nước Xá-vệ. Bấy giờ có các cư sĩ ở Xá-vệ thỉnh Tỳ-kheo-ni Sám-ma cùng nhau lập điều kiện: "Chúng tôi cúng dường chúng Tăng cho đến an cư xong." Nhưng an cư xong, Tỳ-kheo-ni Sám-ma vẫn ở lại, không đi. Các cư sĩ cơ hiềm:

"Trước đây chúng tôi có giao ước, thỉnh Tỳ-kheo-ni Sám-ma đến an cư, cùng cúng dường chúng Tăng cho đến an cư xong. Nay an cư xong, Tỳ-kheo-ni Sám-ma ở không chịu đi!"

Các tỳ-kheo-ni nghe, trong đó có vị thiểu dục tri túc, sống hạnh đầu-đà, ưa học giới, biết hổ thẹn, hiềm trách Tỳ-kheo-ni Sám-ma rằng:

"Các cư sĩ cùng nhau lập điều kiện thỉnh Sám-ma đến, **[746c]** cùng cúng dường chúng Tăng cho đến an cư xong. Nay an cư xong tại sao ở luôn không chịu đi?"

Các tỳ-kheo-ni đến bạch với các tỳ-kheo. Các tỳ-kheo đến bạch lên đức Thế Tôn. Đức Thế Tôn vì nhân duyên này tập hợp Tăng tỳ-kheo, quở trách Tỳ-kheo-ni Sám-ma:

"Cô làm điều sai quấy, chẳng phải oai nghi, chẳng phải pháp sa-môn, chẳng phải hạnh thanh tịnh, chẳng phải hạnh tùy thuận, làm việc không nên làm. Cư sĩ cúng dường an cư. Nay an cư xong, sao cố ở lại không đi,

---

[159] Pāli, Pāc. 40; *Ngũ phần*: điều 94; *Tăng-kỳ*: điều 135; *Thập tụng*: điều 96. *Căn bản*: điều 102.

khiến cho các cư sĩ cơ hiềm?"

Đức Thế Tôn bằng vô số phương tiện quở trách Tỳ-kheo-ni Sám-ma, rồi bảo các tỳ-kheo:

"Tỳ-kheo-ni này là nơi trồng nhiều giống hữu lậu, là người đầu tiên phạm giới này. Từ nay trở đi, Ta vì các tỳ-kheo-ni kết giới gồm mười cú nghĩa, *cho đến câu* chánh pháp tồn tại lâu dài. Muốn nói giới nên nói như vầy:

b. Giới văn

Tỳ-kheo-ni nào hạ an cư xong không đi,[160] ***ba-dật-đề.***"

c. Thích nghĩa

Tỳ-kheo-ni: nghĩa như trước.

d. Tướng phạm

Tỳ-kheo-ni an cư xong nên xuất hành, cho đến chỉ một đêm. Tỳ-kheo-ni nào, an cư rồi không xuất hành, ba-dật-đề.

Tỳ-kheo, đột-kiết-la. Thức-xoa-ma-na, sa-di, sa-di-ni, đột-kiết-la. Đó gọi là phạm.

Sự không phạm: an cư rồi đi; nếu cư sĩ kia mời ở lại, nói: "Tôi sẽ cúng dường lại"; hoặc các nhà thay nhau mời thọ thực; hoặc bà con nam nữ mời thọ thực ngày ấy hay ngày mai; hoặc vì bệnh, không có bạn chăm sóc; hoặc bị nạn nước, nạn thú dữ, nạn giặc cướp, nạn nước tràn ngập; hoặc bị cường lực bắt, hoặc bị trói, hoặc mạng nạn, phạm hạnh nạn, gặp những nạn như vậy, hạ an cư xong không xuất hành, không phạm.

Người không phạm: phạm lần đầu tiên khi chưa chế giới; si cuồng, loạn tâm, thống não bức bách.

---

[160] *Ngũ phần*, điều 94: "...qua một đêm mà không đi..." Pāli: "Nếu không ra đi du hành năm hay sáu do-tuần..."

Điều 97. Du hành nơi biên giới mất an ninh[161]

a. Duyên khởi

Một thời, đức Bà-già-bà ở trong vườn Cấp cô độc, rừng cây Kỳ-đà, tại nước Xá-vệ. Bấy giờ nhân dân nơi biên giới[162] của vua Ba-tư-nặc làm phản nghịch. Nhóm sáu tỳ-kheo-ni du hành đến nơi có nghi ngờ, có kinh sợ như thế. Bọn giặc thấy, nói:

"Nhóm sáu tỳ-kheo-ni này đều là người được vua Ba-tư-nặc cúng dường. Chúng ta hãy quấy nhiễu."

Các cư sĩ thấy, cơ hiềm:

"Các tỳ-kheo-ni này không biết hổ thẹn, đều phạm phạm hạnh. Bên ngoài tự xưng, 'Tôi tu chánh pháp.' Như vậy có gì là chánh pháp? Tại sao du hành nhân gian nơi biên giới, đến chỗ có sự kinh sợ; giống như bọn dâm nữ, tặc nữ không khác!"

Các tỳ-kheo-ni nghe, **[747a]** trong đó có vị thiểu dục tri túc, sống hạnh đầu-đà, ưa học giới, biết hổ thẹn, hiềm trách nhóm sáu tỳ-kheo-ni:

"Tại sao các cô du hành trong nhân gian, đến nơi có sự khủng bố?"

Các tỳ-kheo-ni đến bạch với các tỳ-kheo. Các tỳ-kheo bạch Phật, đức Phật vì nhân duyên này tập hợp Tăng tỳ-kheo, quở trách nhóm sáu tỳ-kheo-ni:

"Các cô làm điều sai quấy, chẳng phải oai nghi, chẳng phải pháp sa-môn, chẳng phải hạnh thanh tịnh, chẳng phải hạnh tùy thuận, làm điều không nên làm. Tại sao các cô du hành trong nhân gian, đến nơi có sự khủng bố như vậy?"

Đức Thế Tôn bằng vô số phương tiện quở trách rồi bảo các tỳ-kheo:

---

[161] Pāli, Pāc. 38. *Ngũ phần*: điều 96; *Tăng-kỳ* (tr. 539b4), điều 118; *Thập tụng*: điều 98. *Căn bản ni*: điều 103.

[162] *Căn bản ni* 17 (tr.1003c05): Vua Vị Sinh Oán (A-xà-thế) chuẩn bị chinh phạt thành Quảng Nghiêm (thành Xá-vệ, nước Câu-tát-la). *Thập tụng* 98 (tr.323b03): A-xà-thế đang đánh nhau với một tiểu quốc ở biên cảnh.

"Các tỳ-kheo-ni này là nơi trồng nhiều giống hữu lậu, là những người đầu tiên phạm giới này. Từ nay trở đi, Ta vì các tỳ-kheo-ni kết giới gồm mười cú nghĩa, *cho đến câu* chánh pháp tồn tại lâu dài. Muốn nói giới nên nói như vầy:

b. Giới văn

Tỳ-kheo-ni nào du hành[163] ***trong nhân gian đến biên giới***[164] ***nơi có nghi ngờ, kinh sợ, ba-dật-đề."***

c. Thích nghĩa

Tỳ-kheo-ni: nghĩa như trước.

Biên giới: cách xa thành thị.

Có sự nghi: nghi có giặc cướp.

Kinh sợ: giặc cướp khủng bố.

d. Tướng phạm

Tỳ-kheo-ni nào du hành đến nơi biên giới, chỗ có sự khủng bố, tùy theo sự đi vào thôn, mỗi cương giới phạm một ba-dật-đề. Nơi trống vắng không thôn, đi mười lý phạm một ba-dật-đề; đi dưới một thôn hay dưới mười lý phạm đột-kiết-la. Nếu trong thôn, một cương giới, phạm một đột-kiết-la.

Phương tiện muốn đi, cùng hẹn đi mà không đi, tất cả đều phạm đột-kiết-la.

---

[163] Pāli: *asatthā cārikaṃ careyya*, bản Anh dịch: du hành mà không vũ khí; nghĩa là không ai bảo vệ. Hoa dịch: du hành mà không theo thương đội. Từ Pāli *sattha* có nghĩa là gươm hay vũ khí, cũng có nghĩa là thương đội. *Ngũ phần*: xuất quốc cảnh... vô sở y hỗ 出國境... 無所依怙. *Tăng-kỳ*: đi đến chỗ hoang vắng mà không theo đoàn buôn (*Giới bản*: đi đến nước khác mà không theo đoàn buôn đi chung).

[164] Pāli, Pāc. 38: ... *tiroraṭṭhe*, bên ngoài lãnh thổ. *Ngũ phần*: quốc cảnh 國境. *Thập tụng*: quốc giới biên 國界邊. Cf. *Căn bản ni*, điều 103: vương quốc trung 王國中.

Tỳ-kheo, đột-kiết-la. Thức-xoa-ma-na, sa-di, sa-di-ni, đột-kiết-la. Đó gọi là phạm.

Sự không phạm: hoặc bị kêu hay được mời, hoặc có việc cần đến, hoặc bị cường lực bắt, hoặc bị trói, hoặc mạng nạn, phạm hạnh nạn, hoặc mình đến trước rồi sau mới có sự nghi khủng bố phát khởi. Thảy đều không phạm.

Người không phạm: phạm lần đầu tiên khi chưa chế giới; si cuồng, loạn tâm, thống não bức bách.

Điều 98. Du hành trong quốc giới không an ninh[165]

a. Duyên khởi

Một thời, đức Bà-già-bà ở trong vườn Cấp cô độc, rừng cây Kỳ-đà, tại nước Xá-vệ. Bấy giờ, nhân dân bên trong quốc giới của vua Ba-tư-nặc nổi lên làm phản.[166] Bên trong quốc giới tại nơi có phản loạn có sự nghi ngờ, kinh sợ, nhưng nhóm sáu tỳ-kheo-ni vẫn du hành. Bọn giặc thấy, nói:

"Nhóm sáu tỳ-kheo-ni này đều do nhà vua Ba-tư-nặc cung cấp cúng dường. Chúng ta nên quấy nhiễu."

Các cư sĩ thấy đều cơ hiềm, nói:

"Các tỳ-kheo-ni này không có hổ thẹn, thảy đều vi phạm phạm hạnh. Bên ngoài tự xưng, 'Tôi tu chánh pháp.' Nhưng như vậy có gì là chánh pháp? Sao lại du hành đến chỗ **[747b]** bên trong quốc giới có sự kinh sợ, giống như bọn tặc nữ, dâm nữ không khác!"

Các tỳ-kheo-ni nghe, trong đó có vị thiểu dục tri túc, sống hạnh đầu-đà, ưa học giới, biết hổ thẹn, hiềm trách nhóm sáu tỳ-kheo-ni:

"Sao các cô lại du hành trong nhân gian nơi có sự kinh sợ?"

---

[165] Pāli, Pāc. 37. *Ngũ phần*: điều 95. *Tăng-kỳ*, điều 119. *Thập tụng*: điều 97; Cf. điều 199. Tham chiếu *Căn bản ni*: điều 104.

[166] Quốc vương Ba-tư-nặc nước Kiêu (Câu)-tát-la đánh nhau với một tiểu quốc.

Các tỳ-kheo-ni đến bạch với các tỳ-kheo. Các tỳ-kheo đến bạch lên đức Thế Tôn. Đức Thế Tôn vì nhân duyên này tập hợp Tăng tỳ-kheo, quở trách nhóm sáu tỳ-kheo-ni:

"Các cô làm điều sai quấy, chẳng phải oai nghi, chẳng phải pháp sa-môn, chẳng phải hạnh thanh tịnh, chẳng phải hạnh tùy thuận, làm điều không nên làm. Sao các cô lại du hành nhân gian bên trong quốc giới nơi có sự kinh sợ?"

Đức Thế Tôn bằng vô số phương tiện quở trách, rồi bảo các tỳ-kheo:

"Nhóm sáu tỳ-kheo-ni này là nơi trồng nhiều giống hữu lậu, là những người đầu tiên phạm giới này. Từ nay trở đi, Ta vì các tỳ-kheo-ni kết giới gồm mười cú nghĩa, *cho đến câu* chánh pháp tồn tại lâu dài. Muốn nói giới nên nói như vầy:

b. Giới văn

Tỳ-kheo-ni nào du hành[167] ***nơi có sự nghi ngờ, kinh sợ bên trong quốc giới,***[168] ***ba-dật-đề.***"

c. Thích nghĩa

Tỳ-kheo-ni: nghĩa như trước.

Bên trong quốc giới: có bốn mặt thành bao quanh.[169]

Có sự nghi ngờ: nghi có giặc cướp.

Nơi kinh sợ: chỗ có bọn giặc cướp.

d. Tướng phạm

Tỳ-kheo-ni nào du hành nhân gian nơi có sự nghi ngờ kinh sợ bên trong quốc giới, tùy theo mỗi lần vào thôn, đi mỗi cương giới, phạm một ba-dật-đề. Đi nơi trống vắng không có thôn, mười lý phạm một ba-dật-

---

[167] Xem cht. ba-dật-đề 98 trước.

[168] Pāli: *antoraṭṭhe,* bên trong lãnh thổ.

[169] Đây hiểu là thành bang, tức quốc gia theo chế độ Nhà nước thành thị, mỗi thành thị là một quốc giới. Pāli, Vin.iv. 295: *yassa vijite viharati, tassa raṭṭhe,* trong phạm vi mà người ấy đang sống, đó là trong quốc giới của nó.

đề. Dưới một thôn hay dưới mười lý phạm đột-kiết-la. Đi trong thôn, một cương giới, phạm một đột-kiết-la.

Nếu phương tiện muốn đi mà không đi, cùng hẹn mà không đi, tất cả đều phạm đột-kiết-la.

Tỳ-kheo, đột-kiết-la. Thức-xoa-ma-na, sa-di, sa-di-ni, đột-kiết-la. Đó gọi là phạm.

Sự không phạm: nếu có việc cần thưa; hoặc bị kêu, hay được mời; hoặc bị cường lực bắt, hay bị trói; hoặc mạng nạn, phạm hạnh nạn; hoặc đến đó trước, sự nghi ngờ có khủng bố xảy ra sau. Thảy đều không phạm.

Người không phạm: phạm lần đầu tiên khi chưa chế giới; si cuồng, loạn tâm, thống não bức bách.

Điều 99. Thân cận cư sĩ[170]

a. Duyên khởi

Một thời, đức Bà-già-bà, ở trong vườn Cấp cô độc, rừng cây Kỳ-đà, tại nước Xá-vệ. Bấy giờ có tỳ-kheo-ni gần gũi[171] với cư sĩ, con trai cư sĩ, sống hạnh không tùy thuận. Các tỳ-kheo-ni can gián:

"Này cô, không nên gần gũi với cư sĩ, con trai cư sĩ, sống hạnh không tùy thuận. Cô hãy sống riêng ra.[172] Nếu cô sống riêng **[747c]** thì ở trong Phật pháp mới có sự tăng ích, an lạc."

Nhưng cô kia vẫn cố không ở riêng. Các tỳ-kheo-ni nghe, trong đó có vị thiểu dục tri túc, sống hạnh đầu-đà, ưa học giới, biết hổ thẹn, hiềm trách tỳ-kheo-ni kia:

"Sao cô gần gũi với cư sĩ, con trai cư sĩ, sống hạnh không tùy thuận?"

Các tỳ-kheo-ni đến bạch với các tỳ-kheo. Các tỳ-kheo đến bạch lên đức Phật. Đức Phật vì nhân duyên này tập hợp Tăng tỳ-kheo, quở trách tỳ-kheo-ni kia:

---

[170] Pāli, Pāc. 36.

[171] Thân cận cộng trú 親近共住. Pāli: saṃsaṭṭhā vihareyya, sống chung chạ.

[172] Biệt trú 別住. Pāli: viviccāyye, hãy xa lánh.

"Cô làm điều sai quấy, chẳng phải oai nghi, chẳng phải pháp sa-môn, chẳng phải hạnh thanh tịnh, chẳng phải hạnh tùy thuận, làm điều không nên làm. Sao cô gần gũi với cư sĩ, con trai cư sĩ, sống hạnh không tùy thuận?"

Quở trách rồi, đức Phật bảo các tỳ-kheo:

"Từ nay trở đi Ta cho phép Tăng vì tỳ-kheo-ni kia tác pháp quở trách cho bỏ việc này bằng pháp bạch tứ yết-ma. Khiển trách như vầy để bỏ việc này:

Trong chúng nên sai một vị có khả năng tác pháp yết-ma, theo sự việc tác bạch như vầy:

Đại tỷ Tăng xin lắng nghe! Tỳ-kheo-ni có tên..., đã gần gũi với cư sĩ, con trai cư sĩ, sống hạnh không tùy thuận. Tỳ-kheo-ni khác can gián nói: 'Cô chớ gần gũi với cư sĩ, con trai cư sĩ, sống hạnh không tùy thuận. Cô hãy sống riêng ra. Nếu cô sống riêng thì ở trong Phật pháp mới có sự tăng ích, an lạc.' Nhưng tỳ-kheo-ni kia vẫn như cũ không sống riêng ra. Nếu thời gian thích hợp đối với Tăng, Tăng đồng ý, nay Tăng trao cho tỳ-kheo-ni kia pháp quở trách can gián, khiến bỏ việc này, nói: 'Cô chớ gần gũi với cư sĩ, con trai cư sĩ, sống hạnh không tùy thuận. Cô hãy sống riêng ra. Nếu cô sống riêng thì ở trong Phật pháp mới có sự tăng ích, an lạc.' Đây là lời tác bạch.

Đại tỷ Tăng xin lắng nghe! Tỳ-kheo-ni này tên là..., đã gần gũi với cư sĩ, con trai cư sĩ, sống hạnh không tùy thuận. Các tỳ-kheo-ni khác can gián rằng, 'Cô chớ gần gũi với cư sĩ, con trai cư sĩ, sống hạnh không tùy thuận. Cô hãy sống riêng ra. Nếu cô sống riêng thì ở trong Phật pháp mới có sự tăng ích, an lạc.' Nhưng tỳ-kheo-ni kia vẫn cố ý không thay đổi. Nay Tăng trao cho tỳ-kheo-ni tên... pháp quở trách can gián cho bỏ việc này, nói: 'Cô chớ gần gũi với cư sĩ, con trai cư sĩ, sống hạnh không tùy thuận. Cô hãy sống riêng ra. Nếu cô sống riêng thì ở trong Phật pháp mới có sự tăng ích, an lạc.' Các đại tỷ nào đồng ý Tăng trao cho tỳ-kheo-ni tên là... pháp quở trách cho bỏ việc này thì im lặng. Ai không đồng ý xin nói." *(Lần thứ hai, lần thứ ba cũng nói như vậy).*

[748a] *Tăng đã đồng ý trao cho tỳ-kheo-ni tên... pháp quở trách cho bỏ việc này rồi. Tăng đã đồng ý vì im lặng. Việc này tôi ghi nhận như vậy."*

Nên quở trách như vậy.

Chúng Tăng vì tỳ-kheo-ni kia tác pháp quở trách bằng bạch tứ yết-ma như vậy để bỏ việc này rồi, các tỳ-kheo-ni đến bạch các tỳ-kheo. Các tỳ-kheo đến bạch lên đức Phật. Phật bảo các tỳ-kheo:

"Nếu có tỳ-kheo-ni nào như vậy, Tăng cũng sẽ tác pháp bạch tứ yết-ma như vậy để bỏ việc này. Từ nay trở đi, Ta vì các tỳ-kheo-ni kết giới, gồm mười cú nghĩa, *cho đến câu* chánh pháp tồn tại lâu dài. Muốn nói giới nên nói như vầy:

b. Giới văn

Tỳ-kheo-ni nào gần gũi với cư sĩ, con trai cư sĩ, sống hạnh không tùy thuận, tỳ-kheo-ni khác nên can gián tỳ-kheo-ni này rằng: 'Cô chớ gần gũi với cư sĩ, con trai cư sĩ, sống hạnh không tùy thuận. Cô hãy sống riêng ra. Nếu cô sống riêng thì ở trong Phật pháp mới có sự tăng ích, an lạc.' Khi tỳ-kheo-ni kia can gián, tỳ-kheo-ni này vẫn kiên trì không bỏ. Tỳ-kheo-ni kia nên ba lần can gián cho bỏ việc này. Cho đến lần thứ ba can gián, bỏ thì tốt; không bỏ, ba-dật-đề."

c. Thích nghĩa

Tỳ-kheo-ni: nghĩa như trước.

Gần gũi: thường xuyên nói chuyện, thường xuyên cười giỡn, thường xuyên vui đùa với nhau.[173]

Cư sĩ: người chưa xuất gia.

Con trai cư sĩ: con trai của người chưa xuất gia.

d. Tướng phạm

Tỳ-kheo-ni kia gần gũi với cư sĩ, con trai cư sĩ nọ, sống hạnh không tùy thuận, tỳ-kheo-ni nên can gián tỳ-kheo-ni kia:

---

[173] Pāli: *ananulomikena kāyikavācasikena saṃsaṭṭhā*, giao tiếp với nhau (thân cận) với thân và ngữ không chân chính (bất tùy thuận).

"Cô chớ gần gũi với cư sĩ, con trai cư sĩ, sống hạnh không tùy thuận. Cô hãy sống riêng ra. Nếu cô sống riêng thì ở trong Phật pháp mới có sự tăng ích, an lạc. Nay cô nên bỏ việc này, đừng để Tăng phải quở trách mà phạm trọng tội."

Nếu cô ấy nghe theo thì tốt. Bằng không, nên tác bạch. Tác bạch xong, nên nói: "Này cô, tôi đã tác bạch xong, còn các pháp yết-ma nữa. Cô nên bỏ việc này đừng để Tăng phải quở trách mà phạm trọng tội."

Nếu nghe theo thì tốt. Bằng không, nên tác bạch yết-ma lần thứ nhất. Tác yết-ma lần thứ nhất xong nên nói: "Này cô, tôi đã tác bạch và tác yết-ma lần thứ nhất xong, còn hai pháp yết-ma nữa. Cô nên bỏ việc này, đừng để Tăng phải quở trách mà phạm trọng tội."

Nếu nghe theo thì tốt. Bằng không, tác yết-ma lần thứ hai. Tác yết-ma lần thứ hai rồi nên nói: "Tôi đã tác yết-ma lần thứ hai xong, còn một pháp yết-ma nữa. Cô nên bỏ việc này, **[748b]** đừng để Tăng quở trách mà phạm trọng tội."

Nếu nghe theo thì tốt. Bằng không, tác yết-ma lần thứ ba xong, phạm ba-dật-đề. Tác yết-ma lần thứ hai xong mới bỏ, phạm ba đột-kiết-la. Tác yết-ma lần thứ nhất mới bỏ, phạm hai đột-kiết-la. Bạch xong mà bỏ, phạm một đột-kiết-la. Bạch chưa xong, trước khi chưa bạch, gần gũi cư sĩ, con trai cư sĩ, sống hạnh không tùy thuận, tất cả đều phạm đột-kiết-la.

Tỳ-kheo, đột-kiết-la. Thức-xoa-ma-na, sa-di, sa-di-ni, đột-kiết-la. Đó gọi là phạm.

Sự không phạm: khi mới nói liền bỏ; quở trách phi pháp biệt chúng, phi pháp hòa hợp chúng, pháp biệt chúng, tợ pháp biệt chúng, tợ pháp hòa hợp, phi pháp, phi luật, phi Phật dạy. Hoặc hoàn toàn không tác pháp quở trách. Thảy đều không phạm.

Người không phạm: phạm lần đầu tiên khi chưa chế giới; si cuồng, loạn tâm, thống não bức bách.

Điều 100. Du lãm cung vua[174]

a. Duyên khởi

Một thời, đức Bà-già-bà ở trong vườn Cấp cô độc, rừng cây Kỳ-đà, tại nước Xá-vệ. Bấy giờ, nhóm sáu tỳ-kheo-ni đến cung vua xem coi nhà vẽ,[175] vườn, rừng, hồ tắm. Các cư sĩ thấy cơ hiềm:

"Tỳ-kheo-ni này không biết hổ thẹn, vi phạm phạm hạnh. Bên ngoài tự xưng, 'Tôi biết chánh pháp.' Như vậy có gì là chánh pháp? Đến cung vua xem coi nhà vẽ, vườn, rừng, hồ tắm, giống như bọn dâm nữ, tặc nữ."

Các tỳ-kheo-ni nghe, trong đó có vị thiểu dục tri túc, sống hạnh đầu-đà, ưa học giới, biết tàm quý, hiềm trách nhóm sáu tỳ-kheo-ni:

"Sao các cô lại đi đến cung vua xem coi nhà vẽ, vườn, rừng, hồ tắm?"

Các tỳ-kheo-ni đến bạch với các tỳ-kheo. Các tỳ-kheo đến bạch lên đức Phật. Đức Phật vì nhân duyên này tập hợp Tăng tỳ-kheo, quở trách nhóm sáu tỳ-kheo-ni:

"Các cô làm điều sai quấy, chẳng phải oai nghi, chẳng phải pháp sa-môn, chẳng phải hạnh thanh tịnh, chẳng phải hạnh tùy thuận, làm điều không nên làm. Nhóm sáu tỳ-kheo-ni! Sao các cô đến cung vua xem coi nhà vẽ, vườn, rừng, hồ tắm?"

Đức Thế Tôn bằng vô số phương tiện quở trách nhóm sáu tỳ-kheo-ni, rồi bảo các tỳ-kheo:

"Các tỳ-kheo-ni này là nơi trồng nhiều giống hữu lậu, là những người đầu tiên phạm giới này. Từ nay trở đi, Ta vì các tỳ-kheo-ni kết giới, gồm mười cú nghĩa, *cho đến câu* chánh pháp tồn tại lâu dài. Muốn nói giới nên nói như vầy:

---

[174] Pāli, Pāc. 41.

[175] Họa đường 畫堂. Pāli: *uyyāne cittāgare paṭibhānacittaṃ*, tranh vẽ tuyệt tác (được chưng bày) trong nhà trang trí họa trong lạc viên (của vua).

b. Giới văn

Tỳ-kheo-ni nào đến cung vua,[176] *xem coi nhà vẽ,*[177] *vườn, rừng,*[178] *hồ tắm,*[179] *ba-dật-đề."*

c. Thích nghĩa

Tỳ-kheo-ni: nghĩa như trước.

d. Tướng phạm

Tỳ-kheo-ni nào đến cung vua, xem coi nhà vẽ, vườn, rừng, hồ tắm. Từ đường chính đến đường chính, **[748c]** từ đường chính đến chẳng phải đường chính, từ chẳng phải đường chính đến đường chính; từ cao đến thấp, từ thấp đến cao, đi đến mà thấy, ba-dật-đề; không thấy, đột-kiết-la.

Phương tiện muốn đi mà không đi; hẹn đi mà không đi; tất cả đều đột-kiết-la.

Tỳ-kheo, đột-kiết-la. Thức-xoa-ma-na, sa-di, sa-di-ni, đột-kiết-la. Đó gọi là phạm.

Sự không phạm: nếu vào trong cung vua để tâu việc gì; hoặc bị kêu hay được thỉnh; hoặc trên đường đi ngang qua đó; hoặc nơi nghỉ tạm lại đêm; hoặc bị cường lực bắt, hoặc bị trói dẫn đi, hoặc mạng nạn, phạm hạnh nạn; hoặc vì việc Tăng, việc tháp đến xem cách vẽ để lấy kiểu. Thảy đều không phạm.

Hoặc đến trong Tăng-già-lam nhận giảng dạy, nghe pháp;[180] hoặc được mời trên đường đi ngang qua đó; hoặc nơi nghỉ đêm, hoặc bị cường lực bắt, hoặc bị trói dẫn đi, hoặc vì việc Tăng, việc tháp đến xem vườn rừng, hồ tắm để lấy kiểu. Thảy đều không phạm.

Người không phạm: phạm lần đầu tiên khi chưa chế giới; si cuồng, loạn tâm, thống não bức bách.

---

[176] Pāli: *rājāgaraṃ*, lầu các của vua.

[177] Văn sức họa đường 文飾畫堂. Pal: *cittāgāraṃ*, nhà được trang trí vẽ vời.

[178] Viên lâm 園林. Pāli: *ārāmaṃ vā uyyānam*, công viên và lạc viên.

[179] Dục trì 浴池. Pāli: *pokkharaṇiṃ*, hồ sen.

[180] Trong bản Cung (宮) không có đoạn này.

Điều 101. Lộ hình tắm sông[181]

a. Duyên khởi

Một thời, đức Bà-già-bà ở trong vườn Cấp cô độc, rừng cây Kỳ-đà tại nước Xá-vệ. Bấy giờ nhóm sáu tỳ-kheo-ni lộ hình tắm nơi sông, hồ, lạch nước. Có dâm nữ, tặc nữ đến nói với các tỳ-kheo-ni rằng:

"Các cô tuổi còn nhỏ, dưới nách chưa mọc lông mà lại xuất gia học đạo, tu phạm hạnh sao? Lúc tuổi còn trẻ trung ta có thể thọ hưởng ái dục. Khi già nua sẽ tu phạm hạnh. Như vậy cả hai đều được lợi!"

Trong đó có vị tuổi còn nhỏ nghe nói vậy lòng không vui.

Bấy giờ, các cư sĩ thấy đều cơ hiềm:

"Các tỳ-kheo-ni này không biết hổ thẹn, bên ngoài tự xưng, 'Tôi biết chánh pháp.' Như vậy có gì là chánh pháp? Ở truồng mà tắm nơi sông, ao, hồ, lạch nước, giống như bọn dâm nữ, tặc nữ không khác!"

Các tỳ-kheo-ni nghe, trong đó có vị thiểu dục tri túc, sống hạnh đầu-đà, ưa học giới, biết hổ thẹn, hiềm trách nhóm sáu tỳ-kheo-ni:

"Sao các cô lộ hình tắm nơi sông, suối, ao, hồ, lạch nước?"

Các tỳ-kheo-ni thưa với các tỳ-kheo. Các tỳ-kheo đến bạch lên đức Phật. Đức Phật vì nhân duyên này tập hợp Tăng tỳ-kheo, quở trách nhóm sáu tỳ-kheo-ni:

"Các cô làm điều sai quấy, chẳng phải oai nghi, chẳng phải pháp sa-môn, chẳng phải hạnh thanh tịnh, chẳng phải hạnh tùy thuận, [749a] làm điều không nên làm. Tỳ-kheo-ni sao lộ hình tắm nơi sông, suối, ao, hồ, lạch nước?"

Đức Thế Tôn bằng vô số phương tiện quở trách nhóm sáu tỳ-kheo-ni, rồi bảo các tỳ-kheo:

"Nhóm sáu tỳ-kheo-ni này là nơi trồng nhiều giống hữu lậu, là những người đầu tiên phạm giới này. Từ nay trở đi, Ta vì các tỳ-kheo-ni kết giới gồm mười cú nghĩa, *cho đến câu* chánh pháp tồn tại lâu dài. Muốn nói

---

[181] Pāli, Pāc. 21. *Ngũ phần*: điều 81. *Thập tụng*: 159.

giới nên nói như vầy:

b. Giới văn

Tỳ-kheo-ni nào lộ hình tắm trong nước sông, nước suối, nước ngòi,[182] *nước ao,*[183] *ba-dật-đề."*

c. Thích nghĩa

Tỳ-kheo-ni: nghĩa như trước.

d. Tướng phạm

Tỳ-kheo-ni nên dùng bốn cách để che hình khi tắm: Nơi khúc quanh bờ sông của dòng nước; nơi có bóng cây che; hoặc là nước che khuất; hoặc dùng y che thân. Với ba cách che trước, không được lấy và trao vật dụng cho nhau.[184] Còn cách (thứ tư) dùng y che thân, được phép làm tất cả sự việc như pháp.

Tỳ-kheo-ni nào lõa hình tắm nơi sông, suối, ao, hồ, lạch nước mà nước thấm hết thân, ba-dật-đề; nước thấm không hết thân, đột-kiết-la.

Tỳ-kheo, đột-kiết-la. Thức-xoa-ma-na, sa-di, sa-di-ni, đột-kiết-la. Đó gọi là phạm.

Sự không phạm: chỗ khúc quanh của bờ sông, chỗ có bóng cây che, nơi ngăn che bởi nước; hoặc dùng y ngăn che thân, hoặc bị cường lực bắt. Thảy đều không phạm.

Người không phạm: phạm lần đầu tiên khi chưa chế giới; si cuồng, loạn tâm, thống não bức bách.

---

[182] Trong bản: thâm thủy 深水, nước sâu. TNM: cừ thủy 渠水.

[183] "...tắm trong...nước ao," Pāli không có chi tiết này. *Thập tụng:* "Tắm khỏa thân tại chỗ trống."

[184] Bất đắc tương thủ dữ khí vật 不得相取與器物. Bản Cung, không có chữ *bất*.

Điều 102. Y tắm quá lượng [185]

a. Duyên khởi

Một thời, đức Bà-già-bà ở trong vườn Cấp cô độc, rừng cây Kỳ-đà, tại nước Xá-vệ. Bấy giờ, đức Thế Tôn cho phép tỳ-kheo-ni sắm y tắm. Nhóm sáu tỳ-kheo-ni nghe đức Thế Tôn cho phép tỳ-kheo-ni sắm y tắm, liền sắm nhiều y tắm vừa rộng vừa lớn. Tỳ-kheo-ni thấy hỏi:

"Đức Phật cho phép các tỳ-kheo-ni chứa năm y. Đây là y gì?"

Nhóm sáu tỳ-kheo-ni nói:

"Đây là y tắm của chúng tôi."

Các tỳ-kheo-ni nghe, trong đó có vị thiểu dục tri túc, sống hạnh đầu-đà, ưa học giới, biết tàm quý, hiềm trách nhóm sáu tỳ-kheo-ni:

"Đức Thế Tôn cho phép chứa y tắm. Sao lại sắm nhiều y tắm vừa rộng vừa lớn?"

Các tỳ-kheo-ni bạch với các tỳ-kheo. Các tỳ-kheo đến bạch lên đức Thế Tôn. Đức Thế Tôn vì nhân duyên này tập hợp Tăng tỳ-kheo, quở trách nhóm sáu tỳ-kheo-ni:

"Các cô làm điều sai quấy, chẳng phải oai nghi, chẳng phải pháp sa-môn, chẳng phải hạnh thanh tịnh, chẳng phải hạnh tùy thuận, làm điều không nên **[749b]** làm. Tại sao tỳ-kheo-ni lại sắm y tắm vừa rộng vừa lớn?"

Đức Thế Tôn bằng vô số phương tiện quở trách nhóm sáu tỳ-kheo-ni, rồi bảo các tỳ-kheo:

"Nhóm sáu tỳ-kheo-ni này là nơi trồng nhiều giống hữu lậu, là những người đầu tiên phạm giới này. Từ nay trở đi, Ta vì các tỳ-kheo-ni kết giới gồm mười cú nghĩa, *cho đến câu* chánh pháp tồn tại lâu dài. Muốn nói giới nên nói như vầy:

---

[185] Pāli, Pāc. 22. *Tăng-kỳ*, điều 75. *Thập tụng*: điều 128.

b. Giới văn

Tỳ-kheo-ni nào sắm y tắm phải sắm cho đúng lượng. Trong đây đúng lượng là, bề dài sáu[186] gang tay Phật, rộng hai gang rưỡi. Nếu quá,[187] ba-dật-đề."

c. Thích nghĩa

Tỳ-kheo-ni: nghĩa như trước.

Y tắm: y dùng che thân khi tắm.

d. Tướng phạm

Tỳ-kheo-ni nào sắm y tắm bề dài quá lượng, bề rộng đúng; bề dài đúng, bề rộng quá lượng; hay cả hai đều quá lượng, tự cắt rọc làm thành, ba-dật-đề; không thành đột-kiết-la. Nếu bảo người khác làm, cắt rọc thành thì ba-dật-đề; không thành, đột-kiết-la. Nếu vì người khác làm, thành hay không thành, thảy đều đột-kiết-la.

Tỳ-kheo, ba-dật-đề. Thức-xoa-ma-na, sa-di, sa-di-ni, đột-kiết-la. Đó gọi là phạm.

Sự không phạm: làm đúng lượng hay dưới mức quy định; hoặc được vật đã thành, cắt bỏ cho đúng pháp; hoặc chồng lớp. Thảy đều không phạm.

Người không phạm: phạm lần đầu tiên khi chưa chế giới; si cuồng, loạn tâm, thống não bức bách.

---

[186] Pāli: dài 4 gang, rộng 2 gang. *Thập tụng* (tr.335a20): dài 5 gang, rộng 2 gang rưỡi.

[187] Pāli, thêm, "phải cắt bỏ (Pāli: *chedanakaṃ*)."

Điều 103. May y quá năm ngày[188]

a. Duyên khởi

Một thời, đức Bà-già-bà ở trong vườn Cấp cô độc, rừng cây Kỳ-đà, tại nước Xá-vệ. Bấy giờ, có một tỳ-kheo-ni muốn cắt may tăng-già-lê.[189] Tỳ-kheo-ni Thâu-la-nan-đà nói:

"Cô em đem đến đây tôi may cho."

Cô ni kia liền đem vải y đến. Cô ni kia là người thông minh, nhiều người quen biết, khéo hay giáo hóa, nên Tỳ-kheo-ni Thâu-la-nan-đà có ý nghĩ muốn cho tỳ-kheo-ni kia cúng dường mình lâu dài, nên cắt xong để đó, không chịu may.

Bấy giờ, tinh xá mà Tỳ-kheo-ni Thâu-la-nan-đà ở bị phát hỏa, vải y bị cháy, gió thổi bay tứ tán. Cư sĩ thấy cơ hiềm:

"Tỳ-kheo-ni này không biết hổ thẹn. Bên ngoài tự xưng, 'Tôi tu chánh pháp.' Như vậy có gì là chánh pháp? Tỳ-kheo-ni cắt y của người ta rồi, sao không may cho xong, để bị lửa cháy, gió thổi bay lung tung?"

Các tỳ-kheo-ni nghe, trong đó có vị thiểu dục tri túc, sống hạnh đầu-đà, ưa học giới, biết hổ thẹn, hiềm trách nhóm sáu (trên nói 1 dưới nói nhóm 6) Tỳ-kheo-ni Thâu-la-nan-đà:

"Sao cô cắt y của người ta rồi **[749c]** không may ngay để bị cháy, gió thổi bay tứ tung?"

Các tỳ-kheo-ni bạch với các tỳ-kheo. Các tỳ-kheo bạch lên đức Thế Tôn. Đức Thế Tôn vì nhân duyên này tập hợp Tăng tỳ-kheo, quở trách Tỳ-kheo-ni Thâu-la-nan-đà:

"Cô làm điều sai quấy, chẳng phải oai nghi, chẳng phải pháp sa-môn, chẳng phải hạnh thanh tịnh, chẳng phải hạnh tùy thuận, làm điều không nên làm. Sao tỳ-kheo-ni cắt y mà không may ngay để bị cháy, gió thổi bay tứ tán?"

---

[188] Cf. Pāli, Pāc. 23. *Thập tụng*: điều 130. Tham chiếu, *Tăng-kỳ*, ni-tát-kỳ 17.

[189] Pāli: cô này may xấu, cần tháo ra để may lại. *Thập tụng*, điều 130: Thi-việt-sa 施越沙, đệ tử của Thâu-la-nan-đà, tháo y ra rồi may lại không được.

Đức Thế Tôn bằng vô số phương tiện quở trách, rồi bảo các tỳ-kheo:

"Tỳ-kheo-ni này là nơi trồng nhiều giống hữu lậu, là người đầu tiên phạm giới này. Từ nay trở đi Ta vì tỳ-kheo-ni kết giới, gồm mười cú nghĩa, *cho đến câu* chánh pháp tồn tại lâu dài. Muốn nói giới nên nói như vầy:

Tỳ-kheo-ni nào, may tăng-già-lê quá năm ngày, ba-dật-đề."

Khi đức Thế Tôn vì các tỳ-kheo-ni kết giới như vậy rồi, có tỳ-kheo-ni tìm cầu tăng-già-lê, xuất y ca-thi-na, sáu việc nạn khởi, sanh nghi, đức Phật dạy:

"Có những việc như vậy thì không phạm. Từ nay trở đi nên nói giới như vầy:

b. Giới văn

Tỳ-kheo-ni nào may tăng-già-lê[190] quá năm ngày, ba-dật-đề. Trừ khi tìm cầu tăng-già-lê, xuất ca-thi-na y, sáu việc nạn phát sinh."

c. Thích nghĩa

Tỳ-kheo-ni: nghĩa như trước.

d. Tướng phạm

Tỳ-kheo,[191] đột-kiết-la. Thức-xoa-ma-na, sa-di, sa-di-ni, đột-kiết-la. Đó gọi là phạm.

Sự không phạm: tìm cầu tăng-già-lê; xuất y công đức; năm ngày may xong; sáu việc nạn khởi; hoặc khi may, khi liệu lý, hoặc không có dao, không có kim, không có chỉ, thiếu vải không đủ; hoặc người chủ của y phá giới, phá kiến, phá oai nghi; hoặc bị cử, hoặc diệt tẫn; hoặc đáng diệt tẫn; hoặc do việc này đưa đến mạng nạn, phạm hạnh nạn nên không may thành thì quá năm ngày không phạm.

Người không phạm: phạm lần đầu tiên khi chưa chế giới; si cuồng, loạn tâm, thống não bức bách.

---

[190] Pāli: *cīvaraṃ visibbetvā … neva sibbeyya,* "sau khi tháo y ra… không khâu lại…" Không xác định phải là tăng-già-lê.

[191] Bản Hán bị cắt ngang và nhảy sót. Đây theo như các điều mà sắp lại.

Điều 104. Quá năm ngày không xem Tăng-già-lê[192]

a. Duyên khởi

Một thời, đức Bà-già-bà ở trên giảng đường Cao các, bên bờ sông Di hầu, tại nước Tỳ-xá-ly. Bấy giờ, chúng Tăng nhận được nhiều sự cúng dường. Có tỳ-kheo-ni để tăng-già-lê trong phòng mà không trông coi, không hong phơi, bị trùng mối gặm, làm hoại sắc. Về sau, sự cúng dường chúng Tăng bị gián đoạn, vị tỳ-kheo-ni ấy không xem lại tăng-già-lê trước khi mang vào thôn, khi lấy dùng mới thấy tăng-già-lê bị trùng mối gặm, làm hoại sắc.

Các tỳ-kheo-ni nghe, trong đó có vị thiểu dục tri túc, sống hạnh đầu-đà, ưa học giới, biết tàm quý, hiềm trách tỳ-kheo-ni này:

"Tại sao để tăng-già-lê **[750a]** trong phòng mà không trông coi, không hong phơi, để trùng mối gặm, làm hoại sắc?"

Các tỳ-kheo-ni đến bạch các tỳ-kheo. Các tỳ-kheo đến bạch lên đức Thế Tôn. Đức Thế Tôn vì nhân duyên này tập hợp Tăng tỳ-kheo, quở trách tỳ-kheo-ni này:

"Cô làm điều sai quấy chẳng phải oai nghi, chẳng phải pháp sa-môn, chẳng phải hạnh thanh tịnh, chẳng phải hạnh tùy thuận, làm việc không nên làm. Tại sao để tăng-già-lê trong phòng mà không trông coi, không hong phơi, để trùng mối gặm, làm hoại sắc?"

Đức Thế Tôn bằng vô số phương tiện quở trách rồi bảo các tỳ-kheo:

"Tỳ-kheo-ni này là nơi trồng nhiều giống hữu lậu, là người đầu tiên phạm giới này. Từ nay trở đi, Ta vì các tỳ-kheo-ni kết giới, gồm mười cú nghĩa, *cho đến câu* chánh pháp tồn tại lâu dài. Muốn nói giới nên nói như vầy:

b. Giới văn

Tỳ-kheo-ni nào quá năm ngày không xem[193] ***tăng-già-lê, ba-dật-đề.***"

---

[192] Pāli, Pāc 24. *Thập tụng*: điều 131.

[193] Ngũ nhật bất khán 五日不看; *Thập tụng*: ngũ dạ bất khán ngũ y 五夜不看 五衣. Pāli: "quá năm ngày không khoác tăng-già-lê."

c. Thích nghĩa

Tỳ-kheo-ni: nghĩa như trước.

d. Tướng phạm

Tỳ-kheo-ni nào để tăng-già-lê trong phòng, mỗi năm ngày phải đến xem, không xem ba-dật-đề.

Ngoài tăng-già-lê, các y khác mỗi năm ngày không xem coi, đột-kiết-la. Ngoài các loại y ra, các vật dụng khác, mỗi năm ngày không xem coi, khiến cho mất, trùng mối gặm làm hoại sắc, đột-kiết-la.

Tỳ-kheo, đột-kiết-la. Thức-xoa-ma-na, sa-di, sa-di-ni, đột-kiết-la. Đó gọi là phạm.

Sự không phạm: để tăng-già-lê trong phòng mỗi năm ngày đến xem coi; hoặc cất nơi kiên cố; hoặc gởi cho người, người nhận cất nói: "Cô cứ yên tâm, tôi sẽ vì cô coi ngó cho"; hay vị kia vì sợ mất nên không nhất thiết mỗi năm ngày không xem coi, thảy không phạm.

Người không phạm: phạm lần đầu tiên khi chưa chế giới; si cuồng, loạn tâm, thống não bức bách.[194]

Điều 105. Cản trở cúng y cho Tăng[195]

a. Duyên khởi

Một thời, đức Bà-già-bà ở trong vườn Cấp cô độc, rừng cây Kỳ-đà, tại nước Xá-vệ. Bấy giờ **[750b]** Tỳ-kheo-ni Thâu-la-nan-đà có người đàn-việt quen biết từ lâu; người ấy muốn dọn cơm và dâng y cho Tăng. Thâu-la-nan-đà nghe chuyện liền đến hỏi:

"Tôi nghe ông muốn dọn cơm và dâng y cho Tăng, có đúng không?"

Người đàn-việt trả lời:

"Đúng."

Thâu-la-nan-đà nói:

---

[194] Bản Hán, hết quyển 26.
[195] Pāli, Pāc. 26.

"Chúng Tăng công đức lớn, oai thần lớn, nhiều đàn-việt dâng cúng. Ông còn nhiều chỗ để cúng. Nay ông chỉ nên cúng cơm, khỏi phải dâng y."

Người đàn-việt thuận theo lời nên không sắm y, trong đêm chỉ chuẩn bị thức ăn để cúng. Sáng sớm, người đàn-việt đến thỉnh ni Tăng thọ thực. Các tỳ-kheo-ni quấn y, bưng bát đến nhà thí chủ, ngồi yên nơi chỗ ngồi.

Bấy giờ, người đàn-việt quan sát các tỳ-kheo-ni, oai nghi rõ nét, pháp phục tề chỉnh, tự ăn năn, thốt lên lời:

"Chúng Tăng tốt đẹp thế này, tại sao ngăn cản tôi không cho tôi dâng y cúng dường?"

Các tỳ-kheo-ni nghe nói như vậy, mới hỏi người đàn-việt:

"Vì nhân duyên nào mà thốt lên những lời nói như vậy?"

Người đàn-việt trình bày đầy đủ nhân duyên. Tỳ-kheo-ni nghe, trong đó có vị thiểu dục tri túc, sống hạnh đầu-đà, ưa học giới, biết tàm quý, hiềm trách Tỳ-kheo-ni Thâu-la-nan-đà:

"Tại sao cô ngăn cản việc cúng y cho chúng Tăng?"

Các tỳ-kheo-ni bạch với các tỳ-kheo. Các tỳ-kheo đến bạch lên đức Phật. Đức Phật vì nhân duyên này tập hợp Tăng tỳ-kheo quở trách Thâu-la-nan-đà:

"Cô làm điều sai quấy, chẳng phải oai nghi, chẳng phải pháp sa-môn, chẳng phải hạnh thanh tịnh, chẳng phải hạnh tùy thuận, làm việc không nên làm. Tại sao cô ngăn cản việc cúng y cho chúng Tăng?"

Sau khi bằng vô số phương tiện quở trách, đức Phật bảo các tỳ-kheo:

"Tỳ-kheo-ni Thâu-la-nan-đà này là nơi trồng nhiều giống hữu lậu, là người đầu tiên phạm giới này. Từ nay trở đi, Ta vì các tỳ-kheo-ni kết giới gồm mười cú nghĩa, *cho đến câu* chánh pháp tồn tại lâu dài. Muốn nói giới nên nói như vầy:

b. Giới văn

Tỳ-kheo-ni nào cản trở việc cúng y cho chúng Tăng,[196] *ba-dật-đề."*

c. Thích nghĩa

Tỳ-kheo-ni: nghĩa như trước.

Chúng: cũng như trước.

Y: có mười loại như trước.

d. Tướng phạm

Tỳ-kheo-ni gây trở ngại việc cúng y cho chúng Tăng, ba-dật-đề. Ngoài chúng Tăng, gây trở ngại với người khác, đột-kiết-la. Ngoài y ra, gây trở ngại đối với các vật khác, đột-kiết-la.

Tỳ-kheo, đột-kiết-la. Thức-xoa-ma-na, sa-di, sa-di-ni, đột-kiết-la. Đó gọi là phạm.

Sự không phạm: người ta cúng ít, khuyên cúng nhiều; muốn cúng ít người, khuyên cúng nhiều người; muốn cúng thứ thô, khuyên cúng thứ tế; hoặc nói vui chơi, nói chỗ vắng, nói nhanh vội, **[750c]** nói trong mộng, muốn nói việc này nói nhầm việc khác. Thảy đều không phạm.

Người không phạm: phạm lần đầu tiên khi chưa chế giới; si cuồng, loạn tâm, thống não bức bách.

Điều 106. Lấy y của người khác mặc[197]

a. Duyên khởi

Một thời, đức Bà-già-bà ở trong vườn Cấp cô độc, rừng cây Kỳ-đà, tại nước Xá-vệ. Bấy giờ, có tỳ-kheo-ni quấn y tăng-già-lê của người khác mà không nói với chủ, vào thôn khất thực. Người chủ không biết, nghĩ là y mình đã bị mất. Sau đó tìm kiếm thì thấy tỳ-kheo-ni kia mặc đi, cô liền nói:

---

[196] Pāli: *gaṇassa cīvaralābhaṃ*, sự nhận y của chúng (*gaṇa*: một nhóm, không phải Tăng: *saṅgha*)

[197] Pāli, Pāc. 25. *Tăng-kỳ*: điều 71.

"Cô phạm tội ăn trộm."

Cô ni kia nói:

"Tôi không ăn trộm y của cô. Tôi lấy mặc với ý nghĩ là của người quen thân."

Các tỳ-kheo-ni nghe, trong đó có vị thiểu dục tri túc, sống hạnh đầu-đà, ưa học giới, biết tàm quý, quở trách tỳ-kheo-ni kia:

"Tại sao cô không nói với chủ mà trộm lấy y của người ta mặc, khiến cho họ tưởng là y của họ đã bị mất?"

Tỳ-kheo-ni liền đến bạch với các tỳ-kheo. Các tỳ-kheo đến bạch lên đức Thế Tôn. Đức Thế Tôn vì nhân duyên này tập hợp Tăng tỳ-kheo, quở trách tỳ-kheo-ni kia:

"Cô làm điều sai quấy, chẳng phải oai nghi, chẳng phải pháp sa-môn, chẳng phải hạnh thanh tịnh, chẳng phải hạnh tùy thuận, làm việc không nên làm. Tại sao tỳ-kheo-ni trộm y mặc mà không nói với chủ, khiến người khác tưởng là y đã mất mà đi tìm kiếm?"

Đức Thế Tôn bằng vô số phương tiện quở trách rồi bảo các tỳ-kheo:

"Tỳ-kheo-ni này là nơi trồng nhiều giống hữu lậu, là người đầu tiên phạm giới này. Từ nay trở đi, Ta vì tỳ-kheo-ni kết giới gồm mười cú nghĩa, *cho đến câu* chánh pháp tồn tại lâu dài. Muốn nói giới nên nói như vầy:

b. Giới văn

Tỳ-kheo-ni nào lấy y của người khác mặc mà không hỏi chủ, ba-dật-đề."

c. Thích nghĩa

Tỳ-kheo-ni: nghĩa như trước.

d. Tướng phạm

Tỳ-kheo-ni nào lấy y của người khác mặc, không nói với chủ, mà đi vào trong thôn khất thực, ba-dật-đề.

Tỳ-kheo, đột-kiết-la. Thức-xoa-ma-na, sa-di, sa-di-ni, đột-kiết-la. Đó gọi là phạm.

Sự không phạm: có nói với chủ; hay là quen thân, hoặc người quen thân nói: "Cô cứ mặc đi, tôi sẽ vì cô nói với chủ cho" thì không phạm.

Người không phạm: phạm lần đầu tiên khi chưa chế giới; si cuồng, loạn tâm, thống não bức bách.

Điều 107. Cho bạch y, ngoại đạo y sa-môn[198]

a. Duyên khởi

Một thời, đức Bà-già-bà ở trong vườn Cấp cô độc, rừng cây Kỳ-đà, tại nước Xá-vệ. Bấy giờ, Thích tử Bạt-nan-đà có sai hai sa-di, một người tên là Nhĩ, người kia tên là Mật. Một người thôi tu, một người mặc áo ca-sa gia nhập chúng ngoại đạo. Nhóm sáu tỳ-kheo-ni lấy áo của sa-môn đem cho người thôi tu, và cho người gia nhập **[751a]** ngoại đạo kia.[199]

Các tỳ-kheo-ni nghe, trong đó có vị thiểu dục tri túc, sống hạnh đầu-đà, ưa học giới, biết tàm quý, quở trách nhóm sáu tỳ-kheo-ni:

"Tại sao các cô đem áo của sa-môn cho người thôi tu và cho người gia nhập ngoại đạo!"

Các tỳ-kheo-ni đến bạch với các tỳ-kheo. Các tỳ-kheo đến bạch lên đức Phật. Đức Phật vì nhân duyên này tập hợp Tăng tỳ-kheo, quở trách nhóm sáu tỳ-kheo-ni:

"Các cô làm điều sai quấy, chẳng phải oai nghi, chẳng phải pháp sa-môn, chẳng phải hạnh thanh tịnh, chẳng phải hạnh tùy thuận, làm điều không nên làm. Tại sao các cô đem áo của sa-môn cho người thôi tu và cho người gia nhập ngoại đạo?"

Đức Thế Tôn bằng vô số phương tiện quở trách nhóm sáu tỳ-kheo-ni, rồi bảo các tỳ-kheo:

"Các tỳ-kheo-ni này là nơi trồng nhiều giống hữu lậu, là những người đầu tiên phạm giới này. Từ nay trở đi, Ta vì các tỳ-kheo-ni kết giới gồm

---

[198] Pāli, Pāc. 28. Cf. *Thập tụng:* điều 132. *Tăng-kỳ:* điều 72. *Ngũ phần:* điều 87. *Căn bản:* điều 142.

[199] *Thullanandā* lấy y sa-môn cho vũ công, ca kỹ, những người làm trò. *Ngũ phần:* đem y tỳ-kheo-ni cho bạch y, ngoại đạo.

mười cú nghĩa, *cho đến câu* chánh pháp tồn tại lâu dài. Muốn nói giới nên nói như vầy:

b. Giới văn

Tỳ-kheo-ni nào đem y sa-môn[200] *cho người ngoại đạo, bạch y, ba-dật-đề."*

c. Thích nghĩa

Tỳ-kheo: nghĩa như trước.

Bạch y: người tại gia.

Ngoại đạo: người xuất gia ngoài giáo pháp của đức Phật.

Y sa-môn: áo hoại sắc.[201]

d. Tướng phạm

Tỳ-kheo-ni nào dùng y của sa-môn cho, người kia nhận, ba-dật-đề. Người này cho mà người kia không nhận, đột-kiết-la.

Phương tiện muốn cho mà không cho, hứa hẹn sẽ cho mà không cho, tất cả đều đột-kiết-la.

Tỳ-kheo, đột-kiết-la. Thức-xoa-ma-na, sa-di, sa-di-ni, đột-kiết-la. Đó gọi là phạm.

Sự không phạm: cho cha mẹ, cho thợ làm tháp, cho thợ làm giảng đường, phòng ốc, tính tương đương giá trị thức ăn mà cho, hoặc bị cường lực đoạt, thảy đều không phạm.

Người không phạm: phạm lần đầu tiên khi chưa chế giới; si cuồng, loạn tâm, thống não bức bách.

---

[200] *Ngũ phần*: y tỳ-kheo-ni.

[201] Pāli. Vin. iv. 286: *samaṇacīvaraṃ… kappakataṃ*, y của sa-môn, y đã tác tịnh.

Điều 108. Ngăn Tăng chia y²⁰²

a. Duyên khởi

Một thời, đức Bà-già-bà ở trong vườn Cấp cô độc, rừng cây Kỳ-đà, tại nước Xá-vệ. Bấy giờ, ni chúng nhận được y cúng dường như pháp²⁰³ muốn đem chia. Thâu-la-nan-đà có nhiều đệ tử, lúc đó họ đi vắng. Thâu-la-nan-đà có ý nghĩ muốn ngăn cản việc phân y như pháp, vì sợ đệ tử của mình không nhận được phần.

Các tỳ-kheo-ni biết ý nghĩ đó, trong số các tỳ-kheo-ni biết, có vị thiểu dục tri túc, sống hạnh đầu-đà, ưa học giới, biết tàm quý, hiềm trách Thâu-la-nan-đà:

"Tại sao cô có ý nghĩ ngăn cản việc phân y như pháp của chúng Tăng, vì sợ đệ tử của cô **[751b]** không nhận được phần?"

Các tỳ-kheo-ni đến bạch với các tỳ-kheo. Các tỳ-kheo đến bạch lên đức Thế Tôn. Đức Thế Tôn vì nhân duyên này tập hợp Tăng tỳ-kheo, quở trách Thâu-la-nan-đà:

"Cô làm điều sai quấy, chẳng phải oai nghi, chẳng phải pháp sa-môn, chẳng phải hạnh thanh tịnh, chẳng phải hạnh tùy thuận, làm việc không nên làm. Tại sao cô lại có ý nghĩ ngăn việc phân y như pháp của chúng Tăng, chỉ vì sợ đệ tử của cô không nhận được phần?"

Đức Thế Tôn bằng vô số phương tiện quở trách Thâu-la-nan-đà, rồi bảo các tỳ-kheo:

"Tỳ-kheo-ni này là nơi trồng nhiều giống hữu lậu, là người đầu tiên phạm giới này. Từ nay trở đi, Ta vì các tỳ-kheo-ni kết giới gồm mười cú nghĩa, *cho đến câu* chánh pháp tồn tại lâu dài. Muốn nói giới nên nói như vầy:

---

²⁰² Pāli, Pāc. 27. *Ngũ phần*: điều 84. *Thập tụng*: điều 137. *Căn bản*: điều 147.
²⁰³ Pāli: *akālacīvara*, y phi thời.

b. Giới văn

Tỳ-kheo-ni nào có ý nghĩ,[204] *'chúng Tăng phân y như pháp,' bèn ngăn cản không cho phân, chỉ vì sợ đệ tử không nhận được phần,*[205] *ba-dật-đề."*

c. Thích nghĩa

Tỳ-kheo-ni: nghĩa như trước.

Chúng Tăng: cũng như trước đã giải.

Pháp: như pháp, như luật, như lời Phật dạy.

Y: có mười loại như trước.

d. Tướng phạm

Tỳ-kheo-ni nào có ý nghĩ ngăn cản việc phân y như pháp của chúng Tăng, vì sợ đệ tử của mình không nhận được phần, ba-dật-đề.

Tỳ-kheo, đột-kiết-la. Thức-xoa-ma-na, sa-di, sa-di-ni, đột-kiết-la. Đó gọi là phạm.

Sự không phạm: hoặc chia phi thời, phi pháp biệt chúng, phi pháp hòa hợp chúng, pháp biệt chúng, tợ pháp biệt chúng, tợ pháp hòa hợp chúng, phi pháp, phi luật, phi Phật dạy. Nếu khi sắp chia mà sợ mất, sợ hư hỏng, ngăn thì không phạm.

Người không phạm: phạm lần đầu tiên khi chưa chế giới; si cuồng, loạn tâm, thống não bức bách.

---

[204] Pāli, không có chi tiết này.

[205] "Chỉ vì sợ..." Pāli không có chi tiết này. *Thập tụng:* "khi Tăng chia y, mà không tùy thuận..."

Điều 109. Mong Tăng không xuất Y Ca-thi-na[206]

a. Duyên khởi

Một thời, đức Bà-già-bà ở trong vườn Cấp cô độc, rừng cây Kỳ-đà, tại nước Xá-vệ. Bấy giờ, Tăng chúng tỳ-kheo-ni như pháp xuất y ca-thi-na.[207] Nhóm sáu tỳ-kheo-ni có ý nghĩ: "Mong chúng Tăng hôm nay không xuất y ca-thi-na, mà sau này sẽ xuất, để cho năm sự được buông xả kéo dài."[208] Các tỳ-kheo-ni biết nhóm sáu tỳ-kheo-ni có ý nghĩ, "Mong chúng Tăng hôm nay không xuất y ca-thi-na, mà sau này sẽ xuất, để cho năm sự được buông xả kéo dài."

Các tỳ-kheo-ni nghe, trong đó có vị thiểu dục tri túc, sống hạnh đầu-đà, ưa học giới, biết tàm quý, quở trách nhóm sáu tỳ-kheo-ni:

"Tại sao các cô có ý nghĩ, mong chúng Tăng hôm nay không xuất y ca-thi-na, mà sau này sẽ xuất, để cho năm sự được buông xả kéo dài?"

Các tỳ-kheo-ni bạch với các tỳ-kheo. Các tỳ-kheo bạch lên đức Thế Tôn. [751c] Đức Thế Tôn vì nhân duyên này tập hợp các Tăng tỳ-kheo, quở trách nhóm sáu tỳ-kheo-ni:

"Các cô làm điều sai quấy, chẳng phải oai nghi, chẳng phải pháp sa-môn, chẳng phải hạnh thanh tịnh, chẳng phải hạnh tùy thuận, làm điều

---

[206] Nội dung điều luật này với điều 110 tiếp theo gần như đồng nhất. Chỉ khác nhau, điều 109, đình chỉ yết-ma; điều 110, ngăn yết-ma. Các bộ khác không có sự phân biệt này. Tham chiếu Pāli, Pāc. 29. Tham chiếu, *Ngũ phần* (tr.98a29), điều 184: ngăn cản thọ y ca-thi-na. *Thập tụng* 46 (tr.336b14), ba-dật-đề 135: "Thâu-la-nan-đà hy vọng y mà chưa nhận được nên không thuận theo Tăng xả y ca-thi-na." Xem ni-tát-kỳ 3 (thông giới).

[207] Xuất ca-thi-na y, xả tự nhiên do hết thời hiệu, hay do tác pháp xả.

[208] Năm điều lợi trong thời gian của y ca-thi-na; tức 5 điều luật (ba-dật-đề 1, 2, 32, 33, 42 trong luật tỳ-kheo) được nới lỏng (phóng xả). Xem Ch. v, Phần III. Pāli: *Thullanadā* ngăn cản xuất (xả) ca-thi-na, hy vọng thí chủ sẽ cúng y để chỉ chia cho các tỳ-kheo-ni cùng an cư trong một trú xứ, không chia cho tỳ-kheo-ni khách. Nếu xả ca-thi-na, khách và chủ đều phải chia đều.

không nên làm. Tại sao các cô có ý nghĩ, mong chúng Tăng hôm nay không xuất y ca-thi-na, mà sau này sẽ xuất, để cho năm sự được buông xả kéo dài?"

Bằng vô số phương tiện quở trách xong, đức Phật bảo các tỳ-kheo:

"Nhóm sáu tỳ-kheo-ni này là nơi trồng nhiều giống hữu lậu, là những người đầu tiên phạm giới này. Từ nay trở đi, Ta vì các tỳ-kheo-ni kết giới gồm mười cú nghĩa, *cho đến câu* chánh pháp tồn tại lâu dài. Muốn nói giới nên nói như vầy:

b. Giới văn

Tỳ-kheo-ni nào có ý nghĩ, 'Mong chúng Tăng không xuất y ca-thi-na hôm nay, sau sẽ xuất, để năm việc phóng xả được kéo dài,'[209] **ba-dật-đề."**

c. Thích nghĩa

Tỳ-kheo-ni: nghĩa như trước.

Tăng: cũng như trước.

Pháp: như pháp, như luật, như lời Phật dạy.

d. Tướng phạm

Tỳ-kheo-ni nào có ý nghĩ đình hoãn việc xả y ca-thi-na như pháp của chúng Tăng, vì muốn cho năm sự được buông xả kéo dài, ba-dật-đề.

Tỳ-kheo, đột-kiết-la. Thức-xoa-ma-na, sa-di, sa-di-ni, đột-kiết-la. Đó gọi là phạm.

Sự không phạm: nếu xuất phi thời; phi pháp biệt chúng, phi pháp hòa hợp chúng, pháp biệt chúng, tợ pháp biệt chúng, tợ pháp hòa hợp chúng, phi pháp, phi luật, phi lời Phật dạy. Hoặc khi xuất mà sợ mất, hư hỏng, nên ngăn khiến không xuất thì không phạm.

---

[209] Tham chiếu Pāli, Pāc. 29: *dubbalacīvarapaccāsāya cīvarakālasamayaṃ atikkāmeyya, pācittiyan ti,* đặt hy vọng nơi y không chắc chắn, nếu quá thời của y, ba-dật-đề. Cf. *Thập tụng:* "Hy vọng được y yếu (không chắc chắn), mà thọ ca-thi-na, ba-dật-đề."

Người không phạm: phạm lần đầu tiên khi chưa chế giới; si cuồng, loạn tâm, thống não bức bách.

Điều 110. Ngăn Tăng xuất Y Ca-thi-na[210]

a. Duyên khởi

Một thời, đức Bà-già-bà ở trong vườn Cấp cô độc, rừng cây Kỳ-đà, tại nước Xá-vệ. Bấy giờ, Tăng tỳ-kheo-ni muốn xuất y ca-thi-na.[211] Nhóm sáu tỳ-kheo-ni có ý nghĩ: "Nay Tăng tỳ-kheo-ni như pháp xuất y ca-thi-na, ta nên ngăn đừng xuất, để năm sự được buông xả kéo dài."[212] Các tỳ-kheo-ni biết ý của nhóm sáu tỳ-kheo-ni muốn ngăn Tăng tỳ-kheo-ni như pháp xả y công đức để năm sự được buông xả kéo dài.

Các tỳ-kheo-ni nghe, trong đó có vị thiểu dục tri túc, sống hạnh đầu-đà, ưa học giới, biết tàm quý, hiềm trách nhóm sáu tỳ-kheo-ni:

"Tại sao các cô có ý nghĩ ngăn Tăng tỳ-kheo-ni như pháp xuất y ca-thi-na vì muốn năm sự được buông xả kéo dài?"

Tỳ-kheo-ni đến bạch với các tỳ-kheo. Các tỳ-kheo đến bạch lên đức Phật. Đức Phật vì nhân duyên này tập hợp Tăng tỳ-kheo quở trách nhóm sáu tỳ-kheo-ni:

"Các cô **[752a]** làm điều sai quấy, chẳng phải oai nghi, chẳng phải pháp sa-môn, chẳng phải hạnh thanh tịnh, chẳng phải hạnh tùy thuận, làm điều không nên làm. Chúng tỳ-kheo-ni muốn như pháp xuất y ca-thi-na, tại sao các cô ngăn không xuất, vì muốn năm sự được buông xả kéo dài?"

Sau khi bằng vô số phương tiện quở trách, đức Phật bảo các tỳ-kheo:

---

[210] *Thập tụng*: điều 136. *Ngũ phần* (tr.98a29), điều 184. *Căn bản*: điều 146.

[211] Xem điều 109 trước.

[212] Duyên khởi điều học này, Luật Pāli (Pāc. 30, Vin.iv. 287) nói, do một cư sĩ, nhân lễ lạc thành tinh xá mà ông dựng để cúng Tăng, yêu cầu Tăng tác pháp xả y ca-thi-na để ông được cúng dường y phi thời cho cả hai bộ. Nếu ca-thi-na chưa xả, y chỉ được phân chia cho các vị đã an cư trong trú xứ thôi.

"Các tỳ-kheo-ni này là nơi trồng nhiều giống hữu lậu, là những người đầu tiên phạm giới này. Từ nay trở đi, Ta vì tỳ-kheo-ni kết giới gồm mười cú nghĩa, *cho đến câu* chánh pháp tồn tại lâu dài. Muốn nói giới nên nói như vầy:

b. Giới văn

Tỳ-kheo-ni nào có ý nghĩ như vầy: 'Ngăn Tăng tỳ-kheo-ni xuất y ca-thi-na'; vì muốn năm sự được buông xả kéo dài, ba-dật-đề."

c. Thích nghĩa

Tỳ-kheo-ni: nghĩa như trước.

Tăng: cũng nghĩa như trước.

Pháp: như pháp, như luật, như lời Phật dạy.

d. Tướng phạm

Tỳ-kheo-ni nào có ý nghĩ ngăn tỳ-kheo-ni Tăng như pháp xuất y ca-thi-na, vì muốn cho năm điều được buông xả lâu; nói rõ ràng ba-dật-đề; nói không rõ ràng đột-kiết-la.

Tỳ-kheo, đột-kiết-la. Thức-xoa-ma-na, sa-di, sa-di-ni, đột-kiết-la. Đó gọi là phạm.

Sự không phạm: xuất y ca-thi-na phi thời,[213] phi pháp biệt chúng, phi pháp hòa hợp chúng, pháp biệt chúng, tợ pháp biệt chúng, tợ pháp hòa hợp chúng, phi pháp, phi luật, phi lời Phật dạy. Hoặc khi xuất y, sợ mất hay hư hỏng, cho nên ngăn thì không phạm.

Người không phạm: phạm lần đầu tiên khi chưa chế giới; si cuồng, loạn tâm, thống não bức bách.

---

[213] Thời để xuất (xả) y ca-thi-na, xem Ch. viii, đoạn 4: xuất y.

Điều 111. Không vì người dập tắt tránh sự[214]

a. Duyên khởi

Một thời, đức Phật ở trong vườn Cấp cô độc, rừng cây Kỳ-đà tại nước Xá-vệ. Bấy giờ, có tỳ-kheo-ni tranh cãi, đến Tỳ-kheo-ni Thâu-la-nan-đà nói:

"Yêu cầu cô vì tôi giải quyết sự tranh cãi này."

Tỳ-kheo-ni Thâu-la-nan-đà là người thông minh trí tuệ, là người có khả năng chấm dứt những việc cãi cọ xảy ra. Nhưng cuối cùng cô đã không tìm cách dập tắt tránh sự này. Tỳ-kheo-ni kia vì cuộc tranh cãi này mà không được hòa hợp, sầu ưu, nên thôi tu.

Chúng tỳ-kheo-ni nghe, trong đó có vị thiểu dục tri túc, sống hạnh đầu-đà, ưa học giới, biết hổ thẹn, hiềm trách Thâu-la-nan-đà rằng:

"Tỳ-kheo-ni được yêu cầu giải quyết sự tranh cãi, sao cuối cùng không dùng phương tiện để dập tắt tránh sự này, khiến tỳ-kheo-ni kia do sự tranh cãi này không được hòa giải mà phải bỏ tu?"

Tỳ-kheo-ni đến bạch với các tỳ-kheo. Các tỳ-kheo đến bạch lên đức Thế Tôn. Đức Thế Tôn vì nhân duyên này tập hợp Tăng tỳ-kheo, quở trách Thâu-la-nan-đà:

[752b] "Cô làm điều sai quấy, chẳng phải oai nghi, chẳng phải pháp sa-môn, chẳng phải hạnh thanh tịnh, chẳng phải hạnh tùy thuận, làm điều không nên làm. Tại sao cô không vì tỳ-kheo-ni kia hòa giải sự tranh cãi khiến cho cô ni kia phải thôi tu?"

Đức Thế Tôn bằng vô số phương tiện quở trách, rồi bảo các tỳ-kheo:

"Tỳ-kheo-ni Thâu-la-nan-đà này là nơi trồng nhiều giống hữu lậu, là người đầu tiên phạm giới này. Từ nay trở đi, Ta vì tỳ-kheo-ni kết giới gồm mười cú nghĩa, *cho đến câu* chánh pháp tồn tại lâu dài. Muốn nói giới nên nói như vầy:

---

[214] Pāli, Pāc. 45. *Căn bản*: điều 148.

b. Giới văn

Tỳ-kheo-ni nào được tỳ-kheo-ni khác yêu cầu rằng: 'Cô vì tôi dập tắt tránh sự này', mà không tìm cách để dập tắt,[215] ba-dật-đề."

c. Thích nghĩa

Tỳ-kheo-ni: nghĩa như trước.

Tránh sự: có bốn loại như trước đã giải.

d. Tướng phạm

Tỳ-kheo-ni kia nói với các tỳ-kheo-ni khác rằng: "Cô vì tôi dập tắt tránh sự này" mà tỳ-kheo-ni ấy không tìm cách dập tắt tránh sự đó, ba-dật-đề. Trừ các tránh sự ra, nếu có các việc cãi cọ nhỏ khác, không tìm cách để dập tắt, đột-kiết-la. Nếu bản thân có tránh sự mà không tìm phương tiện giải quyết, đột-kiết-la.

Trừ tỳ-kheo, tỳ-kheo-ni, người khác có tránh sự mà không tạo phương tiện để giải quyết, đột-kiết-la.

Tỳ-kheo, đột-kiết-la. Thức-xoa-ma-na, sa-di, sa-di-ni, đột-kiết-la. Đó gọi là phạm.

Sự không phạm: nếu (tránh sự) chấm dứt; hoặc vì họ tạo phương tiện; hoặc bị bệnh, hoặc nói không được; hoặc người kia phá giới, phá kiến, phá oai nghi, hoặc bị cử tội, hoặc bị diệt tẫn, hoặc đáng diệt tẫn, hoặc từ việc này đưa đến mạng nạn, phạm hạnh nạn, nên không tìm cách chấm dứt, thì không phạm.

Người không phạm: phạm lần đầu tiên khi chưa chế giới; si cuồng, loạn tâm, thống não bức bách.

---

[215] Pāli: *sādhū'ti sā paṭisuṇitvā pacchā anantarayikinī neva vūpasameyya...*, "Cô ni ấy đã nhận lời, sau đó mặc dù không có bị trở ngại gì mà không cố dập tắt..."

Điều 112. Cho bạch y, ngoại đạo thức ăn[216]

a. Duyên khởi

Một thời, đức Bà-già-bà ở trong vườn Cấp cô độc, rừng cây Kỳ-đà, tại nước Xá-vệ. Bấy giờ, Thích tử Bạt-nan-đà có hai sa-di, một người tên là Nhĩ, một người tên Mật.[217] Một người bỏ đạo, một người mang áo ca-sa gia nhập trong chúng ngoại đạo. Nhóm sáu tỳ-kheo-ni đem thức ăn cho bạch y và người gia nhập ngoại đạo.[218]

Các tỳ-kheo-ni nghe, trong đó có vị thiểu dục tri túc, sống hạnh đầu-đà, ưa học giới, biết tàm quý, quở trách nhóm sáu tỳ-kheo-ni:

"Tại sao các cô đem thức ăn cho bạch y gia nhập ngoại đạo?"

Các tỳ-kheo-ni bạch với các tỳ-kheo. Các tỳ-kheo bạch lên đức Thế Tôn. Đức Thế Tôn vì nhân duyên này tập hợp Tăng tỳ-kheo, quở trách nhóm sáu tỳ-kheo-ni:

"Các cô làm điều sai quấy, chẳng phải oai nghi, chẳng phải pháp sa-môn, [752c] chẳng phải hạnh thanh tịnh, chẳng phải hạnh tùy thuận, làm việc không nên làm. Tại sao các cô đem thức ăn cho bạch y gia nhập ngoại đạo?"

Sau khi bằng vô số phương tiện quở trách, đức Phật bảo các tỳ-kheo:

"Tỳ-kheo-ni này là nơi trồng nhiều giống hữu lậu, là người đầu tiên phạm giới này. Từ nay trở đi, Ta vì các tỳ-kheo-ni kết giới gồm mười cú nghĩa, *cho đến câu* chánh pháp tồn tại lâu dài. Muốn nói giới nên nói như vầy:

---

[216] Pāli, Pāc. 46; tham chiếu, Pāc. 28. *Tăng-kỳ* (tr.530c1): điều 81.

[217] Xem điều 107 trước.

[218] Duyên khởi, Pāli, Vin.iv 302: Thullanandā tự tay đưa thức ăn cứng và mềm cho vũ công và ca kỹ, như Pāc. 28, thay "y sa-môn" (*samaṇcīvaraṃ*) bằng "thức ăn cứng và mềm" (*khādanīyaṃ vā bhojanīyaṃ vā*).

Tỳ-kheo-ni nào đem cho bạch y và người gia nhập ngoại đạo[219] *thức ăn có thể nhai,*[220] *ba-dật-đề.*"

Thế Tôn vì tỳ-kheo-ni kết giới như vậy. Có vị nghi, không dám để dưới đất cho, không dám sai người cho, đức Phật dạy:

"Cho phép sai người cho hoặc để dưới đất cho. Từ nay trở đi nên nói giới như vầy:

b. Giới văn

Tỳ-kheo-ni nào tự tay cầm thức ăn cho bạch y và người gia nhập ngoại đạo ăn,[221] *ba-dật-đề.*"

c. Thích nghĩa

Tỳ-kheo-ni: nghĩa như trước.

Bạch y: người chưa xuất gia.

Ngoại đạo: người xuất gia ngoài pháp của đức Phật.

Thức ăn nhai:[222] như trước đã giải.

d. Tướng phạm

Tỳ-kheo-ni nào tự tay đem thức ăn cho bạch y và người gia nhập ngoại đạo; người này cho, người kia nhận; (người cho) ba-dật-đề; người kia không nhận, (người cho) đột-kiết-la.

Phương tiện muốn cho mà không cho, hẹn sẽ cho rồi ăn năn không cho, tất cả đều đột-kiết-la.

---

[219] Hán: bạch y nhập ngoại đạo giả 白衣入外道者. Pāli: *agārikassa vā paribbājakassa vā paribbajikāya vā*, "cho người tại gia hay nam nữ xuất gia (ngoại đạo)." Tham chiếu Pāc. 28.

[220] Hán: khả đạm thực giả 可噉食者. Trong giới văn kết lần sau, không có chi tiết này. Pāli: cho thức ăn cứng và mềm (*khādanīyaṃ vā bhojanīyaṃ vā*).

[221] Xem cht. trên.

[222] Thực đạm 食噉; trong giới văn chỉ nói thực 食. Đây chỉ một trong hai loại thức ăn, cứng và mềm. Xem thêm cht. trước.

Tỳ-kheo, đột-kiết-la. Thức-xoa-ma-na, sa-di, sa-di-ni, đột-kiết-la. Đó gọi là phạm.

Sự không phạm: hoặc để dưới đất cho, hoặc sai người cho; hoặc cho cha mẹ, cho thợ làm tháp, hoặc bị cường lực đoạt; đều không phạm.

Người không phạm: phạm lần đầu tiên khi chưa chế giới; si cuồng, loạn tâm, thống não bức bách.

Điều 113. Làm người sai khiến cho Bạch y[223]

a. Duyên khởi

Một thời, đức Thế Tôn ở trong vườn Cấp cô độc, rừng cây Kỳ-đà, tại nước Xá-vệ. Bấy giờ nhóm sáu tỳ-kheo-ni đảm đương việc nhà, xay lúa, giã gạo, nấu cơm, rang thóc, nấu thức ăn, hoặc trải giường, chỗ ngồi, ngọa cụ; hoặc quét đất, múc nước, nhận sự sai khiến của người đời. Các cư sĩ thấy đều bĩu môi cười nhạo, nói:

"Giống như vợ tôi đảm đương việc nhà, nào là xay lúa, giã gạo, nấu cơm... cho đến nhận sự sai khiến của người đời. Nhóm sáu tỳ-kheo-ni này đâu có khác gì?"

Vì vậy, các cư sĩ sanh tâm khinh mạn, không cung kính. Các tỳ-kheo-ni nghe, trong đó có vị thiểu dục tri túc, sống hạnh đầu-đà, ưa học giới, biết hổ thẹn, hiềm trách nhóm sáu tỳ-kheo-ni:

"Tại sao các cô đảm đương việc nhà, nào là xay lúa, giã gạo... cho đến nhận sự sai khiến của người đời, như người thế tục không khác?"

Các tỳ-kheo-ni đến bạch với các tỳ-kheo. Các tỳ-kheo bạch lên đức Phật. Đức Phật vì **[753a]** nhân duyên này tập hợp Tăng tỳ-kheo, quở trách nhóm sáu tỳ-kheo-ni:

"Các cô làm điều sai quấy, chẳng phải oai nghi, chẳng phải pháp sa-môn, chẳng phải hạnh thanh tịnh, chẳng phải hạnh tùy thuận, làm việc không nên làm. Tại sao các cô đảm đương việc nhà, nào là xay lúa, giã gạo... cho đến để người đời sai khiến, như người thế tục không khác?"

---

[223] Pāli, Pāc. 44. *Căn bản*: điều 153. Cf. *Ngũ phần*: điều 148. *Tăng-kỳ*: điều 84. *Thập tụng*: điều 142.

Sau khi bằng vô số phương tiện quở trách, Phật bảo các tỳ-kheo:

"Các tỳ-kheo-ni này là nơi trồng nhiều giống hữu lậu, là những người đầu tiên phạm giới này. Từ nay trở đi, Ta vì các tỳ-kheo-ni kết giới gồm mười cú nghĩa, *cho đến câu* chánh pháp tồn tại lâu dài. Muốn nói giới nên như vầy:

b. Giới văn

Tỳ-kheo-ni nào làm người sai khiến cho bạch y,**[224] **ba-dật-đề."

c. Thích nghĩa

Tỳ-kheo-ni: nghĩa như trước.

Làm người sai khiến cho bạch y: tức như trên, xay lúa, giã gạo... *cho đến* nhận sự sai khiến của người.

d. Tướng phạm

Tỳ-kheo-ni kinh doanh gia nghiệp như xay lúa, giã gạo... cho đến nhận làm sứ giả cho người, tất cả đều ba-dật-đề.

Tỳ-kheo, tùy theo việc làm mà định tội. Thức-xoa-ma-na, sa-di, sa-di-ni, đột-kiết-la. Đó gọi là phạm.

Sự không phạm: nếu vì cha mẹ bệnh, hoặc (cha mẹ) bị giam cầm, mà trải giường, ngọa cụ, quét đất, múc nước, cung cấp những vật cần dùng, chịu sự sai khiến; hoặc vì người ưu-bà-di có tín tâm bị bệnh, hoặc bị giam cầm, mà trải giường, ngọa cụ, quét đất, múc nước, giúp đỡ họ; hoặc bị cường lực bắt buộc; tất cả đều không phạm.

Người không phạm: phạm lần đầu tiên khi chưa chế giới; si cuồng, loạn tâm, thống não bức bách.

---

[224] Pāli: *gihiveyyāvaccaṃ kareyya*, chấp tác công việc gia đình, phục dịch người tại gia. Cf. *Ngũ phần*, điều 148: "...vì ẩm thực mà chấp tác việc nhà của bạch y."

Điều 114. Tự tay quay sợi[225]

a. Duyên khởi

Một thời, đức Bà-già-bà ở trong vườn Cấp cô độc, rừng cây Kỳ-đà, tại nước Xá-vệ. Bấy giờ, nhóm sáu tỳ-kheo-ni tự tay quay sợi. Các cư sĩ thấy đều bĩu môi cười: "Y như vợ tôi quay sợi. Tỳ-kheo-ni cũng vậy, đâu có khác gì!" Các cư sĩ sanh tâm khinh mạn, không cung kính.

Các tỳ-kheo-ni nghe, trong đó có vị thiểu dục tri túc, sống hạnh đầu-đà, ưa học giới, biết hổ thẹn, hiềm trách nhóm sáu tỳ-kheo-ni:

"Sao các cô tự tay quay sợi?"

Tỳ-kheo-ni bạch với các tỳ-kheo. Các tỳ-kheo bạch lên đức Phật. Đức Phật vì nhân duyên này tập hợp Tăng tỳ-kheo, quở trách nhóm sáu tỳ-kheo-ni:

"Các cô làm điều sai quấy, chẳng phải oai nghi, chẳng phải pháp sa-môn, chẳng phải hạnh thanh tịnh, chẳng phải hạnh tùy thuận, làm điều không nên làm. Tại sao các cô tự tay quay sợi, không khác gì người đời?"

Sau khi bằng vô số phương tiện quở trách, đức Phật bảo các tỳ-kheo:

"Các tỳ-kheo-ni này là nơi trồng nhiều giống hữu lậu, là những người đầu tiên phạm giới này. Từ nay trở đi, Ta vì các tỳ-kheo-ni kết giới, gồm mười [753b] cú nghĩa, *cho đến câu* chánh pháp tồn tại lâu dài. Muốn nói giới nên như vầy:

b. Giới văn

Tỳ-kheo-ni nào tự tay quay sợi, ba-dật-đề."

c. Thích nghĩa

Tỳ-kheo-ni: nghĩa như trước.

Sợi: có mười loại như trước.[226]

---

[225] Pāli, Pāc. 43. *Căn bản:* điều 156 (& 155). *Ngũ phần:* điều 163 (cf. điều 197). *Thập tụng:* điều 146.

[226] Đoạn trên, chưa thấy ở đâu. Đây chỉ 10 loại sợi để dệt mười loại vải (y). Xem Phần I, Ch. iii, ni-tát-kỳ 1. Pāli: có 6 loại chỉ sợi (*suttaṃ*): *khomaṃ*

d. Tướng phạm

Tỳ-kheo-ni nào tự tay quay sợi, một vòng là phạm một ba-dật-đề.

Tỳ-kheo, đột-kiết-la. Thức-xoa-ma-na, sa-di, sa-di-ni, đột-kiết-la. Đó gọi là phạm.

Sự không phạm: nếu tự mình tách sợi, và se sợi;[227] hoặc bị cường lực bắt buộc thì không phạm.

Người không phạm: phạm lần đầu tiên khi chưa chế giới; si cuồng, loạn tâm, thống não bức bách.

Điều 115. Ngồi nằm trên giường Bạch y[228]

a. Duyên khởi

Một thời, đức Bà-già-bà ở trong vườn Cấp cô độc, rừng cây Kỳ-đà, tại nước Xá-vệ. Bấy giờ Tỳ-kheo-ni Thâu-la-nan-đà đến giờ, quấn y, bưng bát, đến nhà cư sĩ, trải chỗ ngồi mà ngồi. Người vợ của cư sĩ lúc ấy cởi y phục anh lạc, vào vườn sau tắm gội. Tỳ-kheo-ni Thâu-la-nan-đà vội lấy y phục anh lạc của bà ta mặc vào rồi nằm trên giường của cư sĩ. Trước đó ông chồng đi vắng. Khi trở về, vào trong nhà chợt thấy Thâu-la-nan-đà nằm, tưởng là vợ của mình, liền đến nằm, choàng tay sờ và hôn. Khi sờ phải đầu trọc, hỏi rằng:

"Cô là ai?"

Thâu-la-đà trả lời:

"Tôi là Tỳ-kheo-ni Thâu-la-nan-đà."

Ông cư sĩ nói rằng:

(gai), *kappāsikaṃ* (gòn), *koseyyaṃ* (lụa), *kambalaṃ* (lông thú), *sāṇaṃ* (gai thô), *bhaṅgaṃ* (gai lớn để may bố).

227 Sách tuyến hợp tuyến 索線合線.

228 Pāli, Pāc. 42.

"Tại sao cô quấn y phục anh lạc của vợ tôi, nằm trên giường tôi, khiến tôi tưởng là vợ tôi? Cô đi ra mau, từ nay cô đừng đến nhà này nữa!"[229]

Các tỳ-kheo-ni nghe, trong đó có vị thiểu dục tri túc, sống hạnh đầu-đà, ưa học giới, biết hổ thẹn, hiềm trách Thâu-la-nan-đà:

"Tại sao cô lại quấn y phục, đeo anh lạc của vợ người ta, nằm trên giường của họ?"

Tỳ-kheo-ni đến bạch với các tỳ-kheo. Các tỳ-kheo bạch lên đức Thế Tôn. Đức Thế Tôn vì nhân duyên này tập hợp Tăng tỳ-kheo, quở trách Thâu-la-nan-đà:

"Cô làm điều sai quấy, chẳng phải oai nghi, chẳng phải pháp sa-môn, chẳng phải hạnh thanh tịnh, chẳng phải hạnh tùy thuận, làm điều không nên làm. Tại sao cô lại vào nhà cư sĩ, quấn y phục, đeo anh lạc của vợ người ta, nằm trên giường của họ, khiến cho chồng họ bị kinh ngạc như thế?"

Sau khi bằng vô số phương tiện quở trách, đức Phật bảo các tỳ-kheo:

"Tỳ-kheo-ni này là nơi trồng nhiều giống hữu lậu, là người đầu tiên phạm giới này. Từ nay trở đi, Ta vì các tỳ-kheo-ni kết giới gồm mười cú nghĩa, *cho đến câu* chánh pháp tồn tại lâu dài. Muốn nói giới nên như vầy":

b. Giới văn

Tỳ-kheo-ni nào [753c] *vào trong nhà bạch y,*[230] *hoặc ngồi hoặc nằm, trên giường nhỏ, giường lớn,*[231] *ba-dật-đề."*

c. Thích nghĩa

Tỳ-kheo-ni: nghĩa như trước.

---

[229] Pāli không có chi tiết như vậy. Chỉ nói, các tỳ-kheo-ni dùng ghế dài (*āsandī*) hay ván ngựa (đi-văng, Pāli: *pallaṅka*).

[230] Pāli, không có chi tiết này.

[231] Tiểu sàng, đại sàng 小床大床. Pāli: *āsandiṃ vā pallaṅkaṃ vā paribhuñjeyya*, thọ dụng trường kỷ hay ghế đơn (thảm để ngồi kết già). Xem giải thích đoạn dưới. Cf. D. i. 7: Sa-môn Gotama không ngồi nằm trên các loại giường như *āsandī* (ghế bành?), *pallaṅka*...

Nhà bạch y: là thôn xóm.

Giường nhỏ: giường để ngồi.

Giường lớn: giường để nằm.

d. Tướng phạm

Tỳ-kheo-ni nào vào trong nhà bạch y, hoặc ngồi hoặc nằm nơi giường nhỏ, giường lớn; hông dính nơi giường, một lần trở mình phạm một ba-dật-đề.

Tỳ-kheo, đột-kiết-la. Thức-xoa-ma-na, sa-di, sa-di-ni, đột-kiết-la. Đó gọi là phạm.

Sự không phạm: hoặc mắc phải bệnh thế nào đó; hoặc ngồi trên giường đơn;[232] hoặc vì chúng tỳ-kheo-ni đông người; hoặc bị bệnh té xỉu, hoặc bị cường lực bắt, hoặc bị trói buộc; hoặc mạng nạn, phạm hạnh nạn. Thảy đều không phạm.

Người không phạm: phạm lần đầu tiên khi chưa chế giới; si cuồng, loạn tâm, thống não bức bách.

Điều 116. Tá túc không từ biệt chủ[233]

a. Duyên khởi

Một thời, đức Bà-già-bà ở trong vườn Cấp cô độc, rừng cây Kỳ-đà, tại nước Xá-vệ. Bấy giờ có số đông tỳ-kheo-ni đến nước Câu-tát-la. Trên đường đi đến một thôn không có trú xứ. Các cô nói với người chủ nhà nọ, xin trải tọa cụ trong nhà nghỉ lại một đêm. Sáng ngày đi mà không từ biệt chủ nhà.

Sau đó thôn bị phát hỏa, nhà bị cháy. Khi lửa cháy, người cư sĩ nghĩ rằng trong nhà có người nên không chạy đến để chữa cháy,[234] vì vậy nhà bị cháy sạch.

---

[232] Đây chỉ ghế chiếc.

[233] Tham chiếu, Pāli, Pāc. 48.

[234] Pāli, thất của ni *Thullanandā* bị cháy, các tỳ-kheo-ni không dọn đồ của cô ra, vì cô này bỏ đi mà không báo.

Cư sĩ hỏi: "Tỳ-kheo-ni đâu?" Có người cho biết, họ đi hết rồi. Các cư sĩ cơ hiềm, nói:

"Các tỳ-kheo-ni này không biết tàm quý. Bên ngoài tự xưng, 'Tôi tu chánh pháp.' Như vậy có gì là chánh pháp? Tại sao xin chủ nghỉ đêm lại trong nhà, sáng ngày không từ biệt chủ nhà mà bỏ đi? Chúng tôi tưởng là trong nhà có người nên không chữa cháy, khiến cho nhà bị cháy sạch!"

Các tỳ-kheo-ni nghe, trong đó có vị thiểu dục tri túc, sống hạnh đầu-đà, ưa học giới, biết hổ thẹn, hiềm trách các tỳ-kheo-ni:

"Tại sao các cô nói với chủ nhà xin ở lại đêm; khi đi không từ biệt chủ, khiến cho lửa cháy hết nhà người ta?"

Tỳ-kheo-ni đến bạch với các tỳ-kheo. Các tỳ-kheo đến bạch lên đức Phật. Đức Phật vì nhân duyên này tập hợp Tăng tỳ-kheo, quở trách các tỳ-kheo-ni:

"Tại sao các cô xin chủ nghỉ đêm lại trong nhà người ta, khi đi không từ biệt chủ, khiến cho nhà người ta bị cháy hết?"

Sau khi bằng vô số phương tiện quở trách, Phật bảo các tỳ-kheo:

"Các tỳ-kheo-ni này là nơi trồng nhiều giống hữu lậu, là những người đầu tiên phạm giới này. Từ nay trở đi, Ta vì các tỳ-kheo-ni kết giới gồm mười cú nghĩa, **[754a]** *cho đến câu* chánh pháp tồn tại lâu dài. Muốn nói giới nên như vầy:

b. Giới văn

Tỳ-kheo-ni nào đến nhà bạch y, xin chủ dọn chỗ nghỉ đêm, sáng ngày bỏ đi mà không từ biệt chủ, [235] ***ba-dật-đề."***

c. Thích nghĩa

Tỳ-kheo-ni: nghĩa như trước.

Nhà bạch y: là thôn xóm.

---

[235] Pāli: *āvasathaṃ anissajjitvā cārikaṃ pakkameyya,* không xả trú xứ mà ra đi du hành. Giải thích: không xả cho tỳ-kheo-ni khác, cho thức-xoa-ma-na, sa-di-ni.

Nghỉ đêm: nơi ngủ lại đêm.

Dọn chỗ: hoặc trải bằng cỏ, bằng lá, cho đến tự trải bằng ngọa cụ dạ.

d. Tướng phạm

Tỳ-kheo-ni nào đến trong nhà bạch y, xin chủ cho dọn chỗ ngủ đêm, sáng ngày đi mà không từ biệt, ra khỏi cửa ngõ, ba-dật-đề. Một chân bên trong, một chân bên ngoài, phương tiện muốn đi mà không đi, hẹn đi mà không đi, tất cả đều đột-kiết-la.

Tỳ-kheo, đột-kiết-la. Thức-xoa-ma-na, sa-di, sa-di-ni, đột-kiết-la. Đó gọi là phạm.

Sự không phạm: có từ biệt chủ trước khi đi; hoặc trước có người ở trong nhà rồi; hoặc nhà không chủ; hoặc là phước xá; hoặc là thân quen; hay người thân quen nói: "Cô cứ đi, tôi sẽ nói với chủ cho." Hoặc nhà bị sập đổ, hay bị lửa cháy, hoặc trong nhà có rắn độc, thú dữ, hoặc bọn giặc xâm nhập; hoặc bị cường lực bắt, hoặc bị cột trói, hoặc mạng nạn, phạm hạnh nạn. Thảy đều không phạm.

Người không phạm: phạm lần đầu tiên khi chưa chế giới; si cuồng, loạn tâm, thống não bức bách.

Điều 117. Học chú thuật thế tục[236]

a. Duyên khởi

Một thời, đức Bà-già-bà ở trong vườn Cấp cô độc, rừng cây Kỳ-đà tại nước Xá-vệ. Bấy giờ có nhóm sáu tỳ-kheo-ni tụng các loại tạp chú thuật,[237] như chú chi tiết, chú Sát-lợi, chú quỷ, chú kết hung; hoặc học tập

---

[236] Pāli, Pāc. 49. *Ngũ phần:* điều 190 (tụng và dạy người tụng), điều 207 (Giới bản 210): tùy thế tục luận. *Thập tụng:* điều 140. *Căn bản:* điều 150.

[237] Tạp chú thuật 雜咒術, các môn học (chú thuật) tạp nhạp vô ích. Xem, *Trường A-hàm* 13, kinh "A-ma-trú", T1, tr.84c1. Xem, Pāli, D. 9, liệt kê các loại chú thuật (*tiracchānavijjā:* khoa học súc sinh): *aṅgavijjā* (chi tiết chú 支節咒), khoa xem tướng tay chân; *khattiyavijjā* (sát-lị chú 剎 利咒), khoa xem tướng cho vua chúa...

cách bói quay bánh xe hươu;[238] hoặc học giải thích các loại âm thanh.[239]

Các tỳ-kheo-ni nghe, trong đó có vị thiểu dục tri túc, sống hạnh đầu-đà, ưa học giới, biết hổ thẹn, quở trách nhóm sáu tỳ-kheo-ni:

"Tại sao các cô học tập tụng các loại chú như chú chi tiết..., cho đến giải thích các loại âm thanh?"

Quở trách rồi, chư ni đến bạch với các tỳ-kheo. Các tỳ-kheo đến bạch lên đức Phật. Đức Phật vì nhân duyên này tập hợp Tăng tỳ-kheo, quở trách nhóm sáu tỳ-kheo-ni:

"Các cô làm điều sai quấy, chẳng phải oai nghi, chẳng phải pháp sa-môn, chẳng phải hạnh thanh tịnh, chẳng phải hạnh tùy thuận, làm điều không nên làm. Tại sao các cô tập tụng các loại chú thuật, cho đến hiểu biết âm thanh?"

Quở trách xong, đức Phật bảo các tỳ-kheo:

"Các tỳ-kheo-ni này là nơi trồng nhiều giống hữu lậu, là những người đầu tiên phạm giới này. Từ nay trở đi Ta vì tỳ-kheo-ni kết giới, gồm mười cú nghĩa, *cho đến câu* chánh pháp tồn tại lâu dài. Muốn nói giới [754b] nên nói như vầy:

b. Giới văn

Tỳ-kheo-ni nào tập tụng chú thuật của thế tục,[240] ba-dật-đề.

c. Thích nghĩa

Tỳ-kheo-ni: nghĩa như trước.

---

[238] Chuyển lộc luân 轉鹿輪, bánh xe hươu: vòng các con thú; chỉ hình dáng các con thú trên hoàng đạo đới; Skt. *mṛgacakra*. Pāli: *migacakka*, Hoa dịch là thuật giải tiếng các loài thú.

[239] Các thứ tiếng chim, thú. Xem cht. trên.

[240] Pāli: *tiracchānavijjā* (súc sanh minh), được giải thích là các học thuật của thế gian, không liên hệ Thánh đạo. Các môn học này được coi là bắt nguồn từ Vệ-đà (thần bí), nên cũng thường hiểu là minh chú. Trong điều luật này, quy định tỳ-kheo-ni không được học các môn học thế tục, chứ không phải chỉ cấm học bùa chú.

Chú thuật của thế tục: như chú chi tiết, cho đến tìm hiểu, giải thích âm thanh...

d. Tướng phạm

Tỳ-kheo-ni nào tập tụng chú thuật của thế tục... *cho đến* âm thanh, hoặc khẩu thọ, hoặc chấp văn tụng; nói rõ ràng, ba-dật-đề. Nói không rõ ràng, đột-kiết-la.

Tỳ-kheo, đột-kiết-la. Thức-xoa-ma-na, sa-di, sa-di-ni, đột-kiết-la. Đó gọi là phạm.

Sự không phạm: hoặc tụng chú để trị bệnh trùng trong ruột; hoặc tụng chú để trị ăn ban đêm không tiêu; hoặc học sách vở, hoặc tụng chú thế tục hàng phục ngoại đạo; hoặc tụng chú để trị độc; hoặc dùng để hộ thân. Thảy đều không phạm.

Người không phạm: phạm lần đầu tiên khi chưa chế giới; si cuồng, loạn tâm, thống não bức bách.

Điều 118. Dạy người chú thuật[241]

"Tỳ-kheo-ni nào dạy người tụng tập chú thuật, ba-dật-đề."

Điều 119. Độ người nữ đang có thai[242]

a. Duyên khởi

Một thời, đức Phật ở trong vườn Cấp cô độc, rừng cây Kỳ-đà, tại nước Xá-vệ. Bấy giờ có một tỳ-kheo-ni tên là Bà-la, độ người nữ có thai xuất gia, thọ giới cụ túc. Sau đó, người ấy sanh một đứa con trai, bồng vào thôn xóm khất thực. Các cư sĩ thấy cơ hiềm:

"Tỳ-kheo-ni này không biết tàm quý, phạm hạnh bất tịnh. Bên ngoài tự xưng, 'Tôi tu chánh pháp.' Như vậy có gì là chánh pháp? Hãy xem người xuất gia này mới sinh con!"

---

[241] Như điều luật trên. Ở đây cấm dạy. Pāli, Pāc. 50. *Thập tụng*: điều 141. *Căn bản*: điều 151.

[242] Pāli, Pāc. 61. *Ngũ phần*: điều 116. *Căn bản*: điều 111.

Các tỳ-kheo-ni nghe, trong đó có vị thiểu dục tri túc, sống hạnh đầu-đà, ưa học giới, biết tàm quý, quở trách Tỳ-kheo-ni Bà-la:

"Tại sao cô độ người nữ có thai?"

Tỳ-kheo-ni đến bạch với các tỳ-kheo. Các tỳ-kheo đến bạch Phật. Đức Phật vì nhân duyên này tập hợp Tăng tỳ-kheo, quở trách Tỳ-kheo-ni Bà-la:

"Cô làm điều sai quấy, chẳng phải oai nghi, chẳng phải pháp sa-môn, chẳng phải hạnh thanh tịnh, chẳng phải hạnh tùy thuận, làm điều không nên làm. Tại sao độ người có thai?"

Đức Phật bằng vô số phương tiện quở trách, rồi bảo các tỳ-kheo:

"Tỳ-kheo-ni này là nơi trồng nhiều giống hữu lậu, là người đầu tiên phạm giới này. Từ nay trở đi, Ta vì các tỳ-kheo-ni kết giới, gồm mười cú nghĩa, *cho đến câu* chánh pháp tồn tại lâu dài. Muốn nói giới nên nói như vầy:

Tỳ-kheo-ni nào độ người nữ có thai thọ giới cụ túc, ba-dật-đề."

Thế Tôn vì các tỳ-kheo-ni kết giới như vậy. Các tỳ-kheo-ni không biết họ có thai hay không có thai, sau mới biết; nên trong số đó có vị tác pháp sám **[754c]** ba-dật-đề, hoặc nghi. Phật dạy:

"Không biết thì không phạm. Từ nay trở đi nên nói giới như vầy:

b. Giới văn

Tỳ-kheo-ni nào biết người nữ có thai mà độ cho thọ giới cụ túc, ba-dật-đề."

c. Thích nghĩa

Tỳ-kheo-ni: nghĩa như trước.

d. Tướng phạm

Nếu tỳ-kheo-ni nào biết người nữ có thai, độ cho thọ giới cụ túc; tác pháp yết-ma ba lần xong, Hòa thượng ni ba-dật-đề. Tác pháp yết-ma lần thứ hai xong, phạm ba đột-kiết-la. Tác pháp yết-ma lần thứ nhất xong, phạm hai đột-kiết-la. Bạch xong, một đột-kiết-la. Bạch chưa xong, đột-kiết-la. Trước khi chưa bạch, cho cạo đầu, mặc áo, chuẩn bị thọ giới cụ túc, hoặc tập hợp đã đủ chúng, tất cả đều đột-kiết-la.

Tỳ-kheo, đột-kiết-la. Đó gọi là phạm.

Sự không phạm: nếu không biết; hoặc tin lời nói của người kia; hoặc tin lời người đáng tin; hoặc tin cha mẹ họ nói, trao giới cụ túc rồi, sau sanh con, không phạm. Sau khi sanh rồi nghi không dám bồng ẵm, Phật dạy: "Nếu đứa bé chưa có thể rời mẹ thì tỳ-kheo-ni tự mình phải nuôi dưỡng, cho phép làm tất cả việc làm của bà mẹ: cho bú sữa, sú cơm, nuôi nấng." Sau đó có sự nghi không dám cùng ngủ với con trai này trong một nhà. Phật dạy: "Nếu con trai chưa thể rời mẹ thì được phép cùng ngủ một chỗ, không phạm."

Người không phạm: phạm lần đầu tiên khi chưa chế giới; si cuồng, loạn tâm, thống não bức bách.

Điều 120. Độ phụ nữ đang cho con bú[243]

a. Duyên khởi

Một thời, đức Phật ở trong vườn Cấp cô độc, rừng cây Kỳ-đà, tại nước Xá-vệ. Bấy giờ có một tỳ-kheo-ni độ người phụ nữ đang còn cho con bú xuất gia, để con ở nhà. Sau đó, người nhà đem con đến giao. Cô ni bồng con vào xóm khất thực, các cư sĩ thấy cơ hiềm nói:

"Tỳ-kheo-ni này không biết hổ thẹn, phạm hạnh bất tịnh. Bên ngoài tự xưng, 'Tôi tu chánh pháp.' Như vậy có gì là chánh pháp? Hãy xem người xuất gia này sanh con rồi bồng con đi khất thực!"

Các tỳ-kheo-ni nghe, trong đó có vị thiểu dục tri túc, sống hạnh đầu-đà, ưa học giới, biết hổ thẹn, quở trách tỳ-kheo-ni kia:

"Tại sao cô lại độ người phụ nữ còn đang cho con bú xuất gia, khiến các cư sĩ cơ hiềm?"

Tỳ-kheo-ni đến bạch với các tỳ-kheo. Các tỳ-kheo đến bạch lên đức Phật. Đức Phật vì nhân duyên này tập hợp Tăng tỳ-kheo, quở trách tỳ-kheo-ni kia:

---

[243] Pāli, Pāc. 62. *Ngũ phần*: điều 117.

"Cô làm điều sai quấy, chẳng phải oai nghi, chẳng phải pháp sa-môn, chẳng phải tịnh hạnh, chẳng phải hạnh tùy thuận, làm việc không nên làm. Tại sao cô độ người phụ nữ còn cho con bú xuất gia?"

Sau khi bằng vô số phương tiện quở trách, đức Phật bảo các tỳ-kheo:

"Tỳ-kheo-ni này là nơi trồng nhiều giống hữu lậu, là người đầu tiên phạm giới này. Từ nay trở đi, Ta vì các tỳ-kheo-ni **[755a]** kết giới, gồm mười cú nghĩa, *cho đến câu* chánh pháp tồn tại lâu dài. Muốn nói giới nên nói như vầy:

Tỳ-kheo-ni nào độ người phụ nữ còn cho con bú, thọ giới cụ túc, ba-dật-đề."

Thế Tôn vì các tỳ-kheo-ni kết giới như vậy. Bấy giờ các tỳ-kheo-ni không biết người nữ ấy còn có con đang bú hay không; sau mới biết. Phật dạy:

"Không biết thì không phạm. Từ nay trở đi nên nói giới như vầy:

b. Giới văn

Tỳ-kheo-ni nào biết phụ nữ còn cho con bú,[244] ***mà trao cho giới cụ túc, ba-dật-đề.***"

c. Thích nghĩa

Tỳ-kheo-ni: nghĩa như trước.

d. Tướng phạm

Nếu tỳ-kheo-ni nào biết phụ nữ còn cho con bú mà độ xuất gia thọ giới cụ túc; tác pháp yết-ma ba lần xong, Hòa thượng ni, ba-dật-đề. Tác yết-ma hai lần xong, ba đột-kiết-la. Tác yết-ma lần thứ nhất xong, phạm hai đột-kiết-la. Bạch xong, một đột-kiết-la. Bạch chưa xong, đột-kiết-la. Trước khi chưa bạch, cho cạo đầu, cho xuất gia, cho quấn y, cho thọ giới hoặc họp chúng đủ, tất cả đều phạm đột-kiết-la.

Tỳ-kheo, đột-kiết-la. Đó gọi là phạm.

---

[244] *Ngũ phần:* tân sản phụ 新產婦, đàn bà mới sinh con.

Sự không phạm: nếu không biết, hoặc tin lời nói của người kia, hoặc tin lời người đáng tin, hoặc tin lời cha mẹ họ, độ xuất gia trao giới cụ túc rồi, sau mới đem con đến thì không phạm.

Bà mẹ nghi, không dám bồng con nuôi dưỡng, đức Phật dạy: "Nếu đứa bé chưa có thể tự sống, cho phép làm tất cả những việc của bà mẹ nuôi con cho đến khi dứt sữa." Sau đó, bà mẹ cùng đứa nhỏ ngủ một chỗ, có sự nghi, Phật dạy: "Chưa hết bú thì không phạm."

Người không phạm: phạm lần đầu tiên khi chưa chế giới; si cuồng, loạn tâm, thống não bức bách.

Điều 121. Độ đồng nữ chưa đủ hai mươi[245]

a. Duyên khởi

1. Độ thiếu nữ

Một thời, đức Phật ở trong vườn Cấp cô độc, rừng cây Kỳ-đà, tại nước Xá-vệ. Bấy giờ, có các tỳ-kheo-ni nghe Phật chế giới được phép độ người, vội độ đồng nữ nhỏ tuổi, không biết họ có tâm dục hay không có tâm dục. Sau đó họ có tâm nhiễm ô cùng đứng cùng nói chuyện đùa giỡn với người nam.

Các tỳ-kheo-ni nghe, trong đó có vị thiểu dục tri túc, sống hạnh đầu-đà, ưa học giới, biết tàm quý, hiềm trách các tỳ-kheo-ni rằng:

"Đức Thế Tôn chế giới cho phép độ người, tại sao các cô lại độ đồng nữ nhỏ tuổi? Chúng có tâm nhiễm ô cùng đứng cùng nói chuyện đùa giỡn với người nam?"

Tỳ-kheo-ni bạch với các tỳ-kheo. Các tỳ-kheo đến bạch lên đức Phật. Đức Phật vì nhân duyên này tập hợp Tăng tỳ-kheo, quở trách các tỳ-kheo-ni:

"Cô làm điều sai quấy, chẳng phải oai nghi, chẳng phải pháp sa-môn, chẳng phải hạnh thanh tịnh, chẳng phải hạnh tùy thuận, làm điều không nên làm. Tại sao **[755b]** các cô độ đồng nữ nhỏ tuổi, không biết họ có

---

[245] Pāli, Pāc. 71. *Ngũ phần*, điều 113. *Tăng-kỳ*: điều 96. *Thập tụng*: điều 116. *Căn bản*: 115.

tâm nhiễm ô hay không có tâm nhiễm ô. Sau đó họ có tâm nhiễm ô cùng đứng cùng nói chuyện đùa giỡn với người nam?"

Đức Phật bằng vô số phương tiện quở trách tỳ-kheo-ni, rồi bảo các tỳ-kheo-ni rằng:

2. Thế phát

"Các cô lắng nghe, nếu muốn cạo tóc cho người được độ ở trong chùa, thì phải nói cho tất cả ni Tăng biết. Hoặc tác bạch rồi sau đó mới cạo tóc. Văn tác bạch như vầy:

> **Đại tỷ Tăng xin lắng nghe! Đồng nữ này tên là... đến cầu cạo tóc với tỳ-kheo-ni tên... Nếu thời gian thích hợp đối với Tăng, Tăng đồng ý, cho đồng nữ tên... cạo tóc. Đây là lời tác bạch.**

Tác bạch như vậy rồi mới cho cạo tóc.

Nếu muốn cho xuất gia ở trong chùa phải nói cho tất cả ni Tăng biết. Tác bạch rồi mới cho xuất gia. Văn tác bạch như sau:

> **Đại tỷ Tăng xin lắng nghe! Người nữ này tên là... đến cầu xuất gia với... Nếu thời gian thích hợp đối với Tăng, Tăng đồng ý cho người nữ trên... xuất gia. Đây là lời tác bạch.**

Tác bạch như vậy rồi mới cho xuất gia.

3. Truyền giới sa-di-ni

Tác bạch cho xuất gia như vậy, cho cạo tóc, mặc áo ca-sa rồi, bảo họ quỳ gối, chắp tay, bạch như vầy:

> **Con tên là... quy y Phật, quy y Pháp, quy y Tăng. Con ở trong giáo pháp của đức Như lai, cầu xin xuất gia theo Hòa thượng ni tên là... Đức Như lai, Chí chơn, Đẳng chánh giác là Thế Tôn của con.** (Lần thứ hai, thứ ba cũng bạch như vậy).

> **Con tên là... đã quy y Phật rồi, đã quy y Pháp rồi, đã quy y Tăng rồi. Con ở trong giáo pháp của đức Như lai, cầu xin xuất gia theo Hòa thượng ni tên... Đức Như lai, Chí chơn, Đẳng chánh giác là Thế Tôn của con."** (Lần thứ hai, lần thứ ba cũng bạch như vậy).

Tiếp theo trao giới cho họ như vầy:

'Suốt đời không sát sanh, là giới của sa-di-ni. Ngươi có thể giữ được không?' [246]

Người thọ trì giới đáp: Được ạ!'

'Suốt đời không ăn trộm, là giới của sa-di-ni. Ngươi có thể giữ được không?'

Người thọ trì giới đáp: *Được ạ!'*

'Suốt đời không dâm dục, là giới của sa-di-ni. Ngươi có thể giữ được không?'

Người thọ trì giới đáp: *Được ạ!'*

'Suốt đời không nói dối, là giới của sa-di-ni. Ngươi có thể giữ được không?'

Người thọ trì giới đáp: *Được ạ!'*

'Suốt đời không uống rượu, là giới của sa-di-ni. Ngươi có thể giữ được không?'

Người thọ trì giới đáp: *Được ạ!'*

'Suốt đời không đeo hương hoa anh lạc, là giới của sa-di-ni. Ngươi có thể giữ được không?'

Người thọ trì giới đáp: *Được ạ!'*

'Suốt đời không ca múa, kỹ nhạc, không được xem, nghe, là giới của sa-di-ni. Ngươi có thể giữ được không?'

Người thọ trì giới đáp: *Được ạ!'*

'Suốt đời không ngồi trên giường cao rộng lớn, là [755c] giới của sa-di-ni. Ngươi có thể giữ được không?'

Người thọ trì giới đáp: *Được ạ!'*

'Suốt đời không ăn phi thời, là giới của sa-di-ni. Ngươi có thể giữ được không?'

---

[246] Nguyên Hán: 汝能持不? Câu hỏi này không có trong các Luật Ngũ phần, Ma-ha-tăng-kì và Pāli. Kể cả trong phần truyền giới sa-di của Tứ phần, cũng không có câu hỏi này.

Người thọ trì giới đáp: *Được ạ!*

'Suốt đời không cầm vàng bạc, tiền, là giới của sa-di-ni. Ngươi có thể giữ được không?'

Người thọ trì giới đáp: *Được ạ!*

'Mười giới như vậy của sa-di-ni. Ngươi có thể giữ được không?'

Người thọ trì giới đáp: *Được ạ!*

4. Thọ học giới

Từ nay trở đi cho phép đồng nữ 18 tuổi, hai năm học giới, tuổi đủ 20 được trao cho giới cụ túc bằng pháp bạch tứ yết-ma. Nên nói giới như vầy: Sa-di-ni phải đến giữa Tăng, trống vai bên hữu, cởi bỏ dép, kính lễ sát chân chúng tỳ-kheo-ni Tăng, đầu gối bên hữu chấm đất, chắp tay nói lời tác bạch như vầy:

'Đại tỷ Tăng xin lắng nghe! Con sa-di-ni tên là..., nay đến giữa Tăng xin hai năm học giới. Tỳ-kheo-ni tên... làm Hòa thượng. Xin Tăng cho con hai năm học giới, từ mẫn cố. *(Lần thứ hai, lần thứ ba cũng bạch như vậy).*

Rồi sa-di-ni phải đến chỗ mắt thấy mà tai không nghe. Trong chúng tỳ-kheo-ni sai một vị có khả năng tác pháp yết-ma, dựa theo sự việc trên tác bạch như vầy:

'Đại tỷ Tăng xin lắng nghe! Sa-di-ni kia tên là..., nay đến giữa Tăng xin hai năm học giới. Tỳ-kheo-ni tên là... làm Hòa thượng. Nếu thời gian thích hợp đối với Tăng, Tăng đồng ý, cho sa-di-ni tên là... hai năm học giới, Tỳ-kheo-ni... làm Hòa thượng. Đây là lời tác bạch.

Đại tỷ Tăng xin lắng nghe! Sa-di-ni kia tên là..., đến trước Tăng xin hai năm học giới. Tỳ-kheo-ni... làm Hòa thượng. Nay Tăng cho sa-di-ni tên là... hai năm học giới. Tỳ-kheo-ni... làm Hòa thượng. Các đại tỉ nào đồng ý, Tăng cho sa-di-ni tên là... kia hai năm học giới. Tỳ-kheo-ni... làm Hòa thượng thì im lặng. Vị nào không đồng ý xin nói. Đây là lời yết-ma lần thứ nhất. *(Lần thứ hai, lần thứ ba cũng nói như vậy).*

Tăng đã đồng ý cho sa-di-ni tên là... hai năm học giới. Tỳ-kheo-ni... làm Hòa thượng. Tăng đã đồng ý vì im lặng. Việc này tôi ghi nhận như vậy.

Thức-xoa-ma-na kia cần phải học tất cả giới, trừ điều "tự tay lấy thức ăn, trao thức ăn cho người."[247] Đương sự học giới hai năm rồi, tuổi đủ 20, nên trao cho giới cụ túc bằng pháp bạch tứ yết-ma.

Từ nay trở đi, Ta vì các tỳ-kheo-ni kết giới gồm mười cú nghĩa, *cho đến câu* chánh pháp tồn tại lâu dài. Muốn nói giới nên nói như vầy:

Tỳ-kheo-ni nào đồng nữ tuổi mười tám, cho hai năm học giới, hai mươi tuổi, mới cho thọ giới cụ túc. Tỳ-kheo-ni nào người nữ không đủ hai mươi tuổi mà cho thọ giới cụ túc, ba-dật-đề."

Thế Tôn **[756a]** vì các tỳ-kheo-ni kết giới như vậy. Bấy giờ các tỳ-kheo-ni không biết người nữ đủ hai mươi tuổi hay không, sau mới biết là không đủ nên có vị tác pháp sám ba-dật-đề, hoặc nghi. Phật dạy:

"Không biết thì không phạm. Từ nay trở đi nên nói giới như vầy:

b. Giới văn

Tỳ-kheo-ni nào biết không đủ hai mươi tuổi[248] mà cho thọ giới cụ túc, ba-dật-đề."[249]

c. Thích nghĩa

Tỳ-kheo-ni: nghĩa như trước.

d. Tướng phạm

Tỳ-kheo-ni biết người không đủ hai mươi tuổi mà trao cho thọ giới cụ túc, ba lần yết-ma xong, Hòa thượng ni, ba-dật-đề. Hai lần yết-ma xong, ba đột-kiết-la. Một lần yết-ma xong, hai đột-kiết-la. Bạch xong, phạm một đột-kiết-la. Bạch chưa xong, một đột-kiết-la. Trước khi chưa bạch, tập chúng, chúng đủ, tất cả đều phạm đột-kiết-la.

---

[247] Nghĩa là, việc làm này không bị cấm đối với thức-xoa.

[248] Pāli: *ūnavīsativassaṃ kumāribhūtaṃ*, "thiếu nữ dưới 20 tuổi."

[249] Bản Hán, giới văn lần thứ hai có chỗ nhảy sót hay lược bỏ. Đây vẫn giữ nguyên theo Hán.

Tỳ-kheo, đột-kiết-la. Đó gọi là phạm.

Sự không phạm: đương sự tuổi đủ mười tám, cho hai năm học giới, đủ hai mươi tuổi, trao cho thọ giới cụ túc; hoặc không biết hay đương sự tự nói đủ hai mươi tuổi; hoặc tin lời người đáng tin, hay tin cha mẹ họ nói. Nếu sau khi thọ giới rồi nghi, nên tính luôn tháng trong thai, tính tháng nhuận, tính mỗi 14 ngày thuyết giới cho đủ thì không phạm.

Người không phạm: phạm lần đầu tiên khi chưa chế giới; si cuồng, loạn tâm, thống não bức bách.

Điều 122. Độ đồng nữ không có hai năm học giới[250]

a. Duyên khởi

Một thời, đức Bà-già-bà ở trong vườn Cấp cô độc, rừng cây Kỳ-đà tại nước Xá-vệ. Bấy giờ các tỳ-kheo-ni nghe đức Thế Tôn chế giới cho phép độ người 18 tuổi cho hai năm học giới, đủ tuổi 20 trao cho giới cụ túc. Người kia không phải là 18 tuổi, không có hai năm học giới, cứ đủ tuổi 20 cho thọ giới cụ túc. Nhưng vì thiếu hai năm học giới nên sau khi thọ giới cụ túc rồi mà không biết nên học những giới nào.

Các tỳ-kheo-ni nghe biết, trong đó có vị thiểu dục tri túc, sống hạnh đầu-đà, ưa học giới, biết tàm quý, quở trách các tỳ-kheo-ni rằng:

"Đức Thế Tôn chế giới cho phép độ người 18 tuổi cho hai năm học giới, đủ 20 tuổi cho thọ cụ túc. Tại sao các cô với người nữ chẳng phải tuổi 18 không có hai năm học giới, cứ tuổi 20 bèn cho thọ giới cụ túc; nhưng vì thiếu hai năm học giới nên họ không biết nên học giới nào?"

Các tỳ-kheo-ni đến bạch với các tỳ-kheo. Các tỳ-kheo đến bạch lên đức Thế Tôn. Đức Thế Tôn vì nhân duyên này tập hợp Tăng tỳ-kheo, quở trách các tỳ-kheo-ni rằng:

"Các cô làm điều sai quấy, chẳng phải oai nghi, chẳng phải pháp sa-môn, chẳng phải hạnh thanh tịnh, chẳng phải hạnh tùy thuận, làm điều không nên làm. Đức Thế Tôn chế giới cho phép độ người 18 tuổi cho hai

---

[250] Pāli, Pāc. 72 (nhập 2 điều: 122 & 123 làm một). *Ngũ phần*, điều 113. *Tăng-kỳ*: điều 97. Cf. *Ngũ phần*: điều 106. *Căn bản*: điều 116.

năm học giới, **[756b]** đủ 20 tuổi cho thọ cụ túc. Tại sao các cô với người nữ chẳng phải tuổi 18, không có hai năm học giới, cứ tuổi 20 bèn cho thọ giới cụ túc; nhưng vì thiếu hai năm học giới nên họ không biết nên học giới nào?"

Đức Thế Tôn bằng vô số phương tiện quở trách các tỳ-kheo-ni, rồi bảo các tỳ-kheo:

"Tỳ-kheo-ni này là nơi trồng nhiều giống hữu lậu, là người đầu tiên phạm giới này. Từ nay trở đi, Ta vì các tỳ-kheo-ni kết giới, gồm mười cú nghĩa, *cho đến câu* chánh pháp tồn tại lâu dài. Muốn nói giới nên nói như vầy:

b. Giới văn

Tỳ-kheo-ni nào, đồng nữ 18 tuổi mà không cho hai năm học giới, tuổi đủ hai mươi liền cho thọ giới cụ túc,*[251]*ba-dật-đề."

c. Thích nghĩa

Tỳ-kheo-ni: nghĩa như trước.

d. Tướng phạm

Tỳ-kheo-ni nào đối với đồng nữ 18 tuổi chưa có hai năm học giới mà trao cho giới cụ túc,[252] xướng ba yết-ma xong, Hòa thượng ni ba-dật-đề. Hai yết-ma xong, ba đột-kiết-la. Một yết-ma xong, phạm hai đột-kiết-la. Bạch xong, một đột-kiết-la. Bạch chưa xong, đột-kiết-la. Trước khi chưa bạch, tập chúng, chúng đủ, tất cả đều phạm đột-kiết-la.

Tỳ-kheo, đột-kiết-la. Đó gọi là phạm.

Sự không phạm: đồng nữ 18 tuổi có hai năm học giới, khi tuổi đủ 20, trao cho giới cụ túc, không phạm.

---

[251] Pāli: *paripuṇṇavīsativassaṃ kumāribhūtaṃ dve vassāni chasu dhammesu asikhitasikkhaṃ vuṭṭhāpeyya,* "cho thọ cụ túc thiếu nữ đã đủ 20 tuổi nhưng chưa có hai năm học sáu pháp." Cf. *Ngũ phần* (106): "...đồng nữ chưa đủ 18 tuổi mà cho học giới..."

[252] Văn Hán có thể nhảy sót. Phải nói đủ: "tuổi 18 mà không cho hai năm học giới, khi tuổi đủ 20 liền cho thọ cụ túc."

Người không phạm: phạm lần đầu tiên khi chưa chế giới; si cuồng loạn tâm, thống não bức bách.

Điều 123. Độ sa-di-ni không cho sáu pháp[253]

a. Duyên khởi

Một thời, đức Bà-già-bà ở trong vườn Cấp cô độc, rừng cây Kỳ-đà tại nước Xá-vệ. Bấy giờ các tỳ-kheo-ni nghe đức Thế Tôn chế giới cho phép độ đồng nữ 18 tuổi cho hai năm học giới, cho sáu pháp, đủ 20 tuổi cho thọ giới cụ túc. Tỳ-kheo-ni không cho sáu pháp lại cho thọ giới cụ túc. Người kia khi học giới, làm hạnh bất tịnh, trộm lấy năm tiền, đoạn mạng người, tự xưng đắc pháp thượng nhân, ăn quá giờ ngọ, uống rượu. Các tỳ-kheo-ni nghe biết, trong đó có vị thiểu dục tri túc, sống hạnh đầu-đà, ưa học giới, biết tàm quý, hiềm trách các tỳ-kheo-ni rằng:

"Đức Thế Tôn chế giới cho phép đồng nữ 18 tuổi cho hai năm học giới, cho sáu pháp, đủ 20 tuổi cho thọ giới cụ túc. Tại sao các cô không dạy sáu pháp cho họ mà cho giới cụ túc nên họ phạm vào phạm hạnh, trộm năm tiền, cho đến uống rượu?"

Chư ni bạch với các tỳ-kheo. Các tỳ-kheo đến bạch lên đức Thế Tôn. Đức Thế Tôn vì nhân duyên này tập hợp Tăng tỳ-kheo, quở trách các tỳ-kheo-ni:

"Các cô làm điều sai quấy, chẳng phải [756c] oai nghi, chẳng phải pháp sa-môn, chẳng phải hạnh thanh tịnh, chẳng phải hạnh tùy thuận, làm điều không nên làm. Tỳ-kheo-ni các cô đối với đồng nữ 18 tuổi nên cho hai năm học giới, cho sáu pháp, đủ 20 tuổi cho thọ giới cụ túc. Tại sao không cho sáu pháp khiến cho họ phạm dâm... cho đến uống rượu?"

Sau khi bằng vô số phương tiện quở trách, đức Phật bảo các tỳ-kheo:

"Các tỳ-kheo-ni này là nơi trồng nhiều giống hữu lậu, là những người đầu tiên phạm giới này. Từ nay trở đi, Ta vì các tỳ-kheo-ni kết giới, gồm mười cú nghĩa, *cho đến câu* chánh pháp tồn tại lâu dài. Muốn nói giới nên nói như vầy:

---

[253] Pāli, Pāc. 72. Cf. *Tăng-kỳ*: điều 98. *Căn bản*: điều 119.

b. Giới văn

Tỳ-kheo-ni nào, đồng nữ 18 tuổi, cho hai năm học giới nhưng không cho sáu pháp, liền cho thọ giới cụ túc, ba-dật-đề."[254]

c. Thích nghĩa

Tỳ-kheo-ni: nghĩa như trước.

d. Tướng phạm

Nếu thức-xoa-ma-na phạm dâm thì phải diệt tẫn. Nếu có tâm nhiễm ô cùng với người nam có tâm nhiễm ô, hai thân xúc chạm tức là khuyết giới, phải thọ lại. Nếu trộm năm tiền, trên năm tiền phải diệt tẫn. Nếu lấy dưới năm tiền tức là khuyết giới, phải thọ lại. Nếu đoạn mạng người phải diệt tẫn. Nếu đoạn mạng súc sanh tức là khuyết giới, phải thọ lại. Nếu tự nói đắc pháp thượng nhân, phải diệt tẫn. Nếu cố ý vọng ngữ trong chúng tức là khuyết giới, phải thọ lại. Nếu ăn phi thời tức là khuyết giới, phải thọ lại. Nếu uống rượu là khuyết giới, phải thọ lại.

Tỳ-kheo-ni nào, đồng nữ 18 tuổi cho hai năm học giới nhưng không cho sáu pháp, tuổi đủ 20 cho thọ giới cụ túc, xướng ba yết-ma xong, Hòa thượng ni ba-dật-đề. Xướng hai yết-ma xong, ba đột-kiết-la. Xướng một yết-ma xong, hai đột-kiết-la. Bạch xong, một đột-kiết-la. Bạch chưa xong, một đột-kiết-la. Trước khi chưa bạch, tập chúng, đủ chúng, tất cả đều đột-kiết-la.

Tỳ-kheo, đột-kiết-la. Đó gọi là phạm.

Sự không phạm: đồng nữ 18 tuổi, học giới hai năm, cho sáu pháp rồi cho thọ giới cụ túc thì không phạm.

Người không phạm: phạm lần đầu tiên khi chưa chế giới; si cuồng, loạn tâm, thống não bức bách.

---

[254] *Tăng-kỳ* (điều 98): "...chưa học đầy đủ học giới..."

Điều 124. Truyền cụ túc tăng chưa thuận[255]

a. Duyên khởi

1. Truyền thọ cụ túc

Một thời, đức Bà-già-bà ở trong vườn Cấp cô độc, rừng cây Kỳ-đà thuộc nước Xá-vệ. Bấy giờ, các tỳ-kheo-ni nghe đức Thế Tôn chế giới: đồng nữ 18 tuổi cho hai năm học giới, cho sáu pháp, đủ 20 tuổi, trao giới cụ túc. Các tỳ-kheo-ni độ người mù lòa, chân đi khập khiễng, điếc, câm, ngọng, và các bệnh khác, **[757a]** khiến Tăng bị chê bai, khi dễ.

Các tỳ-kheo-ni nghe, trong đó có vị thiểu dục tri túc, sống hạnh đầu-đà, ưa học giới, biết hổ thẹn, hiềm trách các tỳ-kheo-ni:

"Đức Thế Tôn chế giới cho phép đồng nữ 18 tuổi, cho hai năm học giới, cho sáu pháp, đủ 20 tuổi, trao cho giới cụ túc. Tại sao các cô lại độ người mù lòa, và có các bệnh khác, khiến Tăng bị chê bai khi dễ?"

Các tỳ-kheo-ni bạch với các tỳ-kheo. Các tỳ-kheo đến bạch lên đức Thế Tôn. Đức Thế Tôn vì nhân duyên này tập hợp Tăng tỳ-kheo, quở trách các tỳ-kheo-ni:

"Các cô làm điều sai quấy, chẳng phải oai nghi, chẳng phải pháp sa-môn, chẳng phải hạnh thanh tịnh, chẳng phải hạnh tùy thuận, làm điều không nên làm. Tỳ-kheo-ni đối với đồng nữ 18 tuổi, nên cho hai năm học giới, (cho sáu pháp), đủ 20 tuổi, trao giới cụ túc. Tại sao các cô lại độ người mù lòa và người có các bệnh khác?"

Sau khi bằng vô số phương tiện quở trách, đức Phật bảo các tỳ-kheo:

"Từ nay trở đi, Ta chế lập giới cụ túc bằng pháp bạch tứ yết-ma cho tỳ-kheo-ni.

2. Giáo thọ già nạn

Nên trao cho như vầy: để người thọ giới đứng chỗ mắt thấy mà tai không nghe. Trong giới sư nên tác bạch sai vị giáo thọ sư. Nên tác bạch như vầy:

---

[255] Pāli, Pāc. 73. *Ngũ phần*: điều 114. *Tăng-kỳ*: điều 99.

Đại tỷ Tăng xin lắng nghe! Người kia tên là..., theo Hòa thượng ni tên là..., cầu thọ giới cụ túc. Nếu thời gian thích hợp đối với Tăng, Tăng đồng ý tỳ-kheo-ni tên là... làm Giáo thọ sư. Đây là lời tác bạch.

Vị giáo thọ sư đến chỗ người xin thọ giới nói:

Này cô, đây là an-đà-hội, đây là uất-đa-la-tăng, đây là tăng-già-lê, đây là tăng-kỳ-chi, đây là phú kiên y,²⁵⁶ đây là bát. Y bát này là của cô phải không? Cô hãy lắng nghe. Đây là lúc cần nói thật với lòng chân thành. Nay tôi hỏi cô, thật thì cô nói thật, không thật thì cô nói không thật:²⁵⁷

'Tên chữ của cô là gì?'

'Hòa thượng của cô hiệu gì?'

'Cô đủ 20 tuổi chưa?'

'Y bát có đủ không?'

'Cha mẹ có cho phép cô tu không?'

'Phu chủ có cho phép cô tu không?'

'Cô có mắc nợ không?'

'Cô có phải là tôi tớ không?'

'Cô là người nữ phải không?'

'Người nữ có những bệnh như hủi, ung thư, hủi trắng, khô da, điên cuồng, hai hình, hai đường hiệp lại, tiểu tiện thường rỉ chảy, đại tiểu tiện đàm dãi chảy mãi. Cô có các bệnh như trên không?'

Nếu người xin thọ giới trả lời là 'không' thì nên bảo rằng:

'Như những việc tôi vừa hỏi cô, giữa chúng Tăng cũng sẽ hỏi như vậy. Cô đã trả lời với tôi như thế nào thì giữa chúng Tăng cô cũng trả lời như vậy.'

---

²⁵⁶ Xem tỳ-kheo-ni, ni-tát-kỳ 2.

²⁵⁷ Luật Pāli, có 24 già nạn (Pāli: *catuvīsati antarayike dhamme pucchī*, Vin. ii. 272): 11 trường hợp dị dạng, 5 bệnh truyền nhiễm; còn lại tương tự với tỳ-kheo.

Vị giáo thọ sư hỏi rồi, với oai nghi như thường lệ, trở lại trong chúng, đứng chỗ ngang tầm cánh tay đưa ra đụng,²⁵⁸ **[757b]** tác bạch:

'Đại tỷ Tăng xin lắng nghe! Người nữ tên là..., theo Hòa thượng ni tên là..., xin thọ giới cụ túc. Nếu thời gian thích hợp đối với Tăng, Tăng đồng ý, tôi đã giáo thọ rồi, cho phép kêu người ấy vào. Đây là lời tác bạch.'

Vị giáo thọ bảo: *'Cô hãy vào!'*

3. Bản bộ yết-ma

Cô ấy vào rồi, vị giáo thọ nên cầm y bát cho, bảo cô kỉnh lễ dưới chân ni Tăng; rồi bảo quỳ gối trước mặt giới sư, chắp tay. Vị giáo thọ dạy bạch như sau:

'Đại tỷ Tăng xin lắng nghe! Con tên là..., theo Hòa thượng ni tên là..., cầu thọ giới cụ túc. Con tên là... nay đến giữa Tăng xin thọ giới cụ túc, tỳ-kheo-ni tên là... làm Hòa thượng. Chúng Tăng rủ lòng thương cứu vớt con.'

Lần thứ hai, lần thứ ba cũng nói như vậy. Giới sư tác bạch:

'Đại tỉ Tăng xin lắng nghe! Người nữ này tên là..., theo Hòa thượng ni tên là..., cầu thọ giới cụ túc. Nay người nữ này đến giữa Tăng xin thọ giới cụ túc, tỳ-kheo-ni tên là... làm Hòa thượng. Nếu thời gian thích hợp đối với Tăng, Tăng đồng ý, tôi hỏi các nạn sự. Đây là lời tác bạch.'

Vị giới sư nói:

'Cô hãy lắng nghe! Nay là lúc phải chân thành. Tôi hỏi cô, thật thì cô nói thật. Không thật thì cô nói không thật:

'Tên chữ của cô là gì?'

'Hòa thượng của cô hiệu gì?'

'Cô đủ 20 tuổi chưa?'

'Y bát của cô có đủ không?'

---

²⁵⁸ Hán: thư thủ tương cập 舒手相及, chỉ khoảng cách giữa các tỳ-kheo khi tác yết-ma.

'Cha mẹ cô có cho phép cô tu không?'

'Phu chủ cô có cho phép cô tu không?'

'Cô có mắc nợ ai không?'

'Cô có phải là tôi tớ không?'

'Cô là người nữ phải không?'

'Người nữ có những bệnh như hủi, ung thư, hủi trắng, khô da, điên cuồng, hai hình, hai đường hiệp lại, tiểu tiện thường rỉ chảy, đại tiểu tiện đàm dãi chảy mãi. Cô có các bệnh như trên không?'

Người thọ giới đáp: *'Không.'*

Giới sư tác bạch:

'Đại tỷ Tăng xin lắng nghe! Người nữ này tên là..., theo Hòa thượng ni tên là..., cầu thọ giới cụ túc. Nay người nữ tên là... đến giữa chúng Tăng xin thọ giới cụ túc, tỳ-kheo-ni tên là... làm Hòa thượng. Người nữ tên là... tự nói thanh tịnh, không có các nạn sự, 20 tuổi, y bát đầy đủ. Nếu thời gian thích hợp đối với Tăng, Tăng đồng ý trao cho người nữ tên là... giới cụ túc, tỳ-kheo-ni tên là... làm Hòa thượng. Đây là lời tác bạch.

Đại tỷ Tăng xin lắng nghe! Người nữ tên là... theo Hòa thượng ni tên là... cầu thọ giới cụ túc. Nay người nữ tên là... theo chúng Tăng xin thọ giới cụ túc, tỳ-kheo-ni tên là... làm Hòa thượng. Người nữ tên là... tự nói thanh tịnh, không có các nạn sự, 20 tuổi, y bát đầy đủ. Nay Tăng trao cho người nữ tên là... giới cụ túc, tỳ-kheo-ni tên là... làm Hòa thượng. Các Đại tỷ nào đồng ý Tăng trao cho người nữ tên là... giới cụ túc, tỳ-kheo-ni tên là... làm Hòa thượng [757c] thì im lặng, vị nào không đồng ý xin nói. Đây là yết-ma lần thứ nhất. *(Lần thứ hai, lần thứ ba cũng nói như vậy).*

Tăng đã đồng ý Tăng trao cho người nữ tên là... giới cụ túc, tỳ-kheo-ni tên là... làm Hòa thượng rồi. Tăng đã đồng ý vì im lặng. Việc này tôi ghi nhận như vậy.'[259]

4. Chánh pháp yết-ma

Các tỳ-kheo-ni Tăng nên dẫn người thọ giới đến giữa Tăng tỳ-kheo,[260] trống vai bên hữu, kính lễ sát chân Tăng, đầu gối bên hữu chấm đất, chắp tay, thưa:

'Đại đức Tăng xin lắng nghe! Con tên là... theo Hòa thượng ni tên là... cầu thọ giới cụ túc. Nay con tên là... đến giữa chúng Tăng xin thọ giới cụ túc, tỳ-kheo-ni tên là... làm Hòa thượng. Xin Chúng Tăng rủ lòng thương cứu vớt con.'' *(Lần thứ hai, lần thứ ba cũng nói như vậy).*

Giới sư nên hỏi:

'Tên chữ của ngươi là gì?'

'Hòa thượng của ngươi hiệu gì?'...

Cho đến câu: '**Đàm dãi thường chảy ra...**' như trước. Rồi hỏi tiếp:

'Ngươi đã học giới thanh tịnh chưa?'

Nếu cô ấy nói: *'Đã học giới thanh tịnh,'* thì lại hỏi các tỳ-kheo-ni:

'Người này đã học giới thanh tịnh chưa?'

Nếu các cô ni nói: 'Đã học giới thanh tịnh.'

Giới sư nên tác bạch:

'Đại đức Tăng xin lắng nghe! Người này tên là... theo Hòa thượng ni tên là... cầu thọ giới cụ túc. Nay người này tên là... đến giữa Tăng xin thọ giới cụ túc, tỳ-kheo-ni tên là... làm Hòa thượng. Người này tên là... đã học giới thanh tịnh. Nếu thời gian thích hợp đối với Tăng, Tăng đồng ý trao cho người nữ tên là... giới cụ túc, tỳ-kheo-ni tên là... làm Hòa thượng. Đây là lời tác bạch.

---

[259] Bản Hán, hết quyển 27.

[260] Xem ba-dật-đề 139.

Đại đức Tăng xin lắng nghe! Người này tên là... theo Hòa thượng ni tên là... cầu thọ giới cụ túc. Nay, người này tên là... theo Tăng xin thọ giới cụ túc, tỳ-kheo-ni tên là... làm Hòa thượng. Người này tên là... đã học giới thanh tịnh. Nay, Tăng trao cho người có tên... giới cụ túc, tỳ-kheo-ni tên là... làm Hòa thượng. Các trưởng lão nào đồng ý, Tăng trao cho cô có tên... giới cụ túc, tỳ-kheo-ni tên là... làm Hòa thượng thì im lặng. [758a] Vị nào không đồng ý xin nói. Đây là yết-ma lần thứ nhất." *(Lần thứ hai, lần thứ ba cũng bạch như vậy).*

'Chúng Tăng đã đồng ý cho cô có tên là... thọ giới cụ túc, tỳ-kheo-ni tên... làm Hòa thượng rồi. Tăng đã đồng ý vì im lặng. Việc này tôi ghi nhận như vậy.'

5. Thuyết tám pháp ba-la-di

'Này Thiện nữ, hãy lắng nghe! Tám pháp ba-la-di sau đây do đức Như Lai, Vô sở trước, Đẳng chánh giác nói ra. Người nào phạm, chẳng phải là tỳ-kheo-ni, chẳng phải người nữ dòng họ Thích:

1/ Không được hành bất tịnh hạnh, hành pháp dâm dục. Nếu tỳ-kheo-ni hành bất tịnh hạnh có ý lạc, hành pháp dâm dục, cho đến cùng với loài súc sanh, thì người này chẳng phải là tỳ-kheo-ni, chẳng phải người nữ dòng họ Thích. Ngươi trong đây trọn đời không được phạm. Có thể giữ được không?'[261]

Người thọ trì giới trả lời: *Được ạ!*

2/ 'Không được trộm cắp, cho đến một lá cây, cọng cỏ. Nếu tỳ-kheo-ni ăn trộm của người năm tiền, hoặc hơn năm tiền, tự mình lấy hay chỉ bảo người lấy; tự mình bẻ[262] hay chỉ bảo người bẻ; tự mình chặt hay chỉ bảo người chặt; tự mình phá hay chỉ bảo người phá; hoặc đốt; hoặc chôn; hoặc làm hoại sắc, thì người này chẳng phải là tỳ-kheo-ni, chẳng phải người

---

[261] Nguyên Hán: 汝是中盡形壽不得犯.能持不？ Trong các Luật Ngũ phần, Ma-ha-tăng-kì và Pāli, đều không có câu hỏi này. Ngũ phần, quyển 29: 是中盡形壽不應犯！

[262] Để bản: đoạn 斷. TNM: chiết 斫.

nữ dòng họ Thích. Ngươi trong đây trọn đời không được phạm. Có thể giữ được không?'

Người thọ trì giới trả lời: *Được ạ!*

3/ 'Không được cố ý đoạn mạng chúng sanh, cho đến loài kiến. Nếu tỳ-kheo-ni tự tay mình cố ý đoạn mạng người, hoặc cầm dao trao cho người, hoặc bảo nên chết, khuyến khích chết, hoặc cho người uống thuốc độc, hoặc làm cho đọa thai, hoặc nguyền rủa độc chú cho chết, hoặc mình tự làm hay chỉ bảo người làm, thì người này chẳng phải là tỳ-kheo-ni, chẳng phải người nữ dòng họ Thích. Ngươi trong đây trọn đời không được phạm. Có thể giữ được không?'

Người thọ trì giới trả lời: *Được ạ!*

4/ 'Không được nói dối, cho đến nói giỡn. Nếu tỳ-kheo-ni không chân thật, chẳng phải là mình có mà tự xưng là tôi được pháp thượng nhân, tôi đắc thiền, đắc giải thoát, được tam-muội chánh thọ, đắc quả Tu-đà-hoàn, quả Tư-đà-hàm, quả A-na-hàm, quả A-la-hán; nói, 'có trời đến, rồng đến, quỷ thần đến cúng dường tôi,' thì người này chẳng phải là tỳ-kheo-ni, chẳng phải người nữ dòng họ Thích. Ngươi trong đây trọn đời không được phạm. Có thể giữ được không?'

Người thọ trì giới trả lời: *Được ạ!*

5/ 'Không được thân chạm nhau với người nam, cho đến cùng với súc sanh. Nếu tỳ-kheo-ni với tâm nhiễm ô cùng người nam có tâm nhiễm ô, hai thân xúc chạm nhau, từ nách trở xuống, từ gối trở lên, hoặc nắm, hoặc sờ, hoặc kéo, hoặc đẩy, vuốt ngược, vuốt xuôi, nâng lên, để xuống, hoặc nắm, hoặc nắn bóp, thì người này chẳng phải là tỳ-kheo-ni, chẳng phải người nữ dòng họ Thích. Ngươi trong đây trọn đời không được phạm. Có thể giữ được không?'

Người thọ trì giới trả lời: *Được ạ!*

6/ 'Không được phạm tám sự, [758b] cho đến cùng với súc sanh. Nếu tỳ-kheo-ni với tâm nhiễm ô bằng lòng cho người nam có tâm nhiễm ô nắm tay, nắm y, đi vào chỗ vắng, chỗ vắng cùng đứng, cùng nói chuyện, cùng đi, thân gần kề nhau, cùng hẹn nhau; phạm tám sự này, người này chẳng phải là tỳ-kheo-ni, chẳng phải người nữ dòng họ Thích, vì phạm tám sự. Ngươi trong đây trọn đời không được phạm. Có thể giữ được không?'

Người thọ trì giới trả lời: *'Được ạ!'*

7/ 'Không được che giấu tội của người, cho đến tội đột-kiết-la, ác thuyết. Nếu tỳ-kheo-ni biết tỳ-kheo-ni khác phạm tội ba-la-di, mà không tự cử tội, không bạch với Tăng, không báo với nhiều người. Thời gian sau, tỳ-kheo-ni này thôi tu, hay bị diệt tẫn, hoặc bị ngăn không cho dự Tăng sự, hoặc theo ngoại đạo, khi ấy mới nói: Trước đây tôi biết việc như vậy như vậy, thì người nói chẳng phải là tỳ-kheo-ni, chẳng phải người nữ dòng họ Thích, vì che giấu trọng tội. Ngươi trong đây trọn đời không được phạm. Có thể giữ được không?'

Người thọ trì giới trả lời: *'Được ạ!'*

8/ 'Không được tùy thuận tỳ-kheo bị cử tội, cho đến người giữ vườn và sa-di. Nếu tỳ-kheo-ni biết tỳ-kheo kia bị Tăng cử tội, như pháp, như luật, như lời Phật dạy mà tỳ-kheo ấy không phục tùng, không sám hối. Tăng chưa tác pháp cho tỳ-kheo ấy sống chung, mà tùy thuận với tỳ-kheo ấy; tỳ-kheo-ni khác nên can gián tỳ-kheo-ni này rằng: Này cô, cô có biết chăng? Tăng đã cử tội tỳ-kheo này như pháp, như luật, như lời Phật dạy mà tỳ-kheo ấy không phục tùng, không sám hối. Tăng chưa tác pháp cho tỳ-kheo ấy sống chung, cô đừng tùy thuận. Khi tỳ-kheo-ni khác can gián mà tỳ-kheo-ni này kiên trì không bỏ. Tỳ-kheo-ni nên can gián ba lần, cho bỏ việc ấy. Cho đến ba lần can gián, bỏ thì tốt; không bỏ thì tỳ-kheo-ni này không phải là tỳ-kheo-ni, không phải người nữ dòng họ Thích, vì tùy thuận theo người bị cử. Ngươi trong đây trọn đời không được phạm. Có thể giữ được không?'

Người thọ trì giới trả lời: *'Được ạ!'*[263]

6. Truyền pháp tứ y

'Này thiện nữ, hãy lắng nghe! Đức Như Lai, Vô sở trước, Đẳng chánh giác, nói pháp tứ y.[264] Tỳ-kheo-ni nương nơi đó được xuất gia, thọ giới cụ túc, thành tỳ-kheo-ni.

1/ Nương theo y phấn tảo mà được xuất gia, thọ cụ túc giới, thành pháp tỳ-kheo-ni. Trong đây ngươi trọn đời giữ được không?'[265]

Người thọ trì giới trả lời: *'Được ạ!'*

'Nếu được của lợi dư, đàn-việt thí y, loại y cắt rọc, thì được thọ.

2/ Nương theo sự khất thực mà được xuất gia, thọ cụ túc giới, thành pháp tỳ-kheo-ni. Trong đây ngươi trọn đời giữ được không?'

Người thọ trì giới trả lời: *'Được ạ!'*

'Nếu được của lợi, hoặc Tăng sai đi thọ thực, đàn-việt đem thức ăn đến, thức ăn ngày mồng tám, [758c] ngày mười bốn, ngày mười lăm hay mồng một trong tháng, hoặc thường thực của chúng Tăng, hay đàn-việt mời thọ thực thì có thể thọ.

3/ Nương nơi gốc cây mà ngồi,[266] mà được xuất gia thọ cụ túc giới, thành pháp của tỳ-kheo-ni. Trong đây ngươi trọn đời

---

[263] *Ngũ phần* 29 (tr.188c27), sau tám ba-la-di, truyền tám pháp bất khả việt (bát kỉnh).

[264] Luật Pāli, chỉ truyền ba y (*tasso nissaye*). Vì tỳ-kheo-ni trọn đời không được sống tại trú xứ a-lan-nhã. Nếu sống tại đó, phạm đột-kiết-la (Vin.ii. 278: *na bhikkhuniyā araññe vatthabbaṃ. yā vaseyya āpatti dukkaṭassā ti.*) Xem *Tứ phần* 49 (tr.928a17). *Ngũ phần* 40, tr. 547c7.

[265] Nguyên Hán: 汝是中盡形壽能持不? Trong các Luật Ngũ phần, Ma-ha-tăng-kì và Pāli, câu này là câu khẳng định, không phải câu hỏi. Ngũ phần, quyển 29: 如來、應供、等正覺說是四依法.盡形壽依是出家受具足戒. 依糞掃衣, 出家受具足戒.

[266] *Ngũ phần*, y thô tệ ngọa cụ.

giữ được không?'

Người thọ trì giới trả lời: *Được ạ!*

'Nếu được của lợi dư, phòng riêng, nhà nóc nhọn, phòng nhỏ, nhà bằng đá, hai phòng có một cửa thì nên thọ.

4/ Nương nơi thuốc hủ lạn,[267] **mà được xuất gia thọ cụ túc giới, thành pháp tỳ-kheo-ni. Trong đây ngươi trọn đời giữ được không?'**

Người thọ trì giới trả lời: *Được ạ!*

'Nếu được của lợi dư bơ sữa, dầu, bơ sống, mật, mật mía, thì có thể thọ.'

7. Giáo giới

'Ngươi đã thọ giới cụ túc rồi; bạch tứ yết-ma như pháp, thành tựu đúng cách, Hòa thượng như pháp, A-xà-lê như

---

[267] Hủ lạn dược 腐爛藥, được hiểu theo nghĩa đen là "thuốc mục nát" truyền thống Pāli hiểu nó là "nước đái quỷ." Xem *Trung bộ kinh* I, 315b – tức Pāli gọi là *pūti-mutta* (định nghĩa của PTS Pāli-English Dictionary: nước tiểu có mùi rất hôi; thường là nước tiểu của trâu bò được dùng làm thuốc cho tỳ-kheo.) Trong đó, *mutta*, nếu hiểu tương đương với *mukta* thì có nghĩa là "cái được trích ra." Còn *pūti*, tiếng Phạn cũng vậy; có ba gốc động từ khác nhau. Hoặc từ *pūy*: bốc thối, hoặc từ *pū*: tinh lọc; hoặc từ *pā*: uống. Nếu hiểu từ kép Pāli *pūti-mutta* gồm có *pūti* do động từ căn *pūy* và *mutta* tức là *mūtra*, như vậy sẽ có nghĩa nước đái độc thối, hoặc nước đái quỷ hoặc hủ lạn dược như Hán dịch, có lẽ không chính xác, và điều này phản lại nguyên lý y học thường được thấy trong các kinh điển, theo đó, tùy bệnh cho thuốc. Có lẽ nên hiểu từ kép này do động từ căn *pū* và *mukta,* nó sẽ có nghĩa loại thuốc được rút ra từ tinh dầu hoặc tinh cốt của các loại thảo mộc. Điều này phù hợp với điểm được qui định trong luật: tỳ-kheo không được dùng các loại cây, rau cỏ đang sống và tươi làm thức ăn, trừ trường hợp đã tác tịnh. Về dịch ngữ khác tương đương hủ lạn dược do Nghĩa Tịnh là trần khí dược 陳棄藥 có thể gần sát ý nghĩa vừa nói. (Dẫn *Yết-ma-yếu chỉ*, 2011, Ch. iii, cht. 91). *Ngũ phần: hạ tiện dược.*

pháp, hai bộ Tăng như pháp đầy đủ. Ngươi nên khéo thọ giáo pháp, nên khuyến hóa làm việc phước, tu bổ tháp, cúng dường chúng Tăng. Hòa thượng, A-xà-lê, những gì các ngài dạy như pháp, ngươi không được chống trái. Ngươi nên học vấn tụng kinh, siêng cầu phương tiện, để ở trong pháp của Phật, chứng được quả Tu-đà-hoàn, Tư-đà-hàm, A-na-hàm, A-la-hán. Có như vậy, công đức sơ phát tâm xuất gia của ngươi không bị uổng phí, quả báo không đoạn tuyệt. Ngoài ra những gì chưa biết, ngươi nên hỏi Hòa thượng, A-xà-lê.'

Xong rồi, khiến người mới thọ giới đi trước, chư ni đi sau.

Từ nay trở đi, Ta vì các tỳ-kheo-ni kết giới, gồm mười cú nghĩa, *cho đến câu* chánh pháp tồn tại lâu dài. Muốn nói giới nên nói như vầy:

b. Giới văn

Tỳ-kheo-ni nào, đồng nữ 18 tuổi, cho học giới hai năm, cho sáu pháp, đủ 20 tuổi, chúng Tăng không đồng ý[268] *mà cho thọ giới cụ túc, ba-dật-đề."*

c. Thích nghĩa

Tỳ-kheo-ni: nghĩa như trước.

Tăng: cũng như trước.

d. Tướng phạm

Tỳ-kheo-ni nào đối với người nữ 20 tuổi, có hai năm học giới, đã cho sáu pháp, nhưng chúng Tăng không cho phép mà cho thọ giới cụ túc; yết-ma xong lần thứ ba, Hòa thượng ni, ba-dật-đề; yết-ma lần thứ hai xong, ba đột-kiết-la; yết-ma lần thứ nhất xong, hai đột-kiết-la; bạch xong, một đột-kiết-la; bạch chưa xong, đột-kiết-la; trước khi chưa bạch, tập chúng, chúng đủ, tất cả đều phạm đột-kiết-la.

---

[268] Pāli (Vin. iv. 329): *saṅghena asammataṃ*, Tăng chưa hứa khả; giải thích: ...*ñattidutiyena kammena vuṭṭhānasammuti na dinnā hoti*, không được cho phép bằng bạch nhị yết-ma. Cf. Pāc. 64: Thức-xoa-ma-na đủ 2 năm học giới, thỉnh cầu Tăng truyền cụ túc. Tăng tác pháp bạch nhị chấp nhận thỉnh cầu. Sau đó tiến hành thủ tục truyền thọ cụ túc.

Tỷ-kheo, đột-kiết-la. Đó gọi là phạm.

Sự không phạm: đủ 20 tuổi, có hai năm học giới, (cho sáu pháp), chúng Tăng cho phép thọ giới cụ túc thì không phạm.

Người không phạm: phạm lần đầu tiên khi chưa chế giới; si cuồng, loạn tâm, thống não bức bách.

Điều 125. Thập nhị tằng giá[269]

a. Duyên khởi

Một thời, đức Thế Tôn ở trong vườn Cấp cô độc, rừng cây Kỳ-đà tại nước Xá-vệ. Bấy giờ, **[759a]** các tỷ-kheo-ni nghe đức Thế Tôn chế giới cho phép tỷ-kheo-ni trao giới cụ túc cho người. Chư ni độ phụ nữ nhỏ tuổi[270] cho thọ giới cụ túc. Thọ giới rồi, cô ấy không biết nam tử có tâm nhiễm ô hay không có tâm nhiễm ô, bèn cùng đứng, cùng nói chuyện, cùng đùa giỡn với nam tử có tâm nhiễm ô.[271]

Các tỷ-kheo-ni nghe, trong đó có vị thiểu dục tri túc, sống hạnh đầu-đà, ưa học giới, biết hổ thẹn, hiềm trách các tỷ-kheo-ni:

---

[269] Pāli, Pāc. 65 & 66. *Ngũ phần*: điều 104. *Tăng-kỳ*: điều 100 & 101 & 102. *Thập tụng*: điều 108. *Căn bản*: 108.

[270] Thiếu niên phụ nữ 少年婦女, được hiểu là phụ nữ đã có chồng nhưng còn nhỏ tuổi; bản Hán dịch sót ý. Nên hiểu: "Thiếu nữ nhỏ tuổi đã có chồng." *Ngũ phần* (tr.91a15): cho thọ cụ túc nữ đã có chồng chưa quá 12 tuổi. *Tăng-kỳ* (tr.536a2): Các tỷ-kheo-ni cho nữ 12 tuổi đã có chồng thọ cụ túc khi chưa đủ 20 tuổi, không qua 2 năm học giới. *Thập tụng* (tr.325c11): Thâu-la-nan-đà độ nữ 12 tuổi nhưng đã có chồng. *Căn bản* (tr.1004c1): độ những cô bé họ Thích đã có chồng, sau khi dòng họ Thích bị vua Lưu-ly tàn sát. Pāli, Vin. iv. 321: ni độ nữ đã có chồng nhưng chưa đủ 12 tuổi (*ūnadvādasavassaṃ ghigataṃ*).

[271] *Ngũ phần*: (vì quá nhỏ nên) ngu ám, vô tri, không kham học giới. *Tăng-kỳ*: quá nhỏ, quá yếu đuối, không kham khổ sự. Pāli: (nhỏ quá) không kham nổi lạnh, nóng, đói khát, muỗi mòng các thứ.

"Đức Thế Tôn chế giới cho phép tỳ-kheo-ni độ người khác thọ giới cụ túc.[272] Sao các cô lại độ người phụ nữ nhỏ tuổi đã từng có chồng,[273] thọ giới cụ túc? Thọ giới rồi, cô ấy không biết nam tử có tâm nhiễm ô hay không có tâm nhiễm ô, bèn cùng đứng, cùng nói chuyện, cùng đùa giỡn với nam tử có tâm nhiễm ô."

Chư ni bạch với các tỳ-kheo. Các tỳ-kheo đến bạch lên đức Thế Tôn. Đức Thế Tôn vì nhân duyên này tập hợp Tăng tỳ-kheo, quở trách các tỳ-kheo-ni:

"Các cô làm điều sai quấy, chẳng phải oai nghi, chẳng phải pháp sa-môn, chẳng phải hạnh thanh tịnh, chẳng phải hạnh tùy thuận, làm điều không nên làm. Tại sao các cô lại độ người phụ nữ nhỏ tuổi đã từng có chồng, thọ giới cụ túc? Thọ giới rồi, cô ấy không biết nam tử có tâm nhiễm ô hay không có tâm nhiễm ô, bèn cùng đứng, cùng nói chuyện, cùng đùa giỡn với nam tử có tâm nhiễm ô."

Sau khi bằng vô số phương tiện quở trách, Phật bảo các tỳ-kheo:

"Từ nay trở đi, muốn độ người, trao giới cụ túc, trước phải bạch chúng Tăng, rồi mới cạo đầu, cho đến trao cho mười giới như trên. Từ nay trở đi, cho phép độ người nữ 10 tuổi đã từng có chồng, cho hai năm học giới, khi đủ 12 tuổi, cho thọ giới cụ túc, bằng pháp bạch tứ yết-ma như trên.

---

[272] Ở đây hiểu là độ nữ chưa quá 12 tuổi đã có chồng. *Tăng-kỳ 39* (tr.535c19): Bấy giờ các cô gái họ Thích, họ Ma-la, họ Lê-xa, đã có chồng, kham chịu khổ sự, có trí tuệ, muốn xuất gia. Cù-đàm-di thỉnh ý Phật: nữ tuy mới 12 tuổi nhưng đã có chồng, có được thọ cụ túc không? Phật cho phép. *Căn bản ni 17* (tr.1004c1): Sau khi họ Thích bị tàn sát, các cô bé không nơi nương tựa, xin xuất gia. Tỳ-kheo-ni bảo đợi đủ 20. Các cô bé nói: chúng con 12 tuổi đã có chồng, đã từng hầu hạ cha mẹ chồng, quản lý gia sự. Nay có thể hầu Hòa thượng, A-xà-lê. Các tỳ-kheo bạch Phật. Phật cho phép.

[273] Hán: thiếu niên tằng giá phụ nữ 少年曾嫁婦女. Pāli (Vin. iv. 321): *ūnadvādasa-vassaṃ gihitaṃ*, nữ chưa đầy 12 tuổi nhưng đã có chồng (tục tảo hôn).

Từ nay trở đi, Ta vì các tỳ-kheo-ni kết giới, gồm mười cú nghĩa, *cho đến câu* chánh pháp tồn tại lâu dài. Muốn nói giới nên nói như vầy:

b. Giới văn

Tỳ-kheo-ni nào độ phụ nữ 10 tuổi đã từng có chồng,[274] cho hai năm học giới, đủ 12 tuổi mới cho thọ giới cụ túc; nếu dưới 12 tuổi mà cho thọ giới cụ túc, ba-dật-đề."[275]

c. Thích nghĩa

Tỳ-kheo-ni: nghĩa như trước.

d. Tướng phạm

Tỳ-kheo-ni biết người dưới 12 tuổi mà cho thọ giới cụ túc, yết-ma lần thứ ba xong, Hòa thượng ni, ba-dật-đề; yết-ma lần thứ hai xong, phạm ba đột-kiết-la; yết-ma lần thứ nhất xong, hai đột-kiết-la; bạch rồi, một đột-kiết-la; bạch chưa xong, đột-kiết-la; trước khi chưa bạch, tập chúng, chúng đủ, tất cả đều đột-kiết-la.

Tỳ-kheo, đột-kiết-la. Đó gọi là phạm.

Sự không phạm: độ khi 10 tuổi, **[759b]** cho hai năm học giới, đến 12 tuổi cho thọ giới cụ túc, thì không phạm.

Người không phạm: phạm lần đầu tiên khi chưa chế giới; si cuồng, loạn tâm, thống não bức bách.

---

[274] Thập tuế tằng giá 十歲曾嫁.

[275] Ngũ phần: "...thập nhị tuế dĩ giá nữ 十二歲已嫁女..." *Tăng-kỳ:* "... thích tha phụ giảm thập nhị vũ 適他婦減十二雨..." Pāli, Pāc, 66: *paripuṇṇadvādasavassaṃ gihigataṃ dve vassāni chasu dhammesu asikkhitasikkhaṃ vuṭṭhāpeyya, pācittiyaṃ*, nữ đã có chồng, đủ 12 tuổi, chưa đủ 2 năm học giới, mà cho thọ cụ túc, ba-dật-đề.

Điều 126. Độ nữ tằng giá không bạch Tăng[276]

a. Duyên khởi

Một thời, đức Bà-già-bà ở trong vườn Cấp cô độc, rừng cây Kỳ-đà tại nước Xá-vệ. Bấy giờ, có các tỳ-kheo-ni nghe đức Thế Tôn chế giới, được độ người nữ 10 tuổi đã từng có chồng, cho hai năm học giới, đến đủ 12 tuổi, cho thọ giới cụ túc. Chư ni độ người mù lòa, chân khập khiểng, điếc và có các bệnh khác, khiến chúng Tăng bị chê bai, biếm nhẻ.[277]

Các tỳ-kheo-ni nghe, trong đó có vị thiểu dục tri túc, sống hạnh đầu-đà, ưa học giới, biết tàm quý, quở trách các tỳ-kheo-ni rằng:

"Đức Thế Tôn chế giới, cho độ phụ nữ 10 tuổi đã từng có chồng, cho hai năm học giới, đủ 12 tuổi cho thọ giới cụ túc. Sao các cô lại độ người mù lòa, điếc và có các bệnh khác, khiến chúng Tăng bị biếm nhẻ?"

Các tỳ-kheo-ni đến bạch với các tỳ-kheo. Các tỳ-kheo đến bạch lên đức Thế Tôn. Đức Thế Tôn vì nhân duyên này tập hợp Tăng tỳ-kheo, quở trách các tỳ-kheo-ni:

"Các cô làm điều sai quấy, chẳng phải oai nghi, chẳng phải pháp sa-môn, chẳng phải hạnh thanh tịnh, chẳng phải hạnh tùy thuận, làm việc không nên làm. Thế Tôn chế giới, cho phép tỳ-kheo-ni độ phụ nữ 10 tuổi đã từng có chồng, cho hai năm học giới, đủ 12 tuổi cho thọ giới cụ túc. Sao các cô lại độ người mù lòa, điếc và có các bệnh khác, khiến chúng Tăng bị biếm nhẻ?"

Sau khi bằng vô số phương tiện quở trách, Phật bảo các tỳ-kheo:

"Từ nay trở đi, cho phép thọ giới cụ túc, bằng bạch tứ yết-ma, nên trao cho như vầy: Dẫn người thọ giới đến chỗ mắt thấy, tai không nghe... *cho đến câu: 'Tôi đã giáo thọ xong.'*

Cho phép kêu vào cũng như trên.[278]

---

[276] Pāli, Pāc. 67. *Ngũ phần*: điều 105. *Tăng-kỳ*: điều 103. *Thập tụng*: điều 109.

[277] Xem ba-dật-đề 124 trước.

[278] Xem ba-dật-đề 124 trước.

Khi đã đến trong Tăng, giới sư tác bạch hỏi nạn sự cho đến bạch tứ yết-ma như trên, và đến giữa đại Tăng cho thọ giới. Tất cả đều như trên, đồng với pháp của đồng nữ 18 tuổi.

Từ nay trở đi, Ta vì các tỳ-kheo-ni kết giới, gồm mười cú nghĩa, *cho đến câu* chánh pháp tồn tại lâu dài. Muốn nói giới nên nói như vầy:

b. Giới văn

Tỳ-kheo-ni nào độ phụ nữ tuổi nhỏ đã từng có chồng, cho hai năm học giới, đủ 12 tuổi, không bạch Tăng[279] mà cho thọ giới cụ túc, ba-dật-đề."

c. Thích nghĩa

Tỳ-kheo-ni: nghĩa như trước.

d. Tướng phạm

Tỳ-kheo-ni nào độ người nữ tuổi nhỏ đã từng có chồng, cho hai năm học giới, tuổi đủ 12 nhưng không bạch với chúng Tăng mà cho thọ giới **[759c]** cụ túc, ba yết-ma xong, Hòa thượng ni, ba-dật-đề; hai yết-ma xong, ba đột-kiết-la; một yết-ma xong, hai đột-kiết-la; bạch xong, một đột-kiết-la; bạch chưa xong, đột-kiết-la; trước khi chưa bạch, tập chúng, chúng đủ, tất cả đều phạm đột-kiết-la.

Tỳ-kheo, đột-kiết-la. Đó gọi là phạm.

Sự không phạm: độ phụ nữ 12 tuổi đã từng có chồng, bạch Tăng trước khi thọ giới cụ túc thì không phạm.

Người không phạm: phạm lần đầu tiên khi chưa chế giới; si cuồng, loạn tâm, thống não bức bách.

---

[279] Chưa được Tăng chấp thuận, xem cht. ba-dật-đề 124 trước.

Điều 127. Cho người như vậy thọ cụ túc[280]

a. Duyên khởi

Một thời, đức Bà-già-bà ở trong vườn Cấp cô độc, rừng cây Kỳ-đà tại nước Xá-vệ. Bấy giờ, có các tỳ-kheo-ni độ dâm nữ,[281] cho thọ giới cụ túc. Những người nam[282] đã từng quan hệ sâu với họ, thấy vậy cùng nhau bàn, nói:

"Dâm nữ này trước kia cùng chúng tôi làm những việc như vậy như vậy."

Tỳ-kheo-ni vừa được độ và các tỳ-kheo-ni khác nghe, thảy đều xấu hổ.

Các tỳ-kheo-ni nghe, trong đó có vị thiểu dục tri túc, sống hạnh đầu-đà, ưa học giới, biết tàm quý, hiềm trách các tỳ-kheo-ni:

"Sao các cô lại độ dâm nữ cho thọ giới cụ túc? "

Chư ni bạch với các tỳ-kheo. Các tỳ-kheo đến bạch lên đức Thế Tôn. Đức Thế Tôn vì nhân duyên này tập hợp Tăng tỳ-kheo, quở trách các tỳ-kheo-ni:

"Các cô làm điều sai quấy, chẳng phải oai nghi, chẳng phải pháp sa-môn, chẳng phải hạnh thanh tịnh, chẳng phải hạnh tùy thuận, làm điều không nên làm. Tại sao các cô lại độ dâm nữ, cho thọ giới cụ túc?"

Đức Thế Tôn bằng vô số phương tiện quở trách, rồi bảo các tỳ-kheo:

"Các tỳ-kheo-ni này là nơi trồng nhiều giống hữu lậu, là những người đầu tiên phạm giới này. Từ nay trở đi, Ta vì các tỳ-kheo-ni kết giới, gồm mười cú nghĩa, *cho đến câu* chánh pháp tồn tại lâu dài. Muốn nói giới nên nói như vầy:

---

[280] Cf. Pāli, Pāc. 70. *Thập tụng*: điều 115. *Ngũ phần*: điều 112. *Căn bản*: điều 160 & 114.

[281] *Ngũ phần* (91c28): dâm nữ không chịu nhận giáo giới (chưa thuần tính, hay chưa có ý hoàn lương). Nếu dâm nữ đã nhàm chán thân nữ, được phép độ. *Thập tụng* (328b11): có nhân duyên được phép độ, nhưng phải đưa cô ấy đi chỗ khác từ 5 hay 6 do-tuần trở lên.

[282] Để bản chép nhầm là *nữ nhân* 女人.

Tỳ-kheo-ni nào cho người như vậy[283] ***thọ giới cụ túc,***[284] ***ba-dật-đề."***

Đức Thế Tôn vì các tỳ-kheo-ni kết giới như vậy. Các tỳ-kheo-ni không biết là người như vậy hay chẳng phải là người như vậy, sau mới biết, nên các vị tác pháp ba-dật-đề, có vị nghi. Đức Phật dạy:

"Không biết thì không phạm. Từ nay trở đi, nên nói giới như vầy:

b. Giới văn

Tỳ-kheo-ni nào biết người như vậy mà cho thọ giới cụ túc, ba-dật-đề."

c. Thích nghĩa

Tỳ-kheo-ni: nghĩa như trước.

Người như vậy:[285] chỉ cho dâm nữ.

d. Tướng phạm

Người ấy, hoặc có phu chủ, hoặc có anh em của phu chủ, cho đến người tư thông cũ. Tỳ-kheo-ni cho người như vậy thọ giới cụ túc thì **[760a]** nên dẫn họ đi xa cách năm, sáu do-diên (do-tuần).[286] Nếu không

---

[283] Hán: như thị nhân 如是人. *Ngũ phần*: dâm nữ 婬女.

[284] *Thập tụng*: "Nuôi dâm nữ làm đệ tử mà không đưa xa khỏi bản xứ 5, 6 do-tuần." Pāli, Pāc. 70, nội dung tương tự, nhưng người nữ được nói là *sahajīviniṃ*, người sống chung, không nói rõ nguồn gốc. Sau đó, cô này bị chồng hay chủ (*sāmika*) bắt lại. Theo quy định như trong già nạn, nữ có chồng phải được phu chủ cho phép mới được xuất gia (Ni luật, ba-dật-đề 143). Vậy đây có thể hiểu trường hợp xảy ra tương tự *Tứ phần* hay *Thập tụng*: dâm nữ xuất gia, bị khách cũ săn đuổi.

[285] Như thị nhân 如是人.

[286] Giải thích này gần giống sự việc được nêu trong Pāli, Pāc. 70: *sahajīviniṃ vuṭṭhāpetvā neva vūpakāseyya na vūpakāsāpeyya antamaso chappañcayojanānipi*, "... cho người cùng sinh hoạt thọ cụ túc mà không tự mình hay nhờ người đưa đi ẩn cho đến năm hay sáu do-tuần..." Trong đó, "người cùng sinh hoạt (*sahajivinī*: đồng hoạt, cộng hoạt)" được giải thích "người cùng sống chung (*saddhivihāraṇī*)" mà thường chỉ người cùng sống chung một trú xứ, tức chỉ cho đệ tử.

đi được, cho lánh vào chỗ thâm kín. Tỳ-kheo-ni độ người như vậy xuất gia, thọ giới cụ túc rồi, không dẫn họ đi xa cách năm, sáu do-tuần, hay lánh mình vào chỗ thâm kín, ba-dật-đề.[287]

Tỳ-kheo, đột-kiết-la. Đó gọi là phạm.

Sự không phạm: trước không biết là người như vậy liền cho thọ giới cụ túc; hoặc dẫn người ấy đi xa cách năm, sáu do-tuần; hoặc bảo người dẫn đến chỗ xa năm, sáu do-diên, hay ở chỗ lánh mình thâm kín.

Người không phạm: phạm lần đầu tiên khi chưa chế giới; si cuồng, loạn tâm, thống não, bức bách.

Điều 128. Độ đệ tử không dạy học giới[288]

a. Duyên khởi

Một thời, đức Bà-già-bà ở trong vườn Cấp cô độc, rừng cây Kỳ-đà tại nước Xá-vệ. Bấy giờ, có Tỳ-kheo-ni An Ẩn[289] độ nhiều đệ tử, mà không dạy bảo. Do không được dạy bảo nên họ không xét theo oai nghi, quấn y không tề chỉnh, khất thực không như pháp, thọ bất tịnh thực khắp nơi,[290] hoặc thọ thực với bát bất tịnh.[291] Khi tiểu thực đại thực lớn tiếng kêu la, như pháp tụ hội của bà-la-môn.

Điều luật tương tự, *Ngũ phần*, điều 122: "... độ đệ tử, không tự mình hay nhờ người đưa đi khỏi bản xứ năm hay sáu do-tuần..."; được giải thích (tr.92c12): sau khi cô này xuất gia, bọn đàn ông quen biết cũ tìm đến chọc ghẹo, nên phải đưa đi khỏi bản xứ. Cf. *Ngũ phần*, điều 112 & cht. dưới.

287 *Ngũ phần* điều 112 (tr.92a05): "Độ người nữ đã nhàm chán thân nữ, không phạm."

288 Pāli, Pāc. 68. Cf. *Ngũ phần*: điều 121. *Tăng-kỳ*: điều 104. *Thập tụng*: điều 114. *Căn bản*: điều 112 & 113.

289 An Ẩn, hoặc phiên âm Sai-ma; cùng chỉ một người. Pāli: *Thullanandā*.

290 Bất tịnh thực, thức ăn không được luật cho phép, hay chưa được tác tịnh. Pāli: *na jānanti kappiyaṃ vā akappiyaṃ vā*, "không biết là hợp thức hay không hợp thức."

291 Bát không đúng theo luật quy định.

Bấy giờ, các tỳ-kheo-ni thấy vậy, bảo rằng:

"Này, cô em! Tại sao các cô không xét biết oai nghi, quấn y không tề chỉnh, khất thực không như pháp, thọ bất tịnh thực khắp nơi, hoặc thọ thực với bát bất tịnh? Khi tiểu thực đại thực lớn tiếng kêu la, như pháp tụ hội của bà-la-môn!"

Các tỳ-kheo-ni ấy thưa:

"Chúng con là đệ tử của Tỳ-kheo-ni An Ẩn. Thầy con nuôi đệ tử nhiều nhưng không giáo giới chúng con. Do không được giáo giới nên chúng con như vậy."

Tỳ-kheo-ni nghe, trong đó có vị thiểu dục tri túc, sống hạnh đầu-đà, ưa học giới, biết hổ thẹn, hiềm trách Tỳ-kheo-ni An Ẩn:

"Sao cô nuôi nhiều đệ tử mà không dạy bảo? Do không dạy bảo nên có nhiều việc làm không như pháp."

Quở trách rồi, tỳ-kheo-ni đến bạch với các tỳ-kheo. Các tỳ-kheo đến bạch lên đức Phật. Đức Phật vì nhân duyên này tập hợp Tăng tỳ-kheo, quở trách Tỳ-kheo-ni An Ẩn:

"Cô làm điều sai quấy, chẳng phải oai nghi, chẳng phải pháp sa-môn, chẳng phải hạnh thanh tịnh, chẳng phải hạnh tùy thuận, làm điều không nên làm. Tại sao cô nuôi nhiều đệ tử mà không dạy bảo để chúng không xét biết oai nghi, quấn y không tề chỉnh, khất thực không như pháp, thọ bất tịnh thực khắp nơi, hoặc thọ thực với bát bất tịnh; khi tiểu thực đại thực lớn tiếng kêu la, như pháp tụ hội của bà-la-môn?"

Sau khi bằng vô số phương tiện quở trách, Phật bảo các tỳ-kheo:

"Tỳ-kheo-ni này là nơi trồng nhiều giống hữu lậu, là những người đầu tiên phạm giới này. **[760b]** Từ nay trở đi, Ta vì các tỳ-kheo-ni kết giới, gồm mười cú nghĩa, *cho đến câu* chánh pháp tồn tại lâu dài. Muốn nói giới nên nói như vầy:

b. Giới văn

Tỳ-kheo-ni nào độ nhiều đệ tử, mà trong hai năm không dạy học giới, không chăm sóc bằng hai pháp,[292] ba-dật-đề."

c. Thích nghĩa

Tỳ-kheo-ni: nghĩa như trước.

Hai pháp: một là pháp, hai là y và thực.

- *Chăm sóc bằng pháp:*[293] dạy tăng thượng giới, tăng thượng tâm, tăng thượng tuệ, học vấn, tụng kinh.

- *Chăm sóc bằng y và thực:* cho y thực, giường nằm, ngọa cụ, thuốc men, tùy theo khả năng mà cung cấp các thứ cần dùng.

d. Tướng phạm

Tỳ-kheo-ni nào nuôi nhiều đệ tử cho thọ giới cụ túc, mà trong hai năm không dạy học giới, không nhiếp hóa bằng hai pháp, ba-dật-đề.

Tỳ-kheo, đột-kiết-la. Đó gọi là phạm.

Sự không phạm: nếu đã độ mà có cho học giới trong hai năm, dùng hai việc nhiếp hóa, một là pháp, hai là y thực. Hoặc họ thọ giới cụ túc, rồi bỏ Hòa thượng đi, hoặc phá giới, phá kiến, phá oai nghi; hoặc bị cử, hoặc diệt tẫn, hoặc đáng diệt tẫn, hoặc do việc này đưa đến mạng nạn, phạm hạnh nạn. Thảy đều không phạm.

Người không phạm: phạm lần đầu tiên khi chưa chế giới; si cuồng, loạn tâm, thống não bức bách.

---

[292] Pāli: *dve vassāni neva anugaṇheyya na anuggaṇhāpeyya,* trong hai năm, không chăm sóc, cũng không nhờ người chăm sóc. *Ngũ phần:* "... trong sáu năm, không do chính mình chăm sóc 攝取, không nhờ người chăm sóc..." *Tăng-kỳ:* "... cần phải giáo giới trong hai năm..." *Thập tụng:* "... nuôi đệ tử mà không cung cấp tài và pháp..." *Căn bản,* gồm 2 điều, 112: không giáo thọ giới (không dạy các học giới), và 113: không nhiếp thọ vệ hộ (không chăm sóc bảo hộ).

[293] Pháp nhiếp thủ 法攝取.

Điều 129. Không có hai năm theo Hòa thượng ni[294]

a. Duyên khởi

Một thời, đức Bà-già-bà ở trong vườn Cấp cô độc, rừng cây Kỳ-đà tại nước Xá-vệ. Bấy giờ có tỳ-kheo-ni độ nhiều đệ tử. Khi được độ rồi, họ bỏ Hòa thượng đi, nên không nhận được mọi sự dạy dỗ, không xét biết oai nghi, quấn y không tề chỉnh, khất thực không như pháp, thọ bất tịnh thực khắp nơi, hoặc thọ thực với bát bất tịnh. Khi tiểu thực đại thực, họ lớn tiếng kêu la, như pháp tụ hội của bà-la-môn. Các tỳ-kheo-ni thấy vậy hỏi:

"Này, các cô em! Tại sao các cô không xét biết oai nghi, quấn y không tề chỉnh, khất thực không như pháp, thọ bất tịnh thực khắp nơi, hoặc thọ bát bất tịnh thực; khi tiểu thực đại thực lớn tiếng kêu la, như pháp tụ hội của bà-la-môn?"

Các tỳ-kheo-ni ấy thưa:

"Chúng con thọ giới cụ túc rồi bỏ Hòa thượng đi, không nhận được sự giáo dục nên như thế!" Tỳ-kheo-ni nghe, trong đó có vị thiểu dục tri túc, sống hạnh đầu-đà, ưa học giới, biết hổ thẹn, hiềm trách các tỳ-kheo-ni:

"Tại sao các cô em thọ giới rồi bỏ Hòa thượng đi, để không nhận được sự giáo dục, không xét biết oai nghi, quấn y không tề chỉnh, khất thực không như pháp, thọ bất tịnh thực khắp nơi, hoặc thọ thực với bát bất tịnh? Khi tiểu thực đại thực lớn tiếng kêu la, **[760c]** như pháp tụ hội của bà-la-môn?"

Các tỳ-kheo-ni quở trách rồi đến bạch với các tỳ-kheo. Các tỳ-kheo đến bạch lên Đức Phật. Đức Phật vì nhân duyên này tập hợp Tăng tỳ-kheo, quở trách các tỳ-kheo-ni:

"Các cô làm điều sai quấy, chẳng phải oai nghi, chẳng phải pháp sa-môn, chẳng phải hạnh thanh tịnh, chẳng phải hạnh tùy thuận, làm điều không nên làm. Tại sao thọ giới cụ túc rồi các cô lại lìa bỏ Hòa thượng đi nên không được sự giáo dục, không xét biết oai nghi, quấn y không tề chỉnh, khất thực không như pháp, thọ bất tịnh thực khắp nơi, hoặc thọ

---

[294] Pāli, Pāc. 69. *Ngũ phần*: điều 119. *Tăng-kỳ*: điều 105. *Thập tụng*: điều 113.

thực với bát bất tịnh? Khi tiểu thực đại thực lớn tiếng kêu la, như pháp tụ hội của bà-la-môn?"

Sau khi bằng vô số phương tiện quở trách, Phật bảo các tỳ-kheo:

"Các tỳ-kheo-ni này là nơi trồng nhiều giống hữu lậu, là những người đầu tiên phạm giới này. Từ nay trở đi, Ta vì các tỳ-kheo-ni kết giới, gồm mười cú nghĩa, *cho đến câu* chánh pháp tồn tại lâu dài. Muốn nói giới nên nói như vầy:

b. Giới văn

Tỳ-kheo-ni nào không có hai năm theo Hòa thượng ni,[295] *ba-dật-đề."*

c. Thích nghĩa

Tỳ-kheo-ni: nghĩa như trước.

d. Tướng phạm

Tỳ-kheo-ni không có hai năm theo Hòa thượng ni, ba-dật-đề.

Tỳ-kheo, đột-kiết-la. Thức-xoa-ma-na, sa-di, sa-di-ni, đột-kiết-la. Đó gọi là phạm.

Sự không phạm: thọ giới cụ túc rồi, hai năm theo Hòa thượng ni; hoặc Hòa thượng cho phép đi thì được đi; hoặc Hòa thượng phá giới, phá kiến, phá oai nghi; hoặc bị cử, hoặc diệt tẫn, hoặc đáng diệt tẫn, hoặc do việc này đưa đến mạng nạn, phạm hạnh nạn, trong hai năm phải xa lìa. Thảy đều không phạm.

Người không phạm: phạm lần đầu tiên khi chưa chế giới; si cuồng, loạn tâm, thống não bức bách.

---

[295] *Ngũ phần:* "... mới thọ giới... không nương thờ Hoà thượng trong sáu năm..." *Tăng-kỳ:* "... sau khi thọ cụ túc, phải đi theo hầu hạ Hoà thượng trong hai năm..."

Điều 130. Tăng chưa cho phép mà độ người[296]

a. Duyên khởi

Một thời, đức Phật ở trong vườn Cấp cô độc, rừng cây Kỳ-đà, tại nước Xá-vệ. Bấy giờ đức Thế Tôn chế giới, cho phép độ người thọ giới cụ túc. Các tỳ-kheo-ni ngu si độ người mà không biết giáo dục. Do không được giáo dục nên họ không xét biết oai nghi, quấn y không tề chỉnh, khất thực không như pháp, thọ bất tịnh thực khắp nơi, hoặc thọ thực với bát bất tịnh. Khi tiểu thực đại thực thì cao tiếng kêu la, như pháp tụ hội của bà-la-môn.

Các tỳ-kheo-ni nghe, trong đó có vị thiểu dục tri túc, sống hạnh đầu-đà, ưa học giới, biết hổ thẹn, quở trách các tỳ-kheo-ni:

"Đức Thế Tôn chế giới, cho phép độ người. Tại sao các cô là người ngu si cũng vội độ người mà không biết giáo dục. Do không được giáo dục nên họ không xét biết oai nghi, *cho đến* khi tiểu thực đại thực, lớn tiếng **[761a]** kêu la, như pháp tụ hội của bà-la-môn."

Chư ni bạch với các tỳ-kheo. Các tỳ-kheo đến bạch lên đứcThế Tôn. Đức Thế Tôn vì nhân duyên này tập hợp Tăng tỳ-kheo, quở trách các tỳ-kheo-ni:

"Các cô làm điều sai quấy, chẳng phải oai nghi, chẳng phải pháp sa-môn, chẳng phải hạnh thanh tịnh, chẳng phải hạnh tùy thuận, làm điều không nên làm. Tại sao đức Thế Tôn chế giới, tuy cho phép độ người, nhưng các cô hạng ngu si, cũng vội độ người mà không biết giáo dục. Do không giáo dục, nên họ không xét biết oai nghi, khất thực không như pháp, thọ bất tịnh thực khắp nơi, hoặc thọ bát bất tịnh thực; khi tiểu thực đại thực thì lớn tiếng kêu la, như pháp tụ hội của bà-la-môn."

Đức Thế Tôn bằng vô số phương tiện quở trách, rồi bảo các tỳ-kheo:

Yết-ma nuôi chúng

---

[296] Cf. Pāli, Pāc. 75. *Ngũ phần*: điều 103. *Tăng-kỳ* (tr. 535b9): điều 99. *Thập tụng*: điều 112. *Căn bản ni*: điều 107.

"Từ nay trở đi, cho phép Tăng bạch nhị yết-ma để cho phép người muốn trao giới cụ túc cho kẻ khác. Người ấy đến giữa Tăng cầu xin, nên cầu như vầy: đến trong chúng tỳ-kheo-ni, trống vai bên hữu, cởi bỏ dép, kính lễ sát chân các tỳ-kheo-ni, đầu gối bên hữu chấm đất, chắp tay, bạch:

Đại tỷ Tăng, xin lắng nghe! Tôi tỳ-kheo-ni tên là...,[297] cầu xin chúng Tăng cho phép độ người thọ giới cụ túc. *(Lần thứ hai, lần thứ ba cũng nói như vậy).*

Tỳ-kheo-ni Tăng nên xem xét người ấy, nếu đủ khả năng giáo dục, cho học giới trong hai năm, chăm sóc bằng hai sự, một là pháp, hai là y thực, thì thuận cho. Nếu không đủ khả năng giáo dục, không thể cho học giới trong hai năm, chăm sóc bằng hai sự, thì nên nói:

Này cô, thôi đi! Đừng nên độ người.

Nếu cô ấy có trí tuệ, có khả năng giáo dục, cho học giới trong hai năm, chăm sóc bằng hai sự, thì ni chúng nên sai một vị có thể yết-ma, dựa theo sự việc trên tác bạch như vầy:

Đại tỷ Tăng, xin lắng nghe! Tỳ-kheo-ni này tên là...[298], nay đến giữa chúng Tăng cầu xin pháp trao giới cụ túc cho người. Nếu thời gian thích hợp đối với Tăng, Tăng đồng ý cho phép tỳ-kheo-ni tên là..., trao giới cụ túc cho người. Đây là lời tác bạch.

Đại tỷ Tăng, xin lắng nghe! Tỳ-kheo-ni này tên là..., nay đến giữa chúng Tăng cầu xin phép trao giới cụ túc cho người. Nay, Tăng trao cho tỳ-kheo-ni tên là..., pháp trao giới cụ túc cho người. Các đại tỉ nào đồng ý Tăng trao cho tỳ-kheo-ni tên là..., pháp trao giới cụ túc cho người thì im lặng. Vị nào không đồng ý xin nói."

Tăng đã đồng ý cho tỳ-kheo-ni tên là..., pháp trao giới cụ túc cho người rồi. Tăng đã đồng ý vì im lặng. Việc này tôi ghi nhận như vậy.

---

[297] Pāli: "... tỳ-kheo-ni đã đủ 12 hạ."

[298] Pāli: "... tỳ-kheo-ni đã đủ 12 hạ này, tên là... "

Từ nay trở đi, Ta vì các tỳ-kheo-ni kết giới, gồm **[761b]** mười cú nghĩa, *cho đến câu* chánh pháp tồn tại lâu dài. Muốn nói giới nên nói như vầy:

b. Giới văn

Tỳ-kheo-ni nào[299] ***Tăng không cho phép mà trao giới cụ túc cho người, ba-dật-đề.***"

c. Thích nghĩa

Tỳ-kheo-ni: nghĩa như trước.

Cho phép: chúng Tăng bạch nhị yết-ma, cho phép tỳ-kheo-ni kia.

d. Tướng phạm

Nếu Tăng không cho phép mà trao giới cụ túc cho người, ba-dật-đề. Chúng Tăng không cho phép bèn cho người y chỉ, hoặc nuôi sa-di-ni, thức-xoa-ma-na, đột-kiết-la.

Tỳ-kheo, đột-kiết-la. Đó gọi là phạm.

Sự không phạm: chúng Tăng cho phép trao giới cụ túc cho người, nhận tỳ-kheo-ni y chỉ và nuôi sa-di-ni, thức-xoa-ma-na. Đó gọi là không phạm.

Người không phạm: phạm lần đầu tiên khi chưa chế giới; si cuồng, loạn tâm, thống não bức bách.

Điều 131. Chưa đủ mười hai hạ mà độ người[300]

a. Duyên khởi

Một thời, đức Thế Tôn ở trong vườn Cấp cô độc, rừng cây Kỳ-đà, tại nước Xá-vệ. Bấy giờ, các tỳ-kheo-ni nghe đức Thế Tôn chế giới, cho phép tỳ-kheo-ni đến giữa chúng Tăng xin phép trao giới cụ túc cho người. Tỳ-kheo-ni tân học niên thiếu cũng đến chúng Tăng xin phép trao giới cụ

---

[299] *Các bộ, đại thể tương đồng*: đủ 12 tuổi (hạ), nhưng Tăng chưa tác yết-ma súc chúng. Pāli: "... đã đủ 12 hạ nhưng chưa được Tăng cho phép." (*saṅghena asammatā*).

[300] Pāli, Pāc. 74. *Ngũ phần*: điều 102. *Tăng-kỳ*: điều 92. *Thập tụng*: điều 106. *Căn bản*: điều 106.

túc cho người, rồi không thể giáo dục. Do không được giáo dục cho nên họ không xét biết oai nghi, quấn y không tề chỉnh, khất thực không như pháp, thọ bất tịnh thực khắp nơi, hoặc thọ thực bát bất tịnh. Khi tiểu thực đại thực thì lớn tiếng kêu la, như pháp tụ hội của bà-la-môn!

Các tỳ-kheo-ni nghe, trong đó có vị thiểu dục tri túc, sống hạnh đầu-đà, ưa học giới, biết tàm quý, hiềm trách các tỳ-kheo-ni:

"Các cô nghe đức Thế Tôn chế giới cho phép độ người. Tại sao các cô không biết mình là tân học niên thiếu, mà cũng xin phép trao giới cụ túc cho người, rồi không thể giáo dục. Do không được giáo dục nên họ không xét biết oai nghi, quấn y không tề chỉnh... *cho đến* tiểu thực đại thực thì lớn tiếng kêu la, [761c] như pháp tụ hội của bà-la-môn?"

Các tỳ-kheo-ni quở trách rồi thưa với các tỳ-kheo. Các tỳ-kheo đến bạch lên đức Thế Tôn. Đức Thế Tôn vì nhân duyên này tập hợp Tăng tỳ-kheo, quở trách các tỳ-kheo-ni này:

"Các cô làm điều sai quấy, chẳng phải oai nghi, chẳng phải pháp sa-môn, chẳng phải hạnh thanh tịnh, chẳng phải hạnh tùy thuận, làm điều không nên làm. Tại sao các cô là tân học niên thiếu mà xin phép trao giới cụ túc cho người, để rồi không thể giáo dục được. Do không được giáo dục nên họ không xét biết oai nghi, quấn y không tề chỉnh, khất thực không như pháp, thọ bất tịnh thực khắp nơi, hoặc thọ thực bát bất tịnh; khi tiểu thực đại thực thì lớn tiếng kêu la, như pháp tụ hội của bà-la-môn?"

Đức Thế Tôn bằng vô số phương tiện quở trách các tỳ-kheo-ni này rồi bảo các tỳ-kheo:

"Các tỳ-kheo-ni này là nơi trồng nhiều giống hữu lậu, là những người đầu tiên phạm giới này. Từ nay trở đi, Ta vì các tỳ-kheo-ni kết giới, gồm mười cú nghĩa, *cho đến câu* chánh pháp tồn tại lâu dài. Muốn nói giới nên nói như vầy:

b. Giới văn

Tỳ-kheo-ni nào, tuổi chưa đủ 12, trao giới cụ túc cho người, ba-dật-đề."

c. Thích nghĩa

Tỳ-kheo-ni: nghĩa như trước.

d. Tướng phạm

Nếu tỳ-kheo-ni tuổi (hạ) dưới 12, trao giới cụ túc cho người, ba-dật-đề; hoặc dưới 12, cho người y chỉ, hay nuôi thức-xoa-ma-na, sa-di-ni, tất cả đều phạm đột-kiết-la. Đó gọi là phạm.

Tỳ-kheo, đột-kiết-la.

Sự không phạm: tuổi (hạ) đủ 12 trao giới cụ túc cho người; hoặc cho người y chỉ; hay nuôi thức-xoa-ma-na, sa-di-ni, thì không phạm.

Người không phạm: phạm lần đầu tiên khi chưa chế giới; si cuồng, loạn tâm, thống não bức bách.

Điều 132. Đủ mười hai hạ tăng chưa cho phép mà độ người[301]

a. Duyên khởi

Một thời, Đức Thế Tôn ở trong vườn Cấp cô độc, rừng cây Kỳ-đà, tại nước Xá-vệ. Bấy giờ, các tỳ-kheo-ni nghe đức Thế Tôn chế giới cho phép ni 12 tuổi hạ được trao giới cụ túc cho người, đều tự xưng rằng, mình đã đủ 12 hạ. Mặc dầu là ngu si, vội trao giới cụ túc cho người, mà không biết giáo dục. Do không được giáo dục nên họ không xét biết oai nghi, quấn y không tề chỉnh, khất thực không như pháp, thọ bất tịnh thực khắp nơi, hoặc thọ bát bất tịnh. Khi tiểu thực đại thực kêu la lớn tiếng, như pháp tụ hội của bà-la-môn.

Các tỳ-kheo-ni nghe, trong đó có vị thiểu dục tri túc, sống hạnh đầu-đà, ưa học giới, biết hổ thẹn, hiềm trách các tỳ-kheo-ni này:

"Sao các cô nghe đức Thế Tôn chế giới, cho phép ni đủ 12 hạ được trao giới cụ túc cho người, các cô tự xưng là mình đủ 12 hạ, cầu xin trao giới cụ túc cho người? Trong khi đó các cô là người ngu si không biết giáo dục. Do không được giáo dục nên người được độ họ không biết oai

---

[301] Pāli, Pāc. 75. *Ngũ phần:* điều 103. Cf. *Tăng-kỳ:* điều 93 & 94. *Thập tụng:* điều 107.

nghi, quấn y không tề chỉnh, khất thực không như pháp... *cho đến như pháp tụ hội của bà-la-môn."*

Các tỳ-kheo-ni đến bạch với chư tỳ-kheo. Chư tỳ-kheo đến bạch lên đức Thế Tôn. Đức Thế Tôn vì nhân duyên này tập hợp Tăng tỳ-kheo, quở trách các tỳ-kheo-ni này:

"Các cô làm điều sai quấy, chẳng phải oai nghi, chẳng phải pháp sa-môn, chẳng phải hạnh thanh tịnh, chẳng phải hạnh tùy thuận, làm điều không nên làm. Tại sao các cô tự xưng là mình đủ 12 tuổi hạ, **[762a]** cầu xin trao giới cụ túc cho người. Trong khi đó các cô là người ngu si không biết giáo dục. Do không được sự giáo dục nên người được độ không biết oai nghi, quấn y không tề chỉnh, khất thực không như pháp... *cho đến như pháp tụ hội của bà-la-môn?"*

Đức Thế Tôn bằng vô số phương tiện quở trách các tỳ-kheo-ni này rồi bảo các tỳ-kheo:

"Các tỳ-kheo-ni này là nơi trồng nhiều giống hữu lậu, là những người đầu tiên phạm giới này. Từ nay trở đi, Ta vì các tỳ-kheo-ni kết giới, gồm mười cú nghĩa, *cho đến câu* chánh pháp tồn tại lâu dài. Muốn nói giới nên nói như vầy:

b. Giới văn

Tỳ-kheo-ni nào đủ 12 hạ, chúng Tăng không cho phép, mà trao giới cụ túc cho người,[302] ***ba-dật-đề."***

c. Thích nghĩa

Tỳ-kheo-ni: nghĩa như trước.

d. Tướng phạm

Tỳ-kheo-ni nào đủ 12 hạ, chúng Tăng không cho phép mà trao giới cụ túc cho người, ba-dật-đề. Chúng Tăng không cho phép mà nhận người y chỉ và nuôi thức-xoa-ma-na, sa-di-ni, tất cả đều phạm đột-kiết-la.

Tỳ-kheo, đột-kiết-la. Đó gọi là phạm.

---

[302] Cf. *Tăng-kỳ*, điều 93: "...đủ 12 hạ nhưng chưa đủ mười pháp..."; điều 94:
   "...đủ mười pháp nhưng chưa được yết-ma..."

Sự không phạm: tuổi hạ đủ 12, chúng Tăng cho phép trao giới cụ túc cho người và cho người y chỉ, nuôi thức-xoa-ma-na, sa-di-ni thì không phạm.

Người không phạm: phạm lần đầu tiên khi chưa chế giới; si cuồng, loạn tâm, thống não bức bách.

Điều 133. Chê Tăng có thiên vị[303]

a. Duyên khởi

Một thời, đức Bà-già-bà ở trong vườn Cấp cô độc, rừng cây Kỳ-đà tại nước Xá-vệ. Bấy giờ có một số tỳ-kheo-ni ngu si,[304] không thể giáo dục được, đến chúng Tăng cầu xin trao giới cụ túc cho người. Các tỳ-kheo-ni can gián:

"Này cô em, thôi đi! Đừng đến chúng Tăng cầu xin trao giới cụ túc cho người."

Cô ni đến xin Tăng cho trao giới cụ túc cho người, không được Tăng chấp thuận, bèn nói:

"Các tỳ-kheo-ni có thiên vị, có giận hờn, có sợ hãi, có bất minh. Thương ai thì cho, ai không được thương thì không cho."

Các tỳ-kheo-ni nghe, trong đó có vị thiểu dục tri túc, sống hạnh đầu-đà, ưa học giới, biết hổ thẹn, hiềm trách các tỳ-kheo-ni:

"Các cô là người ngu si, sao lại đến Tăng xin trao giới cụ túc cho người. Các cô lại nói: 'Các tỳ-kheo-ni có thiên vị, có giận hờn, có sợ hãi, có bất minh, thương ai thì cho, ai không thương thì không cho.'"

Chư ni đến bạch với các tỳ-kheo. Các tỳ-kheo bạch lên đức Thế Tôn. Đức Thế Tôn vì nhân duyên này tập hợp Tăng tỳ-kheo, quở trách các tỳ-kheo-ni:

"Các cô làm điều sai quấy, chẳng phải oai nghi, chẳng phải pháp sa-môn, chẳng phải hạnh thanh tịnh, chẳng phải hạnh tùy thuận, làm điều

---

[303] Pāli, Pāc. 76. *Ngũ phần:* điều 109. *Tăng-kỳ:* điều 109. *Thập tụng:* điều 110.
[304] Pāli: Tỳ-kheo-ni *Caṇḍakālī.*

không nên làm. Các cô là người ngu si, khi đến Tăng xin phép **[762b]** trao giới cụ túc cho người, các tỳ-kheo-ni can gián rằng: 'Này cô em, thôi đi! Đừng đến chúng Tăng cầu xin trao giới cụ túc cho người.' Sao các cô lại nói: 'Các tỳ-kheo-ni có thiên vị, có giận hờn, có sợ hãi, có bất minh, thương ai thì cho, ai không thương thì không cho'?"

Đức Thế Tôn bằng vô số phương tiện quở trách, rồi bảo các tỳ-kheo:

"Các tỳ-kheo-ni này là nơi trồng nhiều giống hữu lậu, là những người đầu tiên phạm giới này. Từ nay trở đi, Ta vì các tỳ-kheo-ni kết giới, gồm mười cú nghĩa, *cho đến câu* chánh pháp tồn tại lâu dài. Muốn nói giới nên nói như vầy:

b. Giới văn

Tỳ-kheo-ni nào, Tăng không cho phép trao giới cụ túc cho người, mà nói rằng: 'Tăng có thiên vị, có giận hờn, có sợ hãi, có bất minh, muốn cho ai thì cho, không muốn cho ai thì không cho,'[305] *ba-dật-đề.*"

c. Thích nghĩa

Tỳ-kheo-ni: nghĩa như trước.

Tăng: nghĩa cũng như trước.

Không cho phép: chúng Tăng nói, "Cô em, thôi đi! Đừng xin trao giới cụ túc cho người."

d. Tướng phạm

Cô ni kia không được Tăng cho phép trao giới cụ túc cho người, mà nói: "Các tỳ-kheo-ni có thiên vị, có giận hờn, có sợ hãi, có bất minh. Người thương thì cho, người không thương thì không cho," nói rõ ràng thì ba-dật-đề. Nói không rõ ràng, đột-kiết-la.

Tỳ-kheo, đột-kiết-la. Đó gọi là phạm.

Sự không phạm: sự việc kia, sự thật là có thiên vị, có giận hờn, có sợ hãi, có bất minh, thương ai thì cho, không thương thì không cho; hoặc nói vui đùa, nói nhanh vội, nói chỗ vắng, nói một mình, nói trong mộng,

---

[305] Pāli: *sādhū' ti paṭissutvā pacchā khīyanadhammaṃ āpajjeyya,* đã đồng thuận nhưng sau đó lại bất bình.

muốn nói việc này nhằm nói việc kia. Thảy đều không phạm.

Người không phạm: phạm lần đầu tiên khi chưa chế giới; si cuồng, loạn tâm, thống não bức bách.

Điều 134. Độ người cha mẹ, phu chủ không đồng ý[306]

a. Duyên khởi

Một thời, đức Bà-già-bà ở trong vườn Cấp cô độc, rừng cây Kỳ-đà tại nước Xá-vệ. Bấy giờ có tỷ-kheo-ni khi nghe đức Thế Tôn chế giới cho phép độ người thọ giới cụ túc, liền vội độ cho thọ giới cụ túc những người mà cha mẹ hay chồng (phu chủ) chưa cho phép. Sau khi thọ giới cụ túc rồi, cha mẹ hay chồng họ đến dẫn về.

Các tỷ-kheo-ni nghe, trong đó có vị thiểu dục tri túc, sống hạnh đầu-đà, ưa học giới, biết hổ thẹn, hiềm trách nói:

"Sao các cô khi nghe đức Thế Tôn chế giới, cho phép độ người, lại vội độ những người mà cha mẹ hay chồng không cho, khiến cho cha mẹ hay chồng họ đến dẫn về?"

Các tỷ-kheo-ni đến bạch với các tỷ-kheo. Các tỷ-kheo bạch lên đức Thế Tôn. Đức Thế Tôn vì nhân duyên này tập hợp Tăng tỷ-kheo, quở trách **[762c]** các tỷ-kheo-ni:

"Các cô làm điều sai quấy, chẳng phải oai nghi, chẳng phải pháp sa-môn, chẳng phải hạnh thanh tịnh, chẳng phải hạnh tùy thuận, làm điều không nên làm. Tại sao Thế Tôn chế giới cho phép độ người, thì vội độ những người mà cha mẹ hay chồng không cho, để rồi sau đó, cha mẹ hay chồng họ đến dẫn về?"

Đức Thế Tôn bằng vô số phương tiện quở trách, rồi bảo các tỷ-kheo:

"Các tỷ-kheo-ni này là nơi trồng nhiều giống hữu lậu, là những người đầu tiên phạm giới này. Từ nay trở đi, Ta vì các tỷ-kheo-ni kết giới, gồm mười cú nghĩa, *cho đến câu* chánh pháp tồn tại lâu dài. Muốn nói giới nên nói như vầy:

---

[306] Pāli, Pāc. 80. *Ngũ phần*: điều 126. *Thập tụng*: điều 124. *Căn bản*: điều 121.

b. Giới văn

Tỳ-kheo-ni nào trao giới cụ túc cho người[307] *mà cha mẹ hay chồng không đồng ý, ba-dật-đề."*

c. Thích nghĩa

Tỳ-kheo-ni: nghĩa như trước.

d. Tướng phạm

Tỳ-kheo-ni nào, nếu trao giới cụ túc cho người mà cha mẹ hay chồng họ không cho phép, yết-ma lần thứ ba xong, Hòa thượng ni phạm ba-dật-đề; yết-ma lần thứ hai xong, ba đột-kiết-la; yết-ma lần thứ nhất xong, hai đột-kiết-la; bạch xong, một đột-kiết-la; bạch chưa xong, một đột-kiết-la; trước khi chưa bạch, phương tiện Tăng bạch, cho cạo tóc, tập chúng, đủ chúng, tất cả đều phạm đột-kiết-la.

Tỳ-kheo, đột-kiết-la. Đó gọi là phạm.

Sự không phạm: người đó được cha mẹ hay chồng cho phép, hoặc không có cha mẹ hay chồng thì không phạm.

Người không phạm: phạm lần đầu tiên khi chưa chế giới; si cuồng, loạn tâm, thống não bức bách.

Điều 135. Độ nữ đang mê luyến người nam[308]

a. Duyên khởi

Một thời, đức Bà-già-bà ở trong vườn Cấp cô độc, rừng cây Kỳ-đà tại nước Xá-vệ. Bấy giờ có tỳ-kheo-ni khi nghe đức Thế Tôn chế giới được độ người. Các tỳ-kheo-ni bèn độ cho thọ giới cụ túc người nữ[309] đang luyến ái đàn ông, con trai, hay sầu ưu, dễ mừng, dễ giận. Thọ giới cụ túc

---

[307] Pāli: *mātāpitūhi ... sikkhamānaṃ vuṭṭhāpeyya*, ... thọ cụ túc cho thức-xoa-ma-na mà cha mẹ...

[308] Pāli, Pāc.79. *Căn bản*: điều 118.

[309] Pāli, Vin. iv. 333: thọ cụ túc thức-xoa-ma-na (*sikkhamāna*) đang thân cận với những người đàn ông, thiếu niên; cô ấy là người hung dữ, là người đa ưu sầu (*sokāvasa*).

rồi, cô ấy vì nhớ nghĩ đến đàn ông nên sầu ưu, dễ nổi nóng giận, cùng gây sự với các tỳ-kheo-ni.

Các tỳ-kheo-ni nghe, trong đó có vị thiểu dục tri túc, sống hạnh đầu-đà, ưa học giới, biết hổ thẹn, hiềm trách các tỳ-kheo-ni:

"Đức Thế Tôn chế giới được độ người. Sao các cô lại độ cho thọ giới cụ túc người nữ đang luyến ái đàn ông, con trai, hay sầu ưu, dễ mừng, dễ giận? Thọ giới cụ túc rồi, cô ấy vì nhớ nghĩ đến đàn ông nên sầu ưu, dễ nổi nóng giận, cùng gây sự với các tỳ-kheo-ni?"

Chư ni bạch với các tỳ-kheo. Các tỳ-kheo đến bạch lên đức Thế Tôn. Đức Thế Tôn vì nhân duyên này tập hợp Tăng tỳ-kheo, quở trách các tỳ-kheo-ni:

"Các cô làm điều sai quấy, chẳng phải oai nghi, chẳng phải pháp sa-môn, chẳng phải hạnh thanh tịnh, chẳng phải hạnh tùy thuận, làm điều không nên làm. Tại sao **[763a]** các cô lại độ cho thọ giới cụ túc người nữ đang luyến ái đàn ông, con trai, hay sầu ưu, dễ mừng, dễ giận? Thọ giới cụ túc rồi, cô ấy vì nhớ nghĩ đến đàn ông nên sầu ưu, dễ nổi nóng giận, cùng gây sự với các tỳ-kheo-ni."

Sau khi bằng vô số phương tiện quở trách, Phật bảo các tỳ-kheo:

"Các tỳ-kheo-ni này là nơi trồng nhiều giống hữu lậu, là những người đầu tiên phạm giới này. Từ nay trở đi, Ta vì các tỳ-kheo-ni kết giới, gồm mười cú nghĩa, *cho đến câu* chánh pháp tồn tại lâu dài. Muốn nói giới nên nói như vầy:

Tỳ-kheo-ni nào độ cho xuất gia thọ giới cụ túc người nữ đang luyến ái đàn ông, con trai, hay sầu ưu, hay sân hận, ba-dật-đề."

Đức Thế Tôn vì các tỳ-kheo-ni kết giới như vậy. Bấy giờ, các tỳ-kheo-ni không biết người ấy có hay không đang luyến ái đàn ông, con trai, hay sầu ưu, hay sân hận, sau mới biết cô ấy đang luyến ái đàn ông, con trai, nên có vị tác pháp sám ba-dật-đề, có vị nghi. Đức Phật dạy:

"Không biết thì không phạm. Từ nay trở đi nên nói giới như vầy:

b. Giới văn

Tỳ-kheo-ni nào biết người nữ đang luyến ái đàn ông, con trai, hay sầu ưu, hay sân hận, mà độ cho xuất gia thọ giới cụ túc, ba-dật-đề."

c. Thích nghĩa

Tỳ-kheo-ni: nghĩa như trước.

d. Tướng phạm

Người nữ đang luyến ái đàn ông, con trai, tư thông nhau; cô ấy hay sầu ưu, hay sân hận; sau khi thọ giới cụ túc rồi, do nhớ tưởng đàn ông nên hay gây gỗ với tỳ-kheo-ni. Tỳ-kheo-ni biết người nữ đang luyến ái đàn ông, con trai, tư thông nhau; cô ấy hay sầu ưu, hay sân hận, mà cho thọ giới cụ túc, yết-ma lần thứ ba xong, Hòa thượng ni phạm ba-dật-đề. Yết-ma lần thứ hai xong, phạm ba đột-kiết-la. Yết-ma lần đầu xong, hai đột-kiết-la. Bạch rồi, một đột-kiết-la. Bạch chưa xong, đột-kiết-la. Trước khi chưa bạch, mà cho cạo tóc, cho thọ giới, tập đủ chúng, tất cả đều phạm đột-kiết-la.

Tỳ-kheo, đột-kiết-la. Đó gọi là phạm.

Sự không phạm: trước không biết; hoặc tin lời của người đáng tin; hoặc tin lời của cha mẹ họ; hoặc thọ giới cụ túc rồi bệnh ấy mới sanh. Thảy đều không phạm.

Người không phạm: phạm lần đầu tiên khi chưa chế giới; si cuồng, loạn tâm, thống não bức bách.

Điều 136. Sau hai năm học giới không trao cụ túc[310]

a. Duyên khởi

Một thời, đức Bà-già-bà ở trong vườn Cấp cô độc, rừng cây Kỳ-đà tại nước Xá-vệ. Bấy giờ, Tỳ-kheo-ni Thâu-la-nan-đà nói với thức-xoa-ma-na rằng:

"Cô học việc này, cô bỏ việc này; tôi sẽ trao giới cụ túc cho cô."[311]

---

[310] Pāli, Pāc. 78. *Ngũ phần:* điều 111. *Tăng-kỳ:* điều 110. *Thập tụng:* điều 125.

[311] Pāli, Vin. iv. 333: "Nếu cô đi theo tôi hai năm, tôi sẽ cho thọ cụ túc."

Thức-xoa-ma-na bằng lòng. Thức-xoa-ma-na này **[763b]** là người thông minh trí tuệ, có khả năng khuyến hóa, nên Thâu-la-nan-đà có ý nghĩ, muốn thức-xoa-ma-na khuyến hóa lâu dài để cúng dường mình. Do vậy, không tạo phương tiện sắp xếp để trao giới cụ túc cho thức-xoa-ma-na. Thức-xoa-ma-na hiềm trách Thâu-la-nan-đà:

"Cô bảo con bỏ việc này, học việc này, cô sẽ trao giới cụ túc. Tại sao đến nay, cô không tạo phương tiện để trao giới cụ túc cho con?"

Các tỳ-kheo-ni nghe, trong đó có vị thiểu dục tri túc, sống hạnh đầu-đà, ưa học giới, biết hổ thẹn, hiềm trách Thâu-la-nan-đà rằng:

"Sao cô nói với thức-xoa-ma-na: 'Bỏ việc này, học việc này; tôi sẽ trao giới cụ túc,' mà lại không trao giới cụ túc cho cô ấy?"

Các tỳ-kheo-ni liền đến bạch với các tỳ-kheo. Các tỳ-kheo bạch lên đức Thế Tôn. Đức Thế Tôn vì nhân duyên này tập hợp Tăng tỳ-kheo, quở trách Thâu-la-nan-đà:

"Sao cô nói với thức-xoa-ma-na: 'Bỏ việc này, học việc này; tôi sẽ trao giới cụ túc,' mà lại không trao giới cụ túc cho cô ấy?"

Sau khi bằng vô số phương tiện quở trách, đức Phật bảo các tỳ-kheo:

"Tỳ-kheo-ni này là nơi trồng nhiều giống hữu lậu, là người đầu tiên phạm giới này. Từ nay trở đi, Ta vì các tỳ-kheo-ni kết giới, gồm mười cú nghĩa, *cho đến câu* chánh pháp tồn tại lâu dài. Muốn nói giới nên nói như vầy:

b. Giới văn

Tỳ-kheo-ni nào nói với thức-xoa-ma-na rằng: 'Cô em, bỏ việc này, học việc này, tôi sẽ trao giới cụ túc cho.' Nếu không tạo phương tiện để trao giới cụ túc, ba-dật-đề.''

c. Thích nghĩa

Tỳ-kheo-ni: nghĩa như trước.

d. Tướng phạm

Tỳ-kheo-ni kia nói với thức-xoa-ma-na rằng: "Này cô em, cô bỏ việc này, học việc này, tôi sẽ trao giới cụ túc cho cô." Sau, không tạo phương tiện để trao giới cụ túc cho cô ấy, ba-dật-đề.

Tỳ-kheo, đột-kiết-la. Đó gọi là phạm.

Sự không phạm: nếu hứa trao giới cụ túc, rồi trao giới cụ túc; hoặc bị bệnh, hoặc không cùng sinh hoạt; hoặc không có 5 y; hoặc không đủ chúng mười vị; hoặc khuyết giới, hoặc phá giới, phá kiến, phá oai nghi, hoặc bị cử tội, hoặc bị diệt tẫn, hoặc đáng diệt tẫn, hoặc do việc ấy đưa đến mạng nạn, phạm hạnh nạn nên không tạo phương tiện để trao giới cụ túc. Thảy đều không phạm.

Người không phạm: phạm lần đầu tiên khi chưa chế giới; si cuồng, loạn tâm, thống não bức bách.

Điều 137. Nhận y mà không trao giới cụ túc[312]

a. Duyên khởi

Một thời, đức Bà-già-bà ở trong vườn Cấp cô độc, rừng cây Kỳ-đà tại nước Xá-vệ. Bấy giờ, có **[763c]** thức-xoa-ma-na[313] mang chiếc y đến trong Tăng-già-lam, chỗ ở của các tỳ-kheo-ni, thưa:

"Cho con giới cụ túc, con sẽ biếu chiếc y này."

Khi ấy Tỳ-kheo-ni Thâu-la-nan-đà nói:

"Này cô em, cô đưa chiếc y cho tôi, tôi sẽ trao giới cụ túc cho."

Thức-xoa-ma-na liền đem chiếc y đưa cho Tỳ-kheo-ni Thâu-la-nan-đà. Thâu-la-nan-đà nhận y rồi, không tạo phương tiện trao giới cụ túc cho thức-xoa-ma-na. Thức-xoa-ma-na cơ hiềm nói:

"Cô nói với con, đưa chiếc y cho cô, cô sẽ trao giới cụ túc cho. Cô nhận y rồi, sao không trao giới cụ túc cho con?"

Các tỳ-kheo-ni nghe, trong đó có vị thiểu dục tri túc, sống hạnh đầu-đà, ưa học giới, biết hổ thẹn, hiềm trách Thâu-la-nan-đà:

"Cô nói với thức-xoa-ma-na: 'Này cô em, cô đưa chiếc y cho tôi, tôi sẽ trao giới cụ túc cho.' Cô đã nhận y rồi, sao không trao giới cụ túc cho?"

---

[312] Pāli, Pāc. 77. *Ngũ phần:* điều 108. *Thập tụng:* điều 123. *Căn bản:* điều 122.
[313] *Ngũ phần* (tr. 91b24): một phụ nữ bạch y.

Quở trách xong, chư ni bạch với các tỳ-kheo. Các tỳ-kheo đến bạch lên đức Thế Tôn. Đức Thế Tôn vì nhân duyên này tập hợp Tăng tỳ-kheo, quở trách Thâu-la-nan-đà:

"Cô làm điều sai quấy, chẳng phải oai nghi, chẳng phải pháp sa-môn, chẳng phải hạnh thanh tịnh, chẳng phải hạnh tùy thuận, làm việc không nên làm. Cô nói với thức-xoa-ma-na: 'Này cô em, cô đưa chiếc y cho tôi, tôi sẽ trao giới cụ túc cho.' Cô đã nhận y rồi, sao không trao giới cụ túc cho?"

Sau khi bằng vô số phương tiện quở trách, đức Phật bảo các tỳ-kheo:

"Tỳ-kheo-ni này là nơi trồng nhiều giống hữu lậu, là những người đầu tiên phạm giới này. Từ nay trở đi, Ta vì các tỳ-kheo-ni kết giới, gồm mười cú nghĩa, *cho đến câu* chánh pháp tồn tại lâu dài. Muốn nói giới nên nói như vầy:

b. Giới văn

Tỳ-kheo-ni nào nói với thức-xoa-ma-na:[314] ***'Cô đưa y cho tôi, tôi sẽ trao giới cụ túc cho', mà không tạo phương tiện trao giới cụ túc cho, ba-dật-đề.''***

c. Thích nghĩa

Tỳ-kheo-ni: nghĩa như trước.

Y: có mười loại, cũng như trước.

d. Tướng phạm

Tỳ-kheo-ni nào nói với thức-xoa-ma-na: "Cô đưa y cho tôi, tôi sẽ trao cho cô giới cụ túc." Nhận y rồi, không tạo phương tiện trao giới cụ túc, ba-dật-đề.

Tỳ-kheo, đột-kiết-la. Đó gọi là phạm.

Sự không phạm: hứa cho thọ giới cụ túc rồi trao cho giới cụ túc; hoặc bị bệnh; hoặc không cùng sinh hoạt với nhau nữa; hoặc không có 5 y; hoặc không đủ chúng mười vị; hoặc bị khuyết giới, hoặc bị phá giới, phá kiến, phá oai nghi, hoặc bị cử, **[764a]** hoặc bị diệt tẩn, hoặc đáng diệt

---

[314] *Ngũ phần:* bạch y phụ nữ 白衣婦女 (Giới bản chép là quy nữ 歸女).

tấn, hoặc do việc ấy đưa đến mạng nạn, phạm hạnh nạn nên không tạo phương tiện để trao giới cụ túc thì không phạm.

Người không phạm: phạm lần đầu tiên khi chưa chế giới; si cuồng, loạn tâm, thống não bức bách.

Điều 138. Một năm độ hai người[315]

a. Duyên khởi

Một thời, đức Bà-già-bà ở trong vườn Cấp cô độc, rừng cây Kỳ-đà tại nước Xá-vệ. Bấy giờ, Tỳ-kheo-ni An Ẩn nhiều đệ tử, trao cho giới cụ túc mà không thể giáo dục cho chu đáo. Do không được giáo dục cho nên họ không xét biết oai nghi, quấn y không tề chỉnh, khất thực không như pháp, thọ bất tịnh thực khắp nơi, hoặc thọ thực bát bất tịnh; khi tiểu thực, đại thực thì lớn tiếng kêu la, như pháp tụ hội của bà-la-môn. Các tỳ-kheo-ni nghe, hỏi:

"Sao các cô không xét biết oai nghi, quấn y không tề chỉnh, khất thực không như pháp, thọ bất tịnh thực khắp nơi, hoặc thọ thực bát bất tịnh; khi tiểu thực đại thực thì lớn tiếng kêu la, như pháp hội họp của bà-la-môn?"

Các cô liền trả lời:

"Chúng con là đệ tử của Tỳ-kheo-ni An Ẩn. Thầy chúng con không dạy nên chúng con không biết!"

Các tỳ-kheo-ni nghe, trong số đó có vị thiểu dục tri túc, sống hạnh đầu-đà, ưa học giới, biết tàm quý, hiềm trách Tỳ-kheo-ni An Ẩn:

"Cô độ nhiều đệ tử, không giáo dục được hết. Do không được giáo dục cho nên họ không xét biết oai nghi, quấn y không tề chỉnh, khất thực không như pháp, thọ bất tịnh thực khắp nơi, hoặc thọ thực bát bất tịnh; khi tiểu thực đại thực thì lớn tiếng kêu la, như pháp tụ hội của bà-la-môn."

---

[315] Pāli, Pāc. 82 & 83. *Ngũ phần*: điều 117 (cf. điều 192). *Tăng-kỳ*: điều 104. *Thập tụng*: điều 126. *Căn bản*: điều 124.

Các tỳ-kheo-ni bạch với chư tỳ-kheo. Chư tỳ-kheo đến bạch lên đức Thế Tôn. Đức Thế Tôn vì nhân duyên này tập hợp Tăng tỳ-kheo, quở trách Tỳ-kheo-ni An Ẩn:

"Cô làm điều sai quấy, chẳng phải oai nghi, chẳng phải pháp sa-môn, chẳng phải hạnh thanh tịnh, chẳng phải hạnh tùy thuận, làm việc không nên làm. Cô độ nhiều đệ tử, không giáo dục được hết. Do không được giáo dục nên họ không xét biết oai nghi, quấn y không tề chỉnh, khất thực không như pháp, thọ bất tịnh thực khắp nơi, hoặc thọ thực bát bất tịnh; khi tiểu thực đại thực thì lớn tiếng kêu la, như pháp tụ hội của bà-la-môn."

Sau khi bằng vô số phương tiện quở trách, đức Phật bảo các tỳ-kheo:

"Tỳ-kheo-ni này là nơi trồng nhiều giống hữu lậu, là những người đầu tiên phạm giới này. Từ nay trở đi, Ta vì các tỳ-kheo-ni kết giới, gồm mười **[764b]** cú nghĩa, *cho đến câu* chánh pháp tồn tại lâu dài. Muốn nói giới nên nói như vầy:

b. Giới văn

Tỳ-kheo-ni nào, chưa đầy 12 tháng, trao giới cụ túc cho người nữa,[316] *ba-dật-đề."*

c. Thích nghĩa

Tỳ-kheo-ni: nghĩa như trước.

d. Tướng phạm

Tỳ-kheo-ni đủ 12 tháng được trao giới cụ túc cho người nữa; đủ 12 tháng được cho người nữa y chỉ; đủ 12 tháng được trao giới thức-xoa-ma-na, cho hai năm học giới; đủ 12 tháng được độ sa-di-ni. Tỳ-kheo-ni nào chưa đầy 12 tháng, trao giới cụ túc cho người nữa, ba-dật-đề; chưa đầy 12 tháng cho người y chỉ, độ thức-xoa-ma-na, sa-di-ni, đột-kiết-la.

Tỳ-kheo, đột-kiết-la. Đó gọi là phạm.

---

[316] Pāli: *ekaṃ vassaṃ dve vuṭṭhāpeyya,* trong một năm, truyền cụ túc cho hai người.

Sự không phạm: đủ 12 tháng trao giới cụ túc cho người, đủ 12 tháng cho người y chỉ, trao giới thức-xoa-ma-na, hai năm học giới. Độ sa-di-ni thì không phạm.

Người không phạm: phạm lần đầu tiên khi chưa chế giới; si cuồng, loạn tâm, thống não bức bách.

Điều 139. Cách đêm chánh pháp yết-ma³¹⁷

a. Duyên khởi

Một thời, đức Bà-già-bà ở trong vườn Cấp cô độc, rừng cây Kỳ-đà tại nước Xá-vệ. Bấy giờ, các tỳ-kheo-ni khi nghe đức Thế Tôn chế giới cho phép trao cho người giới cụ túc. Họ bèn ở trong ni chúng trao giới cụ túc, rồi để cách đêm mới đến trong Tăng tỳ-kheo để cầu nhận giới cụ túc.³¹⁸ Trong khoảng thời gian đó, người tân thọ giới hoặc bị mù lòa, điếc hay chân đi khập khiễng và các chứng bệnh khác, đem lại sự hủy nhục cho chúng Tăng.

Các tỳ-kheo-ni nghe, trong số đó có vị thiểu dục tri túc, sống hạnh đầu-đà, ưa học giới, biết hổ thẹn, quở trách các tỳ-kheo-ni rằng:

"Đức Thế Tôn chế giới được độ người. Sao các cô độ người mù lòa, ngu si, điếc, chân đi khập khiễng và các loại bệnh khác, đem lại sự hủy nhục cho chúng Tăng?"

Quở trách rồi, chư ni bạch các tỳ-kheo. Các tỳ-kheo đến bạch lên đức Thế Tôn. Đức Thế Tôn vì nhân duyên này tập hợp Tăng tỳ-kheo, quở trách tỳ-kheo-ni:

"Các cô làm điều sai quấy, chẳng phải oai nghi, chẳng phải pháp sa-môn, chẳng phải hạnh thanh tịnh, chẳng phải hạnh tùy thuận, làm điều không nên làm. Sao các cô độ người mù lòa, ngu si, điếc, chân đi khập khiễng và các loại bệnh khác, đem lại sự hủy nhục cho chúng Tăng?"

---

³¹⁷ *Ngũ phần*: điều 119 (cf. điều 195). *Tăng-kỳ* (536c24): điều 107. *Thập tụng*: điều 127.

³¹⁸ Sau khi hành bản bộ yết-ma (xem ba-dật-đề 124 trước), để cách đêm, ngày hôm sau mới dẫn giới tử đến tỳ-kheo Tăng hành chánh pháp yết-ma.

Sau khi bằng vô số phương tiện quở trách, đức Phật bảo các tỳ-kheo:

"Tỳ-kheo-ni này là nơi trồng nhiều giống hữu lậu, là những người đầu tiên phạm giới này. Từ nay trở đi, Ta vì các tỳ-kheo-ni kết giới, gồm mười cú nghĩa, *cho đến câu* chánh pháp tồn tại lâu dài. Muốn nói giới nên nói như vầy:

b. Giới văn

Tỳ-kheo-ni nào cho người thọ giới cụ túc** [764c] **để cách đêm mới dẫn đến trong tỳ-kheo Tăng xin nhận giới cụ túc, ba-dật-đề."

c. Thích nghĩa

Tỳ-kheo-ni: nghĩa như trước.

d. Tướng phạm

Tỳ-kheo-ni nên ngay trong ngày thọ giới cụ túc, liền dẫn đến trong Tăng tỳ-kheo xin nhận giới cụ túc. Tỳ-kheo-ni nào, cho thọ giới cụ túc, để cách đêm mới dẫn đến trong Tăng tỳ-kheo xin nhận giới cụ túc, ba-dật-đề. Đó gọi là phạm.

Sự không phạm: ngay trong ngày thọ giới cụ túc, liền dẫn đến trong Tăng tỳ-kheo xin nhận giới cụ túc. Hoặc muốn dẫn đến để xin giới cụ túc, người vừa thọ giới bị bệnh, hay do đường sá trở ngại, hoặc có nạn thú dữ, hay nạn giặc, nạn nước lớn, hoặc bị cường lực bắt, hoặc bị trói nhốt, hoặc bị mạng nạn, phạm hạnh nạn, không thể trong ngày đó dẫn đến trong chúng tỳ-kheo được, thì không phạm.

Người không phạm: phạm lần đầu tiên khi chưa chế giới; si cuồng, loạn tâm, thống não bức bách.[319]

---

[319] Bản Hán, hết quyển 28.

Điều 140. Không đến nhận giáo thọ[320]

a. Duyên khởi

Một thời, đức Bà-già-bà ở trong vườn Cấp cô độc, rừng cây Kỳ-đà tại nước Xá-vệ.[321] Bấy giờ, ngày giáo thọ, các tỳ-kheo-ni không đi nhận giáo thọ.

Các tỳ-kheo-ni nghe biết, trong số đó có vị thiểu dục tri túc, sống hạnh đầu-đà, ưa học giới, biết tàm quý, quở trách các tỳ-kheo-ni:

"Ngày giáo thọ, sao các cô không đi nhận giáo thọ?"

Tỳ-kheo-ni đến bạch với các tỳ-kheo. Các tỳ-kheo đến bạch lên đức Thế Tôn. Đức Thế Tôn vì nhân duyên này tập hợp Tăng tỳ-kheo, quở trách tỳ-kheo-ni:

"Các cô làm điều sai quấy, chẳng phải oai nghi, chẳng phải pháp sa-môn, chẳng phải hạnh thanh tịnh, chẳng phải hạnh tùy thuận, làm điều không nên làm. Ngày giáo thọ, sao các cô không đến trong chúng nhận giáo thọ?"

Sau khi bằng vô số phương tiện quở trách, đức Phật bảo các tỳ-kheo:

"Các tỳ-kheo-ni này là nơi trồng nhiều giống hữu lậu, là những người đầu tiên phạm giới này. Từ nay trở đi, Ta vì các tỳ-kheo-ni kết giới, gồm mười cú nghĩa, *cho đến câu* **[765a]** chánh pháp tồn tại lâu dài. Muốn nói giới nên nói như vầy:

Tỳ-kheo-ni nào ngày giáo thọ không đến nhận giáo thọ,[322] ***ba-dật-đề.***"

---

320 Pāli, Pāc. 58. *Ngũ phần*: điều 110. *Tăng-kỳ*: điều 131 (*Giới bản*, 130). *Thập tụng*: điều 152.

321 Vin. iv. 314: giữa những người họ Thích, trong rừng Ni-câu-loại, Ca-tì-la-vệ.

322 Pāli: *ovādāya vā saṃvāsāya na gaccheyya*, không đi dự nghe giáo giới, và sinh hoạt chung (cộng trú). Giải thích: nghe giáo giới (*ovādāya*), nghe tám pháp tôn trọng (bát kỉnh pháp). *Ngũ phần*: "...không dự nghe giáo giới và yết-ma..." *Tăng-kỳ*: "... nửa tháng, thanh tịnh bố-tát mà không cung kính (không đến dự)..."

Thế Tôn vì các tỳ-kheo-ni kết giới như vậy. Khi ấy, các tỳ-kheo-ni có Phật sự, Pháp sự, Tăng sự, hoặc việc nuôi bệnh. Phật dạy:

"Cho phép gởi lời lại.[323] Từ nay nên nói giới như vầy:

b. Giới văn

Tỳ-kheo-ni nào không bệnh mà không đến nhận giáo thọ, ba-dật-đề."

c. Thích nghĩa

Tỳ-kheo-ni: nghĩa như trước.

d. Tướng phạm

Tỳ-kheo-ni không đến nhận giáo thọ, ba-dật-đề. Trừ trường hợp đặc biệt. Tỳ-kheo, đột-kiết-la. Đó gọi là phạm.

Sự không phạm: ngày giáo thọ đến nhận giáo thọ; hoặc bị bận việc Phật, Pháp, Tăng, và người nuôi bệnh nên gởi lời lại thì không phạm.

Người không phạm: phạm lần đầu tiên khi chưa chế giới; si cuồng, loạn tâm, thống não bức bách.

Điều 141. Nửa tháng không cầu Tăng giáo thọ[324]

a. Duyên khởi

Một thời, đức Bà-già-bà ở trong vườn Cấp cô độc, rừng cây Kỳ-đà tại nước Xá-vệ. Bấy giờ, các tỳ-kheo-ni khi nghe đức Thế Tôn chế giới cho phép các tỳ-kheo-ni Tăng nửa tháng đến Tăng tỳ-kheo cầu giáo thọ, mà tỳ-kheo-ni kia không đến cầu giáo thọ.

Các tỳ-kheo-ni nghe, trong số đó có vị thiểu dục tri túc, sống hạnh đầu-đà, ưa học giới, biết tàm quý, hiềm trách các tỳ-kheo-ni rằng:

---

[323] Chúc thọ 囑授. Các bộ không có chi tiết này. Pāli, trừ các trường hợp không phạm: có chướng nạn, không có đồng bạn cùng đi, bệnh, sự cố; nhưng không quy định trong giới văn.

[324] Pāli, Pāc. 59. *Ngũ phần*: điều 100. *Tăng-kỳ*: điều 132 (*Giới bản*, 131). *Thập tụng*: 151. *Căn bản*: 126.

"Đức Thế Tôn chế giới, cho phép các tỳ-kheo-ni Tăng nửa tháng đến Tăng tỳ-kheo cầu giáo thọ. Sao các cô không đến cầu giáo thọ?"

Tỳ-kheo-ni bạch với các tỳ-kheo. Các tỳ-kheo đến bạch đức Thế Tôn. Đức Thế Tôn vì nhân duyên này tập hợp Tăng tỳ-kheo, quở trách tỳ-kheo-ni:

"Các cô làm điều sai quấy, chẳng phải oai nghi, chẳng phải pháp sa-môn, chẳng phải hạnh thanh tịnh, chẳng phải hạnh tùy thuận, làm điều không nên làm. Sao các cô không đến trong Tăng tỳ-kheo cầu giáo thọ?"

Sau khi bằng vô số phương tiện quở trách, đức Phật bảo các tỳ-kheo:

"Tỳ-kheo-ni này là nơi trồng nhiều giống hữu lậu, là người đầu tiên phạm giới này. Từ nay trở đi, Ta vì các tỳ-kheo-ni kết giới, gồm mười cú nghĩa, *cho đến câu* chánh pháp tồn tại lâu dài. Muốn nói giới nên nói như vầy:

b. Giới văn

Tỳ-kheo-ni nào mỗi nửa tháng không đến trong Tăng cầu giáo thọ, ba-dật-đề."[325]

c. Thích nghĩa

Tỳ-kheo-ni: nghĩa như trước.

Đức Thế Tôn có dạy như vầy: "Tỳ-kheo-ni mỗi nửa tháng phải đến trong Tăng tỳ-kheo cầu giáo thọ."

Tất cả ni đều đến cầu. Do đông người nên tạo sự ồn ào. Đức Phật dạy:

"Không nên đến tất cả, mà nên bạch nhị yết-ma sai một tỳ-kheo-ni vì **[765b]** Tăng tỳ-kheo-ni nửa tháng đến trong Tăng tỳ-kheo cầu giáo thọ.

1. Yết-ma sai thỉnh giáo thọ

Nên sai như vầy: Trong chúng nên sai một vị có thể tác pháp yết-ma, dựa theo sự việc trên tác bạch.

---

[325] Cf. Pāli, Pāc.59: "Mỗi nửa tháng, tỳ-kheo-ni phải cầu tỳ-kheo Tăng hai việc: hỏi ngày bố-tát, và thỉnh giáo giới." *Tăng-kỳ* (điều 132): Nửa tháng Tăng (tỳ-kheo) giáo giới, mà không cung kính, không đến (dự).

Đại tỷ Tăng xin lắng nghe! Nếu thời gian thích hợp đối với Tăng, Tăng đồng ý sai tỳ-kheo-ni tên là..., vì Tăng tỳ-kheo-ni, nửa tháng đến trong Tăng tỳ-kheo cầu giáo thọ. Đây là lời tác bạch.

Đại tỷ Tăng xin lắng nghe! Nay Tăng sai tỳ-kheo-ni tên..., vì Tăng tỳ-kheo-ni, nửa tháng đến trong Tăng tỳ-kheo cầu giáo thọ. Đại tỷ nào đồng ý, Tăng sai tỳ-kheo-ni tên..., vì Tăng tỳ-kheo-ni, nửa tháng đến trong Tăng tỳ-kheo cầu giáo thọ thì im lặng. Vị nào không đồng ý xin nói.

Tăng đã đồng ý sai tỳ-kheo-ni tên..., vì Tăng tỳ-kheo-ni, nửa tháng đến trong Tăng tỳ-kheo cầu giáo thọ rồi. Tăng đã đồng ý vì im lặng. Việc này tôi ghi nhận như vậy.

2. Phép thỉnh giáo thọ

Tỳ-kheo-ni đến trong Tăng một mình không có người bảo hộ. Vì sự bảo hộ, cho phép sai hai, ba tỳ-kheo-ni cùng đi. Các tỳ-kheo-ni kia nên đến trong đại Tăng, kính lễ dưới chân Tăng, rồi cúi đầu chắp tay nép mình, bạch:

Tỳ-kheo-ni Tăng hòa hợp kính lễ dưới chân Tăng tỳ-kheo cầu giáo thọ." *(Lần thứ hai, lần thứ ba cũng nói như vậy).*

Bấy giờ, tỳ-kheo-ni đợi Tăng nói giới xong, thời gian quá lâu, đứng chờ mệt mỏi, đức Phật dạy: "Không nên chờ như vậy. Cho phép thưa thỉnh lại[326] một đại tỳ-kheo rồi về."

Đức Thế Tôn đã cho phép nhờ thưa thỉnh lại. Cô kia bèn nhờ tỳ-kheo khách thưa thỉnh lại. Đức Phật dạy: "Không nên nhờ thưa thỉnh lại như vậy."

Chư ni nhờ người đi xa thưa thỉnh lại. Phật dạy: "Không nên nhờ thưa thỉnh lại như vậy."

Chư ni nhờ người bệnh thưa thỉnh lại. Đức Phật dạy: "Không nên nhờ thưa thỉnh lại như vậy."

---

[326] Chúc thọ 嘱授.

Chư ni nhờ người không có trí tuệ thưa thỉnh lại. Phật dạy: "Không nên nhờ thưa thỉnh lại như vậy."

Chư ni nhờ thưa thỉnh lại rồi, sáng ngày không đến hỏi, đức Phật dạy: "Phải đến hỏi xem có được chư Tăng chấp thuận giáo thọ hay không."

d. Tướng phạm

Tỳ-kheo nên quy định ngày giờ đến. Tỳ-kheo-ni phải theo sự quy định đó mà nghinh đón. Tỳ-kheo quy định ngày giờ đến giáo thọ mà không đến, đột-kiết-la. Tỳ-kheo-ni không nghinh đón, theo thời giờ đã quy định, đột-kiết-la. Tỳ-kheo-ni nghe vị giáo thọ đến phải ra nửa do-tuần để nghinh đón. Vị giáo thọ vào đến chùa phải cung cấp các thứ cần dùng, phương tiện tắm rửa, nấu cơm, cháo, canh, trái cây để cúng dường. Nếu không cúng dường như vậy, đột-kiết-la.

Trường hợp Tăng tỳ-kheo bị bệnh hết thì ni sai người tín cẩn đến kính lễ thăm hỏi. Nếu bị biệt chúng hay chúng không hòa hợp, hoặc không đủ chúng, (tỳ-kheo-ni) cũng nên sai người tín cẩn đến lễ bái thăm hỏi.

Nếu Tăng tỳ-kheo-ni bị bệnh hết, (tỳ-kheo-ni) cũng phải sai người tín cẩn đến lễ bái thăm hỏi. Nếu biệt chúng hay ni chúng không hòa hợp, [765c] hoặc không đủ chúng, tỳ-kheo-ni[327] cũng nên sai người tín cẩn đến lễ bái thăm hỏi. Nếu không đến kính lễ thăm hỏi, đột-kiết-la.

Tỳ-kheo, đột-kiết-la. Đó gọi là phạm.

Sự không phạm: nửa tháng đến trong Tăng cầu giáo thọ. Ngày nay chúc thọ (thưa thỉnh lại), sáng ngày mai đến hỏi. Tỳ-kheo đến đúng hạn, tỳ-kheo-ni đến đúng kỳ. Tỳ-kheo-ni nghe vị giáo thọ đến, ra nửa do-tuần nghinh đón. Vị giáo thọ đến chùa nên cung cấp nước và đồ để rửa tắm, thức ăn, canh, cháo, trái cây, cúng dường đầy đủ. Nếu đại Tăng có bệnh, (tỳ-kheo-ni) nên sai người tin cẩn đến lễ bái thăm hỏi. Nếu biệt chúng, chúng không hòa hợp, chúng không đủ, (tỳ-kheo-ni) cũng nên sai người tín cẩn đến lễ bái thăm hỏi. Nếu Tăng tỳ-kheo-ni bệnh, hoặc biệt chúng, chúng không hòa hợp, hay chúng không đủ, (tỳ-kheo-ni) cũng phải sai người tín cẩn đến lễ bái thăm hỏi. Nếu đường sá bị trở ngại, nạn giặc

---

[327] Văn trong bản Hán, thiếu chủ từ. Xem đoạn sau, *điều* 142 (tr.766a28).

cướp, ác thú hay nước lụt tràn ngập, hoặc bị cường lực bắt, hoặc bị trói nhốt, mạng nạn, phạm hạnh nạn. Gặp các nạn như vậy, (tỳ-kheo-ni) không sai người tín cẩn đến thăm hỏi thì không phạm.

Người không phạm: phạm lần đầu tiên khi chưa chế giới; si cuồng, loạn tâm, thống não bức bách.

Điều 142. Tự tứ trước hai bộ Tăng[328]

a. Duyên khởi

Một thời, đức Bà-già-bà ở trong vườn Cấp cô độc, rừng cây Kỳ-đà tại nước Xá-vệ. Bấy giờ, các tỳ-kheo-ni nghe đức Thế Tôn chế giới, cho phép tỳ-kheo-ni an cư mùa hạ xong, phải đến trong Tăng tỳ-kheo nói ba việc tự tứ: thấy, nghe, nghi. Song các tỳ-kheo-ni này không đến trong đại Tăng, nói ba việc tự tứ: thấy, nghe, nghi.

Các tỳ-kheo-ni nghe, trong đó có vị thiểu dục tri túc, sống hạnh đầu-đà, ưa học giới, biết tàm quý, quở trách các tỳ-kheo-ni:

"Đức Thế Tôn chế giới, cho phép tỳ-kheo-ni hạ an cư xong, phải đến trong đại Tăng nói ba việc tự tứ: thấy, nghe, nghi. Sao các cô không đến nói việc tự tứ?"

Tỳ-kheo-ni liền đến bạch với các tỳ-kheo. Các tỳ-kheo bạch lên đức Thế Tôn. Đức Thế Tôn vì nhân duyên này tập hợp Tăng tỳ-kheo, quở trách các tỳ-kheo-ni:

"Các cô làm điều sai quấy, chẳng phải oai nghi, chẳng phải pháp sa-môn, chẳng phải hạnh thanh tịnh, chẳng phải hạnh tùy thuận, làm điều không nên làm. Tỳ-kheo-ni hạ an cư xong, phải đến trong đại Tăng nói ba việc tự tứ: thấy, nghe, nghi. Sao các cô không đến nói?"

Sau khi bằng vô số phương tiện quở trách, đức Phật bảo các tỳ-kheo:

"Các tỳ-kheo-ni này là nơi trồng nhiều giống hữu lậu, là những người đầu tiên phạm giới này. Từ nay trở đi, Ta vì các tỳ-kheo-ni kết giới, gồm mười cú nghĩa, *cho đến câu* chánh pháp tồn tại lâu dài. Muốn nói giới nên **[766a]** nói như vầy:

---

[328] Pāli, Pāc. 57. *Ngũ phần*: điều 93. *Thập tụng*: điều 150. *Căn bản*: điều 129.

b. Giới văn

Tăng tỳ-kheo-ni hạ an cư xong phải đến trong Tăng tỳ-kheo[329] nói ba việc tự tứ: thấy, nghe và nghi. Nếu không như vậy, ba-dật-đề."

c. Thích nghĩa

Tỳ-kheo-ni: nghĩa như trước.

Khi đức Thế Tôn đã cho phép tỳ-kheo-ni hạ an cư xong, phải đến trong đại Tăng nói ba việc tự tứ: thấy, nghe và nghi; các tỳ-kheo-ni đến hết trong đại Tăng để nói tự tứ nên gây ồn ào. Đức Phật dạy:

1. Yết-ma Tăng sai cầu tự tứ

"Không nên đến hết như vậy. Từ nay trở đi cho phép sai một tỳ-kheo-ni vì Tăng tỳ-kheo-ni hạ an cư xong, phải đến trong đại Tăng nói ba việc tự tứ: thấy, nghe và nghi, bằng pháp bạch nhị yết-ma. Trong chúng nên sai một vị có khả năng yết-ma, dựa vào sự việc trên tác bạch:

> Đại tỷ Tăng xin lắng nghe! Nếu thời gian thích hợp đối với Tăng, Tăng đồng ý, nay Tăng sai tỳ-kheo-ni tên là..., vì Tăng tỳ-kheo-ni đến trong đại Tăng nói ba việc tự tứ: thấy, nghe và nghi. Đây là lời tác bạch.

> Đại tỷ Tăng xin lắng nghe! Nay Tăng sai tỳ-kheo-ni tên là..., vì Tăng tỳ-kheo-ni đến trong đại Tăng nói ba việc tự tứ: thấy, nghe và nghi. Đại tỷ nào đồng ý Tăng sai tỳ-kheo-ni tên là..., vì Tăng tỳ-kheo-ni đến trong đại Tăng nói ba việc tự tứ: thấy, nghe và nghi, thì im lặng. Vị nào không đồng ý xin nói.

> Chúng Tăng đã đồng ý sai tỳ-kheo-ni tên là..., vì Tăng tỳ-kheo-ni đến trong đại Tăng nói ba việc tự tứ rồi. Tăng đã đồng ý vì im lặng. Việc này được ghi nhận như vậy."

2. Nói ba sự tự tứ

Tỳ-kheo-ni đi một mình không có người bảo hộ. Vì sự bảo hộ, đức Phật dạy, nên sai hai, ba tỳ-kheo-ni làm bạn cùng đi. Khi đến trong đại

---

[329] Pāli: *ubhatosaṅghe tīhi ṭhānehi ...pāvāreyya,* "...tự tứ ba việc trước hai bộ Tăng..." *Thập tụng* "... giữa hai bộ Tăng, cầu ba sự tự tứ..."

Tăng kính lễ dưới chân Tăng, cúi đầu, chắp tay, khép mình bạch:

"Tăng tỳ-kheo-ni hạ an cư xong. Tăng tỳ-kheo hạ an cư xong. Tăng tỳ-kheo-ni muốn nói ba việc tự tứ: thấy, nghe và nghi. Xin Đại đức rủ lòng thương chỉ bảo con. Nếu con thấy có tội sẽ như pháp sám hối." *(Lần thứ hai, lần thứ ba cũng nói như vậy).*

3. Định ngày tự tứ

Tỳ-kheo-ni tự tứ cùng một ngày với Tăng tỳ-kheo. Hai bộ Tăng đều cực nhọc. Đức Phật dạy:

"Không nên tự tứ như vậy. Tăng tỳ-kheo tự tứ ngày 14 thì tỳ-kheo-ni Tăng tự tứ ngày 15. Nếu, đại Tăng bị bệnh, hoặc biệt chúng, hay chúng không hòa hợp, hoặc không đủ chúng, tỳ-kheo-ni nên sai người tín cẩn đến lễ bái thăm hỏi.

d. Tướng phạm

Không làm như vậy, đột-kiết-la. Nếu chúng Tỳ-kheo-ni bị bệnh, hoặc biệt chúng, hay chúng không hòa hợp, hoặc không đủ chúng, tỳ-kheo-ni cũng phải sai người tín cẩn đến lễ bái thăm hỏi. Không làm như vậy, đột-kiết-la."

Tỳ-kheo, đột-kiết-la. Đó gọi **[766b]** là phạm.

Sự không phạm: Tăng tỳ-kheo-ni hạ an cư xong, Tăng tỳ-kheo hạ an cư xong, tỳ-kheo-ni nói ba việc tự tứ: thấy, nghe và nghi. Tỳ-kheo tự tứ ngày 14, tỳ-kheo-ni tự tứ ngày 15. Tăng tỳ-kheo bệnh, hoặc biệt chúng, chúng không hòa hợp, hay không đủ chúng, tỳ-kheo-ni nên sai người tín cẩn đến lễ bái, thăm hỏi. Chúng tỳ-kheo-ni bệnh, cho đến chúng không đủ, cũng phải sai người tín cẩn đến lễ bái, thăm hỏi Tăng tỳ-kheo.

Nếu đường bộ, đường nước bị trở ngại, nạn giặc cướp, ác thú hay nước lụt tràn ngập, hoặc bị cường lực bắt, hoặc bị trói nhốt, mạng nạn, phạm hạnh nạn. Gặp các nạn như vậy không sai người tín cẩn đến thăm hỏi thì không phạm.

Người không phạm: phạm lần đầu tiên khi chưa chế giới; si cuồng, loạn tâm, thống não bức bách.

Điều 143. An cư nơi không có tỳ-kheo[330]

a. Duyên khởi

Một thời, đức Bà-già-bà ở trong vườn Cấp cô độc, rừng cây Kỳ-đà, tại nước Xá-vệ. Bấy giờ, các tỳ-kheo-ni hạ an cư nơi không có tỳ-kheo. Đến ngày giáo thọ, không có chỗ để cầu giáo thọ. Có sự nghi ngờ, không có người để hỏi.

Các tỳ-kheo-ni nghe biết, trong đó có vị thiểu dục tri túc, sống hạnh đầu-đà, ưa học giới, biết tàm quý, quở trách các tỳ-kheo-ni:

"Sao các cô lại hạ an cư nơi không có tỳ-kheo, đến ngày giáo thọ không có chỗ để cầu giáo thọ, có sự nghi ngờ không có ai để hỏi?"

Tỳ-kheo-ni bạch với các tỳ-kheo. Các tỳ-kheo đến bạch lên đức Thế Tôn. Đức Thế Tôn vì nhân duyên này tập hợp Tăng tỳ-kheo, quở trách các tỳ-kheo-ni:

"Các cô làm điều sai quấy, chẳng phải oai nghi, chẳng phải pháp sa-môn, chẳng phải hạnh thanh tịnh, chẳng phải hạnh tùy thuận, làm điều không nên làm. Sao các cô lại hạ an cư nơi không có tỳ-kheo, *cho đến* có sự nghi ngờ không có ai để hỏi?"

Sau khi bằng vô số phương tiện quở trách, đức Phật bảo các tỳ-kheo:

"Các tỳ-kheo-ni này là nơi trồng nhiều giống hữu lậu, là những người đầu tiên phạm giới này. Từ nay trở đi, Ta vì tỳ-kheo-ni kết giới, gồm mười cú nghĩa, *cho đến câu* chánh pháp tồn tại lâu dài. Muốn nói giới nên nói như vầy:

b. Giới văn

Tỳ-kheo-ni nào hạ an cư nơi không có tỳ-kheo, ba-dật-đề."

c. Thích nghĩa

Tỳ-kheo-ni: nghĩa như trước.

---

[330] Pāli, Pāc. 56. *Ngũ phần:* điều 91. *Thập tụng:* điều 149. *Căn bản:* điều 128 &127.

d. Tướng phạm

Tỷ-kheo-ni nào hạ an cư nơi không có tỷ-kheo phạm ba-dật-đề.

Tỷ-kheo, đột-kiết-la. Thức-xoa-ma-na, sa-di, sa-di-ni, đột-kiết-la. Đó gọi là phạm.

Sự không phạm: hạ an cư chỗ có tỷ-kheo. Nếu ni y nơi Tăng tỷ-kheo an cư, trong thời gian đó tỷ-kheo qua đời, hoặc đi xa, hay thôi tu, hoặc bị giặc bắt dẫn đi, **[766c]** hoặc bị thú dữ hại, hoặc bị nước cuốn trôi, thì không phạm.

Người không phạm: phạm lần đầu tiên khi chưa chế giới; si cuồng, loạn tâm, thống não bức bách.

Điều 144. Đột nhập chùa tỳ- kheo[331]

a. Duyên khởi

Một thời, đức Bà-già-bà ở trong vườn Cấp cô độc, rừng cây Kỳ-đà, tại nước Xá-vệ. Bấy giờ, trong thành Xá-vệ một tỳ-kheo-ni được nhiều người biết đến qua đời. Các tỳ-kheo-ni lại xây tháp trong phạm vi chùa của tỷ-kheo.

Các tỷ-kheo-ni thường đến chùa tụ họp, nói cười, đọc tụng, than khóc; hoặc tự trang nghiêm thân hình, làm loạn động các tỷ-kheo tọa thiền.

Trưởng lão Ca-tỳ-la[332] thường ưa tọa thiền. Sau khi các tỷ-kheo-ni ra về, trưởng lão liền đến đập phá tháp, dọn bỏ hết bên ngoài Tăng-già-lam. Các tỷ-kheo-ni nghe Ca-tỳ-la đập phá tháp, dẹp bỏ ra ngoài chùa, bèn cầm dao gậy, gạch đá đến đánh, chọi Trưởng lão. Trưởng lão dùng thần túc bay lên hư không.

Các tỷ-kheo-ni nghe việc này, trong đó có vị thiểu dục tri túc, sống hạnh đầu-đà, ưa học giới, biết tàm quý, quở trách các tỷ-kheo-ni:

---

[331] Pāli, Pāc. 51. *Tăng-kỳ:* điều 115 (*Giới bản* 116). *Thập tụng:* điều 153.
[332] Xem duyên khởi của ba-dật-đề 145.

"Sao các cô lại cầm dao gậy, gạch đá đến đánh, chọi Trưởng lão Ca-tỳ-la?"[333]

Chư ni bạch với các tỳ-kheo. Các tỳ-kheo đến bạch lên đức Thế Tôn. Đức Thế Tôn vì nhân duyên này tập hợp Tăng tỳ-kheo, quở trách các tỳ-kheo-ni:

"Các cô làm điều sai quấy, chẳng phải oai nghi, chẳng phải pháp sa-môn, chẳng phải hạnh thanh tịnh, chẳng phải hạnh tùy thuận, làm điều không nên làm. Tại sao các cô lại cầm dao gậy, gạch đá hành hung tỳ-kheo?"

Sau khi bằng vô số phương tiện quở trách, đức Phật bảo các tỳ-kheo:

"Các tỳ-kheo-ni này là nơi trồng nhiều giống hữu lậu, là những người đầu tiên phạm giới này. Từ nay trở đi, Ta vì tỳ-kheo-ni kết giới, gồm mười cú nghĩa, *cho đến câu* chánh pháp tồn tại lâu dài. Muốn nói giới nên nói như vầy:

Tỳ-kheo-ni nào vào trong Tăng-già-lam của tỳ-kheo, ba-dật-đề."

Thế Tôn vì các tỳ-kheo-ni kết giới như vậy. Các tỳ-kheo-ni nghi, không dám vào nơi già-lam không có Tăng tỳ-kheo, đức Phật dạy: "Già-lam không có Tăng cho phép vào. Từ nay nên nói như vầy:

Tỳ-kheo-ni nào vào trong Tăng-già-lam có tỳ-kheo, ba-dật-đề."

Thế Tôn vì các tỳ-kheo-ni kết giới như vậy. Khi ấy, các tỳ-kheo-ni không biết già-lam có tỳ-kheo hay không có, sau mới biết là già-lam có tỳ-kheo nên có vị tác pháp sám ba-dật-đề, có vị nghi. Đức Phật dạy:

---

[333] Câu chuyện này được kể là duyên khởi của ba-dật-đề 52, luật Pāli, xem *Tứ phần*, ba-dật-đề 145 đoạn sau. Duyên khởi theo Pāli về điều luật này: các tỳ-kheo đang khâu vá y nên chỉ khoác một y. Lúc ấy có tỳ-kheo-ni đến, không hỏi xin phép mà tự tiện đi vào. Theo duyên khởi này, *Tứ phần* hiểu mục đích của học xứ này khác hẳn cách hiểu của Pāli. Theo đó, tỳ-kheo-ni vào Tăng-già-lam của tỳ-kheo đường đột không báo trước, khiến tỳ-kheo bối rối vì thiếu oai nghi trước tỳ-kheo-ni. *Tăng-kỳ* (tr. 538c17): Tỳ-kheo-ni Kiệt-trụ Mẹ vào phòng Tỳ-kheo Kiệt-trụ Cha vốn là chồng cũ mà không báo trước.

"Không biết thì không phạm. Từ nay trở đi nên nói giới như vầy:

Tỳ-kheo-ni nào biết chùa[334] ***có tỳ-kheo mà vào,*** [767a] ***ba-dật-đề."***

Thế Tôn vì các tỳ-kheo-ni kết giới như vậy. Có tỳ-kheo-ni muốn cầu giáo thọ, không biết cầu ở đâu; có điều nghi ngờ muốn hỏi, không biết hỏi ai, không dám vào chùa Tăng. Đức Phật dạy:

"Từ nay trở đi, cho phép bạch rồi mới vào chùa."

Tỳ-kheo-ni muốn lễ tháp của Phật, tháp của Thanh văn, Phật dạy:

"Muốn lễ tháp Phật, tháp của Thanh văn, thì được vào; ngoài ra, phải bạch rồi mới vào. Từ nay trở đi nên nói giới như vầy:

b. Giới văn

Tỳ-kheo-ni nào biết Tăng-già-lam có tỳ-kheo, không bạch mà vào, ba-dật-đề."

c. Thích nghĩa

Tỳ-kheo-ni: nghĩa như trên.

d. Tướng phạm

Tỳ-kheo-ni nào biết Tăng-già-lam có tỳ-kheo, không bạch mà vào cửa ngõ, ba-dật-đề. Một chân trong cửa ngõ, một chân ngoài cửa ngõ, phương tiện muốn vào, hoặc hẹn vào mà không vào, tất cả đều phạm đột-kiết-la.

Tỳ-kheo, đột-kiết-la. Thức-xoa-ma-na, sa-di, sa-di-ni, đột-kiết-la. Đó gọi là phạm.

Sự không phạm: nếu trước không biết; hoặc không có tỳ-kheo mà vào; hoặc lễ bái tháp Phật, tháp Thanh văn ngoài cửa, thưa bạch xin phép rồi mới vào. Nếu đến nhận giáo thọ, hoặc muốn hỏi pháp, hoặc được mời, hoặc trên đường đi ngang qua, hoặc tạm nghỉ lại đêm, hoặc bị cường lực bắt dẫn đi, hoặc bị trói nhốt dẫn đi, hoặc mạng nạn, phạm hạnh nạn. Thảy đều không phạm.

Người không phạm: phạm lần đầu tiên khi chưa chế giới; si cuồng, loạn tâm, thống não bức bách.

---

[334] Nguyên Hán: tự 寺. Trong các giới văn trên: Tăng-già-lam 僧伽藍.

Điều 145. Mạ lị tỳ-kheo[335]

a. Duyên khởi

Một thời, đức Bà-già-bà ở trong vườn Cấp cô độc, rừng cây Kỳ-đà thuộc nước Xá-vệ. Bấy giờ, trưởng lão Tỳ-kheo Ca-tỳ-la,[336] đêm đã qua, sáng sớm, quấn y bưng bát vào thành Xá-vệ khất thực. Các tỳ-kheo-ni thấy Ca-tỳ-la liền nhục mạ:[337]

"Ông là quân tệ ác, dòng hạ tiện, chủng tộc công sư.[338] Ông đã phá hoại tháp của chúng tôi, đem vất bỏ bên ngoài Tăng-già-lam."

Các tỳ-kheo-ni nghe, trong đó có vị thiểu dục tri túc, sống hạnh đầu-đà, ưa học giới, biết tàm quý, hiềm trách:

"Tại sao các cô lại chửi rủa Trưởng lão Ca-tỳ-la?"

Quở trách rồi chư ni đến bạch với các tỳ-kheo. Các tỳ-kheo đến bạch lên đức Phật. Đức Phật vì nhân duyên này tập hợp Tăng tỳ-kheo, quở trách các tỳ-kheo-ni:

"Các cô làm điều sai quấy, chẳng phải oai nghi, chẳng phải pháp sa-môn, chẳng phải hạnh thanh tịnh, chẳng phải hạnh tùy thuận, làm điều không nên làm. Tại sao các cô mạ lị Ca-tỳ-la?"

Sau khi bằng vô số phương tiện quở trách, đức Phật bảo các tỳ-kheo:

"Các tỳ-kheo-ni này là nơi trồng nhiều giống hữu lậu, là những người đầu tiên phạm giới này. Từ nay trở đi, Ta vì tỳ-kheo-ni **[767b]** kết giới, gồm mười cú nghĩa, *cho đến câu* chánh pháp tồn tại lâu dài. Muốn nói

---

[335] Pāli, Pāc. 52. *Tăng-kỳ*: điều 91.

[336] Ca-tỳ-la 迦毘羅. Pāli, Pāc. 52: trưởng lão Kappitaka, vốn là Hoà thượng của tôn giả Ưu-ba-li (*upālissa āyasmato upajjhāyo*). Truyện kể gần giống *Tứ phần* trong duyên khởi của ba-dật-đề 144.

[337] Truyện kể của Pāli: *Kappitaka* phá tháp của tỳ-kheo-ni. Các ni đệ tử thương nghị muốn hại *Kappitaka*. Có tỳ-kheo-ni báo cho Upāli biết. Tôn giả nói lại cho *Kappitaka* biết để Hoà thượng trốn đi. Vì vậy, các ni cô không hại được *Kappitaka*, nên họ mắng nhiếc *Upāli*: "Gã thợ hớt tóc, từ chủng tộc ti tiện..."

[338] Công sư chủng 工師種, tức thủ-đà-la, thấp nhất trong bốn giai cấp.

giới nên nói như vầy:

b. Giới văn

Tỳ-kheo-ni nào mạ lị[339] *tỳ-kheo, ba-dật-đề."*

c. Thích nghĩa

Tỳ-kheo-ni: nghĩa như trước.

Mạ lị: như nói dòng hạ tiện, họ hạ tiện, nghề hạ tiện, nghiệp hạ tiện, hoặc nói phạm tội, hoặc nói ông có kết sử như vậy như vậy; hoặc xúc phạm đến tên húy của người.

d. Tướng phạm

Tỳ-kheo-ni nào mạ lị tỳ-kheo bằng dòng giống,[340] cho đến xúc phạm đến tên húy, nói rõ ràng ba-dật-đề; nói không rõ ràng, đột-kiết-la.

Tỳ-kheo, đột-kiết-la. Thức-xoa-ma-na, sa-di, sa-di-ni, đột-kiết-la. Đó gọi là phạm.

Sự không phạm: hoặc nói vui chơi, hoặc nói nhanh vội, hoặc nói một mình, nói trong mộng, muốn nói việc này nhằm nói việc khác đều không phạm.

Người không phạm: phạm lần đầu tiên khi chưa chế giới; si cuồng, loạn tâm, thống não bức bách.

Điều 146. Mạ lị Ni chúng[341]

a. Duyên khởi

Một thời, đức Bà-già-bà ở tại Câu-thiếm-di. Bấy giờ, có Tỳ-kheo-ni Ca-la[342] ưa gây gổ, không khéo ghi nhớ các tránh sự,[343] sau đó giận hờn,

---

[339] Pāli: *akoseyya vā paribhāseyya vā,* nhục mạ hay chửi bới hung dữ. Giải thích: nhục mạ bằng 10 cách. Chửi bới hung dữ, khiến cho người khác nghe mà sợ.

[340] Xem Phần I, Ch. v, ba-dật-đề 2.

[341] Pāli, Pāc. 53. *Căn bản:* điều 130 & 131.

[342] Ca-la 迦羅. Pāli: *Caṇḍakālī.* Đoạn trên, có chỗ dịch nghĩa là Hắc.

[343] Xem, cht. tăng-già-bà-thi-sa 17, Ni luật.

hiềm trách ni chúng.

Các tỳ-kheo-ni nghe, trong đó có vị thiểu dục tri túc, sống hạnh đầu-đà, ưa học giới, biết hổ thẹn, hiềm trách Tỳ-kheo-ni Ca-la:

"Sao cô hay ưa gây gổ; chuyện xong rồi, qua đêm, còn ôm lòng thù hận, hiềm trách ni chúng?"

Chư ni bạch với các tỳ-kheo. Các tỳ-kheo đến bạch lên đức Thế Tôn. Đức Thế Tôn vì nhân duyên này tập hợp Tăng tỳ-kheo, quở trách Ca-la.

"Cô làm điều sai quấy, chẳng phải oai nghi, chẳng phải pháp sa-môn, chẳng phải hạnh thanh tịnh, chẳng phải hạnh tùy thuận, làm điều không nên làm. Sao cô hay ưa gây gổ; chuyện xong rồi, qua đêm, còn ôm lòng thù hận, hiềm trách ni chúng?"

Sau khi bằng vô số phương tiện quở trách, đức Phật bảo các tỳ-kheo:

"Tỳ-kheo-ni này là nơi trồng nhiều giống hữu lậu, là người đầu tiên phạm giới này. Từ nay trở đi, Ta vì tỳ-kheo-ni kết giới, gồm mười cú nghĩa, *cho đến câu* chánh pháp tồn tại lâu dài. Muốn nói giới nên nói như vầy:

b. Giới văn

Tỳ-kheo-ni nào ưa gây gổ, không khéo ghi nhớ các tránh sự, sau đó giận hờn, không hoan hỉ, mắng chửi chúng tỳ-kheo-ni,[344] ***ba-dật-đề."***

c. Thích nghĩa

Tỳ-kheo-ni: nghĩa như trước.

Tránh: có bốn thứ như trước.

Chúng: bốn người hay hơn bốn người.

d. Tướng phạm

Tỳ-kheo-ni ưa gây gổ, đã qua đêm, sau đó còn mắng chửi chúng tỳ-kheo-ni, nói rõ ràng, ba-dật-đề; nói không rõ ràng, đột-kiết-la.

---

[344] Pāli: *gaṇaṃ paribhāseyya,* mạ lỵ chúng. Giải thích: *gaṇo nāma bhikkhuni-saṅgho,* chúng, chỉ Tăng tỳ-kheo-ni.

Tỳ-kheo, đột-kiết-la. Thức-xoa-ma-na, sa-di, **[767c]** sa-di-ni, đột-kiết-la. Đó gọi là phạm.

Sự không phạm: nói vui đùa, hoặc nói gấp vội, nói một mình, nói trong mộng, hay muốn nói việc này lại nhầm nói việc kia đều không phạm.

Người không phạm: phạm lần đầu tiên khi chưa chế giới; si cuồng, loạn tâm, thống não bức bách.

Điều 147. Nhờ đàn ông mổ nặn nhọt[345]

a. Duyên khởi

Một thời, đức Bà-già-bà ở trong vườn Ni-câu-luật tại Thích-sí-sấu,[346] nước Ca-tỳ-la. Bấy giờ, Tỳ-kheo-ni Bạt-đà-la Ca-tỳ-la, thân thể bị ung nhọt, nhờ đàn ông mổ nặn. Thân thể của tỳ-kheo-ni này mịn màng như thân của thiên nữ không khác. Khi tay người đàn ông xúc chạm vào thân thể mịn màng của cô ni, tâm sanh đắm nhiễm, bèn ôm; muốn phá hoại phạm hạnh của ni cô. Cô liền lớn tiếng kêu la:

"Đừng làm vậy! Đừng làm vậy!"

Các tỳ-kheo-ni ở gần nghe, đều đến hỏi:

"Chuyện gì cô la thế?"

Cô ni kể rõ đầu đuôi. Các tỳ-kheo-ni nghe, trong đó có vị thiểu dục tri túc, sống hạnh đầu-đà, ưa học giới, biết hổ thẹn, hiềm trách Bạt-đà-la Ca-tỳ-la:

"Tỳ-kheo-ni sao lại nhờ đàn ông mổ nặn mụt nhọt?"

Tỳ-kheo-ni bạch với các tỳ-kheo. Các tỳ-kheo đến bạch lên đức Thế Tôn. Đức Thế Tôn vì nhân duyên này tập hợp Tăng tỳ-kheo, quở trách Bạt-đà-la Ca-tỳ-la:

---

[345] Pāli, Pāc. 60. *Ngũ phần:* điều 167 (*Giới bản* 168). *Tăng-kỳ:* điều 132 (*Giới bản* 133). *Thập tụng:* điều 162. *Căn bản:* điều 159.

[346] Thích-sí-sấu. Tức Pāli: *sakkesu*, giữa những người họ Thích. Nhưng ở đây, nhân duyên theo Pāli, Phật tại Xá-vệ.

"Cô làm điều sai quấy, chẳng phải oai nghi, chẳng phải pháp sa-môn, chẳng phải hạnh thanh tịnh, chẳng phải hạnh tùy thuận, làm điều không nên làm. Tỳ-kheo-ni sao lại nhờ đàn ông mổ nặn mụt nhọt?"

Sau khi bằng vô số phương tiện quở trách, đức Phật bảo các tỳ-kheo:

"Tỳ-kheo-ni này là nơi trồng nhiều giống hữu lậu, là người đầu tiên phạm giới này. Từ nay trở đi, Ta vì tỳ-kheo-ni kết giới, gồm mười cú nghĩa, *cho đến câu* chánh pháp tồn tại lâu dài. Muốn nói giới nên nói như vầy:

b. Giới văn

Tỳ-kheo-ni nào thân thể có ung nhọt và các loại ghẻ,[347] *không thưa với chúng hay người khác*[348] *mà vội nhờ đàn ông mổ nặn, hoặc băng bó, ba-dật-đề."*

c. Thích nghĩa

Tỳ-kheo-ni: nghĩa như trước.

Tăng: cũng như trước.

d. Tướng phạm

Tỳ-kheo-ni nào thân thể sanh ung nhọt và các thứ ghẻ khác, không thưa bạch với chúng, mà nhờ người nam mổ, một lần hạ dao xuống là một ba-dật-đề. Nếu băng bó, thì mỗi nuộc dây là một ba-dật-đề.

Tỳ-kheo, đột-kiết-la. Thức-xoa-ma-na, sa-di, sa-di-ni, đột-kiết-la. Đó gọi là phạm.

Sự không phạm: bạch với chúng Tăng rồi mới nhờ đàn ông mổ ung nhọt hay ghẻ; hoặc bị cường lực bắt. Thảy đều không phạm.

Người không phạm: phạm lần đầu tiên khi chưa chế giới; si cuồng, loạn tâm, thống não bức bách.

---

[347] *Tăng-kỳ:* mụt nhọt chỗ kín, từ đầu gối trở lên, từ vai trở xuống.
[348] Pāli: chưa xin phép Tăng hay chúng hứa khả.

Điều 148. Bội ước thỉnh thực[349]

a. Duyên khởi

[768a] Một thời, đức Bà-già-bà ở trong vườn Cấp cô độc, rừng cây Kỳ-đà tại nước Xá-vệ. Bấy giờ, có một cư sĩ thỉnh Tăng chúng tỳ-kheo-ni sáng ngày thọ thực. Trong đêm, ông sửa soạn các món ăn ngon bổ. Sáng hôm sau, đến mời ni chúng đến thọ thực.

Hôm đó gặp ngày tiết hội trong thành Xá-vệ, các cư sĩ đều mang thức ăn cá, thịt, cơm, cơm khô, bánh bột, cúng cho tỳ-kheo-ni. Các tỳ-kheo-ni nhận thức ăn này và ăn. Sau đó mới đến nhà cư sĩ để ăn. Bấy giờ, cư sĩ tự tay chế biến thức ăn cơm canh cúng dường cho các tỳ-kheo-ni. Các tỳ-kheo-ni nói:

"Thôi! Thôi! Cư sĩ đừng sớt nhiều."

Cư sĩ thưa:

"Con sắm sửa đầy đủ các thức ăn ngon bổ, mỗi vị một tô thịt là chỉ vì chư ni. Chư ni đừng nghĩ con không có tín tâm mà không dùng. Các vị cứ việc dùng, con thật có tín tâm."

Tỳ-kheo-ni nói:

"Chúng tôi không nghĩ như vậy đâu! Vì hôm nay là ngày tiết hội, các cư sĩ đều mang thức ăn như cá, thịt, cơm, cơm khô, bánh bột, các thức ăn ngon bổ đến trong Tăng-già-lam cúng cho các tỳ-kheo-ni. Chúng tôi ăn xong rồi mới đến đây. Cho nên dùng ít mà thôi!"

Cư sĩ nghe xong cơ hiềm:

"Các tỳ-kheo-ni này không biết nhàm chán, không tri túc. Bên ngoài tự xưng, 'Tôi biết chánh pháp.' Nhưng như vậy có gì là chánh pháp? Đã nhận lời mời của tôi trước, sao lại nhận các thức ăn của người khác ăn, rồi mới đến thọ thực nơi nhà tôi?"

Các tỳ-kheo-ni nghe, trong đó có vị thiểu dục tri túc, sống hạnh đầu-đà, ưa học giới, biết hổ thẹn, hiềm trách các tỳ-kheo-ni:

---

[349] Pāli, Pāc. 54.

"Đã nhận lời mời của cư sĩ rồi; sau đó sao lại nhận thức ăn khác?"

Tỳ-kheo-ni bạch với các tỳ-kheo. Các tỳ-kheo đến bạch lên đức Thế Tôn. Đức Thế Tôn vì nhân duyên này tập hợp Tăng tỳ-kheo, quở trách các tỳ-kheo-ni:

"Các cô làm điều sai quấy, chẳng phải oai nghi, chẳng phải pháp sa-môn, chẳng phải tịnh hạnh, chẳng phải hạnh tùy thuận, làm việc không nên làm. Đã nhận lời mời của cư sĩ rồi; sau đó sao lại nhận thức ăn khác?"

Sau khi bằng vô số phương tiện quở trách, đức Phật bảo các tỳ-kheo:

"Các tỳ-kheo-ni này là nơi trồng nhiều giống hữu lậu, là người đầu tiên phạm giới này. Từ nay trở đi, Ta vì tỳ-kheo-ni kết giới, gồm mười cú nghĩa, *cho đến câu* chánh pháp tồn tại lâu dài. Muốn nói giới nên nói như vầy:

b. Giới văn

Tỳ-kheo-ni nào trước đã nhận lời mời, hoặc đã ăn no rồi, sau lại ăn cơm, cơm khô, bánh bột, cá và thịt,[350] ***ba-dật-đề.***"

c. Thích nghĩa

Tỳ-kheo-ni: nghĩa như trước.

d. Tướng phạm

[768b] Tỳ-kheo-ni nào đã nhận lời mời trước, hay ăn đủ no rồi, sau lại ăn cơm, cơm khô, bánh bột, cá và thịt của người khác; mỗi miếng ăn là một ba-dật-đề.

Tỳ-kheo, ba-dật-đề. Thức-xoa-ma-na, sa-di, sa-di-ni, đột-kiết-la. Đó gọi là phạm.

Sự không phạm: nhận lời mời ăn chẳng phải thức ăn chánh thực;[351] hoặc mời ăn không đủ no; hoặc không được mời trước; hay ngay khi ăn nhận được thức ăn thêm; hoặc tại nhà đó nhận cả bữa ăn trước bữa ăn sau. Thảy đều không phạm.

---

[350] Pāli: ăn thêm thức ăn loại cứng (*khādanīya*) hay loại mềm (*bhojanīya*).
[351] Chánh thực 正食; xem Phần I, Ch.v, ba-dật-đề 35 & cht..

Người không phạm: phạm lần đầu tiên khi chưa chế giới; si cuồng, loạn tâm, thống não bức bách.

Điều 149. Tật đố về gia đình[352]

a. Duyên khởi

Một thời, đức Bà-già-bà ở trong vườn Cấp cô độc, rừng cây Kỳ-đà tại nước Xá-vệ. Bấy giờ, Tỳ-kheo-ni Đề-xá là đệ tử của Tỳ-kheo-ni An Ẩn. Cô có một nhà đàn-việt quen thân từ lâu. An Ẩn bảo Đề-xá:

"Cô có thể cùng tôi đến nhà đàn-việt đó được không?"

Đề-xá trả lời:

"Muốn đến thì cũng được."

Hai người cùng đi. Tỳ-kheo-ni An Ẩn y phục chỉnh tề, không mất oai nghi. Đàn-việt thấy, tâm sanh hoan hỷ, bèn cúng dường. An Ẩn thọ thực xong, về lại chùa, nói với Đề-xá:

"Đàn-việt ấy thuần thành. Hoan hỷ ưa cúng dường."

Đề-xá sinh tâm ganh tị, bèn nói:

"Đàn-việt ấy thuần thành, vì ưa cúng dường cô ấy mà!"[353]

Các tỳ-kheo-ni nghe, trong đó có vị thiểu dục tri túc, sống hạnh đầu-đà, ưa học giới, biết tàm quý, quở trách Tỳ-kheo-ni Đề-xá:

"Sao cô sinh tâm ganh tị, nói: 'Đàn-việt ấy thuần thành, vì ưa cúng dường cô ấy mà!'?"

Tỳ-kheo-ni bạch với các tỳ-kheo. Các tỳ-kheo đến bạch lên đức Phật. Đức Phật vì nhân duyên này tập hợp Tăng tỳ-kheo, quở trách Tỳ-kheo-ni Đề-xá:

---

[352] Pāli, Pāc. 55. *Ngũ phần*, điều 89. *Tăng-kỳ*: điều 90. *Thập tụng*: điều 150. *Căn bản*: điều 133, 132.

[353] Duyên khởi Pāli: một tỳ-kheo-ni không muốn các tỳ-kheo-ni khác đến gia đình cư sĩ nhận cúng dường, bèn nói với các cô: "Nhà đó có chó dữ, có bò hung tợn. Các cô chớ đến."

"Cô làm điều sai quấy, chẳng phải oai nghi, chẳng phải pháp sa-môn, chẳng phải hạnh thanh tịnh, chẳng phải hạnh tùy thuận, làm điều không nên làm. Sao cô sinh tâm ganh tị, nói: 'Đàn-việt ấy thuần thành, vì ưa cúng dường cô ấy mà!'?"

Sau khi bằng vô số phương tiện quở trách, đức Phật bảo các tỳ-kheo:

"Tỳ-kheo-ni này là nơi trồng nhiều giống hữu lậu, là người đầu tiên phạm giới này. Từ nay trở đi, Ta vì tỳ-kheo-ni kết giới, gồm mười cú nghĩa, *cho đến câu* chánh pháp tồn tại lâu dài. Muốn nói giới nên nói như vầy:

b. Giới văn

Tỳ-kheo-ni nào sanh tâm tật đố về gia đình,[354] ***ba-dật-đề.***"

c. Thích nghĩa

Tỳ-kheo-ni: nghĩa như trên.

d. Tướng phạm

Tỳ-kheo-ni nào đối với nhà người sanh tâm tật đố, nói: "Đàn-việt ấy **[768c]** thuần thành, vì hoan hỷ ưa cúng dường cô ấy mà!" Nói rõ ràng, ba-dật-đề, nói không rõ ràng đột-kiết-la.

Tỳ-kheo, đột-kiết-la. Thức-xoa-ma-na, sa-di, sa-di-ni, đột-kiết-la. Đó gọi là phạm.

Sự không phạm: sự thật là như vậy, người đàn-việt kia, chỉ có tâm tốt đối với cô ni kia nên cô ấy nói: "Đàn-việt ấy thuần thành, vì hoan hỷ ưa cúng dường cô ấy mà!" Hoặc nói vui chơi, nói vội gấp, nói một mình, nói trong mộng, muốn nói việc này lại nhầm nói việc khác. Thảy đều không phạm.

Người không phạm: phạm lần đầu tiên khi chưa chế giới; si cuồng, loạn tâm, thống não bức bách.

---

[354] Pāli: *kulamaccharin*, "bủn xỉn về gia đình;" giải thích (vin. iv. 312): nói xấu một gia đình trước các tỳ-kheo-ni để các cô này không ai đến đó. *Tăng-kỳ:* "Với tâm bủn xỉn, giữ gia đình người riêng cho mình." *Ngũ phần, Thập tụng:* hộ tích tha gia 護惜他家.

Điều 150. Thoa bột hương[355]

a. Duyên khởi

Một thời, đức Bà-già-bà ở trong vườn Cấp cô độc, rừng cây Kỳ-đà tại nước Xá-vệ. Bấy giờ, nhóm sáu tỳ-kheo-ni dùng bột hương thoa vào mình. Các cư sĩ thấy đều cơ hiềm:

"Các tỳ-kheo-ni này không biết tàm quý, phạm bất tịnh hạnh. Bên ngoài tự xưng 'tôi biết chánh pháp'. Nhưng như vậy có gì là chánh pháp? Dùng bột hương thoa vào mình, giống như bọn dâm nữ, tặc nữ không khác!"

Các tỳ-kheo-ni nghe, trong đó có vị thiểu dục tri túc, sống hạnh đầu-đà, ưa học giới, biết tàm quý, hiềm trách nhóm sáu tỳ-kheo-ni:

"Sao các cô dùng các loại bột hương thoa vào mình?"

Tỳ-kheo-ni liền bạch với các tỳ-kheo. Các tỳ-kheo đến bạch lên đức Phật. Đức Phật vì nhân duyên này tập hợp Tăng tỳ-kheo, quở trách nhóm sáu tỳ-kheo-ni:

"Cô làm điều sai quấy, chẳng phải oai nghi, chẳng phải pháp sa-môn, chẳng phải hạnh thanh tịnh, chẳng phải hạnh tùy thuận, làm điều không nên làm. Sao các cô dùng các loại bột hương thoa vào mình?"

Sau khi bằng vô số phương tiện quở trách, đức Phật bảo các tỳ-kheo:

"Nhóm sáu tỳ-kheo-ni này là nơi trồng nhiều giống hữu lậu, là những người đầu tiên phạm giới này. Từ nay trở đi, Ta vì các tỳ-kheo-ni kết giới, gồm mười cú nghĩa, *cho đến câu* chánh pháp tồn tại lâu dài. Muốn nói giới nên nói như vầy:

b. Giới văn

Tỳ-kheo-ni nào dùng bột hương[356] thoa vào mình, ba-dật-đề."

---

[355] Pāli, Pāc. 88. *Ngũ phần*: điều 151 (*Giới bản* 153). *Thập tụng*: điều 164. *Căn bản*: điều 166 & 167.

[356] Pāli: *gandhavaṇṇeka nahāyeyya*, "tắm bằng hương liệu và phẩm màu."

c. Thích nghĩa

Tỳ-kheo-ni: nghĩa như trước.

d. Tướng phạm

Tỳ-kheo-ni nào dùng hương bột thoa vào mình, ba-dật-đề.

Tỳ-kheo, đột-kiết-la. Thức-xoa-ma-na, sa-di, sa-di-ni, đột-kiết-la. Đó gọi là phạm.

Sự không phạm: hoặc vì có chứng bệnh thế nào đó, hoặc bị cường lực. Thảy đều không phạm.

Người không phạm: phạm lần đầu tiên khi chưa chế giới; si cuồng, loạn tâm, thống não bức bách.

Điều 151. Xức dầu vừng (mè)[357]

a. Duyên khởi

Một thời, đức Bà-già-bà ở trong vườn Cấp cô độc, rừng cây Kỳ-đà tại nước Xá-vệ. Bấy giờ, **[769a]** nhóm sáu tỳ-kheo-ni dùng cặn vừng (mè)[358] bôi thoa vào thân. Các cư sĩ thấy đều cơ hiềm:

"Các tỳ-kheo-ni này không biết tàm quý, phạm hạnh bất tịnh. Bên ngoài tự xưng, 'Tôi biết chánh pháp.' Nhưng như vậy có gì là chánh pháp? Lấy cặn vừng (mè) bôi thoa vào thân, như bọn tặc nữ, dâm nữ!"

Các tỳ-kheo-ni nghe, trong đó có vị thiểu dục tri túc, sống hạnh đầu-đà, ưa học giới, biết tàm quý, quở trách nhóm sáu tỳ-kheo-ni:

"Sao các cô dùng cặn vừng (mè) bôi thoa vào thân?"

Tỳ-kheo-ni bạch các tỳ-kheo. Các tỳ-kheo đến bạch lên đức Thế Tôn. Đức Thế Tôn vì nhân duyên này tập hợp Tăng tỳ-kheo, quở trách nhóm sáu tỳ-kheo-ni:

---

[357] Pāli, Pāc. 89. *Ngũ phần*, điều 152 (*Giới bản* 154). *Thập tụng*: điều 164; cf. điều 150 trên. *Căn bản*: điều 168.

[358] Hồ ma chỉ 胡麻滓. Pāli: *piññāka*, nước cặn vừng, bột vừng, tức vừng được nghiền nát thành bột.

"Các cô làm điều sai quấy, chẳng phải oai nghi, chẳng phải pháp sa-môn, chẳng phải hạnh thanh tịnh, chẳng phải hạnh tùy thuận, làm việc không nên làm. Các cô là tỳ-kheo-ni sao dùng cặn vừng (mè) bôi thoa vào thân?"

Sau khi bằng vô số phương tiện quở trách, đức Phật bảo các tỳ-kheo:

"Các tỳ-kheo-ni này là nơi trồng nhiều giống hữu lậu, là những người đầu tiên phạm giới này. Từ nay trở đi, Ta vì các tỳ-kheo-ni kết giới, gồm mười cú nghĩa, *cho đến câu* chánh pháp tồn tại lâu dài. Muốn nói giới nên nói như vầy:

b. Giới văn

Tỳ-kheo-ni nào dùng cặn vừng (mè) thoa chà vào thân,[359] **ba-dật-đề."**

c. Thích nghĩa

Tỳ-kheo-ni: nghĩa như trước.

d. Tướng phạm

Tỳ-kheo-ni nào dùng cặn dầu mè thoa chà trong thân, ba-dật-đề.

Tỳ-kheo, đột-kiết-la. Thức-xoa-ma-na, sa-di, sa-di-ni, đột-kiết-la. Đó gọi là phạm.

Sự không phạm: vì có bệnh như thế nào đó; hoặc bị cường lực bắt. Thảy đều không phạm.

Người không phạm: phạm lần đầu tiên khi chưa chế giới; si cuồng, loạn tâm, thống não bức bách.

---

[359] Pāli: *vāsitena piññākena nahāyeyya*, tắm bằng nước ướp vừng. *Ngũ phần:* "không bệnh, dùng chất trơn bóng chà xát thân thể..."

Điều 152. Sai tỳ-kheo-ni xoa bóp[360]

a. Duyên khởi

Một thời, đức Bà-già-bà ở trong vườn Cấp cô độc, rừng cây Kỳ-đà tại nước Xá-vệ. Bấy giờ, nhóm sáu tỳ-kheo-ni sai các tỳ-kheo-ni xoa bóp thân mình. Các cư sĩ thấy đều cơ hiềm:

"Các tỳ-kheo-ni này không biết tàm quý, phạm hạnh bất tịnh. Bên ngoài tự xưng, 'Tôi biết chánh pháp.' Nhưng như vậy có gì là chánh pháp? Sai các tỳ-kheo-ni xoa bóp thân mình, như bọn dâm nữ, tặc nữ!"

Các tỳ-kheo-ni nghe, trong đó có vị thiểu dục tri túc, sống hạnh đầu-đà, ưa học giới, biết hổ thẹn, quở trách nhóm sáu tỳ-kheo-ni:

"Sao các cô lại sai các tỳ-kheo-ni xoa bóp thân mình?"

Tỳ-kheo-ni liền bạch các tỳ-kheo. Các tỳ-kheo đến bạch với đức Thế Tôn. Đức Thế Tôn vì nhân duyên này **[769b]** tập hợp Tăng tỳ-kheo, quở trách nhóm sáu tỳ-kheo-ni:

"Các cô làm điều sai quấy, chẳng phải oai nghi, chẳng phải pháp sa-môn, chẳng phải hạnh thanh tịnh, chẳng phải hạnh tùy thuận, làm điều không nên làm. Sao các cô lại sai các tỳ-kheo-ni xoa bóp thân mình?"

Sau khi bằng vô số phương tiện quở trách, đức Phật bảo các tỳ-kheo:

"Các tỳ-kheo-ni này là nơi trồng nhiều giống hữu lậu, là những người đầu tiên phạm giới này. Từ nay trở đi, Ta vì tỳ-kheo-ni kết giới, gồm mười cú nghĩa, *cho đến câu* chánh pháp tồn tại lâu dài. Muốn nói giới nên nói như vầy:

b. Giới văn

Tỳ-kheo-ni nào sai tỳ-kheo-ni xoa bóp thân mình,[361] ba-dật-đề."

---

[360] Pāli, Pāc. 90. *Tăng-kỳ*: điều 126 (*Giới bản* 127). *Thập tụng*: điều 165 (cf. điều 153 & 154 sau). *Căn bản*: điều 161.

[361] Khải ma 揩摩. Pāli: *ummaddāpeyya parimaddāpeyya*, tự mình chà xát (chà dầu) và nhờ người khác chà xát.

c. Thích nghĩa

Tỳ-kheo-ni: nghĩa như trước.

d. Tướng phạm

Tỳ-kheo-ni nào sai tỳ-kheo-ni xoa bóp thân mình, ba-dật-đề.

Tỳ-kheo, đột-kiết-la. Thức-xoa-ma-na, sa-di, sa-di-ni, đột-kiết-la. Đó gọi là phạm.

Sự không phạm: hoặc mắc chứng bệnh thế nào đó, hoặc bị cường lực bắt thì không phạm.

Người không phạm: phạm lần đầu tiên khi chưa chế giới; si cuồng, loạn tâm, thống não bức bách.

Điều 153. Sai thức-xoa-ma-na xoa bóp[362]

a. Duyên khởi

Một thời, đức Bà-già-bà ở trong vườn Cấp cô độc, rừng cây Kỳ-đà tại nước Xá-vệ. Bấy giờ, nhóm sáu tỳ-kheo-ni sai thức-xoa-ma-na xoa bóp thân. Các cư sĩ thấy đều cơ hiềm:

"Các tỳ-kheo-ni này không biết tàm quý, phạm hạnh bất tịnh. Bên ngoài tự xưng, 'Tôi biết chánh pháp.' Nhưng như vậy có gì là chánh pháp? Sai thức-xoa-ma-na xoa bóp thân, như bọn dâm nữ, tặc nữ không khác!"

Các tỳ-kheo-ni nghe, trong đó có vị thiểu dục tri túc, sống hạnh đầu-đà, ưa học giới, biết hổ thẹn, hiềm trách nhóm sáu tỳ-kheo-ni:

"Sao các cô lại sai thức-xoa-ma-na xoa bóp thân?"

Tỳ-kheo-ni liền bạch với các tỳ-kheo. Các tỳ-kheo đến bạch lên đức Thế Tôn. Đức Thế Tôn vì nhân duyên này tập hợp Tăng tỳ-kheo, quở trách nhóm sáu tỳ-kheo-ni:

"Các cô làm điều sai quấy, chẳng phải oai nghi, chẳng phải pháp sa-môn, chẳng phải hạnh thanh tịnh, chẳng phải hạnh tùy thuận, làm điều

---

[362] Pāli, Pāc. 91. *Tăng-kỳ:* điều 128 (*Giới bản* 129). *Thập tụng:* điều 165. *Căn bản:* 162.

không nên làm. Sao các cô lại sai thức-xoa-ma-na xoa bóp thân?"

Sau khi bằng vô số phương tiện quở trách, đức Phật bảo các tỳ-kheo:

"Các tỳ-kheo-ni này là nơi trồng nhiều giống hữu lậu, là những người đầu tiên phạm giới này. Từ nay trở đi, Ta vì tỳ-kheo-ni kết giới, gồm mười cú nghĩa, *cho đến câu* chánh pháp tồn tại lâu dài. Muốn nói giới nên nói như vầy:

b. Giới văn

Tỳ-kheo-ni nào sai thức-xoa-ma-na xoa bóp thân thể, ba-dật-đề."

c. Thích nghĩa

Tỳ-kheo-ni: nghĩa như trước.

d. Tướng phạm

Tỳ-kheo-ni nào sai thức-xoa-ma-na xoa bóp thân thể, **[769c]** ba-dật-đề.

Tỳ-kheo, đột-kiết-la. Thức-xoa-ma-na, sa-di, sa-di-ni, đột-kiết-la. Đó gọi là phạm.

Sự không phạm: hoặc mắc bệnh thế nào đó, hoặc bị cường lực bắt thì không phạm.

Người không phạm: phạm lần đầu tiên khi chưa chế giới; si cuồng, loạn tâm, thống não bức bách.

Điều 154. Sai sa-di-ni xoa bóp[363]

a. Duyên khởi

Một thời, đức Bà-già-bà ở trong vườn Cấp cô độc, rừng cây Kỳ-đà tại nước Xá-vệ. Bấy giờ, nhóm sáu tỳ-kheo-ni sai sa-di-ni xoa bóp thân thể. Các cư sĩ thấy đều cơ hiềm:

"Các tỳ-kheo-ni này không biết tàm quý, phạm hạnh bất tịnh. Bên ngoài tự xưng, 'Tôi biết chánh pháp.' Nhưng như vậy có gì là chánh pháp? Sai sa-di-ni xoa bóp thân thể giống như bọn dâm nữ, tặc nữ không khác!"

---

[363] Pāli, Pāc. 92. *Tăng-kỳ:* điều 127 (*Giới bản* 128). *Thập tụng:* điều 165.

Các tỳ-kheo-ni nghe, trong đó có vị thiểu dục tri túc, sống hạnh đầu-đà, ưa học giới, biết tàm quý, chê trách nhóm sáu tỳ-kheo-ni:

"Sao các cô lại sai sa-di-ni xoa bóp thân thể?"

Tỳ-kheo-ni bạch với các tỳ-kheo. Các tỳ-kheo đến bạch lên đức Thế Tôn. Đức Thế Tôn vì nhân duyên này tập hợp Tăng tỳ-kheo, quở trách nhóm sáu tỳ-kheo-ni:

"Các cô làm điều sai quấy, chẳng phải oai nghi, chẳng phải pháp sa-môn, chẳng phải hạnh thanh tịnh, chẳng phải hạnh tùy thuận, làm điều không nên làm. Sao các cô lại sai sa-di-ni xoa bóp thân thể?"

Sau khi bằng vô số phương tiện quở trách, đức Phật bảo các tỳ-kheo:

"Các tỳ-kheo-ni này là nơi trồng nhiều giống hữu lậu, là những người đầu tiên phạm giới này. Từ nay trở đi, Ta vì tỳ-kheo-ni kết giới, gồm mười cú nghĩa, *cho đến câu* chánh pháp tồn tại lâu dài. Muốn nói giới nên nói như vầy:

b. Giới văn

Tỳ-kheo-ni nào sai sa-di-ni xoa bóp thân thể, ba-dật-đề."

c. Thích nghĩa

Tỳ-kheo-ni: nghĩa như trước.

d. Tướng phạm

Tỳ-kheo-ni nào sai sa-di-ni xoa chà thân thể, ba-dật-đề.

Tỳ-kheo, đột-kiết-la. Thức-xoa-ma-na, sa-di, sa-di-ni, đột-kiết-la. Đó gọi là phạm.

Sự không phạm: hoặc mắc bệnh thế nào đó, hay bị cường lực bắt thì không phạm.

Người không phạm: phạm lần đầu tiên khi chưa chế giới, si cuồng, loạn tâm, thống não bức bách.

Điều 155. Sai phụ nữ bạch y xoa bóp[364]

a. Duyên khởi

Một thời, đức Bà-già-bà ở trong vườn Cấp cô độc, rừng cây Kỳ-đà tại nước Xá-vệ. Bấy giờ, nhóm sáu tỳ-kheo-ni sai phụ nữ bạch y xoa bóp thân thể. Các cư sĩ thấy đều cơ hiềm:

"Các tỳ-kheo-ni này không biết tàm quý, phạm hạnh bất tịnh. Bên ngoài tự xưng, 'Tôi biết chánh pháp.' Nhưng như vậy có gì là chánh pháp? Sai phụ nữ bạch y xoa bóp thân thể, giống như bọn dâm nữ, tặc nữ!"

Các tỳ-kheo-ni nghe, trong đó có vị thiểu dục tri túc, sống hạnh đầu-đà, [770a] ưa học giới, biết tàm quý, chê trách nhóm sáu tỳ-kheo-ni:

"Sao các cô lại sai phụ nữ bạch y xoa bóp nơi thân thể?"

Tỳ-kheo-ni bạch với các tỳ-kheo. Các tỳ-kheo đến bạch lên đức Thế Tôn. Đức Thế Tôn vì nhân duyên này tập hợp Tăng tỳ-kheo, quở trách nhóm sáu tỳ-kheo-ni:

"Các cô làm điều sai quấy, chẳng phải oai nghi, chẳng phải pháp sa-môn, chẳng phải hạnh thanh tịnh, chẳng phải hạnh tùy thuận, làm điều không nên làm. Các cô là tỳ-kheo-ni sao lại sai phụ nữ bạch y xoa bóp thân thể?"

Sau khi bằng vô số phương tiện quở trách, đức Phật bảo các tỳ-kheo:

"Các tỳ-kheo-ni này là nơi trồng nhiều giống hữu lậu, là những người đầu tiên phạm giới này. Từ nay trở đi, Ta vì tỳ-kheo-ni kết giới, gồm mười cú nghĩa, *cho đến câu* chánh pháp tồn tại lâu dài. Muốn nói giới nên nói như vầy:

b. Giới văn

Tỳ-kheo-ni nào sai phụ nữ bạch y xoa bóp thân thể, ba-dật-đề."

c. Thích nghĩa

Tỳ-kheo-ni: nghĩa như trước.

---

[364] Pāli, Pāc. 93. *Tăng-kỳ:* điều 129 (*Giới bản* điều 130).

d. Tướng phạm

Tỳ-kheo-ni nào sai phụ nữ bạch y xoa bóp thân thể, ba-dật-đề.

Tỳ-kheo, đột-kiết-la. Thức-xoa-ma-na, sa-di, sa-di-ni, đột-kiết-la. Đó gọi là phạm.

Sự không phạm: hoặc mắc phải chứng bệnh thế nào đó, hay bị cường lực bắt thì không phạm.

Người không phạm: phạm lần đầu tiên khi chưa chế giới; si cuồng, loạn tâm, thống não bức bách.

Điều 156. Mặc váy lót[365]

a. Duyên khởi

Một thời, đức Bà-già-bà ở trong vườn Cấp cô độc, rừng cây Kỳ-đà tại nước Xá-vệ. Bấy giờ, Tỳ-kheo-ni Thâu-la-nan-đà có ý nghĩ, mặc váy lót[366] cho mình phồng lên.[367] Các cư sĩ thấy đều cơ hiềm:

"Các tỳ-kheo-ni này không biết tàm quý, phạm hạnh bất tịnh. Bên ngoài tự xưng, 'Tôi biết chánh pháp.' Nhưng như vậy có gì là chánh pháp? Mặc váy lót cho mình phồng lên, giống như bọn dâm nữ, tặc nữ!"

Các tỳ-kheo-ni nghe, trong đó có vị thiểu dục tri túc, sống hạnh đầu-đà, ưa học giới, biết tàm quý, quở trách Thâu-la-nan-đà rằng:

"Tại sao cô lại có ý nghĩ quấn y mặc váy lót cho mình phồng lên?"

Tỳ-kheo-ni liền bạch với các tỳ-kheo. Các tỳ-kheo đến bạch lên đức Thế Tôn. Đức Thế Tôn vì nhân duyên này tập hợp Tăng tỳ-kheo, quở trách Thâu-la-nan-đà:

"Các cô làm điều sai quấy, chẳng phải oai nghi, chẳng phải pháp sa-môn, chẳng phải hạnh thanh tịnh, chẳng phải hạnh tùy thuận, làm điều

---

[365] Pāli, Pāc. 86. Cf. *Ngũ phần:* điều 205 & 206.

[366] Trữ khỏa y 佇髁衣, quần chẽn bó đùi. Pāli: *saṅghāṇi* váy hay quần đùi.

[367] Duyên khởi Pāli (Vin.iv. 339): một nữ tín chủ nhờ một ni cô mang một cái váy lót đến cho người khác. Cô ni vì không tiện bỏ váy vào bát, nên mặc vào người. Giữa đường, giây lưng đứt, váy bị tuột. Mọi người chê cười.

không nên làm. Tại sao tỳ-kheo-ni lại có ý nghĩ mặc váy lót cho mình phồng lên?"

Sau khi bằng vô số phương tiện quở trách, đức Phật bảo các tỳ-kheo:

"Tỳ-kheo-ni này là nơi trồng nhiều **[770b]** giống hữu lậu, là người đầu tiên phạm giới này. Từ nay trở đi, Ta vì tỳ-kheo-ni kết giới, gồm mười cú nghĩa, *cho đến câu* chánh pháp tồn tại lâu dài. Muốn nói giới nên nói như vầy:

b. Giới văn

Tỳ-kheo-ni nào mặc váy lót,[368] ***ba-dật-đề.***"

c. Thích nghĩa

Tỳ-kheo-ni: nghĩa như trước.

Váy lót: dùng những thứ như lông mịn, hoặc vải kiếp-bối, hoặc câu-giá-la, hoặc cỏ nhũ hiệp, hoặc sô-ma, hoặc bằng tơ tằm.

d. Tướng phạm

Tỳ-kheo-ni nào với ý nghĩ: "Mặc váy lót cho thân mình phồng lên", ba-dật-đề.

Tỳ-kheo, đột-kiết-la. Thức-xoa-ma-na, sa-di, sa-di-ni, đột-kiết-la. Đó gọi là phạm.

Sự không phạm: hoặc có bệnh thế nào đó, bên trong quấn y bệnh, ngoài mặc niết-bàn-tăng, kế đó mặc ca-sa; hoặc bị cường lực đều không phạm.

Người không phạm: phạm lần đầu tiên khi chưa chế giới; si cuồng, loạn tâm, thống não bức bách.

---

[368] Cf. *Ngũ phần*, điều 205: "... mặc y theo cách kỹ nữ...", điều 206: "... mặc y theo cách phụ nữ bạch y..."

Điều 157. Chứa đồ trang sức[369]

a. Duyên khởi

Một thời, đức Bà-già-bà ở trong vườn Cấp cô độc, rừng cây Kỳ-đà tại nước Xá-vệ. Bấy giờ, nhóm sáu tỳ-kheo-ni chứa những thứ của phụ nữ dùng, để trang điểm thân, như vòng, xuyến và những thứ sử dụng cho chỗ xấu.[370] Các cư sĩ thấy đều cơ hiềm:

"Các tỳ-kheo-ni này không biết tàm quý, phạm hạnh bất tịnh. Bên ngoài tự xưng, 'Tôi biết chánh pháp.' Nhưng như vậy có gì là chánh pháp? Chứa các đồ trang sức của phụ nữ như vòng, xuyến và những đồ sử dụng cho chỗ xấu, giống như bọn dâm nữ, tặc nữ!"

Các tỳ-kheo-ni nghe, trong đó có vị thiểu dục tri túc, sống hạnh đầu-đà, ưa học giới, biết tàm quý, quở trách nhóm sáu tỳ-kheo-ni:

"Sao các cô lại chứa những đồ trang sức của phụ nữ như vòng, xuyến và những đồ sử dụng cho chỗ xấu?"

Các tỳ-kheo-ni liền bạch với các tỳ-kheo. Các tỳ-kheo đến bạch lên đức Thế Tôn. Đức Thế Tôn vì nhân duyên này tập hợp Tăng tỳ-kheo, quở trách nhóm sáu tỳ-kheo-ni:

"Các cô làm điều sai quấy, chẳng phải oai nghi, chẳng phải pháp sa-môn, chẳng phải hạnh thanh tịnh, chẳng phải hạnh tùy thuận, làm điều không nên làm. Tỳ-kheo-ni sao lại chứa những đồ trang sức của phụ nữ như vòng, xuyến và những đồ sử dụng cho chỗ xấu?"

Sau khi bằng vô số phương tiện quở trách, đức Phật bảo các tỳ-kheo:

"Các tỳ-kheo-ni này là nơi trồng nhiều giống hữu lậu, là những người đầu tiên phạm giới này. Từ nay trở đi, Ta vì tỳ-kheo-ni kết giới, gồm mười cú nghĩa, *cho đến câu* chánh pháp tồn tại lâu dài. Muốn nói giới nên nói như vầy:

Tỳ-kheo-ni nào chứa những đồ trang sức của phụ nữ, ba-dật-đề."

---

[369] Pāli, Pāc. 87. *Ngũ phần*: điều 159 (cf. điều 158 & 159). *Thập tụng*: điều 160. *Căn bản*: điều 170.

[370] Hán: ổi xứ 猥處, những chỗ được gọi là "xấu" trên thân phụ nữ.

Thế Tôn **[770c]** vì các tỳ-kheo-ni kết giới như vậy. Bấy giờ, các tỳ-kheo-ni gặp phải mạng nạn, phạm hạnh nạn, nghi không dám mang những đồ trang sức như vậy để chạy trốn. Phật dạy:

"Từ nay trở đi, nếu gặp mạng nạn, phạm hạnh nạn, cho phép mang những đồ trang sức để tẩu thoát. Từ nay trở đi nên kết giới như vầy:

b. Giới văn

*Tỳ-kheo-ni nào chứa*³⁷¹ *những đồ trang sức của phụ nữ, ba-dật-đề. Trừ trường hợp đặc biệt.*"

c. Thích nghĩa

Tỳ-kheo-ni: nghĩa như trước.

d. Tướng phạm

Tỳ-kheo-ni nào chứa đồ trang sức của phụ nữ như vòng, xuyến, các thứ dùng để sử dụng cho những nơi xấu, cho đến dùng vỏ cây làm tóc, tất cả đều phạm ba-dật-đề.

Tỳ-kheo, đột-kiết-la. Thức-xoa-ma-na, sa-di, sa-di-ni, đột-kiết-la. Đó gọi là phạm.

Sự không phạm: hoặc có bệnh như thế nào đó, hoặc mạng nạn, phạm hạnh nạn, mang để chạy, hoặc bị cường lực bắt đều không phạm.

Người không phạm: phạm lần đầu tiên khi chưa chế giới; si cuồng, loạn tâm, thống não bức bách.

Điều 158. Mang dép, cầm dù³⁷²

a. Duyên khởi

Một thời, đức Bà-già-bà ở trong vườn Cấp cô độc, rừng cây Kỳ-đà tại nước Xá-vệ. Bấy giờ, nhóm sáu tỳ-kheo-ni mang dép da,³⁷³ cầm dù đi

---

³⁷¹ Pāli, Pāc. 87: *itthālaṅkāraṃ dhāreyya*, mang (đeo) đồ trang sức phụ nữ.

³⁷² Pāli, Pāc. 84. *Ngũ phần*: điều 142. *Tăng-kỳ*, điều 111 (*Giới bản* 112). *Thập tụng*: điều 148. *Tăng-kỳ*: điều 112. *Căn bản*: điều 157 & 158.

³⁷³ *Tứ phần, Ngũ phần, Tăng-kỳ*, giống nhau: *cách tỉ* 革屣. *Căn bản* (điều 158): *thể sắc hài lý* 彩色鞋履, giày dép màu sắc. Pāli: *upāhana*, giày dép (chung các thứ).

đường. Các cư sĩ thấy đều cơ hiềm:

"Các tỳ-kheo-ni này không biết tàm quý, phạm hạnh bất tịnh. Bên ngoài tự xưng, 'Tôi biết chánh pháp.' Nhưng như vậy có gì là chánh pháp? Mang dép da, cầm dù đi đường, giống như bọn dâm nữ, tặc nữ!"

Các tỳ-kheo-ni nghe, trong đó có vị thiểu dục tri túc, sống hạnh đầu-đà, ưa học giới, biết tàm quý, quở trách nhóm sáu tỳ-kheo-ni:

"Sao các cô mang dép da, cầm dù đi đường?"

Tỳ-kheo-ni liền bạch các tỳ-kheo. Các tỳ-kheo bạch lên đức Thế Tôn. Đức Thế Tôn vì nhân duyên này tập hợp Tăng tỳ-kheo, quở trách nhóm sáu tỳ-kheo-ni:

"Các cô làm điều sai quấy, chẳng phải oai nghi, chẳng phải pháp sa-môn, chẳng phải hạnh thanh tịnh, chẳng phải hạnh tùy thuận, làm điều không nên làm. Sao các cô mang dép da, cầm dù đi đường?"

Sau khi bằng vô số phương tiện quở trách, đức Phật bảo các tỳ-kheo:

"Các tỳ-kheo-ni này là nơi trồng nhiều giống hữu lậu, là những người đầu tiên phạm giới này. Từ nay trở đi, Ta vì tỳ-kheo-ni kết giới, gồm mười cú nghĩa, *cho đến câu* chánh pháp tồn tại lâu dài. Muốn nói giới nên nói như vầy:

Tỳ-kheo-ni nào mang dép da, cầm dù đi ngoài đường, ba-dật-đề."

Thế Tôn vì các tỳ-kheo-ni kết giới như vậy. Bấy giờ, có các tỳ-kheo-ni ở chỗ tiểu thực, đại thực, hoặc tập hợp vào ban đêm, hoặc khi thuyết giới. Trên đường đi, gặp lúc trời mưa thấm ướt, làm hư hoại sắc y mới nhuộm. Đức Phật dạy:

[771a] "Từ nay trở đi, vì hộ thân, hộ y, hộ ngọa cụ, cho phép làm dù bằng vỏ cây, bằng lá, bằng tre để che trong Tăng-già-lam."

Bấy giờ có các tỳ-kheo-ni gặp lúc trời mưa, đi chân không, bị bùn làm bẩn chân, làm bẩn y, làm bẩn tọa cụ. Đức Phật dạy:

"Từ nay trở đi, vì hộ thân, hộ y, hộ tọa cụ, cho phép làm guốc để mang trong Tăng-già-lam."

Các tỳ-kheo-ni tuy làm guốc để mang, nhưng vẫn cứ làm bẩn y, làm bẩn chân, làm bẩn tọa cụ. Đức Phật dạy:

"Từ nay trở đi, cho phép lót vỏ cây bên dưới. Vỏ cây bị sút thì dùng dây buộc lại. Nếu bị đứt, cho phép dùng cước, hoặc lông, hoặc vỏ cây bó dính nơi chân. Từ nay trở đi nên kết giới như vầy:

b. Giới văn

Tỳ-kheo-ni nào mang dép da, cầm dù đi, ba-dật-đề. Trừ những trường hợp đặc biệt."

c. Thích nghĩa

Tỳ-kheo-ni: nghĩa như trước.

d. Tướng phạm

Tỳ-kheo-ni nào mang dép, cầm dù đi, ba-dật-đề. Trừ những trường hợp đặc biệt.

Tỳ-kheo-ni mang dép, tùy theo đi trong phạm vi một thôn, mỗi mỗi thôn đều ba-dật-đề. Nơi không có thôn, vùng a-lan-nhã, đi mười lý thì một ba-dật-đề. Đi dưới một thôn, đột-kiết-la. Dưới mười lý, đột-kiết-la. Đi trong phạm vi một giới, đột-kiết-la.

Phương tiện muốn đi mà không đi, hoặc hẹn đi mà không đi, tất cả đều phạm đột-kiết-la.

Tỳ-kheo, đột-kiết-la. Thức-xoa-ma-na, sa-di, sa-di-ni, đột-kiết-la. Đó gọi là phạm.

Sự không phạm: hoặc mắc bệnh như thế nào đó; hoặc vì hộ thân, hộ y, hộ ngọa cụ; ở trong Tăng-già-lam; làm dù bằng vỏ cây, bằng lá, bằng tre, dùng để che mà đi. Hoặc vì hộ thân, hộ y, hộ ngọa cụ nên làm guốc dép để đi trong Tăng-già-lam thì không phạm. Hoặc bị cường lực bắt, hoặc bị trói nhốt, hoặc mạng nạn, phạm hạnh nạn, mang guốc dép, cầm dù đi. Thảy đều không phạm.

Người không phạm: phạm lần đầu tiên khi chưa chế giới; si cuồng, loạn tâm, thống não bức bách.[374]

---

[374] Bản Hán, hết quyển 29.

Điều 159. Ngồi xe cộ đi đường[375]

a. Duyên khởi

[771b7] Một thời, đức Bà-già-bà ở trong vườn Cấp cô độc, rừng cây Kỳ-đà tại nước Xá-vệ. Bấy giờ, nhóm sáu tỳ-kheo-ni cưỡi xe đi trên đường. Các cư sĩ thấy đều cơ hiềm:

"Các tỳ-kheo-ni này không biết tàm quý, phạm hạnh bất tịnh. Bên ngoài tự xưng, 'Tôi biết chánh pháp.' Nhưng như vậy có gì là chánh pháp? Cưỡi xe đi ngoài đường như bọn dâm nữ, tặc nữ!"

Các tỳ-kheo-ni nghe, trong đó có vị thiểu dục tri túc, sống hạnh đầu-đà, ưa học giới, biết tàm quý, hiềm trách nhóm sáu tỳ-kheo-ni:

"Sao các cô cưỡi xe đi trên đường?"

Tỳ-kheo-ni liền bạch với các tỳ-kheo. Các tỳ-kheo bạch lên đức Thế Tôn. Đức Thế Tôn vì nhân duyên này tập hợp Tăng tỳ-kheo, quở trách nhóm sáu tỳ-kheo-ni:

"Các cô làm điều sai quấy, chẳng phải oai nghi, chẳng phải pháp sa-môn, chẳng phải hạnh thanh tịnh, chẳng phải hạnh tùy thuận, làm điều không nên làm. Sao các cô cưỡi xe đi trên đường?"

Sau khi bằng vô số phương tiện quở trách, đức Phật bảo các tỳ-kheo:

"Các tỳ-kheo-ni này là nơi trồng nhiều giống hữu lậu, là những người đầu tiên phạm giới này. Từ nay trở đi, Ta vì các tỳ-kheo-ni kết giới, gồm mười cú nghĩa, *cho đến câu* chánh pháp tồn tại lâu dài. Muốn nói giới nên nói như vầy:

Tỳ-kheo-ni nào ngồi xe cộ đi đường, ba-dật-đề."

Thế Tôn vì các tỳ-kheo-ni kết giới như vậy. Bấy giờ, có các tỳ-kheo-ni già yếu, suy nhược, bị bệnh, khí lực ốm gầy, không thể đi từ trú xứ này đến trú xứ kia được. Đức Phật dạy:

---

[375] Pāli, Pāc. 85. *Ngũ phần*: điều 141. *Tăng-kỳ*, điều 110. *Thập tụng*: điều 145. *Tăng-kỳ*: điều 111.

"Từ nay trở đi, cho phép đi bằng xe kéo bộ,[376] tất cả xe người nữ."[377]

Bấy giờ, các tỳ-kheo-ni có nạn sự, hoặc mạng nạn, phạm hạnh nạn, nghi không dám ngồi xe chạy. Đức Phật dạy:

"Từ nay trở đi gặp phải các nạn như vậy, cho phép ngồi xe mà chạy. Từ nay nên nói giới như vầy:

b. Giới văn

Tỳ-kheo-ni nào không bệnh, ngồi xe cộ mà đi, ba-dật-đề. Trừ trường hợp đặc biệt."

c. Thích nghĩa

Tỳ-kheo-ni: nghĩa như trước.

Xe cộ:[378] có bốn loại, cộ bằng voi, cộ bằng ngựa, cộ bằng xe, cộ do người đi bộ.

d. Tướng phạm

Tỳ-kheo-ni nào không bệnh, **[771c]** cưỡi một trong các loại xe đi, tùy theo cương giới của thôn đã đi, mỗi thôn, một ba-dật-đề. Nếu a-lan-nhã không có thôn, đi mười lý, một ba-dật-đề; dưới một thôn hay dưới mười lý, đột-kiết-la. Nếu đi trong giới vức một gia đình, đột-kiết-la. Phương tiện muốn đi mà không đi, hẹn mà không đi, tất cả đều phạm đột-kiết-la.

Tỳ-kheo, đột-kiết-la. Thức-xoa-ma-na, sa-di, sa-di-ni, đột-kiết-la. Đó gọi là phạm.

Sự không phạm: hoặc có bệnh thế nào đó, đi xe các loại cho người nữ;[379] hoặc mạng nạn cỡi xe để chạy, hoặc bị cường lực bắt dẫn đều không phạm.

---

376 Hán: bộ vãn thặng (thừa) 步挽乘.

377 Hán: nhất thiết nữ thặng 一切女乘. Có lẽ loại xe chỉ dành cho phụ nữ. Các bộ không thấy đề cập loại xe này. Đoạn dưới, nói là chủng chủng nữ thặng 種種女乘 (Để bản: an 安; Tống-Nguyên-Minh: nữ 女).

378 Thừa (hay thặng) 乘, chỉ chung các phương tiện chuyên chở: xe, cộ, kiệu, cáng. Pāli: *yāna*, định nghĩa: *vayhā*, kiệu đi núi, *ratha*, xe do con vật kéo, *sakaṭa*, xe tải, *sandamānikā*, chiến xa, *sivikā*, cáng, *pāṭaṅkī*, kiệu.

379 Xem cht. trên.

Người không phạm: phạm lần đầu tiên khi chưa chế giới; si cuồng, loạn tâm, thống não bức bách.

Điều 160. Vào thôn không mặc Tăng-kỳ-chi[380]

a. Duyên khởi

Một thời, đức Bà-già-bà ở trong vườn Cấp cô độc, rừng cây Kỳ-đà tại nước Xá-vệ. Bấy giờ, nhóm sáu tỳ-kheo-ni không mặc tăng-kỳ-chi[381] đi vào trong thôn nên để lộ ngực, nách, vú, eo lưng. Các cư sĩ thấy đều cơ hiềm:

"Các tỳ-kheo-ni này không biết tàm quý, phạm hạnh bất tịnh. Bên ngoài tự xưng, 'Tôi biết chánh pháp.' Nhưng như vậy có gì là chánh pháp? Không mặc tăng-kỳ-chi mà vào trong thôn, giống như tặc nữ, dâm nữ!"

Các tỳ-kheo-ni nghe, trong đó có vị thiểu dục tri túc, sống hạnh đầu-đà, ưa học giới, biết hổ thẹn, quở trách nhóm sáu tỳ-kheo-ni:

"Sao các cô đi vào thôn mà không mặc tăng-kỳ-chi, để lộ ngực, nách, vú, eo lưng như vậy?"

Tỳ-kheo-ni liền bạch với các tỳ-kheo. Các tỳ-kheo đến bạch lên đức Thế Tôn. Đức Thế Tôn vì nhân duyên này tập hợp Tăng tỳ-kheo, quở trách nhóm sáu tỳ-kheo-ni:

"Các cô làm điều sai quấy, chẳng phải oai nghi, chẳng phải pháp sa-môn, chẳng phải hạnh thanh tịnh, chẳng phải hạnh tùy thuận, làm điều không nên làm. Sao các cô đi vào thôn mà không mặc tăng-kỳ-chi, để lộ ngực, nách, vú, eo lưng như vậy?"

Sau khi bằng vô số phương tiện quở trách, đức Phật bảo các tỳ-kheo:

"Nhóm sáu tỳ-kheo-ni này là nơi trồng nhiều giống hữu lậu, là những người đầu tiên phạm giới này. Từ nay trở đi, Ta vì các tỳ-kheo-ni kết giới, gồm mười cú nghĩa, *cho đến câu* chánh pháp tồn tại lâu dài. Muốn

---

[380] Pāli, Pāc. 96. *Ngũ phần*: điều 180 (*Giới bản* 181).

[381] Tăng-kỳ-chi 僧祇支. *Căn bản*: tăng-khước-kỳ. Pāli: *saṅkicchā* (yếm), định nghĩa (Vin. iv. 345): áo che ngực, phần từ xương cổ xuống, rốn trở lên. Xem cht. ni-tát-kỳ 2 (phần tỳ-kheo-ni).

nói giới nên nói như vầy:

b. Giới văn

Tỳ-kheo-ni nào đi vào trong thôn mà không mặc tăng-kỳ chi, ba-dật-đề."

c. Thích nghĩa

Tỳ-kheo-ni: nghĩa như trước.

Thôn: như trên đã giải thích.

d. Tướng phạm

Tỳ-kheo-ni nào không mặc tăng-kỳ-chi mà vào trong cửa ngõ thôn, ba-dật-đề. Một chân ngoài cửa một chân trong cửa, phương tiện mà không vào, hẹn vào mà không vào, tất cả đều phạm [772a] đột-kiết-la.

Tỳ-kheo(?), đột-kiết-la.[382] Thức-xoa-ma-na, sa-di(?), sa-di-ni, đột-kiết-la. Đó gọi là phạm.

Sự không phạm: hoặc mắc phải chứng bệnh thế nào đó; hoặc dưới nách có ghẻ; hoặc không có tăng-kỳ-chi; hoặc giặt nhuộm chưa khô; hoặc bị mất; hoặc cất chỗ quá kiên cố; hoặc bị cường lực bắt; hoặc mạng nạn, phạm hạnh nạn. Thảy đều không phạm.

Người không phạm: phạm lần đầu tiên khi chưa chế giới; si cuồng, loạn tâm, thống não bức bách.

Điều 161. Xẩm tối đến nhà cư sĩ[383]

a. Duyên khởi

Một thời, đức Bà-già-bà ở trong vườn Cấp cô độc, rừng cây Kỳ-đà tại nước Xá-vệ.

Bấy giờ Tỳ-kheo-ni Thâu-la-nan-đà, xẩm tối còn đến nhà cư sĩ, tìm chỗ ngồi mà ngồi. Ngồi trong giây lát, không nói với chủ mà mở cửa ra đi. Trước đó có bọn trộm đã để tâm muốn trộm lấy của nhà cư sĩ này,

---

[382] Người dịch do quán tính thuộc lòng, nên nói như vậy.

[383] *Ngũ phần*, điều 169.

gặp lúc cửa mở, không người, chúng liền vào tóm thâu tài vật mang đi.

Lúc ấy, cư sĩ hỏi rằng:

"Khi xẩm tối, ai đã mở cửa ra đi?"

Đáp rằng:

"Tỳ-kheo-ni Thâu-la-nan-đà."

Cư sĩ liền cơ hiềm nói:

"Tỳ-kheo-ni này không biết tàm quý, phạm hạnh bất tịnh. Bên ngoài tự xưng, 'Tôi biết chánh pháp.' Nhưng như vậy có gì là chánh pháp? Cùng với kẻ trộm đồng mưu lấy trộm tài vật của tôi, giống như tặc nữ, dâm nữ!"

Các tỳ-kheo-ni nghe, trong đó có vị thiểu dục tri túc, sống hạnh đầu-đà, ưa học giới, biết tàm quý, quở trách Thâu-la-nan-đà:

"Sao lúc xẩm tối cô lại đến nhà cư sĩ?"

Tỳ-kheo-ni liền bạch với các tỳ-kheo. Các tỳ-kheo đến bạch lên đức Thế Tôn. Đức Thế Tôn vì nhân duyên này tập hợp Tăng tỳ-kheo, quở trách Thâu-la-nan-đà:

"Cô làm điều sai quấy, chẳng phải oai nghi, chẳng phải pháp sa-môn, chẳng phải hạnh thanh tịnh, chẳng phải hạnh tùy thuận, làm điều không nên làm. Sao lúc xẩm tối cô lại đến nhà cư sĩ?"

Sau khi bằng vô số phương tiện quở trách, đức Phật bảo các tỳ-kheo:

"Tỳ-kheo-ni này là nơi trồng nhiều giống hữu lậu, là những người đầu tiên phạm giới này. Từ nay trở đi, Ta vì các tỳ-kheo-ni kết giới, gồm mười cú nghĩa, *cho đến câu* chánh pháp tồn tại lâu dài. Muốn nói giới nên nói như vầy:

Tỳ-kheo-ni nào xẩm tối đến nhà cư sĩ, ba-dật-đề."

Thế Tôn vì các tỳ-kheo-ni kết giới như vậy. Bấy giờ có tỳ-kheo-ni muốn làm việc Phật, Pháp, Tăng, hoặc có vị cần nuôi bệnh, hoặc được đàn-việt mời, nghi không dám đến. Đức Phật dạy:

"Từ nay trở đi, nếu có người mời thì cho phép đến. Từ nay nên nói giới như vầy:

b. Giới văn

Tỳ-kheo-ni nào xẩm tối đến [772b] *nhà bạch y, mà không được gọi trước, ba-dật-đề."*

c. Thích nghĩa

Tỳ-kheo-ni: nghĩa như trước.

d. Tướng phạm

Tỳ-kheo-ni nào, xẩm tối đến nhà bạch y, trước không được gọi, bước vào cửa, ba-dật-đề. Một chân ngoài cửa, một chân trong cửa, phương tiện muốn đi mà không đi, hẹn đi mà không đi, tất cả đều phạm đột-kiết-la.

Tỳ-kheo-ni đến nhà bạch y, ở lại một thời gian ngắn, không nói với chủ mà bỏ đi ra cửa, ba-dật-đề. Phương tiện muốn đi mà không đi, hẹn mà không đi, tất cả đều phạm đột-kiết-la.

Tỳ-kheo, đột-kiết-la. Thức-xoa-ma-na, sa-di, sa-di-ni, đột-kiết-la. Đó gọi là phạm.

Sự không phạm: hoặc vì việc Phật, Pháp, Tăng, hay việc nuôi bệnh, hoặc được mời đi, hoặc bị cường lực bắt, hay bị trói dẫn đi, hoặc mạng nạn, phạm hạnh nạn, trước không được kêu mà đi; đến nhà kia, trong giây lát, trước khi đi nói với chủ; hoặc nhà kia bị hỏa hoạn nên sập ngã; hoặc có rắn độc, có giặc cướp, có thú dữ, hay bị sức mạnh cưỡng bắt; hoặc bị trói dẫn ra, hoặc mạng nạn, phạm hạnh nạn, không nói với chủ mà đi ra. Thảy đều không phạm.

Người không phạm: phạm lần đầu tiên khi chưa chế giới; si cuồng, loạn tâm, thống não bức bách.

Điều 162. Mở cửa tăng-già-lam đi ra lúc xẩm tối[384]

a. Duyên khởi

Một thời, đức Bà-già-bà ở trong vườn Cấp cô độc, rừng cây Kỳ-đà, tại nước Xá-vệ. Bấy giờ có một vị trong nhóm sáu tỳ-kheo-ni, vào lúc xẩm

---

[384] *Ngũ phần*, điều 168.

tối, không nói với ai mà mở cửa Tăng-già-lam bỏ đi. Kẻ trộm thấy, liền khởi lên ý nghĩ: "Ta sẽ cướp lấy tài vật của già-lam này." Nghĩ xong chúng liền vào cửa đoạt cướp hết tài vật. Bấy giờ các tỳ-kheo-ni cùng hỏi nhau:

"Lúc xẩm tối, ai mở cửa bỏ đi mà không nói?"

Lúc ấy nghe nói một trong những vị của nhóm sáu tỳ-kheo-ni mở cửa đi ra.

Các tỳ-kheo-ni nghe, trong đó có vị thiểu dục tri túc, sống hạnh đầu-đà, ưa học giới, biết tàm quý, quở trách nhóm sáu tỳ-kheo-ni:

"Lúc xẩm tối, sao cô mở cửa bỏ đi mà không nói với ai hết?"

Tỳ-kheo-ni liền thưa với các tỳ-kheo. Các tỳ-kheo đến bạch lên đức Thế Tôn. Đức Thế Tôn vì nhân duyên này tập hợp Tăng tỳ-kheo, quở trách nhóm sáu tỳ-kheo-ni:

"Cô làm điều sai quấy, chẳng phải oai nghi, chẳng phải pháp sa-môn, chẳng phải hạnh thanh tịnh, chẳng phải hạnh tùy thuận, làm điều không nên làm. Tại sao tỳ-kheo-ni lúc xẩm tối mở cửa bỏ đi mà không nói với ai?"

[772c] Sau khi bằng vô số phương tiện quở trách, đức Phật bảo các tỳ-kheo:

"Tỳ-kheo-ni này là nơi trồng nhiều giống hữu lậu, là người đầu tiên phạm giới này. Từ nay trở đi, Ta vì các tỳ-kheo-ni kết giới, gồm mười cú nghĩa, *cho đến câu* chánh pháp tồn tại lâu dài. Muốn nói giới nên nói như vầy:

Tỳ-kheo-ni nào mở cửa Tăng-già-lam đi ra lúc xẩm tối, ba-dật-đề."

Thế Tôn vì các tỳ-kheo-ni kết giới như vậy. Các tỳ-kheo-ni có việc Phật, Pháp, Tăng, hoặc nuôi bệnh, nghi không dám mở cửa đi. Đức Phật dạy:

"Từ nay cho phép dặn lại (chúc thọ), và nói giới như vầy:

b. Giới văn

Tỳ-kheo-ni nào mở cửa Tăng-già-lam đi ra lúc xẩm tối, mà không dặn lại các tỳ-kheo-ni khác, ba-dật-đề."

c. Thích nghĩa

Tỳ-kheo-ni: nghĩa như trước.

d. Tướng phạm

Tỳ-kheo-ni nào mở cửa Tăng-già-lam ra đi lúc xẩm tối, mà không dặn dò lại, ba-dật-đề. Một chân bên trong, một chân bên ngoài, phương tiện muốn đi mà không đi, hay hẹn mà không đi, tất cả đều phạm đột-kiết-la.

Tỳ-kheo, đột-kiết-la. Thức-xoa-ma-na, sa-di, sa-di-ni, đột-kiết-la. Đó gọi là phạm.

Sự không phạm: hoặc vì việc Phật, Pháp, Tăng, hay việc nuôi bệnh, dặn dò rồi đi; hoặc Tăng-già-lam bị phá hoại, hoặc bị phát hỏa, hoặc bị rắn độc, hoặc giặc cướp, ác thú, hoặc bị cường lực bắt, hay bị cột trói dẫn đi, hoặc mạng nạn, phạm hạnh nạn, không dặn dò mà đi. Thảy đều không phạm.

Người không phạm: phạm lần đầu tiên khi chưa chế giới; si cuồng, loạn tâm, thống não bức bách.

Điều 163. Mở cửa tăng-già-lam đi ra lúc mặt trời lặn[385]

a. Duyên khởi

Một thời, đức Bà-già-bà ở trong vườn Cấp cô độc, rừng cây Kỳ-đà, tại nước Xá-vệ. Bấy giờ có một vị trong nhóm sáu tỳ-kheo-ni mở cửa Tăng-già-lam ra đi lúc mặt trời lặn, mà không dặn ai. Vào lúc ấy, có một tên tù vượt ngục, từ xa thấy Tăng-già-lam mở cửa bèn chạy vào trốn. Mấy người giữ ngục truy tầm, đến hỏi các tỳ-kheo-ni:

"Có thấy tên tù hình dáng như vậy chạy đến đây hay không?"

Vì không thấy nên các tỳ-kheo-ni trả lời:

"Không thấy."

Người giữ ngục tìm kiếm khắp nơi trong Tăng-già-lam, bắt được tên tù vượt ngục. Các cư sĩ thấy cơ hiềm:

---

[385] Cf. *Ngũ phần*: điều 168.

"Các tỳ-kheo-ni này nói láo không biết hổ thẹn. Bên ngoài tự xưng, 'Tôi biết chánh pháp.' Nhưng như vậy có gì là chánh pháp? Thấy giặc cướp mà nói không thấy!"

Các tỳ-kheo-ni hỏi nhau, xem ai đã mở cửa bỏ đi lúc mặt trời lặn. Sau đó, được biết là một vị trong nhóm sáu tỳ-kheo-ni lúc mặt trời lặn đã mở **[773a]** cửa Tăng-già-lam mà đi ra.

Các tỳ-kheo-ni nghe, trong đó có vị thiểu dục tri túc, sống hạnh đầu-đà, ưa học giới, biết hổ thẹn, quở trách một vị trong nhóm sáu tỳ-kheo-ni:

"Sao cô mở cửa đi ra lúc mặt trời lặn mà không dặn ai?"

Tỳ-kheo-ni liền thưa với các tỳ-kheo. Các tỳ-kheo đến bạch lên đức Thế Tôn. Đức Thế Tôn vì nhân duyên này tập hợp Tăng tỳ-kheo, quở trách một vị trong nhóm sáu tỳ-kheo-ni:

"Các cô làm điều sai quấy, chẳng phải oai nghi, chẳng phải pháp sa-môn, chẳng phải hạnh thanh tịnh, chẳng phải hạnh tùy thuận, làm điều không nên làm. Tại sao các cô mở cửa bỏ đi vào lúc mặt trời lặn mà không dặn ai?"

Sau khi bằng vô số phương tiện quở trách, đức Phật bảo các tỳ-kheo:

"Tỳ-kheo-ni này là nơi trồng nhiều giống hữu lậu, là người đầu tiên phạm giới này. Từ nay trở đi, Ta vì các tỳ-kheo-ni kết giới, gồm mười cú nghĩa, *cho đến câu* chánh pháp tồn tại lâu dài. Muốn nói giới nên nói như vầy:

Tỳ-kheo-ni nào mở cửa Tăng-già-lam đi ra lúc mặt trời lặn, ba-dật-đề."

Thế Tôn vì các tỳ-kheo-ni kết giới như vậy. Các tỳ-kheo-ni vì việc Phật, Pháp, Tăng, hay việc nuôi bệnh, nghi không dám đi. Đức Phật dạy:

"Từ nay trở đi, cho phép dặn lại rồi đi, và nên nói giới như vầy:

b. Giới văn

Tỳ-kheo-ni nào mở cửa Tăng-già-lam đi ra lúc mặt trời lặn mà không dặn lại, ba-dật-đề."

c. Thích nghĩa

Tỳ-kheo-ni: nghĩa như trên.

d. Tướng phạm

Tỳ-kheo-ni nào mở cửa Tăng-già-lam đi ra lúc mặt trời lặn mà không dặn lại, ba-dật-đề. Một chân ở trong, một chân ở ngoài, phương tiện muốn đi mà không đi, hẹn đi mà không đi, tất cả đều phạm đột-kiết-la.

Tỳ-kheo, đột-kiết-la. Thức-xoa-ma-na, sa-di, sa-di-ni, đột-kiết-la. Đó gọi là phạm.

Sự không phạm: vì việc Phật, Pháp, Tăng, việc nuôi bệnh, dặn lại (chúc thọ) rồi mới đi, hoặc Tăng-già-lam bị hoại, hay bị phát hỏa, hoặc có giặc cướp, có thú dữ, có rắn độc ở trong, hoặc bị cường lực bắt, hay bị cột trói dẫn đi, hoặc mạng nạn, phạm hạnh nạn, không dặn dò mà đi thì không phạm. Thảy đều không phạm.

Người không phạm: phạm lần đầu tiên khi chưa chế giới; si cuồng, loạn tâm, thống não bức bách.

Điều 164. Không tiền hậu an cư[386]

a. Duyên khởi

Một thời, đức Bà-già-bà ở trong vườn Cấp cô độc, rừng cây Kỳ-đà tại nước Xá-vệ. Bấy giờ, có tỳ-kheo-ni không hạ an cư.

Các tỳ-kheo-ni nghe, trong đó có vị thiểu dục tri túc, sống hạnh đầu-đà, ưa học giới, biết tàm quý, quở trách **[773b]** các tỳ-kheo-ni:

"Sao các cô không hạ an cư?"

Tỳ-kheo-ni liền bạch với các tỳ-kheo. Các tỳ-kheo đến bạch lên đức Thế Tôn. Đức Thế Tôn vì nhân duyên này tập hợp Tăng tỳ-kheo, quở trách tỳ-kheo-ni:

"Cô làm điều sai quấy, chẳng phải oai nghi, chẳng phải pháp sa-môn, chẳng phải hạnh thanh tịnh, chẳng phải hạnh tùy thuận, làm việc không nên làm. Tỳ-kheo-ni sao lại không hạ an cư?"

---

[386] *Ngũ phần,* điều 90.

Sau khi bằng vô số phương tiện quở trách, đức Phật bảo các tỳ-kheo:

"Tỳ-kheo-ni này là nơi trồng nhiều giống hữu lậu, là những người đầu tiên phạm giới này. Từ nay trở đi, Ta vì các tỳ-kheo-ni kết giới, gồm mười cú nghĩa, *cho đến câu* chánh pháp tồn tại lâu dài. Muốn nói giới nên nói như vầy:

Tỳ-kheo-ni nào không hạ an cư, ba-dật-đề."

Thế Tôn vì các tỳ-kheo-ni kết giới như vậy. Bấy giờ có tỳ-kheo-ni vì việc Phật, Pháp, Tăng, hay nuôi bệnh, an cư không kịp, Phật dạy:

"Từ nay trở đi, có những nhân duyên như vậy thì hậu an cư. Từ nay nên nói giới như vầy:

b. Giới văn

Tỳ-kheo-ni nào không tiền an cư, không hậu an cư, ba-dật-đề."

c. Thích nghĩa

Tỳ-kheo-ni: nghĩa như trên.

d. Tướng phạm

Tỳ-kheo-ni nào không tiền an cư đột-kiết-la; không hậu an cư ba-dật-đề.

Tỳ-kheo, đột-kiết-la. Thức-xoa-ma-na, sa-di, sa-di-ni, đột-kiết-la. Đó gọi là phạm.

Sự không phạm: tiền an cư; hoặc vì việc Phật, Pháp, Tăng, hay nuôi bệnh thọ hậu an cư. Thảy đều không phạm.

Người không phạm: phạm lần đầu tiên khi chưa chế giới; si cuồng, loạn tâm, thống não bức bách.

Điều 165. Trao cụ túc người nữ bệnh nhị đạo[387]

a. Duyên khởi

Một thời, đức Bà-già-bà ở trong vườn Cấp cô độc, rừng cây Kỳ-đà tại nước Xá-vệ. Bấy giờ, có các tỳ-kheo-ni nghe đức Thế Tôn chế giới, được

---

[387] *Ngũ phần*, điều 177 (Giới bản, 178).

độ người thọ giới cụ túc, bèn độ người đường đại tiện, tiểu tiện thường són, đàm dãi thường rỉ chảy, cho thọ giới cụ túc. Người được độ, thân bị làm bẩn, y bị làm bẩn, ngọa cụ bị làm bẩn.

Các tỳ-kheo-ni nghe, trong đó có vị thiểu dục tri túc, sống hạnh đầu-đà, ưa học giới, biết tàm quý, quở trách các tỳ-kheo-ni:

"Sao các cô độ người, đường đại tiện, tiểu tiện thường són, đàm dãi thường rỉ chảy, khiến bị làm bẩn thân, làm bẩn y, làm bẩn ngọa cụ, chăng?"

Các tỳ-kheo-ni liền bạch với các tỳ-kheo. Các tỳ-kheo đến bạch lên đức Thế Tôn. Đức Thế Tôn vì nhân duyên này tập hợp Tăng tỳ-kheo, quở trách các tỳ-kheo-ni:

"Các cô làm điều sai quấy, chẳng phải oai nghi, chẳng phải pháp sa-môn, chẳng phải hạnh thanh tịnh, chẳng phải hạnh tùy thuận, làm điều không nên làm. [773c] Tỳ-kheo-ni sao lại độ người, đường đại tiện, tiểu tiện thường són, đàm dãi thường rỉ chảy, khiến bị làm bẩn thân, làm bẩn y, làm bẩn ngọa cụ, chăng?"

Sau khi bằng vô số phương tiện quở trách, đức Phật bảo các tỳ-kheo:

"Các tỳ-kheo-ni này là nơi trồng nhiều giống hữu lậu, là những người đầu tiên phạm giới này. Từ nay trở đi, Ta vì các tỳ-kheo-ni kết giới, gồm mười cú nghĩa, *cho đến câu* chánh pháp tồn tại lâu dài. Muốn nói giới nên nói như vầy:

Tỳ-kheo-ni nào độ người có đường đại tiểu tiện thường són, đàm dãi thường rỉ chảy, cho thọ giới cụ túc, ba-dật-đề."

Thế Tôn vì các tỳ-kheo-ni kết giới như vậy. Có các tỳ-kheo-ni không biết họ có đường đại tiện, tiểu tiện són hay không són; đàm dãi, có rỉ chảy, hay không rỉ chảy. Sau mới biết, nên có vị tác pháp sám ba-dật-đề, hoặc nghi. Phật dạy:

"Không biết thì không phạm. Từ nay nên nói giới như vầy:

b. Giới văn

Tỳ-kheo-ni nào biết người nữ đường đại tiểu tiện thường són, đàm dãi thường rỉ chảy, mà trao cho thọ giới cụ túc, ba-dật-đề."[388]

c. Thích nghĩa

Tỳ-kheo-ni: nghĩa như trước.

d. Tướng phạm

Tỳ-kheo-ni nào biết người mà đường đại tiện, tiểu tiện thường són, và đàm dãi thường tiết ra, mà độ cho thọ giới cụ túc, ba lần yết-ma xong, Hòa thượng ni ba-dật-đề; hai lần yết-ma xong, ba đột-kiết-la; một lần yết-ma xong, hai đột-kiết-la; bạch rồi, đột-kiết-la; bạch chưa xong, đột-kiết-la; trước khi chưa bạch, cạo đầu, cho thọ giới, tập chúng đủ chúng, tất cả đều phạm đột-kiết-la.

Tỳ-kheo, đột-kiết-la. Đó gọi là phạm.

Sự không phạm: trước không biết, hoặc tin lời người đáng tin, hay tin lời của cha mẹ, cho thọ giới cụ túc rồi sau đó mới sanh bệnh. Thảy đều không phạm.

Người không phạm: phạm lần đầu tiên khi chưa chế giới; si cuồng, loạn tâm, thống não bức bách.

Điều 166. Trao cụ túc người hai hình[389]

a. Duyên khởi

Một thời, đức Bà-già-bà ở trong vườn Cấp cô độc, rừng cây Kỳ-đà tại nước Xá-vệ. Bấy giờ, có tỳ-kheo-ni độ người hai hình, lúc đại tiểu tiện có tỳ-kheo-ni thấy, bạch với các tỳ-kheo-ni.

Các tỳ-kheo-ni nghe, trong đó có vị thiểu dục tri túc, sống hạnh đầu-đà, ưa học giới, biết hổ thẹn, hiềm trách các tỳ-kheo-ni:

"Sao các cô độ người hai hình?"

---

[388] Cf. *Ngũ phần*, điều 177 "... người nữ kinh nguyệt ra mãi..."
[389] *Ngũ phần*: điều 175.

Tỳ-kheo-ni bạch với các tỳ-kheo. Các tỳ-kheo đến bạch lên đức Thế Tôn. Đức Thế Tôn vì nhân duyên này tập hợp Tăng tỳ-kheo, quở trách các tỳ-kheo-ni:

"Các cô làm điều sai quấy, chẳng phải oai nghi, chẳng phải pháp sa-môn, chẳng phải hạnh thanh tịnh, chẳng phải hạnh tùy thuận, làm điều không nên làm. Tại sao tỳ-kheo-ni lại độ người hai hình?"

Sau khi bằng vô số phương tiện quở trách, **[774a]** đức Phật bảo các tỳ-kheo:

"Các tỳ-kheo-ni này là nơi trồng nhiều giống hữu lậu, là những người đầu tiên phạm giới này. Từ nay trở đi, Ta vì các tỳ-kheo-ni kết giới, gồm mười cú nghĩa, *cho đến câu* chánh pháp tồn tại lâu dài. Muốn nói giới nên nói như vầy:

Tỳ-kheo-ni nào độ người hai hình thọ giới cụ túc, ba-dật-đề."

Thế Tôn vì các tỳ-kheo-ni kết giới như vậy. Có các tỳ-kheo-ni không biết họ có hai hình hay không hai hình. Sau mới biết họ có hai hình, nên tác pháp sám ba-dật-đề, hoặc nghi. Phật dạy:

"Không biết thì không phạm. Từ nay nên nói giới như vầy:

b. Giới văn

Tỳ-kheo-ni nào biết người hai hình mà trao cho giới cụ túc, ba-dật-đề."

c. Thích nghĩa

Tỳ-kheo-ni: nghĩa như trước.

Hai hình:[390] hình nam và hình nữ.

d. Tướng phạm

Tỳ-kheo-ni nào biết người hai hình mà cho họ thọ giới cụ túc, yết-ma xong ba lần, Hòa thượng ni ba-dật-đề; hai lần yết-ma xong, ba đột-kiết-la; một lần yết-ma xong, hai đột-kiết-la; bạch xong một đột-kiết-la; bạch chưa xong đột-kiết-la; trước khi chưa bạch, cạo đầu cho thọ giới, tập

---

[390] Nhị hình 二形. *Ngũ phần:* nhị căn 二根.

chúng, chúng đủ, tất cả đều phạm đột-kiết-la.

Tỳ-kheo, đột-kiết-la. Đó gọi là phạm.

Sự không phạm: trước không biết, hoặc tin lời nói của người kia, hoặc tin lời người đáng tin, hay tin lời cha me họ, cho thọ giới cụ túc rồi sau đó mới biến thành hai hình thì không phạm.

Người không phạm: phạm lần đầu tiên khi chưa chế giới; si cuồng, loạn tâm, thống não bức bách.

Điều 167. Trao cụ túc người hai đường hiệp lại ³⁹¹

a. Duyên khởi

Một thời, đức Bà-già-bà ở trong vườn Cấp cô độc, rừng cây Kỳ-đà tại nước Xá-vệ. Bấy giờ, có các tỳ-kheo-ni độ người hai đường hiệp lại thọ giới cụ túc, lúc đại tiện, tiểu tiện các tỳ-kheo-ni thấy.

Các tỳ-kheo-ni nghe, trong đó có vị thiểu dục tri túc, sống hạnh đầu-đà, ưa học giới, biết tàm quý, hiềm trách các tỳ-kheo-ni:

"Tại sao các cô lại độ người hai đường hiệp lại cho thọ giới cụ túc?"

Tỳ-kheo-ni liền bạch với các tỳ-kheo. Các tỳ-kheo đến bạch lên đức Thế Tôn. Đức Thế Tôn vì nhân duyên này tập hợp Tăng tỳ-kheo, quở trách các tỳ-kheo-ni:

"Các cô làm điều sai quấy, chẳng phải oai nghi, chẳng phải pháp sa-môn, chẳng phải hạnh thanh tịnh, chẳng phải hạnh tùy thuận, làm điều không nên làm. Tại sao tỳ-kheo-ni lại độ người hai đường hiệp lại cho thọ giới cụ túc?"

Sau khi bằng vô số phương tiện quở trách, đức Phật bảo các tỳ-kheo:

"Các tỳ-kheo-ni này là nơi trồng nhiều giống hữu lậu, là những người đầu tiên phạm giới này. Từ nay trở đi, Ta vì các tỳ-kheo-ni kết giới, gồm mười cú nghĩa, *cho đến câu* chánh pháp tồn tại lâu dài. **[774b]** Muốn nói giới nên nói như vầy:

---

³⁹¹ *Ngũ phần:* điều 176 (Giới bản 177).

Tỳ-kheo-ni nào độ người hai đường hiệp lại, cho thọ giới cụ túc, ba-dật-đề."

Thế Tôn vì các tỳ-kheo-ni kết giới như vậy. Khi ấy, các tỳ-kheo-ni không biết họ có hai đường hiệp lại hay không, sau mới biết, nên có vị tác pháp sám ba-dật-đề, hoặc có vị nghi. Đức Phật dạy:

"Không biết thì không phạm. Từ nay nên nói giới như vầy:

b. Giới văn

Tỳ-kheo-ni nào biết người hai đường hiệp lại, cho thọ giới cụ túc, ba-dật-đề."

c. Thích nghĩa

Tỳ-kheo-ni: nghĩa như trên.

Hai đường hiệp lại: đường đại tiểu tiện không tách riêng ra.

d. Tướng phạm

Tỳ-kheo-ni nào biết người hai đường hiệp lại, mà độ cho thọ giới cụ túc, tác pháp yết-ma lần thứ ba xong, Hòa thượng ni ba-dật-đề; yết-ma xong lần thứ hai, ba đột-kiết-la; yết-ma lần thứ nhất, hai đột-kiết-la; bạch xong, một đột-kiết-la; bạch chưa xong, đột-kiết-la; trước khi chưa bạch, cạo đầu, cho thọ giới, tập chúng, đủ chúng, tất cả đều phạm đột-kiết-la.

Tỳ-kheo, đột-kiết-la. Đó gọi là phạm.

Sự không phạm: trước không biết, hoặc tin lời nói của họ, hoặc tin lời người đáng tin, hay tin lời của cha mẹ họ, cho thọ giới rồi sau hai đường mới hiệp. Thảy đều không phạm.

Người không phạm: phạm lần đầu tiên khi chưa chế giới; si cuồng, loạn tâm, thống não bức bách.

Điều 168. Trao cụ túc cho người mắc nợ[392]

a. Duyên khởi

Một thời, đức Bà-già-bà ở trong vườn Cấp cô độc, rừng cây Kỳ-đà tại nước Xá-vệ. Bấy giờ, có các tỳ-kheo-ni nghe đức Thế Tôn chế giới cho độ đệ tử, bèn độ người mắc nợ và các người có bệnh cho thọ giới cụ túc. Thọ rồi, chủ nợ đến bắt đem về, còn người bệnh thì cần người chăm sóc không thể rời xa được.

Các tỳ-kheo-ni nghe, trong đó có vị thiểu dục tri túc, sống hạnh đầu-đà, ưa học giới, biết tàm quý, hiềm trách các tỳ-kheo-ni:

"Đức Thế Tôn chế giới cho phép độ người. Sao các cô lại độ người mắc nợ cho chủ nợ đến bắt về; còn người bệnh thì phải cần người chăm sóc, không thể rời xa được?"

Tỳ-kheo-ni bạch với các tỳ-kheo. Các tỳ-kheo đến bạch lên đức Thế Tôn. Đức Thế Tôn vì nhân duyên này tập hợp Tăng tỳ-kheo, quở trách các tỳ-kheo-ni:

"Các cô làm điều sai quấy, chẳng phải oai nghi, chẳng phải pháp sa-môn, chẳng phải hạnh thanh tịnh, chẳng phải hạnh tùy thuận, làm điều không nên làm. Tại sao tỳ-kheo-ni lại độ người mắc nợ cho chủ nợ đến bắt về; còn người bệnh thì phải cần người chăm sóc, không thể rời xa được?"

Sau khi bằng vô số phương tiện quở trách, **[774c]** đức Phật bảo các tỳ-kheo:

"Tỳ-kheo-ni này là nơi trồng nhiều giống hữu lậu, là những người đầu tiên phạm giới này. Từ nay trở đi, Ta vì các tỳ-kheo-ni kết giới, gồm mười cú nghĩa, *cho đến câu* chánh pháp tồn tại lâu dài. Muốn nói giới nên nói như vầy:

Tỳ-kheo-ni nào độ người mắc nợ và có bệnh, trao cho giới cụ túc, ba-dật-đề."

---

[392] *Ngũ phần*: điều 125 & 127.

Thế Tôn vì các tỳ-kheo-ni kết giới như vậy. Các tỳ-kheo-ni không biết họ có mắc nợ hay không, có bệnh hay không, sau mới biết là họ có mắc nợ và có bệnh, nên có vị tác pháp sám ba-dật-đề, hoặc nghi. Phật dạy:

"Không biết thì không phạm. Từ nay nên nói giới như vầy:

b. Giới văn

Tỳ-kheo-ni nào biết người có mắc nợ và có bệnh mà cho thọ giới cụ túc, ba-dật-đề."[393]

c. Thích nghĩa

Tỳ-kheo-ni: nghĩa như trước.

Mắc nợ: cho đến chỉ mắc nợ một tiền, là 1 phần trong 16 phần.

Bệnh: cho đến thường bị bệnh nhức đầu.[394]

d. Tướng phạm

Tỳ-kheo-ni nào biết người mắc nợ và người có bệnh mà độ cho thọ giới cụ túc, ba lần yết-ma xong, Hòa thượng ni ba-dật-đề; hai lần yết-ma xong, ba đột-kiết-la; một lần yết-ma xong, hai đột-kiết-la; bạch xong, một đột-kiết-la; bạch chưa xong, đột-kiết-la; trước khi chưa bạch, cho cạo tóc, cho thọ giới, tập chúng, chúng đủ, tất cả đều phạm đột-kiết-la.

Tỳ-kheo, đột-kiết-la. Đó gọi là phạm.

Sự không phạm: trước không biết, hoặc tin lời nói của người ấy, hoặc tin lời người đáng tin, hay tin lời cha mẹ họ, hoặc cho thọ giới cụ túc rồi mới mắc nợ hay bệnh. Thảy đều không phạm.

Người không phạm: phạm lần đầu tiên khi chưa chế giới; si cuồng, loạn tâm, thống não bức bách.

---

[393] *Ngũ phần*, điều 125: "...người nữ bệnh thường xuyên..."; điều 127: "...người nữ mắc nợ..."

[394] *Ngũ phần*: "trường kỳ bệnh, trường kỳ lạnh, nóng; phát tác đều đặn."

Điều 169. Học kỹ thuật của thế tục tà mạng[395]

a. Duyên khởi

Một thời, đức Bà-già-bà ở trong vườn Cấp cô độc, rừng cây Kỳ-đà tại nước Xá-vệ. Bấy giờ, nhóm sáu tỳ-kheo-ni học tập chú thuật để tự nuôi sống. Chú thuật gồm có chú chi tiết, chú sát-lợi, hoặc chú khởi thây quỷ,[396] hoặc học biết tướng chết, biết bói luận cầm thú chuyển,[397] biết âm thanh của các loài chim.

Các tỳ-kheo-ni nghe, trong đó có vị thiểu dục tri túc, sống hạnh đầu-đà, ưa học giới, biết hổ thẹn, hiềm trách các tỳ-kheo-ni:

"Tại sao các cô lại học tập các kỹ thuật như vậy, cho đến biết âm thanh của các loài chim?"

Tỳ-kheo-ni bạch với các tỳ-kheo. Các tỳ-kheo đến bạch lên đức Thế Tôn. Đức Thế Tôn vì nhân duyên này tập hợp Tăng tỳ-kheo, quở trách nhóm sáu tỳ-kheo-ni:

"Các cô làm điều sai quấy, chẳng phải oai nghi, **[775a]** chẳng phải pháp sa-môn, chẳng phải hạnh thanh tịnh, chẳng phải hạnh tùy thuận, làm việc không nên làm. Tại sao tỳ-kheo-ni lại học tập các kỹ thuật như vậy, cho đến biết âm thanh của các loài chim?"

Sau khi bằng vô số phương tiện quở trách, đức Phật bảo các tỳ-kheo:

"Các tỳ-kheo-ni này là nơi trồng nhiều giống hữu lậu, là những người đầu tiên phạm giới này. Từ nay trở đi, Ta vì các tỳ-kheo-ni kết giới, gồm mười cú nghĩa, *cho đến câu* chánh pháp tồn tại lâu dài. Muốn nói giới nên nói như vầy:

---

[395] Tham chiếu, *Tứ phần* điều 117; *Tăng-kỳ*: điều 82.

[396] *Thập tụng 2*, T23n1435, tr.8c14: luyện chú tỳ-đà-la (毘陀羅) để giết người. Tỳ-đà-la, Skt. *vetāḍa*, dịch là thây quỷ (thây người chết) đứng dậy (khởi thi quỷ 起屍鬼)...

[397] Hán: Tri chuyển cầm thú luận 知轉禽獸論; *Tứ phần danh nghĩa tiêu thích* 20, tr.557a15: làm hình tượng các loại cầm thú, xếp thứ tự xoay tròn xung quanh để bói cát hung. Cũng gọi là chuyển lộc luân, xem cht. ba-dật-đề 117.

b. Giới văn

Tỳ-kheo-ni nào học kỹ thuật của thế tục để nuôi sống,[398] *ba-dật-đề."*

c. Thích nghĩa

Tỳ-kheo-ni: nghĩa như trước.

Kỹ thuật: cũng như trước đã nói.

d. Tướng phạm

Tỳ-kheo-ni nào học tập các kỹ thuật, cho đến biết âm thanh của các loài chim, nói rõ ràng ba-dật-đề, nói không rõ đột-kiết-la.

Tỳ-kheo, đột-kiết-la. Thức-xoa-ma-na, sa-di, sa-di-ni, đột-kiết-la. Đó gọi là phạm.

Sự không phạm: nếu học chú để trị bệnh trùng ở trong bụng, hoặc trị ăn không tiêu, học thơ, học tụng; học lý luận của đời để hàng phục ngoại đạo; hoặc học chú độc vì hộ thân, không vì sự nuôi sống thì không phạm.

Người không phạm: phạm lần đầu tiên khi chưa chế giới; si cuồng, loạn tâm, thống não bức bách.

Điều 170. Dạy Bạch y chú thuật của thế tục[399]

a. Duyên khởi

Một thời, đức Bà-già-bà ở trong vườn Cấp cô độc, rừng cây Kỳ-đà tại nước Xá-vệ. Bấy giờ, nhóm sáu tỳ-kheo-ni dùng kỹ thuật thế tục dạy cho các bạch y, nói:

"Các ngươi chớ nên hướng về mặt trời, mặt trăng và miếu thờ thần mà đại tiểu tiện. Cũng đừng hướng về mặt trời, mặt trăng, nơi thờ thần, đổ rác rưới và những nước bẩn rửa đồ đạc. Đừng hướng đến mặt trời mặt trăng, nơi thờ cúng thần mà duỗi chân. Hoặc muốn xây cất phòng nhà, cày cấy gieo trồng nên hướng về mặt trời mặt trăng, nơi thờ thần miếu."

Lại nói:

---

[398] *Tăng-kỳ:* làm thầy thuốc để kiếm sống.
[399] Tham chiếu, *Tứ phần* điều 118. *Tăng-kỳ:* điều 83.

"Ngày nay trúng sao đó là tốt, nên cày cấy, nên cất nhà, nên thuê người làm, nên cạo đầu con nít, nên để tóc, nên cạo râu tóc, nên cất chứa của cải, nên đi xa."

Các tỳ-kheo-ni nghe biết, trong đó có vị thiểu dục tri túc, sống hạnh đầu-đà, ưa học giới, biết hổ thẹn, hiềm trách nhóm sáu tỳ-kheo-ni:

"Sao các cô lại đem kỹ thuật như vậy để dạy cho bạch y, nói: 'Các ngươi biết chăng? Các ngươi đừng nên hướng về mặt trời mặt trăng, nơi miếu thờ cúng thần mà đại tiểu tiện, *cho đến*, nên đi xa?'"

Tỳ-kheo-ni liền bạch với các tỳ-kheo. Các tỳ-kheo đến bạch lên đức Thế Tôn. Đức Thế Tôn vì nhân duyên này tập hợp Tăng tỳ-kheo, quở trách nhóm sáu tỳ-kheo-ni:

"Các cô làm điều sai quấy, chẳng phải oai nghi, chẳng phải pháp sa-môn, **[775b]** chẳng phải hạnh thanh tịnh, chẳng phải hạnh tùy thuận, làm điều không nên làm. Nhóm sáu tỳ-kheo-ni! Sao các cô lại đem kỹ thuật dạy các nhà trưởng giả, nói: 'Người biết chăng? Đừng hướng đến mặt trời, mặt trăng mà đại tiểu tiện, *cho đến*, nên xuất hành đi xa.'"

Sau khi bằng vô số phương tiện quở trách, đức Phật bảo các tỳ-kheo:

"Các tỳ-kheo-ni này là nơi trồng nhiều giống hữu lậu, là những người đầu tiên phạm giới này. Từ nay trở đi, Ta vì các tỳ-kheo-ni kết giới, gồm mười cú nghĩa, *cho đến câu* chánh pháp tồn tại lâu dài. Muốn nói giới nên nói như vầy:

b. Giới văn

Tỳ-kheo-ni nào dùng chú thuật của thế tục mà dạy bạch y, ba-dật-đề."[400]

c. Thích nghĩa

Tỳ-kheo-ni: nghĩa như trước.

Kỹ thuật: như đã giải trước.

---

[400] *Tăng-kỳ*, ibid.: "... dạy nghề thuốc..."

d. Tướng phạm

Nếu cần nói thì nên nói với người kia rằng: Đừng nên hướng đến tháp của Như Lai và tháp của Thanh văn mà đại tiểu tiện và vất đổ những thứ không sạch; cũng đừng nên hướng đến tháp của Như Lai và tháp của Thanh văn mà duỗi chân ngồi. Nếu muốn cất phòng xá và cày bừa gieo trồng nên hướng đến tháp của Như Lai và tháp của Thanh văn. Lại không được nói ngày nay trúng sao đó là tốt, nên cất nhà, nên gieo giống, nên thuê người làm, nên cạo tóc cho con nít, nên cạo tóc, nên để tóc. Mà nên nói rằng, nên vào trong chùa tháp, cúng dường Tăng tỳ-kheo thọ thực; mồng 8, 14, 15 là những ngày hiện biến hóa.[401] Tỳ-kheo-ni kia đem những kỹ thuật của thế tục để dạy cho bạch y như vậy, *cho đến*, nên xuất hành đi xa, nói rõ ràng ba-dật-đề, nói không rõ ràng, đột-kiết-la.

Tỳ-kheo, đột-kiết-la. Thức-xoa-ma-na, sa-di, sa-di-ni, đột-kiết-la. Đó gọi là phạm.

Sự không phạm: nếu nói, đừng hướng đến tháp của Như Lai và Thanh văn, đại tiểu tiện, đổ các đồ rác bẩn; cũng đừng hướng đến tháp của Như Lai và Thanh văn duỗi chân ngồi. Nếu muốn cày cấy gieo trồng, xây cất phòng nhà nên hướng đến tháp của Như Lai, cho đến pháp thọ thực, hoặc nói vui đùa nói gấp vội, nói một mình, nói trong mộng, muốn nói việc này lại nói việc khác. Thảy đều không phạm.

Người không phạm: phạm lần đầu tiên khi chưa chế giới; si cuồng, loạn tâm, thống não bức bách.

Điều 171. Bị đuổi mà không đi[402]

a. Duyên khởi

Một thời, đức Bà-già-bà ở nước Châu-na-hy-la.[403] Bấy giờ, nhóm sáu tỳ-kheo-ni bị đuổi mà không đi.

---

[401] Nơi khác, gọi là ngày "thần biến." Ngày chư thiên hiện thần biến đi tuần hành nhân gian.

[402] *Ngũ phần:* điều 171 (Giới bản 172).

[403] Nước Châu-na-hy-la 周那絺羅國: Skt. *Cundasila* (?); tức Thuần-đà-tư-di-la, dịch "không gậy sừng", là tên một ngôi làng. (*Tứ phần tỳ-kheo-ni giới*

Các tỳ-kheo-ni nghe, trong đó có vị thiểu dục tri túc, sống hạnh đầu-đà, ưa học giới, biết hổ thẹn, quở trách nhóm sáu tỳ-kheo-ni:

[775c] "Tại sao các cô bị đuổi mà không đi?"

Tỳ-kheo-ni bạch với các tỳ-kheo. Các tỳ-kheo đến bạch lên đức Thế Tôn. Đức Thế Tôn vì nhân duyên này tập hợp Tăng tỳ-kheo, quở trách nhóm sáu tỳ-kheo-ni:

"Các cô làm điều sai quấy, chẳng phải oai nghi, chẳng phải pháp sa-môn, chẳng phải hạnh thanh tịnh, chẳng phải hạnh tùy thuận, làm điều không nên làm. Tại sao cô bị đuổi mà không đi?"

Sau khi bằng vô số phương tiện quở trách, đức Phật bảo các tỳ-kheo:

"Tỳ-kheo-ni này là nơi trồng nhiều giống hữu lậu, là những người đầu tiên phạm giới này. Từ nay trở đi, Ta vì các tỳ-kheo-ni kết giới, gồm mười cú nghĩa, *cho đến câu* chánh pháp tồn tại lâu dài. Muốn nói giới nên nói như vầy:

b. Giới văn

Tỳ-kheo-ni nào bị đuổi mà không đi, ba-dật-đề.[404]

c. Thích nghĩa

Tỳ-kheo-ni: nghĩa như trước.

d. Tướng phạm

Nếu Tỳ-kheo-ni nào bị đuổi mà không đi, ba-dật-đề.

Tỳ-kheo, đột-kiết-la. Thức-xoa-ma-na, sa-di, sa-di-ni, đột-kiết-la. Đó gọi là phạm.

Sự không phạm: bị đuổi đi liền; hoặc tùy thuận không chống trái, hạ ý sám hối, cầu giải yết-ma đuổi; hoặc bị bệnh; hoặc không có bạn để cùng đi; hoặc đường sá bị trở ngại; hoặc bị nạn giặc, hoặc thú dữ, hoặc nước lụt, hoặc bị cường lực bắt, hoặc bị nhốt trói, hoặc mạng nạn, phạm hạnh

---

bốn chú giải 2, B8n26, tr.420a25). Ngôi làng này trong nước *Kāsi* (thủ phủ của *Benares*).

[404] *Ngũ phần*, ibid, "... bị yết-ma khu xuất..."

nạn, nên bị đuổi mà không đi. Thảy đều không phạm.

Người không phạm: phạm lần đầu tiên khi chưa chế giới; si cuồng, loạn tâm, thống não bức bách.

Điều 172. Hỏi nghĩa tỳ-kheo không xin phép[405]

a. Duyên khởi

Một thời, đức Bà-già-bà ở trong vườn Cấp cô độc, rừng cây Kỳ-đà tại nước Xá-vệ. Bấy giờ, có Tỳ-kheo-ni An Ẩn, đại trí tuệ, hỏi nghĩa lý các tỳ-kheo. Các vị tỳ-kheo bị hỏi, không thể trả lời được nên hổ thẹn.

Các tỳ-kheo-ni nghe, trong đó có vị thiểu dục tri túc, sống hạnh đầu-đà, ưa học giới, biết tàm quý, hiềm trách Tỳ-kheo-ni An Ẩn:

"Sao cô ỷ có trí tuệ nhiều, hỏi nghĩa lý các tỳ-kheo, khiến mấy vị ấy không thể trả lời được, nên hổ thẹn?"

Tỳ-kheo-ni bạch với các tỳ-kheo. Các tỳ-kheo đến bạch lên đức Thế Tôn. Đức Thế Tôn vì nhân duyên này tập hợp Tăng tỳ-kheo, quở trách Tỳ-kheo-ni An Ẩn:

"Cô làm điều sai quấy, chẳng phải oai nghi, chẳng phải pháp sa-môn, chẳng phải hạnh thanh tịnh, chẳng phải hạnh tùy thuận, làm việc không nên làm. Sao cô ỷ có trí tuệ nhiều, hỏi nghĩa lý các tỳ-kheo, khiến họ không thể trả lời được, nên hổ thẹn?"

Sau khi bằng vô số phương tiện quở trách, đức Phật bảo các tỳ-kheo:

"Tỳ-kheo-ni này là nơi trồng nhiều giống hữu lậu, là người đầu tiên **[776a]** phạm giới này. Từ nay trở đi, Ta vì các tỳ-kheo-ni kết giới, gồm mười cú nghĩa, *cho đến câu* chánh pháp tồn tại lâu dài. Muốn nói giới nên nói như vầy:

Tỳ-kheo-ni nào hỏi nghĩa lý các tỳ-kheo, ba-dật-đề."

Thế Tôn vì các tỳ-kheo-ni kết giới như vậy. Các tỳ-kheo-ni đến ngày giáo thọ không biết đến ai để cầu giáo thọ; nghi, không biết đến nơi nào

---

[405] Pāli, Pāc. 95. *Ngũ phần*: điều 184 (Giới bản 186). *Thập tụng*: điều 158. *Căn bản*: điều 169.

để hỏi nghĩa? Đức Phật dạy:

"Từ nay trở đi, muốn hỏi nghĩa phải xin phép trước, sau đó mới hỏi. Từ nay nên nói giới như vầy:

b. Giới văn

Tỳ-kheo-ni nào muốn hỏi nghĩa lý với tỳ-kheo, không xin phép trước mà hỏi,[406] ***ba-dật-đề."***

c. Thích nghĩa

Tỳ-kheo-ni: nghĩa như trước.

d. Tướng phạm

Tỳ-kheo-ni nào hỏi nghĩa với tỳ-kheo, không xin phép mà hỏi; nói rõ ràng, ba-dật-đề. Nói không rõ ràng, đột-kiết-la.

Tỳ-kheo, đột-kiết-la. Thức-xoa-ma-na, sa-di, sa-di-ni, đột-kiết-la. Đó gọi là phạm.

Sự không phạm: trước xin phép sau mới hỏi; hoặc đã thường hỏi; hoặc quen thân; hoặc người thân hậu nói: "Cô cứ hỏi đi, tôi sẽ xin phép giùm cô"; hoặc vị kia thọ giáo với vị này; hoặc hai người đều đến thọ giáo nơi người khác; hoặc người kia hỏi người này trả lời; hay hai người cùng tụng hoặc nói cho vui, nói vội, nói chỗ vắng, nói trong mộng, hay muốn nói việc này, nhầm nói việc khác. Thảy đều không phạm.

Người không phạm: phạm lần đầu tiên khi chưa chế giới; si cuồng, loạn tâm, thống não bức bách.

Điều 173. Gây phiền phức kẻ ở trước người đến sau[407]

a. Duyên khởi

Một thời, đức Bà-già-bà ở trong vườn Cấp cô độc, rừng cây Kỳ-đà tại nước Xá-vệ. Bấy giờ, nhóm sáu tỳ-kheo-ni, người ở trước kẻ đến sau,

---

[406] *Thập tụng:* "... chưa được cho phép, mà hỏi Kinh, Luật, Tì-đàm..."
[407] Xem điều 92 trước.

người đến sau kẻ ở trước.⁴⁰⁸ Muốn gây phiền phức người kia, nên đi kinh hành, đứng, ngồi, nằm trước mặt người kia.

Các tỳ-kheo-ni nghe, trong đó có vị thiểu dục tri túc, sống hạnh đầu-đà, ưa học giới, biết hổ thẹn, quở trách nhóm sáu tỳ-kheo-ni:

"Tại sao, các cô người ở trước kẻ đến sau, trước mặt tỳ-kheo-ni muốn gây phiền phức bằng cách kinh hành, đứng, ngồi, nằm?"

Tỳ-kheo-ni bạch với các tỳ-kheo. Các tỳ-kheo đến bạch lên đức Thế Tôn. Đức Thế Tôn vì nhân duyên này tập hợp Tăng tỳ-kheo, quở trách nhóm sáu tỳ-kheo-ni:

"Các cô làm điều sai quấy, chẳng phải oai nghi, chẳng phải pháp sa-môn, chẳng phải hạnh thanh tịnh, chẳng phải hạnh tùy thuận, làm điều không nên làm. Tại sao, các cô kẻ ở trước người đến sau, trước mặt tỳ-kheo-ni khác muốn gây phiền phức bằng cách đi kinh hành, đứng, ngồi, nằm?"

Sau khi bằng vô số phương tiện quở trách, đức Phật bảo các tỳ-kheo:

[776b] "Sáu tỳ-kheo-ni này là nơi trồng nhiều giống hữu lậu, là những người đầu tiên phạm giới này. Từ nay trở đi, Ta vì các tỳ-kheo-ni kết giới, gồm mười cú nghĩa, *cho đến câu* chánh pháp tồn tại lâu dài. Muốn nói giới nên nói như vầy:

Tỳ-kheo-ni nào, kẻ ở trước người đến sau, người đến sau kẻ ở trước, vì muốn gây phiền phức người kia, đi kinh hành, đứng, ngồi, nằm trước mặt người ấy, ba-dật-đề."

Thế Tôn vì các tỳ-kheo-ni kết giới như vậy. Có tỳ-kheo-ni kia không biết (họ) ở trước hay không phải ở trước, (họ) đến sau hay không phải đến sau; sau mới biết, nên tác sám ba-dật-đề, hoặc nghi. Phật dạy:

"Không biết thì không phạm. Từ nay trở đi nên nói giới như vầy:

---

⁴⁰⁸ Tiên trụ hậu chí, hậu chí tiên trụ 先住後至後至先住: mình ở trước, người đến sau; hoặc mình đến sau, người ở trước (tại một trú xứ). Xem điều 92 và các cht. liên hệ.

b. Giới văn

Tỳ-kheo-ni nào, biết kẻ ở trước người đến sau, người đến sau kẻ ở trước, vì muốn gây phiền phức vị kia, bèn đi kinh hành, đứng, ngồi, nằm trước mặt, ba-dật-đề."

c. Thích nghĩa

Tỳ-kheo-ni: nghĩa như trước.

d. Tướng phạm

Tỳ-kheo-ni nào biết kẻ ở trước người đến sau, người đến sau kẻ ở trước, vì muốn gây phiền vị kia, nên kinh hành, đứng, ngồi, nằm trước mặt họ, ba-dật-đề.

Tỳ-kheo, đột-kiết-la. Thức-xoa-ma-na, sa-di, sa-di-ni, đột-kiết-la. Đó gọi là phạm.

Sự không phạm: trước không biết, hoặc có hỏi, hoặc cho phép kinh hành; hoặc là bậc Thượng tọa, hoặc xem nhau kinh hành, hoặc muốn kinh hành, hoặc là quen biết, hoặc người quen biết nói: "Cô cứ kinh hành. Tôi sẽ nói giùm cho cô"; hoặc bị bệnh té xuống, hoặc bị cường lực bắt, hoặc bị trói cột, hoặc mạng nạn, phạm hạnh nạn. Thảy đều không phạm.

Người không phạm: phạm lần đầu tiên khi chưa chế giới; si cuồng, loạn tâm, thống não bức bách.

Điều 174. Xây tháp trong tăng-già-lam có tỳ-kheo

a. Duyên khởi

Một thời, đức Bà-già-bà ở trong vườn Cấp cô độc, rừng cây Kỳ-đà tại nước Xá-vệ. Bấy giờ, trong thành Xá-vệ có một vị tỳ-kheo-ni, nổi tiếng được nhiều người biết, qua đời. Các tỳ-kheo-ni xây tháp trong Tăng-già-lam của tỳ-kheo. Chư ni tập trung những hòn đá rửa chân ở mọi nơi của đại Tăng đập ra để xây tháp. Có khách tỳ-kheo đến, vì không biết là tháp của tỳ-kheo-ni, nên lễ bái.

Các tỳ-kheo-ni nghe biết, trong đó có vị thiểu dục tri túc, sống hạnh đầu-đà, ưa học giới, biết tàm quý, quở trách các tỳ-kheo-ni:

"Sao các cô lại xây tháp trong Tăng-già-lam của đại Tăng, khiến cho khách tỳ-kheo đến không biết nên lễ bái?"

Tỳ-kheo-ni bạch với các tỳ-kheo. Các tỳ-kheo đến bạch lên đức Thế Tôn. Đức Thế Tôn vì nhân duyên này tập hợp Tăng tỳ-kheo, quở trách nhóm sáu tỳ-kheo-ni:

"Các cô làm điều sai quấy, chẳng phải oai nghi, chẳng phải pháp sa-môn, chẳng phải hạnh thanh tịnh, chẳng phải hạnh tùy thuận, làm điều **[776c]** không nên làm. Tại sao tỳ-kheo-ni lại xây tháp trong Tăng-già-lam của đại Tăng, khiến cho khách tỳ-kheo không biết nên lễ bái?"

Sau khi bằng vô số phương tiện quở trách, đức Phật bảo các tỳ-kheo:

"Tỳ-kheo-ni này là nơi trồng nhiều giống hữu lậu, là những người đầu tiên phạm giới này. Từ nay trở đi, Ta vì các tỳ-kheo-ni kết giới, gồm mười cú nghĩa, *cho đến câu* chánh pháp tồn tại lâu dài. Muốn nói giới nên nói như vầy:

Tỳ-kheo-ni nào xây tháp trong Tăng-già-lam của tỳ-kheo, ba-dật-đề."

Thế Tôn vì các tỳ-kheo-ni kết giới như vậy. Bấy giờ các tỳ-kheo-ni đối với trong Tăng-già-lam cũ, không có tỳ-kheo, nên hư hại, muốn xây tháp, nhưng nghi. Phật dạy:

"Không phạm. Từ nay trở đi, nên nói giới như vầy:

Tỳ-kheo-ni nào xây tháp trong Tăng-già-lam có tỳ-kheo, ba-dật-đề."

Các tỳ-kheo-ni lại không biết có tỳ-kheo hay không có tỳ-kheo nên hoặc sám ba-dật-đề, hoặc nghi. Phật nói:

"Không biết thì không phạm. Từ nay, giới này nên nói như vầy:

b. Giới văn

Tỳ-kheo-ni nào biết Tăng-già-lam có tỳ-kheo, mà xây tháp, ba-dật-đề."

c. Thích nghĩa

Tỳ-kheo-ni: nghĩa như trước.

d. Tướng phạm

Tỳ-kheo-ni biết có tỳ-kheo trong Tăng-già-lam mà xây tháp, cứ theo mỗi việc lấy đá rửa chân, gạch ngói, những lọn cỏ nhiều hay ít; mỗi một thứ là một ba-dật-đề.

Tỳ-kheo, đột-kiết-la. Thức-xoa-ma-na, sa-di, sa-di-ni, đột-kiết-la. Đó gọi là phạm.

Sự không phạm: nếu trước không biết, hoặc Tăng-già-lam cũ bị hư hại; hay xây tháp trước, Tăng-già-lam lập sau thì không phạm.

Người không phạm: phạm lần đầu tiên khi chưa chế giới; si cuồng, loạn tâm, thống não bức bách.

Điều 175. Không lễ bái tỳ-kheo mới thọ giới[409]

a. Duyên khởi

Một thời, đức Bà-già-bà ở trong vườn Cấp cô độc, rừng cây Kỳ-đà tại nước Xá-vệ. Bấy giờ, đức Thế Tôn chế giới, khiến tỳ-kheo-ni dù là 100 tuổi mà thấy tỳ-kheo mới thọ giới, cũng phải đứng dậy nghinh đón, lễ bái, cung kính, hỏi chào, trải tọa cụ mời ngồi.[410] Song có các tỳ-kheo-ni kia không đứng dậy nghinh đón lễ bái, cung kính, hỏi chào.

Các tỳ-kheo-ni nghe, trong đó có vị thiểu dục tri túc, sống hạnh đầu-đà, ưa học giới, biết tàm quý, hiềm trách các tỳ-kheo-ni:

"Đức Thế Tôn chế giới, khiến tỳ-kheo-ni dù là 100 tuổi, nhưng khi thấy tỳ-kheo mới thọ giới, cũng phải đứng dậy nghinh đón cung kính, lễ bái, hỏi chào, trải tọa cụ mời ngồi. Sao các cô không đứng dậy nghinh đón?"

Tỳ-kheo-ni bạch với các tỳ-kheo. Các tỳ-kheo đến bạch lên đức Thế Tôn. Đức Thế Tôn vì nhân duyên này tập hợp **[777a]** Tăng tỳ-kheo, quở trách các tỳ-kheo-ni:

"Các cô làm điều sai quấy, chẳng phải oai nghi, chẳng phải pháp sa-môn, chẳng phải hạnh thanh tịnh, chẳng phải hạnh tùy thuận, làm điều

---

[409] *Ngũ phần:* điều 178 (Giới bản 179).

[410] Tám trọng pháp của tỳ-kheo-ni, xem Phần III, Ch. xvii. Tỳ-kheo-ni.

không nên làm. Tại sao các cô thấy tỳ-kheo mới thọ giới không đứng dậy nghinh đón, lễ bái, cung kính, hỏi chào, trải tọa cụ mời ngồi, cho dù đã 100 tuổi?"

Sau khi bằng vô số phương tiện quở trách, đức Phật bảo các tỳ-kheo:

"Tỳ-kheo-ni này là nơi trồng nhiều giống hữu lậu, là những người đầu tiên phạm giới này. Từ nay trở đi, Ta vì các tỳ-kheo-ni kết giới, gồm mười cú nghĩa, *cho đến câu* chánh pháp tồn tại lâu dài. Muốn nói giới nên nói như vầy:

Tỳ-kheo-ni nào, dù 100 tuổi, thấy tỳ-kheo mới thọ giới[411] mà không đứng dậy nghinh đón, cung kính lễ bái, hỏi chào, ba-dật-đề."

Thế Tôn vì các tỳ-kheo-ni kết giới như vậy. Có vị nhất tọa thực, không ăn thức ăn làm pháp dư thực,[412] hoặc có bệnh, hay ăn chưa đủ no nên không đứng dậy chào, nghi. Phật dạy:

"Từ nay trở đi cho phép nói: 'Sám hối Đại đức, con có nhân duyên như vậy, như vậy nên không đứng dậy nghinh đón Đại đức.' Từ nay nên nói giới như vầy:

b. Giới văn

Tỳ-kheo-ni nào thấy tỳ-kheo mới thọ giới phải đứng dậy nghinh đón, cung kính lễ bái, hỏi chào mời ngồi. Nếu không làm vậy, trừ có nhân duyên, ba-dật-đề."

c. Thích nghĩa

Tỳ-kheo-ni: nghĩa như trước.

d. Tướng phạm

Tỳ-kheo-ni nào thấy tỳ-kheo không đứng dậy, ba-dật-đề. Trừ nhân duyên.

Tỳ-kheo, đột-kiết-la. Thức-xoa-ma-na, sa-di, sa-di-ni, đột-kiết-la. Đó gọi là phạm.

---

[411] *Ngũ phần*: "thấy tỳ-kheo...", không đề cập hạ lạp.
[412] Một lần ngồi ăn, đứng dậy rồi, không ăn lại nữa. Dù có làm phép dư thực.
     Xem Phần I, Ch. v, ba-dật-đề 35.

Sự không phạm: nếu đứng dậy nghinh đón; hoặc nhất tọa thực, hoặc không ăn thức ăn làm pháp dư thực, hoặc bị bệnh, hay vì ăn chưa đủ no, nói: "Sám hối Đại đức, con có nhân duyên như vậy, như vậy nên không đứng dậy nghinh đón." Hoặc bị bệnh té xuống đất, hoặc bị cường lực bắt, hoặc mạng nạn, phạm hạnh nạn. Thảy đều không phạm.

Người không phạm: phạm lần đầu tiên khi chưa chế giới; si cuồng, loạn tâm, thống não bức bách.

Điều 176. Đi uốn éo làm duyên

a. Duyên khởi

Một thời, đức Bà-già-bà ở trong vườn Cấp cô độc, rừng cây Kỳ-đà tại nước Xá-vệ. Bấy giờ, nhóm sáu tỳ-kheo-ni quấn y uốn éo thân hình đi, vì làm đẹp. Các cư sĩ thấy, cơ hiềm:

"Các tỳ-kheo-ni này không biết hổ thẹn, phạm vào phạm hạnh. Bên ngoài tự xưng, 'Tôi biết chánh pháp.' Nhưng như vậy có gì là chánh pháp? Vì muốn làm đẹp, vừa đi, vừa uốn éo thân hình như bọn dâm nữ, tặc nữ vậy!"

Các tỳ-kheo-ni nghe, trong đó có vị thiểu dục tri túc, sống hạnh đầu-đà, ưa học giới, biết hổ thẹn, hiềm trách nhóm sáu tỳ-kheo-ni:

"Sao **[777b]** các cô vì muốn làm đẹp, vừa đi, vừa uốn éo thân hình, giống như bọn dâm nữ, tặc nữ vậy?"

Tỳ-kheo-ni bạch với các tỳ-kheo. Các tỳ-kheo đến bạch lên đức Thế Tôn. Đức Thế Tôn vì nhân duyên này tập hợp Tăng tỳ-kheo, quở trách nhóm sáu tỳ-kheo-ni:

"Các cô làm điều sai quấy, chẳng phải oai nghi, chẳng phải pháp sa-môn, chẳng phải hạnh thanh tịnh, chẳng phải hạnh tùy thuận, làm điều không nên làm. Tại sao tỳ-kheo-ni vì muốn làm đẹp, vừa đi vừa uốn éo thân hình?"

Sau khi bằng vô số phương tiện quở trách, đức Phật bảo các tỳ-kheo:

"Tỳ-kheo-ni này là nơi trồng nhiều giống hữu lậu, là những người đầu tiên phạm giới này. Từ nay trở đi, Ta vì các tỳ-kheo-ni kết giới, gồm mười cú nghĩa, *cho đến câu* chánh pháp tồn tại lâu dài. Muốn nói giới nên nói như vầy:

b. Giới văn

Tỳ-kheo-ni nào vì muốn làm đẹp mà vừa đi vừa uốn éo thân hình, ba-dật-đề."

c. Thích nghĩa

Tỳ-kheo-ni: nghĩa như trước.

d. Tướng phạm

Tỳ-kheo-ni nào vì muốn làm đẹp, vừa đi, vừa uốn éo thân hình, ba-dật-đề.

Tỳ-kheo, đột-kiết-la. Thức-xoa-ma-na, sa-di, sa-di-ni, đột-kiết-la. Đó gọi là phạm.

Sự không phạm: vì mắc phải chứng bệnh nào đó; hoặc vì bị người đánh phải tránh né, hoặc bị voi dữ xông đến, hoặc gặp giặc, hoặc gặp thú dữ, hoặc bị gai gốc phải lấy tay đỡ; hoặc lội qua nước sông, hay mương rãnh, vũng bùn; hoặc muốn cho y được tề chỉnh, khỏi bị cao thấp so le như vòi con voi hay lá cây đa-la; hoặc xếp thành lằn nhỏ nhăn nhó nên phải xoay mình ngó bên tả bên hữu. Thảy đều không phạm.

Người không phạm: phạm lần đầu tiên khi chưa chế giới; si cuồng, loạn tâm, thống não bức bách.

Điều 177. Trang điểm hương thơm[413]

a. Duyên khởi

Một thời, đức Bà-già-bà ở trong vườn Cấp cô độc, rừng cây Kỳ-đà thuộc nước Xá-vệ. Bấy giờ, nhóm sáu tỳ-kheo-ni tự mình trang sức chải tóc, thoa hương thơm vào mình, các cư sĩ thấy, chê cười nói:

---

[413] Tham chiếu điều 150 trên. *Thập tụng,* các điều 167-172: tự mình và nhờ người chà đầu; tự mình và nhờ người chải tóc; tự mình và nhờ người bện tóc. *Ngũ phần,* điều 200 (Giới bản 203): làm eo nhỏ; điều 202 (Giới bản 204): các hình thức trau chuốt thân hình; điều 205 (Giới bản 208):

"Chúng ta là phụ nữ tự trang sức thân hình, chải tóc, thoa hương thơm vào người. Các tỳ-kheo-ni này mà cũng lại làm như vậy!"

Do đó, họ sanh tâm khinh mạn không cung kính. Các tỳ-kheo-ni nghe, trong đó có vị thiểu dục tri túc, sống hạnh đầu-đà, ưa học giới, biết hổ thẹn, hiềm trách nhóm sáu tỳ-kheo-ni:

"Các cô đã xuất gia, sao lại trang sức thân hình như vậy?"

Tỳ-kheo-ni bạch với các tỳ-kheo. Các tỳ-kheo đến bạch lên đức Thế Tôn. Đức Thế Tôn vì nhân duyên này tập hợp Tăng tỳ-kheo, quở trách nhóm sáu tỳ-kheo-ni:

"Các cô làm điều sai quấy, chẳng phải oai nghi, chẳng phải pháp sa-môn, chẳng phải hạnh thanh tịnh, chẳng phải hạnh tùy thuận, làm điều không nên làm. **[777c]** Nhóm sáu tỳ-kheo-ni! Sao các cô đã xuất gia lại trang sức thân hình?"

Sau khi bằng vô số phương tiện quở trách, đức Phật bảo các tỳ-kheo:

"Các tỳ-kheo-ni này là nơi trồng nhiều giống hữu lậu, là những người đầu tiên phạm giới này. Từ nay trở đi, Ta vì các tỳ-kheo-ni kết giới, gồm mười cú nghĩa, *cho đến câu* chánh pháp tồn tại lâu dài. Muốn nói giới nên nói như vầy:

b. Giới văn

Tỳ-kheo-ni nào trang điểm,[414] **thoa hương thơm như phụ nữ, ba-dật-đề."**

c. Thích nghĩa

Tỳ-kheo-ni: nghĩa như trước.

d. Tướng phạm

Tỳ-kheo-ni nào trang điểm thoa hương thơm vào mình như phụ nữ, cứ tính một chấm là một ba-dật-đề.

---

ngắm nghĩa thân mình; điều 204 (Giới bản 207): soi kiếng. Tham chiếu, Pāli pāc. 87.

[414] Pāli, Pāc. 87: *itthālaṅkāraṃ dhāreyya*, mang đồ trang điểm của phụ nữ.

Tỳ-kheo, đột-kiết-la. Thức-xoa-ma-na, sa-di, sa-di-ni, đột-kiết-la. Đó gọi là phạm.

Sự không phạm: hoặc có chứng bệnh thế nào đó; hoặc cha mẹ mắc bệnh, hay bị trói nhốt, mình phải tắm rửa chải tóc cho; hoặc người ưu-bà-di tín tâm bị bệnh, hay bị nhốt trói, mà tắm rửa cho họ; hoặc bị cường lực. Thảy đều không phạm.

Người không phạm: phạm lần đầu tiên khi chưa chế giới; si cuồng, loạn tâm, thống não bức bách.

Điều 178. Sai nữ ngoại đạo xoa hương

a. Duyên khởi

Một thời, đức Bà-già-bà ở trong vườn Cấp cô độc, rừng cây Kỳ-đà tại nước Xá-vệ. Bấy giờ, có Tỳ-kheo-ni Già-ca-chiên-đà-thâu-na là chị ruột của một nữ tu ngoại đạo. Tỳ-kheo-ni kia sai em mình là ngoại đạo xoa chà hương thơm cho mình. Các cư sĩ thấy chê cười, nói:

"Tỳ-kheo-ni này không biết hổ thẹn, phạm vào phạm hạnh. Bên ngoài tự xưng, 'Tôi biết chánh pháp.' Như vậy có gì là chánh pháp? Sai em mình là ngoại đạo xoa chà hương thơm cho mình, giống như bọn dâm nữ, tặc nữ!"

Các tỳ-kheo-ni nghe, trong đó có vị thiểu dục tri túc, sống hạnh đầu-đà, ưa học giới, biết hổ thẹn, quở trách Tỳ-kheo-ni Già-ca-chiên-đà-thâu-na:

"Sao cô lại bảo em gái cô là ngoại đạo xoa chà hương thơm vào mình?"

Tỳ-kheo-ni bạch với các tỳ-kheo. Các tỳ-kheo đến bạch lên đức Thế Tôn. Đức Thế Tôn vì nhân duyên này tập hợp Tăng tỳ-kheo, quở trách Tỳ-kheo-ni Già-ca-chiên-đà-thâu-na:

"Cô làm điều sai quấy, chẳng phải oai nghi, chẳng phải pháp sa-môn, chẳng phải hạnh thanh tịnh, chẳng phải hạnh tùy thuận, làm điều không nên làm. Tại sao tỳ-kheo-ni lại bảo em gái mình là ngoại đạo xoa chà hương thơm cho mình?"

Sau khi bằng vô số phương tiện quở trách, đức Phật bảo các tỳ-kheo:

"Các tỳ-kheo-ni này là nơi trồng nhiều giống hữu lậu, là những người đầu tiên phạm giới này. Từ nay trở đi, Ta vì các tỳ-kheo-ni kết giới, gồm mười cú nghĩa, *cho đến câu* chánh pháp **[778a]** tồn tại lâu dài. Muốn nói giới nên nói như vầy:

b. Giới văn

Tỳ-kheo-ni nào sai nữ ngoại đạo xoa chà hương thơm cho mình, ba-dật-đề."

c. Thích nghĩa

Tỳ-kheo-ni: nghĩa như trước.

d. Tướng phạm

Tỳ-kheo-ni nào sai nữ ngoại đạo thoa chà hương thơm vào thân, ba-dật-đề.

Tỳ-kheo, đột-kiết-la. Thức-xoa-ma-na, sa-di, sa-di-ni, đột-kiết-la. Đó gọi là phạm.

Sự không phạm: hoặc mắc bệnh thế nào đó, hoặc bị cường lực bắt. Thảy đều không phạm.

Người không phạm: phạm lần đầu tiên khi chưa chế giới; si cuồng, loạn tâm, thống não bức bách.

CHƯƠNG V

BA-LA-ĐỀ ĐỀ-XÁ-NI[1]

Điều 1

a. Duyên khởi

Một thời, đức Bà-già-bà ở trong vườn Cấp cô độc, rừng cây Kỳ-đà tại nước Xá-vệ. Bấy giờ, nhóm sáu tỳ-kheo-ni xin bơ[2] để ăn. Các cư sĩ thấy, cơ hiềm, nói:

"Tỳ-kheo này không biết hổ thẹn, cầu xin không nhàm chán. Bên ngoài tự xưng, 'Tôi biết chánh pháp.' Nhưng như vậy có gì là chánh pháp? Xin bơ để ăn, như bọn tặc nữ, dâm nữ không khác!"

Các tỳ-kheo-ni nghe, trong đó có vị thiểu dục tri túc, sống hạnh đầu-đà, ưa học giới, biết hổ thẹn, quở trách nhóm sáu tỳ-kheo-ni:

"Sao các cô lại xin bơ để ăn?"

---

[1] Bản Hán không ghi chương. Chỉ ghi chú nhỏ ở cuối thiên ba-dật đề: "Đã nói xong 178 pháp ba-dật-đề." Bản Việt đặt thành chương riêng biệt để thống nhất hình thức với luật tỳ-kheo. Thiên này có 8 điều, tất cả đều biệt giới. *Ngũ phần* 14 (tr.100a16), Phần II, thiên thứ 5, "Ni luật hối quá pháp," 8 pháp ba-la-đề đề-xá-ni. *Tăng-kỳ* 40 (tr.544a08): tám pháp đề-xá-ni. *Thập tụng* 47 (tr.345a23). *Căn bản ni* 20 (tr.1016a27): "Đệ tứ bộ ba-la-đề đề-xá-ni pháp." Pāli, Vin.iv. 346, *Bhikkhunīvibhaṅga*, "5. *Pāṭidesanīyakaṃ.*"

[2] Hán: tô 酥. Pāli: *sappi*, thục tô, tô nhũ, hay đề hồ. Giải thích: các loại tô làm từ sữa bò, sữa sơn dương, hay sữa trâu.

Quở trách rồi, tỳ-kheo-ni thiểu dục liền bạch với các tỳ-kheo. Các tỳ-kheo đến bạch lên đức Thế Tôn. Đức Thế Tôn vì nhân duyên này tập hợp Tăng tỳ-kheo, quở trách nhóm sáu tỳ-kheo-ni:

"Các cô làm điều sai quấy, chẳng phải oai nghi, chẳng phải pháp sa-môn, chẳng phải hạnh thanh tịnh, chẳng phải hạnh tùy thuận, làm điều không nên làm. Tại sao tỳ-kheo-ni lại xin bơ để ăn?"

Sau khi bằng vô số phương tiện quở trách, đức Phật bảo các tỳ-kheo:

"Các tỳ-kheo-ni này là nơi trồng nhiều giống hữu lậu, là những người đầu tiên phạm giới này. Từ nay trở đi, Ta vì các tỳ-kheo-ni kết giới, gồm mười cú nghĩa, *cho đến câu* chánh pháp tồn tại lâu dài. Muốn nói giới nên nói như vầy:

Tỳ-kheo-ni nào xin bơ để ăn, phạm pháp đáng chê trách phải sám hối. Nên đến các tỳ-kheo-ni khác nói: 'Thưa đại tỷ,[3] tôi phạm pháp đáng chê trách, làm điều không nên làm. Nay đến đại tỷ xin sám hối.'[4] Đây gọi là pháp hối quá."

Thế Tôn vì các tỳ-kheo-ni kết giới như vậy rồi, có vị nghi, không dám vì người bệnh xin, chính mình bệnh cũng không dám xin, người khác vì mình xin cũng không dám dùng. Đức Phật dạy:

"Từ nay trở đi cho phép, mình bệnh được xin, vì người bệnh được xin, người khác vì mình xin được dùng. Từ nay nên nói giới như vầy:

b. Giới văn

Tỳ-kheo-ni nào không bệnh mà xin bơ để ăn, phạm pháp đáng chê trách phải sám hối. Nên đến các tỳ-kheo-ni khác nói: 'Thưa đại tỷ, tôi phạm pháp đáng chê trách, làm điều không nên làm. Nay tôi đến đại tỷ sám hối.' Gọi là pháp hối quá."

c. Thích nghĩa

Tỳ-kheo-ni: nghĩa như trên.

---

[3] Pāli: *ayye*, thưa các Đại tỷ, số nhiều. *Ngũ phần*: chư A-di 諸阿姨.

[4] Pāli: *gārayhaṃ dhammaṃ āpajjiṃ asappāyaṃ pāṭidesanīyaṃ*, phạm pháp đáng bị chê trách, không thích đáng, cần phải phát lồ.

d. Tướng phạm

Tỳ-kheo-ni nào không bệnh mà xin bơ để ăn, một miếng nuốt là một ba-la-đề đề-xá-ni.

Tỳ-kheo, đột-kiết-la. Thức-xoa-ma-na, sa-di, sa-di-ni, đột-kiết-la. Đó gọi là phạm.

Sự không phạm: vì mình có bệnh, vì người bệnh mà xin, hoặc người khác vì mình xin, hay mình vì người khác xin, hoặc không xin mà được. Thảy đều không phạm.

Người không phạm: phạm lần đầu tiên khi chưa chế giới; si cuồng, loạn tâm, thống não bức bách.

Điều 2 - Điều 8

2. Xin dầu, 3. Xin mật, 4. Xin mật mía, 5. Xin sữa, 6. Xin sữa đông, 7. Xin cá, 8. Xin thịt; (...) cũng như xin bơ không khác.[5]

Bốn giới trên: tỳ-kheo, thức-xoa-ma-na, sa-di, sa-di-ni, đột-kiết-la. Bốn giới dưới: tỳ-kheo, ba-dật-đề. Thức-xoa-ma-na, sa-di, sa-di-ni, đột-kiết-la.

Chúng học giới, cùng đại Tăng không khác. Nên không chép ra.[6]

---

[5] Xin 8 thứ, *Tứ phần, Ngũ phần, Tăng-kỳ*: tô, du, mật, hắc thạch mật, nhũ, lạc, ngư, nhục 酥油蜜黑石蜜乳酪魚肉. *Thập tụng*: nhũ, lạc sanh tô, thục tô, du, ngư, nhục bô 乳酪生酥熟酥油魚肉脯. Pāli: *sappi, dadhi, tela, madhu, phāṇita, maccha, maṃsa, khīra.*

[6] Bản Hán, hết quyển 30.

SÁCH DẪN

GIÁO HỘI PHẬT GIÁO VIỆT NAM THỐNG NHẤT
HỘI ĐỒNG HOẰNG PHÁP*

CHỨNG MINH:
Trưởng lão HT Thích Thắng Hoan (Hoa Kỳ),
Trưởng lão HT Thích Huyền Tôn (Úc châu),
HT Thích Bảo Lạc (Úc châu),
HT Thích Tuệ Sỹ (Việt Nam)

CỐ VẤN CHỈ ĐẠO:
HT Thích Tuệ Sỹ (Việt Nam)

CHÁNH THƯ KÝ:
HT Thích Như Điển (Đức)

PHÓ THƯ KÝ:
HT Thích Nguyên Siêu (Hoa Kỳ),
HT Thích Bổn Đạt (Canada)

THÀNH VIÊN:
Âu châu: HT Thích Quảng Hiền (Thụy Sĩ), HT Thích Minh Giác (Hòa Lan), TT Thích Thông Trí (Hòa Lan), TT Thích Nguyên Lộc (Pháp)
Úc châu: HT Thích Minh Hiếu, TT Thích Tâm Minh
Hoa Kỳ: HT Thích Nhật Huệ, TT Thích Từ Lực

* Cập nhật ngày 08.05.2022.

Liên lạc HỘI ĐỒNG HOẰNG PHÁP

Hòa thượng Thích Như Điển, Chánh Thư Ký, HĐHP
Chùa Viên Giác. Karlsruher Str. 6, 30519 Hannover, Germany
Website: www.hoangphap.org; Email: hdhp.ctk@gmail.com;
Tel: + 49 511 879 630

Thượng tọa Thích Nguyên Tạng, Trưởng ban Báo Chí & Xuất Bản, HĐHP
Tu Viện Quảng Đức, 105 Lynch Road, Fawkner, Vic.3060 Australia
Website: www.hoangphap.org; Email: hdhp.bbc@gmail.com;
Tel: +61 481 169 631

Thượng tọa Thích Tâm Hòa, Trưởng ban Bảo Trợ, HĐHP
Trung Tâm Văn Hóa Phật Giáo Pháp Vân, Ontario, Canada
420 Traders Blvd E, Mississauga, ON L4Z 1W7, Canada
Website: www.phapvan.ca; Email: thichtamhoa@gmail.com
Tel: +1 905-712-8809

Liên lạc thỉnh ĐẠI TẠNG KINH

Ni Sư Thích Nữ Quảng Trạm - Tổ Đình Khánh Anh (Bagneux)
14 Avenue Henri Barbusse, 92220 Bagneux- France
Tel.: +33 609 09 01 19 - Email: hdhp.inan@gmail.com

www.ingramcontent.com/pod-product-compliance
Lightning Source LLC
Chambersburg PA
CBHW081652120626
46550CB00010B/2868